पुरस्कार :

- *आपटे वाचन मंदिर व इचलकरंजी साहित्य संमेलन ट्रस्टच्या वतीने 'उत्कृष्ट मराठी गद्य साहित्यकृती २०१८'*
- *कोपरगाव येथील भि. ग. रोहमारे ट्रस्टतर्फे दिला जाणारा २०१८ सालाचा ग्रामीण समीक्षा विभागासाठीचा भि. ग. रोहमारे राज्यस्तरीय ग्रामीण साहित्य पुरस्कार डॉ. आनंद यादव :एक साहित्यिक प्रवास (संपादन-कीर्ती मुळीक, अप्पासाहेब जकाते) पुस्तकास जाहीर झाला आहे.*

डॉ. आनंद यादव

– एक
साहित्यिक
प्रवास

संपादक
डॉ.कीर्ती मुळीक । श्री.अप्पासाहेब जकाते यादव

मेहता पब्लिशिंग हाऊस

Dr. ANAND YADAV EK SAHITYIK PRAVAS
Edited by KEERTI MULICK & APPASAHEB JAKATE YADAV

डॉ. आनंद यादव एक साहित्यिक प्रवास / लेखसंग्रह

संपादक
कीर्ती मुळीक आणि अप्पासाहेब जकाते यादव
author@mehtapublishinghouse.com,

प्रकाशक
सुनील अनिल मेहता, मेहता पब्लिशिंग हाऊस,
१९४१, सदाशिव पेठ, माडीवाले कॉलनी, पुणे - ३०.

मुद्रक
स्पेक्ट्रम ऑफसेट, डी-२/४, सत्यम इस्टेट, सीडीएसएसच्या मागे, एरंडवणे, पुणे - ४११००४.

मुखपृष्ठ / आतील पानांची मांडणी
चंद्रमोहन कुलकर्णी व फाल्गुन ग्राफिक्स

प्रकाशनकाल : एप्रिल, २०१८ / पुनर्मुद्रण : जुलै, २०२१

किंमत: ₹ ४००

P Book ISBN 9789387319905
E Book ISBN 9789387319899
E Books available on : ◆ play.google.com/store/books ◆ www.amazon.in ◆ https://www.apple.com/apple-bo

Mehta Publishing House, Pune 411030. ✆ +91 020-24476924 / 24460313
Email : production@mehtapublishinghouse.com
Website : www.mehtapublishinghouse.com

डॉ. आनंद यादव यांच्यावर
उदंड प्रेम करणाऱ्या
रसिक वाचकांना समर्पित

– कीर्ती मुळीक । अप्पासाहेब जकाते यादव

मनोगत

'डॉ. आनंद यादव एक साहित्यिक प्रवास' हा ग्रंथ काढण्याचे निश्चित केल्यावर मराठी साहित्याच्या जाणकारांना ग्रंथाची संकल्पना स्पष्ट केली. त्यांनी त्वरित लेख देण्याचे मान्य केले. त्यांच्या या अनमोल सहकार्यातून या ग्रंथाची उभारणी झाली आहे. त्यांचे मनापासून आभार!

डॉ. आनंद यादव यांनी कविता, ललित, कथा, कादंबरी, चरित्र, आत्मचरित्र, समीक्षा असे सर्व साहित्यप्रकार समर्थपणे हाताळले आहेत. त्यांच्या सुमारे चाळीस साहित्यकृती प्रकाशित झाल्या आहेत. साहित्य अकादमी पुरस्कार, महाराष्ट्र शासनाचे चौदा पुरस्कार, शिवाजी सावंत पुरस्कार, पु.य. देशपांडे स्मृतिप्रीत्यर्थ 'चंद्रभागातीरी' पुरस्कार, रा.न. सबनीस स्मृतिप्रीत्यर्थ वाङ्मय पुरस्कार, अनंत काणेकर पुरस्कार, आचार्य अत्रे विकास प्रतिष्ठान पुरस्कार, लाभसेटवार पुरस्कार, दिनानाथ मंगेशकर प्रतिष्ठानचा 'वाग्विलासिनी' पुरस्कार, प्रियदर्शनी पुरस्कार यांच्यासह यादव यांच्या साहित्यकृतींना एकूण पंचवीस पुरस्कार प्राप्त झाले आहेत. रसिक वाचकांनी त्यांना 'गोतावळाकार', 'नटरंगकार', 'झोंबीकार' अशा बिरुदावल्या मनापासून दिल्या आहेत. 'मराठी ग्रामीण साहित्य चळवळीचे प्रवर्तक' ही त्यांची मराठी साहित्याच्या संदर्भातील मोलाची कामगिरी आहे. वाङ्मयाच्या इतिहासाला आपल्या एका सोनेरी पानातून डॉ. आनंद यादव यांच्या या साहित्यिक कर्तृत्वाची नोंद घ्यावी लागते.

ग्रामीण जीवन आणि तेथील सामान्य माणूस हा डॉ. आनंद यादव यांच्या साहित्याचा केंद्रबिंदू आहे. १९६० पासून यादव यांनी लेखनाला सुरुवात केली. मराठी साहित्यातून ग्रामीण जीवनाचे वास्तव चित्रण होत नाही, ही प्रमुख जाणीव या लेखनामागे होती. 'हिरवे जग' या आपल्या पहिल्या कवितासंग्रहातून त्यांनी कृषिजीवन स्पष्ट केले. ग्रामीण बोली भाषेतून लिहिलेल्या या कवितांतून अस्सल ग्रामीण संस्कृती रसिकांना अनुभवायला मिळाली. यादव यांची 'गोतावळा' कादंबरी मराठी कादंबरी जगतात मानदंड ठरली. एकूण मराठी कादंबरीला तिने नवे वळण दिले. यंत्रसंस्कृतीमुळे ग्रामीण जीवनाची झालेली वाताहत हा या कादंबरीचा प्रमुख विषय आहे. 'नटरंग' कादंबरीमधून यादव यांनी कलावंताची सर्वसामान्यांच्या जगतात होणारी शोकांतिका मांडली आहे. 'झोंबी', 'नांगरणी', 'घरभिंती' आणि 'काचवेल' हे यादव यांच्या आत्मचरित्रात्मक कादंबरीचे चार खंड आहेत. यांतील 'झोंबी'ला साहित्य अकादमी पुरस्कार व राज्य पुरस्कार यांच्यासह एकूण आठ पुरस्कार लाभले. या आत्मचरित्राच्या निमित्ताने यादव यांनी आत्मचरित्राचा एक नवा प्रकार साहित्यात आणला.

प्रयोगशीलता हे यादव यांच्या साहित्याचे प्रमुख वैशिष्ट्य आहे. साहित्यनिर्मितीच्या पारंपरिक संकेतांत त्यांचे साहित्य जखडले गेले नाही. त्यांच्या साहित्यविषयक जाणिवा प्रगल्भ आहेत. ग्रामीण जीवनाचे अस्सल दर्शन साहित्यातून घडविण्यासाठी त्यांनी ग्रामीण बोलीभाषेचा आग्रह धरला. स्वतःच्या कथा, कविता, कादंबऱ्यांमधून त्यांनी बोली भाषेतून निवेदन व संवादलेखन केले. स्वतंत्र लेख लिहून त्यांनी बोली भाषेचे सामर्थ्य जाणकारांच्या लक्षात आणून दिले. यादव यांच्या या कृतीमुळे मराठी ग्रामीण साहित्याला नवे परिमाण प्राप्त झाले. अनेक ग्रामीण लेखकांनी आपल्या बोली भाषेतून साहित्यकृती निर्मिण्यास सुरुवात केली. आजही ही परंपरा सुरू आहे. 'मराठी ग्रामीण साहित्याची चळवळ' सुरू करून यादव यांनी ग्रामीण जीवनाचे मराठी साहित्यातून होणारे कृतक दर्शन नाकारले. विविध पातळ्यांवर होणारी ग्रामीण लेखकांची कोंडी फोडली. त्यांच्या लेखनाला वाङ्मयीन दृष्टी प्राप्त करून दिली. या चळवळीमुळे मराठी साहित्यात ग्रामीण साहित्यप्रवाह जोरकसपणे निर्माण झाला. अनेक ग्रामीण लेखक आपल्या खेड्यापाड्यातील ग्रामजीवन, स्थित्यंतरे साहित्यातून वास्तवदर्शी रीतीने मांडू लागले. खेड्यातील अस्सल जीवन रेखाटणाऱ्या या साहित्यकृतींना विविध पुरस्कार प्राप्त झाले आहेत. आजचे प्रथितयश साहित्यिक या चळवळीचे ऋण मोकळेपणाने मान्य करतात. ग्रामीण साहित्याची योग्य रीतीने समीक्षा करणारे मापदंड मराठी साहित्यात नाहीत, हे लक्षात आल्यावर यादव यांनी ग्रामीण साहित्यावरील समीक्षा ग्रंथ लिहिले. भारत हा खेड्यापाड्यांचा देश आहे, कृषिसंस्कृती ही या देशाची मूल्यव्यवस्था आहे, आत्मा आहे, हे स्पष्ट करत त्यांनी स्वातंत्र्यपूर्व काळातील खेड्यांपासून ते आजपर्यंतच्या आधुनिक खेड्यांचा व त्या अनुषंगाने बदलत गेलेल्या ग्रामीण साहित्याचा परामर्श घेतला आहे. ग्रामीणता म्हणजे काय व तो सर्व प्रकारच्या ग्रामीण साहित्याचा निकष कसा ठरतो, हे परखडपणे मांडले आहे. यादव यांच्या या ग्रंथांमुळे समीक्षकांना ग्रामीण साहित्याच्या समीक्षेच्या विविध वाटा खुल्या झाल्या. यादव यांचा साहित्य, स्वरूप आणि समीक्षेचा सखोल अभ्यास यांतून दिसून येतो. चरित्रातून केवळ आपल्या जीवनाचे निवेदन न करता, आपले जीवन कादंबरी रूपातून मांडले तर त्याला एक चैतन्य प्राप्त होते; हा विचार मनाशी धरून आनंद यादव यांनी 'झोंबी' ही आत्मचरित्रात्मक कादंबरी लिहिली. या कादंबरीमधून त्यांनी खेड्यातील आपले बालपण, शेतकरी कुटुंबातील दारिद्र्य, अज्ञान आणि ते दूर करण्याच्या इच्छेने शिक्षणाची धरलेली जिद्द, असा आपला दहावीपर्यंतचा खडतर संघर्ष स्पष्ट केला. ही कादंबरी प्रचंड लोकप्रिय झाली. खेड्यातील प्रत्येक तरुणाला ती आपले जीवन

रेखाटणारी वाटली. 'झोंबी'ला साहित्य अकादमी पुरस्कार प्राप्त झाला. आत्मचरित्रात्मक कादंबरीचा हा नवा प्रयोग यादव यांनी यशस्वी केला. 'आत्मचरित्र मीमांसा' या ग्रंथामधून त्यांनी या नव्या प्रकारचे सविस्तर विश्लेषण केले आहे.

प्रस्तुत ग्रंथात मान्यवर लेखकांनी आनंद यादव यांच्या या विविध कलाकृतींचा, त्यांच्या साहित्यातील विविध प्रयोगांचा, त्यांच्या प्रगल्भ विचारांचा, समीक्षेचा आणि ग्रामीण साहित्य चळवळीचा सविस्तर परामर्श घेतला आहे. यादव यांचे वाङ्मयाच्या इतिहासातील महत्त्वाचे स्थान त्यांनी यातून अधोरेखित केले आहे.

कुठलाही समाज हा परंपरेला चिकटून असतो. परंपरेतील बदल, क्रांती त्याला सहजपणे मान्य होत नाहीत. त्यामुळे अशा बदल घडवून आणणाऱ्या व्यक्ती वादग्रस्त ठरतात. डॉ. आनंद यादव हेही या अर्थाने वादग्रस्त ठरले. त्यांची साहित्यविषयक परिवर्तनशील भूमिका वादळी ठरली.

त्यांच्यावर अनेक आक्षेप घेण्यात आले. या आक्षेपांना यादव यांनी वेळोवेळी उत्तरं दिली आहेत. प्रस्तुत ग्रंथात त्यांचा परामर्श घेतला आहे. समरसता साहित्य मंचाने आयोजित केलेल्या पहिल्या साहित्य संमेलनाचे अध्यक्षपद यादव यांनी स्वीकारले. त्यांची ही भूमिका अनेकांना मान्य झाली नाही. विशेषतः ग्रामीण साहित्य चळवळीत सहभागी झालेल्या लेखकांना व कार्यकर्त्यांना ते रुचले नाही. पण या घटनेची दुसरी बाजू लक्षात घेणे आवश्यक आहे. समरसता साहित्य मंचाने आयोजित केलेल्या पहिल्यावहिल्या संमेलनाचे अध्यक्षपद यादव यांना दिले आणि समरसतेची यादव यांची भूमिका आपल्या व्यासपीठावरून जाहीरपणे मांडण्यास अनुकूलता दर्शवली. यादव यांची ही भूमिका जाणून घेणे त्यांना आपले कर्तव्य वाटले. याचा अर्थ आनंद यादव यांचे नेतृत्व ते मान्य करतात. ग्रामीण साहित्य चळवळीचेच हे एक यश आहे; हे निश्चित.

ग्रामीण साहित्याची चळवळ पुढील काळात थंड पडली, असा आक्षेप घेतला जातो. अपेक्षित फल प्राप्त झाल्यानंतर कोणतीही चळवळ संपुष्टात येते, असे समाजशास्त्रज्ञ सांगतात. चळवळीला सुरुवात झाल्यानंतर खेड्यापाड्यांतून तरुण वर्ग मोठ्या संख्येने पुढे येऊ लागला. आपल्या भागात ग्रामीण साहित्य संमेलनं आयोजित करू लागला. ग्रामीण साहित्य परिषदेची स्थापना झाली. नव्वदोत्तर काळात मोठ्या संख्येने ग्रामीण साहित्य निर्माण होऊ लागले. त्यांना विविध पुरस्कार प्राप्त झाले. ग्रामीण साहित्यिकांना प्रतिष्ठा प्राप्त झाली. मराठी साहित्यात ग्रामीण साहित्यप्रवाह जोमाने वाहू लागला. साहित्यविश्वात त्याचा प्रभाव दिसू लागला. अभ्यासकांनी ग्रामीण साहित्याचे विद्यापीठ पातळीवर संशोधन सुरू केले. ही सर्व ग्रामीण साहित्य चळवळीची फलप्राप्ती आहे, अशी नोंद जाणकारांनी घेतली आहे.

कुठलाही प्रयोगशील लेखक हा एका घटनेमध्ये गुंतून राहत नाही. नवी आव्हाने त्याला खुणावत असतात. आनंद यादव यांनी साहित्याचे विविध प्रकार (फॉर्म) हाताळले, याच्यामागे हे कारण आहे. यादव यांनी आपल्या लेखनाच्या सुरुवातीच्या काळात कविता लिहिल्या. पण नंतर कविता या स्वरूपाचा आशयाच्या दृष्टीने मर्यादित आवाका त्यांच्या लक्षात आला. त्यामुळे पुढील काळात ते कथा, कादंबरी या गद्य प्रकारांकडे वळले आहेत. यादव यांचे एक वैशिष्ट्य येथे नोंदवावेसे वाटते. प्रत्येक साहित्य प्रकारामध्ये त्यांनी नवे प्रयोग केले आहेत. बदल घडवून आणले आहेत. आपल्या कवितांमधून त्यांनी सर्वप्रथम बोली भाषेतून ग्रामीण जीवनाचे अस्सल चित्रण केले. मराठी साहित्याला हा प्रयोग नवा होता. बहिणाबाई चौधरी यांच्यानंतर आनंद यादव हे 'अस्सल चित्रण करणारे पहिले मराठी ग्रामीण

कवी' ठरले. त्यानंतर प्रसिद्ध झालेल्या 'मातीखालची माती' या ललित गद्य संग्रहातून त्यांनी खेड्यातील माणसांची व्यक्तिचित्रे रेखाटली. ही व्यक्तिचित्रणे छोटेखानी आहेत. ती गद्य दिसत असली तरी त्यात कविप्रकृतीच्या यादव यांनी एक लय, नाद आणला. यादव यांच्या या प्रयोगाची समीक्षकांनी प्रशंसा केली. 'खळाळ' या लगोलग प्रसिद्ध झालेल्या कथासंग्रहात देखील यादव यांनी वरीलप्रमाणे प्रयोग केलेला दिसतो. आपल्या साहित्यकृतींच्या संदर्भात असणारी यादव यांची प्रयोगशील वृत्ती प्रस्तुत ग्रंथात सविस्तर नोंदवली आहे. मराठीतील समीक्षकांनी देखील तिचे कौतुक केले आहे आणि तिच्यामुळे मराठी साहित्याला नवे वळण मिळाले, असे स्पष्ट केले आहे.

स्वानुभव हा यादव यांच्या लेखनाचा गाभा आहे. 'मळ्याची माती' मध्ये शहरात नोकरीनिमित्त स्थिर झाल्यानंतर खेड्याकडील मातीचे जे तुटलेपण जाणवते, ते यादव यांनी कवितांमधून व्यक्त केले आहे. 'प्रत्येकाच्या मनात एक नटरंग असतो; त्याची ही कहाणी,' असे ते आपल्या 'नटरंग' कादंबरीविषयी म्हणतात. १९८९ मध्ये त्यांची 'मायलेकरं' ही दीर्घ कविता प्रकाशित झाली. 'गावाकडे आम्हा कुटुंबीयांसमवेत राहा' असा हट्ट धरणारी आई आणि शिकल्यासवरल्यामुळे समाजबदलाची ओढ लागलेला तरुण यांच्यातील ही संवादकथा आहे. यादव आमच्या कुटुंबातील असल्यामुळे 'मायलेकरं'मध्ये चित्रित झालेलं घर, तेथील आई आणि भावंडं ही यादव यांचीच आहेत, हे आमच्या लक्षात आले. १९७५ मध्ये सुरू झालेली यादव यांची ग्रामीण साहित्याची चळवळ जोमाने सुरू होती. त्यामुळे ते घरच्यांना फारसा वेळ देऊ शकत नव्हते. त्यांची आई अनेक वेळा त्यांना गावी येऊन जाण्याविषयी सांगायची; ते तिकडे गेले की त्यांच्या न येण्याविषयी भांडायची. हे घटनाप्रसंग आणि समाज चळवळीविषयीचे त्यांचे चिंतन यांतून 'मायलेकरं' मधील तरुणाचा संवाद चित्रित झाला आहे. लेखक जेव्हा स्वानुभवातून लेखन करतो, तेव्हा तसे अनुभव आलेल्या प्रत्येकाला ते लेखन आपल्याविषयी वाटते. तो वाचक आपले अनुभव त्या लेखनाशी तपासून घेऊ लागतो. एखाद्या साहित्यकृतीचे यश इथे लक्षात येते.

आनंद यादव यांनी वयाच्या विसाव्या वर्षापासून ते शहात्तराव्या वर्षापर्यंत अव्याहत लेखन केले. सुमारे पंचावन्न वर्षे ते लिहीत राहिले. नवे अनुभव, प्रयोगशील वृत्ती आणि चिंतनशील स्वभाव यांतून त्यांचे साहित्य आकाराला येत गेले. आपले फक्त कसदार साहित्य प्रकाशित करण्याकडे यादव यांचा कल होता. कसदार न वाटलेले लेखन त्यांनी स्वतःहून बाजूला ठेवले. ते प्रकाशित केले नाही. यादव यांची लेखनसाधना मोठी आहे. आपली प्रत्येक कलाकृती लिहून झाल्यानंतर जाणकारांना वाचण्यास देऊन, त्यांच्याशी चर्चा करून, लिखाणातील गुण-दोष जाणून घेऊन ते पुनर्लेखन करीत. त्या लेखनातून तनामनाने बाहेर पडण्यासाठी ते सहा महिने, वर्षभराचा कालावधी जाऊ देत. पुन्हा एकदा अलिप्त मनाने आपली कलाकृती समीक्षकदृष्टीने वाचून, जाणवलेल्या उणिवा काढून टाकण्यासाठी ते पुन्हा लेखनास बसत. यादव यांची प्रत्येक कलाकृती या रीतीने चार वेळा पुनर्लिखित होऊन नंतर प्रकाशित झाली आहे. या सर्वांतून त्यांचे चिंतन, अभ्यास, चिकाटी लक्षात येते. शहात्तराव्या वर्षानंतर त्यांनी 'नवे अनुभव सुचत नाहीत' या कारणाने लेखननिवृत्ती घेतली. त्यांची लेखनामागील कणखर भूमिका आणि प्रयोगशील वृत्ती पाहता, पुनःपुन्हा तेच अनुभव रेखाटणे, हे त्यांना मानवणारे नव्हते. त्यामुळे त्यांनी निवृत्तीचा योग्य निर्णय घेतला.

आनंद यादव यांची प्रत्येक कलाकृती लोकप्रिय ठरली. असे असले तरी स्वतःत न रमता, त्यांनी आपुलकीने अनेक नवोदित लेखकांना मार्गदर्शन केले. त्यांच्या लेखनाला प्रोत्साहन दिले; ग्रामीण

साहित्य चळवळ केली नि त्या बाबतीत सामाजिक धुरा आपल्या खांद्यावर घेतली. यादव यांची ही सामाजिक बांधिलकी मोठी आहे. 'कलावंत केवळ स्वतःत रमणारा असतो,' या विधानाला यादव अपवाद आहेत. साहित्यदिंडीतील प्रत्येक वारकऱ्याला त्यांनी आपल्यात सामावून घेतले. त्यामुळे साहित्यरसिकांनी त्यांना संतपद दिले. अखिल भारतीय मराठी साहित्य संमेलनाचे अध्यक्ष म्हणून त्यांना मोठ्या संख्येने मतं देऊन निवडले. यादव यांना मिळालेली लोकमान्यता सहन न होऊन काही मतलबी व्यक्तींनी कुटिल राजकारण केले. वैचारिक वाद ही हिंदू संस्कृती आहे; परंतु हे वाद हिंसक पातळीवर नेण्यात आले. यादव या साहित्यसंमेलनासाठी जाऊ शकले नाहीत. ही या समाजाची शोकांतिका आहे. प्रतिभावंतांना या गोष्टींविषयी जीवनात ना खंत, ना खेद राहतो. त्यांच्या दृष्टीने ती घटना तिथेच संपलेली असते. पुढील जीवनप्रवाहात त्यांची निर्मळ वाटचाल सुरू राहते. यादव यांच्या बाबतीत हेच घडले. वारकरी मात्र आपल्या या साहित्यविठ्ठलाला भेटण्यासाठी सतत त्यांच्या घरी येत राहिले.

कीर्ती मुळीक
अप्पासाहेब जकाते यादव

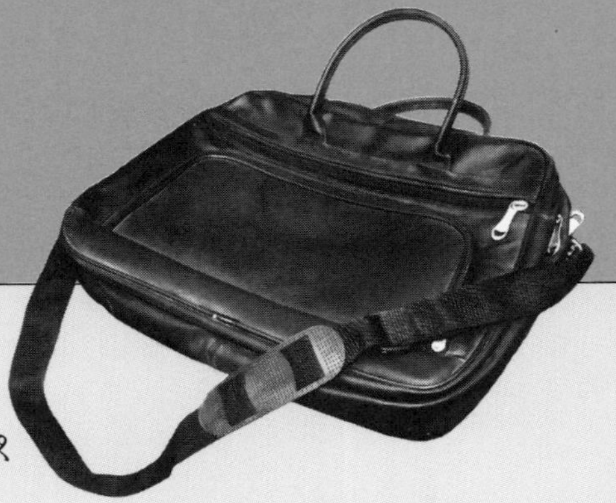

अनुक्रमणिका

कविता आनंद यादवांची

कादंबरीकार, ललित गद्यलेखक, कथाकार, समीक्षक आणि एका राज्यव्यापी चळवळीचे उद्गाते म्हणून मराठी साहित्यात मान्यता पावलेल्या आनंद यादव यांचा पहिला उद्गार मात्र कविता होता. शालेय वयापासून त्यांनी कविता लिहायला सुरुवात केली आणि वयाच्या पंचविसाव्या वर्षी, १९६० मध्ये त्यांचा 'हिरवे जग' हा पहिला कवितासंग्रह प्रकाशित झाला. नंतर १९७० पर्यंत त्यांनी तुरळक स्वरूपात कवितालेखन केले. त्यातल्या निवडक कवितांसह 'हिरवे जग'ची दुसरी आवृत्ती १९७८ मध्ये 'मळ्याची माती' या नावाने प्रकाशित झाली.

१९७० नंतर त्यांचे कवितालेखन थांबले. पुढे वीस वर्षांनी- १९८९ मध्ये 'मायलेकरं' ही त्यांची दीर्घ कविता प्रकाशित झाली. यादव यांनी कवितालेखन थांबवले, यात त्यांचे नुकसान झाले नाही. त्यांना गद्यलेखक म्हणून प्रचंड मान्यता आणि लोकप्रियताही मिळाली; पण मराठी कवितेचे मात्र मोठे नुकसान झाले. कारण त्यांचा सुरुवातीचा सशक्त उद्गार पाहता आणि त्यांच्या प्रतिभेची झेप पाहता, ते कवितेतच स्थिरावले असते तर मराठीत ग्रामीण कवितेची नवी शिखरे पाहायला मिळाली असती. मराठी रसिकांचे दुर्दैव!

यादव हे खऱ्या अर्थाने पहिले मराठी शेतकरी कवी आहेत. यादव यांच्या

आधीही कृषी-ग्रामीण कविता लिहिलेली होती; पण ती शेतकरी कविता नव्हती. रविकिरण आणि त्यांच्या समकालीनांनी लिहिलेल्या शेती आणि शेतकरीविषयक जानपद कविता या फॅशनचा एक भाग म्हणून लिहिलेल्या कृतक् कविता होत, हे आता मराठी वाङ्मयाच्या इतिहासाने नोंदवलेले आहे. पा. श्रा. गोरे, ग. ह. पाटील, ग.ल. ठोकळ हे शेतकरी कुटुंबातून आलेले असले तरी ते प्रत्यक्ष शेतात राबलेले नव्हते. शेतात राबलेला आणि पुढं उच्च शिक्षण घेतलेला आनंद यादव हा पहिला मराठी लेखक. म्हणून त्यांच्या कवितेत शेतकरी वास्तवाचा जो सच्चेपणा आलेला आहे, तो आधीच्या कवींमध्ये पाहायला मिळत नाही.

बहिणाबाई चौधरी या प्रत्यक्ष शेतात राबून कविता लिहिणाऱ्या होत्या; पण त्यांच्या कवितेला ग्रामीण कविता म्हणण्याऐवजी 'लोककविता' म्हणणे जास्त सयुक्तिक ठरेल. त्यांनी उच्च शिक्षण घेतलेले नव्हते. त्या शाळेत गेलेल्या नव्हत्या. त्यामुळे त्यांनी आपल्या रचनांकडे कविता म्हणून पाहिलंच नाही. अर्थात, त्यामुळे त्यांच्या रचना अकृत्रिम आणि अजोड ठरल्या. मराठी कवितेचे हे मोठे लेणे आहे आणि मराठी साहित्यातला तो मोठा अपवादही आहे. शिवाय यादवांनी 'हिरवे जग'मधील कविता लिहिली, तेव्हा त्यांच्यासमोर बहिणाबाईंच्या रचना नव्हत्या. बहिणाबाईंनी कविता जरी फार पूर्वी लिहिल्या असल्या तरी त्या प्रकाशित मात्र खूप उशिरा झालेल्या आहेत.

रविकिरण मंडळ आणि त्यांच्या समकालीनांच्या कविता मात्र अभ्यासक्रमातून यादव यांच्यासमोर होत्या. त्याविषयी त्यांनी लिहून ठेवलेले आहे की, '१९४५ पूर्वीची जानपद कविता क्रमिक पुस्तकांतून माझ्या अभ्यासात येत होती. 'सुगी' हा ग.ल. ठोकळांनी संपादित केलेला जानपद गीतसंग्रह या वेळी मी मिळवून वाचला. तेव्हा माझ्या असे ध्यानात आले, की या कवितांमध्ये व्यक्त झालेले ग्रामीण जीवन वरवरचे आहे; काही ठिकाणी तर ग्रामीण जीवनाविषयी अज्ञान आहे; काही ठिकाणी चुका झालेल्या आहेत; या कवितेत शिवारामध्ये आणि पिकांमध्ये सगळे ऋतू एकाच वेळी येतात. या कवितेतील ग्रामीण भाषाही पुष्कळशी नकली आहे. त्यामुळे खरेखुरे ग्रामीण जीवन आपण कवितेतून रेखाटू, असे वाटू लागले. त्याच वेळी मुक्तछंदातील कविता क्रमिक पुस्तकातून माझ्या वाचनात येत होती. या मुक्तछंदाचा माझ्या आकलनानुसार अवलंब करून, दहावी-अकरावीला असताना (१९५४-५५) मी ग्रामीण कविता लिहिली. 'हिरवे जग' या माझ्या १९६० मध्ये प्रसिद्ध झालेल्या पहिल्या कवितासंग्रहात या काळातील कविता समाविष्ट आहे. त्यातील 'हिरवे जग' या कवितेतच माझ्या वृत्तीची प्रतिक्रिया नोंदवलेली आहे. नुसत्या बांधावरूनच 'हिरवे जग' बघू नये, तर आत रानात जाऊन, प्रत्यक्ष भोगून, त्यातील कष्ट-दारिद्र्य समजून घेऊन ते पाहावे, उपभोगावे, असा सूर त्या कवितेत आहे. अर्थात, या कवितासंग्रहात मी त्या वेळी अनुभवत असलेले, पाहिलेले, स्वतः भोगलेले अनेक अनुभव आलेले आहेत. किंबहुना त्या जोरावरच मी ग्रामीण कविता लिहिली. म्हणजे ही कविता लिहिताना इतरांपेक्षा वेगळे, प्रत्यक्ष अनुभवलेले, अस्सल स्वरूपातील ग्रामीण जीवन आपणाला रेखाटता येईल, ही माझी ईर्ष्या होती.' ('माझ्या साहित्यनिर्मितीच्या प्रेरणा'- हंस-जानेवारी १९७९)

१९६० मध्ये प्रकाशित झालेल्या 'हिरवे जग' या संग्रहातली शीर्षक कविता ही या संग्रहाचे प्रास्ताविकच आहे. कल्पना यावी म्हणून या कवितेच्या काही ओळी इथे देत आहे.

मऊ गवात दिसतंय बांधावर;
पर तळाला हाईत बाभळ-बोरीचं काटं.
ही हिरवी मखमाल कापताना
चाळणीगत हुत्यात हातापायांची बोटं.

ह्यो डौलारू डंगरी जुंधळा;
दिसताना दिसतोय लई गोड;
पर ढेकळं फोडताना इथली
आवळ्यागत आलं हुतं फोड
भुईमुगाच्या गार गार जाळ्या
ही रसरसलेली गाजरं,
ही पिकविताना जात्यात
तोंडात मातीचं तोबरं.

आधीच्या ग्रामीण कवितेत बांधावरून दाखवल्या जाणाऱ्या शेताखालचे वास्तवच जणू यादवांची त्या काळातली एकूण कविता दाखवत होती. हे मराठी कवितेसाठी नवे आणि पहिलेवहिले होते. आनंद यादव हा खराखुरा पहिला शेतकरी कवी होता. म्हणूनच यादव यांनी कवितालेखन बंद केले, याचे मला वाईट वाटते.

यादवांच्या आधी लिहिली गेलेली ग्रामीण कविता ही मळ्याच्या मालकाने लिहिलेली कविता होती. आनंद यादवांची कविता मात्र मळ्यात राबणाऱ्या, मजुरी करणाऱ्या शेतमजुराची कविता आहे. या शेतमजुराचे दुःख यादवांच्या कवितेच्या रूपाने मराठी कवितेत प्रथम अवतरताना दिसते. पुढे ना. धों. महानोर यांनी लिहिलेली कविताही मळ्याच्या मालकाचीच कविता आहे. मराठी ग्रामीण कवितेच्या चळवळीमुळे मात्र पुढे अनेक कवी शेतात राबणाऱ्यांची कविता लिहायला लागले. त्याचे श्रेय यादवांनाच द्यावे लागेल, यात वाद नाही.

आनंद यादवांच्या कवितेचे आणखी एक वैशिष्ट्य म्हणजे, या कवितेने शेतातले दुःख जितक्या सामर्थ्याने मांडले, तितक्याच समरसतेने शेतातला आनंद देखील मांडला.

१९७३ मध्ये 'सुगी' या कविता संग्रहाला लिहिलेल्या प्रस्तावनेत यादव म्हणाले होते, 'मराठी ग्रामीण कवितेला मराठी साहित्यात प्रवेश करायला ओवीचे, लोकसाहित्याचे सनातन महाद्वार फारच उपकारक आहे.' बहिणाबाईंवर लिहितानाही, ग्रामीण कवींनी लोकवाङ्मयापासून काही शक्ती प्राप्त करावी व आपल्या कवितेचा कस वाढवावा, असे म्हणणारे यादव, स्वतः मात्र तसे करताना दिसत नाहीत. 'हिरवे जग' या संग्रहात 'पाण्याच्या वाटंवर' ही एकमेव कविता त्याला अपवाद म्हणावी लागेल. ही कविता वाचल्यानंतर यादवांनी अशा कविता आणखी लिहायला हव्या होत्या, असे वाटते. या कवितेत यादवांनी ओवी या लोकगीताचा अतिशय समर्थपणे उपयोग केलेला पाहायला मिळतो.

पाण्याच्या गं वाटंवर
पुसलीस माझं डोळं
विटलेलं होतं माझं
जाचाला गं मन भोळं
पाण्याच्या गं वाटंवर
सांभाळलास माझा तोल
पडताना कावून मी
आडात त्या खोल खोल
पाण्याच्या गं वाटंवर

सांगिटलंस शहाणपण
म्हणुनच भरल्या घरी
आलं आज मानपण

अशा काही ओळी वाचल्या म्हणजे यादवांनी ही वाट मोठ्या प्रमाणात का चोखाळली नाही, असे वाटत राहते. यादवांची प्रकृती अकादमीक स्वरूपाची आहे, हेच खरे. 'हिरवं जग'नंतर लिहिलेल्या 'मळ्याची माती'मधील कविता तर चक्क मर्ढेकरी वळणाने जाताना दिसते. 'हिरवं जग'मधला बोलीचा जिवंतपणाही यादव टाकून देतात. 'सत्यकथे'मुळे त्यांच्यात झालेले हे परिवर्तन फारसे चांगले नव्हते. त्याविषयी यादवांनाही नंतर पश्चात्ताप झालेला दिसतो. 'प्रतिष्ठान'च्या डिसेंबर १९६६ च्या अंकात 'माझ्या ग्रामीण कवितेविषयी माझी भूमिका' या लेखात त्यांनी लिहिलेय,'जीवन जगत असताना येणाऱ्या उत्कट अनुभवाचा आविष्कार म्हणजे काव्य, अशी माझी काव्याविषयीची पूर्वी भूमिका होती. या भूमिकेने काही काळ लेखन केले आहे. पण मर्ढेकरांचे 'सौंदर्य आणि साहित्य' व तद्नुषंगाने झालेले इतरांचे वैचारिक लेखन, मराठी नवकवितेवर ढगांच्या सावल्यासारखे पसरलेले प्रतिमांचे प्राबल्य, मर्ढेकरांनंतरचे काही महत्त्वाचे मराठी कवी व त्यांच्या कवितेचे वाचन या सर्वांच्या वैचारिक परिणामातून भूमिका बदलत गेली आणि 'उत्कट अनुभवांच्या उत्कट आविष्कारापेक्षा, अनुभवातील सौंदर्याच्या कलात्म जाणिवेने केलेला शोधरूप आविष्कार म्हणजे कविता' अशी जास्त सावध भूमिका काही काळ निश्चित झाली. या भूमिकेतून प्रेरणा घेऊन काही काळ लेखन केले. पण मनोमन कुठेतरी प्रतारणा होत आहे, याची दोन-अडीच वर्षांतच जाणीव झाली. या भूमिकेने कवितेतील कलात्मकता वाढत असेल, अनुभव गौण राहून अनुभवांचे सौंदर्य व्यक्त होत असेल, पण तीव्रतेने जाणवलेल्या अनुभवाचे काय?'

यादवांना या गोष्टीची जाणीव झाली आणि त्यांचे कवितालेखन थांबले. त्यामुळे नव्या जाणिवेतून निर्माण झालेली यादवांची कविता आपणाला पाहायला मिळालीच नाही. पुढे खूप दिवसांनी यादवांनी 'मायलेकरं'ही दीर्घ कविता लिहिली. पण तोपर्यंत यादव शेतीपासून पूर्णपणे तुटले होते. त्यामुळे सुरुवातीच्या कवितेतली उत्कटता त्यात आली नाही. शिवाय ओवी या लोकगीताचा त्यांनी 'मायलेकरं'साठी उपयोग केला; पण ओवीचे सामर्थ्य पूर्णपणे त्यांच्या हाताशी लागलेले दिसत नाही. अशा काही एक-दोन उणिवा सोडल्या तर यादव यांच्या कवितेची आणखी काही महत्त्वाची गुणवैशिष्ट्ये आहेत, ती आपणाला पाहायची आहेत.

बाईची काळजी घेणारा विवाहित पुरुष, असं एक दुर्मिळ चित्र आनंद यादव यांच्या कवितेत आपणाला पाहायला मिळतं. गरिबी तर आहेच, पण या गरिबीतही आपण आपणाला जपलं पाहिजे, अशी आपल्या बायकोची काळजी घेणारा पुरुष आपणाला यादवांच्या कवितेत पाहायला मिळतो. 'आपलं आपुणच जपायचं असतं', 'बाई माणूस', 'केवड्याच्या पोटरीला' अशा काही कवितांतूनही काळजी घेताना पुरुष आपणाला दिसतो. शेतात येणं तर भागच आहे, पण तुझं नाजूकपण जपण्यासाठी काय काळजी घेतली पाहिजे, ते हा पुरुष आपल्या स्त्रीला सांगतो आहे. 'बाई माणूस' नावाच्या कवितेत हा पुरुष स्वतःकडे उणेपण घ्यायलाही तयार आहे. 'मी अनवाणी राहीन, पण तू पायताण घातलं पाहिजेस. मी फाटकं नेसंन, पण तू धडसं नेसलं पाहिजेस; मी उपाशी राहीन, पण तू पोटभर जेवलं पाहिजेस. कारण तुला तान्हं मूल आहे. त्यासाठी तू स्वतःला जपलं पाहिजे', अशी आपल्या स्त्रीची काळजी घेताना हा पुरुष दिसतो. 'केवड्याच्या पोटरीला' नावाच्या कवितेतला पुरुष आपल्या स्त्रीला 'चवळीच्या पाट्यात उन्हात भुजंग असतात, तिकडं जात जाऊ नको,' अशी सूचना करतो. एका कवितेत तर आपली खुरपणाची पात लवकर संपवून बायकोचीही पात घेऊ

लागणारा पुरुष पाहायला मिळतो. प्रेयसीचे ठीक आहे, पण लग्नाच्या बायकोचीही काळजी घेणारा पुरुष मला वाटते, मराठी साहित्यात यादवांच्या कवितेत प्रथम पाहायला मिळतो.

शृंगारिक कविता 'हिरवं जग'मध्ये मोठ्या प्रमाणात पाहायला मिळतात. 'आंब्याच्या सावलीत', 'बरी नव्हं ही मस्ती', 'गोंदण', 'उसटं पाणी', 'मी वडतो चिलिम', 'पानाचा ईडा', 'गेलं असतील भुक्यावुन', 'व्रत', 'नाद मोटंचा', 'असल्या गोष्टी' इत्यादी कवितांमधून आपणाला हा शृंगार पाहायला मिळतो.

बसल्यात घेत जणू राम सीता
वनवासातलं मनाजोगं सुख
जुंधळ्या मिरचीच्या कोरड्या कोंड्यात
तरण्या प्रितीचं मिसळलं अमृत.

कणी-कोंड्यात प्रेमाचं अमृत मिसळलं तर रानात राबणाऱ्या जीवांना वनवासातही मनाजोगे सुख मिळू शकते, अशी भावना इथे दिसते.

दिह्या दिवसा आपल्या बायकोच्या अंगाला झोंबणाऱ्या पुरुषाला ती स्त्री संयम शिकवताना 'बरी न्हवं ही मस्ती' या कवितेत दिसते. ती आपल्या पुरुषाला म्हणते,

ध्या-दिवळीचं असं
कवा करू नये, देवा!
काय तरी निमितानं
घरात वसतीला ऱ्हावा

प्रेमात रंगलेल्या पुरुषाला उस्ट्या पाण्यातही सोज्ज्वळपणा दिसतो. तो म्हणतो,

"उनात तंगलोय
घामात भिजलोय
लागलीया ताऽन;
दे जरा पाणी
काढकी तांब्या
गारव्यात ठेवलेला,
चुंबळीच्या खालचा
पेंढीच्या आडचा."
"उसटं हाय रं
नगं पिऊ हे पाणी."
"मग देच तर
तेच लागंल सोजळवाणी!"

आपल्या चिलमीला काडी लावायला सांगणारा पुरुष, उन्हातान्हात राबणाऱ्या आपल्या बायकोचं तोंड ओलं करण्यासाठी जवळच्या एकमेव पानाचा विडा बायकोला करून देणारा पुरुष, भुकेजलेल्या नवऱ्याची काळजी करत घाईनं वाट उरकणारी स्त्री, अंतर देणाऱ्या नवऱ्यासाठीही व्रत करणारी स्त्री, मोटेचा नाद ऐकून 'ती' धुवायला येणार म्हणून चाक-कण्यात खोबरं घालून नाद वाढवणारा पुरुष, बायका काही सगळ्या गोष्टी बोलून दाखवत नसतात, पुरुषानं त्या समजून घेतल्या पाहिजे, अशी अपेक्षा करणारी स्त्री, अशी शृंगाराची अनेक रूपं आपणाला यादवांच्या कवितेत पाहायला मिळतात.

अर्थात हेही खरे आहे की, हा शृंगार अतिशय सूचक आणि संयमित आहे. याचे महत्त्वाचे कारण म्हणजे हा शृंगार राबणाऱ्या माणसांचा आहे. मळ्याच्या मालकाने कामवाल्या स्त्रियांशी केलेला किंवा एका मळेवाल्यानं दुसऱ्या मळेवालीशी केलेला हा शृंगार नाही. शेतात राबणाऱ्या माणसाच्या आयुष्यातले सगळे कंगोरे दाखवायचे म्हणून आलेला हा शृंगार आहे. केवळ शृंगारासाठी शृंगार म्हणून लिहिलेली ही कविता नाही. म्हणून मला हा शृंगारही राबणाऱ्या माणसाच्या जीवनदर्शनासाठी आलेला आहे, असे आवर्जून सांगावेसे वाटते.

राबणाऱ्या जीवाच्या गरिबीचे आणि राबणुकीचे दर्शन घडविणाऱ्या कविता हे 'हिरवे जग'मधल्या कवितांचे आणखी एक वैशिष्ट्य सांगता येईल. 'पेरणीच्या दिसात', 'गौरीचा सण', 'भर उन्हाचं', 'लई वाटतंय', 'पुढंला', 'जातो हो', 'तळची भाकर', 'हूलगला बाजार' या कविता या दृष्टीने पाहण्यासारख्या आहेत. भूक आवरत नसूनही आपण पेरणीच्या दिवसात उपवास का धरतो? तर बियांचे शेंगादाणे खायला मिळावेत म्हणून. एरवी रानाचा मालक शेंगादाणे खायला मनाई करेल. पण उपवास आहे म्हटले तर विरोध होणार नाही, म्हणून मी उपवास करते असे ती रोजगारबाई सांगते.

हौसा-मौजा बाजूला ठेवून, गवताचे भारे विकून गौरीचा सण साजरा करणारी एक रोजगारीण या कवितेत पाहायला मिळते. पाडव्याच्या सणाला शेतातल्या मालाची चोरी करून पोरांना गोडधोड खाऊ घालणारे आणि कुणी पाहिले नसले तरी देवाच्या भीतीने धास्तावलेले दांपत्यही इथे पाहायला मिळते.

आम्हांस्नीबी लई वाटतंय
पोरांस्नी शिकवावं असं,
पर मागं पोटापाण्याचं
सदा न कदा लागतंय पिसं

राबणाऱ्या जीवाची अशी हुरहूर एका कवितेत येऊन जाते. पुढच्या वर्षी ठरलेल्या मुलाच्या लग्नासाठी आतापासूनच तयारी करणारेही एक जोडपे 'पुढंला' या कवितेत भेटते. 'तळची भाकर' नावाच्या कवितेत एकत्र मोठ्या कुटुंबात आपल्या मालकाच्या पोटाची काळजी करणारी, त्यासाठी युक्तीने वागणारी स्त्री भेटते. 'हूलगला बाजार'मध्ये दिवसभर बाजारात राबलेल्या आणि घराच्या ओढीने परत चालत येणाऱ्या बायका भेटतात.

'ये पावसा' आणि 'गर्भ धरणीच्या' या दोन कवितांतून पाऊस भेटतो. तोही शेतकऱ्याचा पाऊस आहे. निसर्गाचे कौतुक म्हणून आलेला पाऊस नव्हे. यादवांच्या कवितेत निसर्ग येतो, तो प्रामुख्याने रूपकाच्या रूपात. यादव म्हणतात तसा, हा बालकवी आणि पाडगावकरांचा प्रभाव असावा. 'शेवरीचं लगीन', 'मळणी', 'या थंडीच्या दिसात', 'डोंगराच्या कनवटीला', 'भोमंच्या पुनवला', 'भाकरी', 'काळ्या पदराच्या आड',

'कणसं' अशा कवितांतून हा निसर्ग आपणाला रूपकाच्या रूपात भेटतो. 'शेवरीचं लगीन' तर सरळ सरळ बालकवींच्या फुलराणीचे अनुकरण आहे. 'वाटतं होती शेवरी, तीच माझी नवरी' असा एक म्हणवा ग्रामीण भागात आहे. त्याच शेवरीला यादवांनी नवरी बनवून भोवतीचा परिसर लग्नासाठी जिवंत केला आहे. थंडी, चंद्र, पाऊस, डोंगर अशी काही रूपके इथे निसर्गाला जिवंत करताना दिसतात.

मागील एका कवितेत आपण मुलांना शिकवू शकत नाही, म्हणून झुरणारी आई भेटते, तर 'बाळ आता' आणि 'झालं मातरं जल्माचं' या दोन कवितांतून शिकायला गेलेला मुलगा आपलं रानटी व्यक्तिमत्त्व हरवून जातोय की काय, त्यामुळे हुरहुरणारी आई आणि भावंडे भेटतात. त्यांना वाटते, आपल्या या मुलाने मस्त फेटा घालून पैलवानकी गाजवावी. पण याच्या प्रकृतीचे तर पार मातेरे होऊन गेलेले असते. सुरुवातीच्या काळात यादव पैलवानकी करत. तसा त्यांचा फोटोही कागलच्या त्यांच्या घरी मी पाहिलेला मला आठवतोय. ते या कविता वाचताना मला आठवले.

आनंद यादवांचा 'हिरवे जग' हा पहिला कविता संग्रह १९६० मध्ये प्रकाशित झाला. त्यात नव्या कवितांची भर घालून १९७८ मध्ये त्यांनी 'मळ्याची माती' या नावाने नवा संग्रह प्रकाशित केला. यातल्या सुरुवातीच्या चाळीस कविता 'हिरवे जग'मधल्या आणि पुढच्या कविता त्यानंतर लिहिलेल्या. त्यांचे प्रमाण तसे कमी आहे. त्यामुळे त्यांचा स्वतंत्र संग्रह प्रकाशित करणे यादवांना योग्य वाटले नसावे. शिवाय त्यांनी आता कवितालेखन थांबवलेही होते. त्यामुळे आता सर्व कविता एकत्र छापून मोकळे व्हावे आणि अभ्यासकांची सोय करावी, असेही त्यांना वाटले असावे.

या संग्रहातल्या उर्वरित कविता 'हिरवे जग'पेक्षा वेगळ्या आहेत. त्यांना कलात्मकतेची डूब जास्त आहे. त्यामुळे आधीच्या कवितांमधला रांगडेपणा इथे नाही. एखादे लोकगीत शास्त्रीय संगीताच्या पद्धतीने गावे तशा या कविता वाटतात. त्या संदर्भातला अपराधभाव यादवांनी स्वतःच व्यक्त केला होता, हे आपण या आधीच पाहिले आहे. या संग्रहाला ज्या टिपा देण्यात आलेल्या आहेत, त्यात 'हिरवे जग'मधल्या कवितांच्या टिपा ग्रामीण शब्दांचे अर्थ आणि संकल्पनांचे खुलासे करणाऱ्या आहेत, तर उर्वरित कवितांच्या टिपा अर्थाचे किंवा कवितांच्या आशयाचे सूचन करणाऱ्या आहेत. त्या कविता जास्त कलात्मक करण्याच्या नादात आपण त्या कवितांचा अर्थच तर गमावून बसणार नाही ना, अशी शंका कदाचित यादवांना आली असावी म्हणून त्यांना असे करावे लागले असावे. तरीही काही कवितांच्या अर्थाचा नीटसा उलगडा होत नाहीच.

सुरुवातीच्या कविता लिहिल्या तेव्हा यादव रानात होते. नंतरच्या कविता लिहिताना मात्र ते या रानापासून दूर गेलेले होते. आधी रान त्यांना जगण्याचा विषय वाटत होते. आता त्यांना ते कलात्मक कवितेचा विषय वाटत होते. अर्थात, याही कवितांमधले विषय अस्सलच होते. आशय तोच, पण अभिव्यक्ती बदलली होती.

आपण रानापासून दूर जातो आहोत, याची तीव्र जाणीव व्यक्त करणाऱ्या अनेक कविता पुढे येतात. 'सपनं पडत्यात' या कवितेत रानातल्या मातीची ढेकळे कशी आपल्या स्वप्नात येतात, ते सांगितले आहे. व्याकूळ झालेल्या कवीच्या भेटीसाठी व्याकूळ झालेली ही ढेवळे आहेत. 'वळख ठेव' कवितेत हीच माती कवीला म्हणते,

ताक-कण्या खाऊन शिकलास
कांगुण्यांचा जलम; त्येचं मोती झालं.
हातावरच्या चिऱ्या गेल्या, घट्टं गेलं
शेणाच्या उकीरड्यात सोन्याचं फुटलं पेव....

वड-पिप्पळ होऊन उदंड जग;
पर गळत चाललेल्या गवताची वळख ठेव.

'मळ्याची माती' या शीर्षक कवितेत आपल्या शहरातल्या खोलीत बसून आता मळ्याच्या मातीत काय काय चालले असेल याचे कल्पनाचित्र रंगवताना यादव दिसतात. 'मी बध्या पाव्हणा', 'पांढरी घरकोंबडी' या कवितांमधूनही हाच विषय येतो.

आपला आपण अविष्कार करत
हिरव्या सृजनात गुंग झालंय रान
रक्ताचं नातं तुटून परका झालेल्या माझं
घाबरंघुबरं झाल्यात पोरकं प्राण

'माती हे धन असतंय' या कवितेत शेतकऱ्याचा आत्मसन्मान ही मातीच कशी असते, ते सांगताना यादव दिसतात.

.... डोंगरागत आमचा देव असतोय
ह्या डोंगरालाबी दगडाचं मन असतंय.
हे मन फुलिवतानं आम्ही मातीत जातोय;
....पन मातीत गेलो तरी माती हे धन असतंय.

'हे माती, हे माते' या कवितेतही माती माहात्म्य वाचायला मिळते. 'तू संयमशीला' या शेवटच्या कवितेत पृथ्वीचे तत्त्व सांगण्यात आलेले आहे. हळूहळू ही कविता अनुभवाकडून तात्त्विकतेकडे जाताना दिसते आणि तिथेच थांबते. पुढे वीस वर्षांनी पुन्हा एकदा यादव दीर्घ कवितेला हात घालताना दिसतात. दरम्यानच्या काळात ते मराठी वाङ्मयात श्रेष्ठ गद्यकार म्हणून स्थिर झालेले आहेत. 'हिरवे जग' नंतर आलेला यादवांचा पहिला कथासंग्रह 'खळाळ' हा संपूर्ण बोलीतला पहिला कथासंग्रह. या संग्रहातल्या कथा म्हणजे 'हिरवे जग' मधल्या विस्तारलेल्या कविताच वाटतात, इतक्या या कथा काव्यात्म झालेल्या आहेत. नंतरची 'गोतावळा' ही कादंबरीदेखील काव्यात्म आहे. म्हणजे यादवांनी गद्यातही कविताच लिहिलेल्या आहेत. त्यामुळे त्यांना वेगळ्या कविता लिहिण्याची गरज वाटली नसावी.

आम्हाला नेहमी वाटायचे, की आनंद यादव ग्रामीण साहित्य चळवळ, शेतकरी चळवळीशी का जोडून घेत नाहीत? कारण ग्रामीण साहित्य चळवळीच्या पाठोपाठ ही शेतकरी चळवळ सुरू झाली होती. ग्रामीण साहित्य चळवळीचा आणि शेतकरी चळवळीचा धागा एकच होता- तो म्हणजे शेतकरी. मग या दोन्ही चळवळींनी हातात हात घालून चालायला काय हरकत आहे, असं मला वाटायचं. पण मी तेव्हा फार लहान होतो. त्यामुळे मी काही बोलू शकत नव्हतो. मी दोनही चळवळींशी संबंधित होतो. शेतकरी चळवळीने एका अर्थाने एक वैचारिक पाया आपोआपच तयार करून दिला होता. शिवाय रान उठवले होते. शेतकरी चळवळ ही ग्रामीण साहित्य चळवळीपेक्षा उशिरा सुरू झाली असली तरी ती जीवनव्यापी चळवळ असल्यामुळे लगोलग देशभर पसरली. मी ग्रामीण साहित्य चळवळीकडून हळूहळू शेतकरी चळवळीकडे जास्त ओढला

गेलो. एकदा मी त्या संदर्भात यादवांच्या विरोधातही लिहिलं. कारण शरद जोशी यांनी शेतकऱ्यांच्या मूळ प्रश्नालाच हात घातल्यामुळे आम्हाला ते महत्त्वाचे वाटत होते, आणि असेही वाटायचे, की यादव हे शरद जोशी यांच्याकडे इतके दुर्लक्ष का करताहेत?

पण आज जेव्हा मी पुन्हा एकदा 'मायलेकरं' वाचतो तेव्हा माझ्या लक्षात येते की, ही तर शरद जोशी यांच्या विचारांची आणि व्यक्तिमत्त्वाची प्रभावित कविता आहे. 'मायलेकरं' या कवितेतल्या काही ओळी अशा आहेत,

व्यास, वाल्मीकी, ज्ञानोबा
बुद्ध, कबीर, तुकोबा
आगरकर नि रानडे
फुले, शाहू, गांधीबाबा
मला दिसलं पंडीत.
ग्रंथोग्रंथी हसणारं
ग्रंथालयाच्या कपाटी
एका रांगेत बसणारं

वरील नावात शरद जोशी यांचं नाव नाही. पण पुढील ओळींतून वरील कुणापेक्षाही शरद जोशीच बोलताना दिसतात,

तुझ्या कामाचा नाही गं
दाम तोलून मिळत;
अर्थ-अनर्थाचे मूळ
आई, नाही का कळत?
दही तुझं डेरा त्यांचा
ऐशी मांडणी व्यापारी
ताक -लोणी निर्मिण्याचा
धंदा चाले जोरावरी.
ताक ढवळावं तु गं
त्यांच्या मालकीचं लोणी.
तुझ्या नशिबी पांढरं
फक्त मचुळसं पाणी

एका गरीब आईनं जिद्द धरून शिकवलेला मुलगा शिक्षण पूर्ण करतो, तेव्हा आईला वाटते, आता त्याने छानशी नोकरी करावी आणि घराला आधाराची सावली द्यावी. पण मुलाला वाटते की, आपण संपूर्ण समाजासाठी सामाजिक चळवळ उभी करावी. या दोघा माय-लेकरांमधला संवाद म्हणजे ही दीर्घ कविता आहे. मुलगा सामाजिक चळवळीचं जे स्वप्न पाहतो तशी चळवळ तेव्हा शरद जोशी यांनी शेतकरी चळवळीच्या

रूपात उभी केलेली होतीच. या कवितेत जे स्वप्न रंगवतात ते असं,

पाणपोईच्या वाटेस
माझा रांजण थाटला
घोटघोट मी पाण्याचा
साऱ्या जनाला वाटला
माझ्या पाण्याच्या घोटात
मंत्राऐशी गुढशक्ती;
हात हातात घालून
लोक आत्मिक नाचती
नाचानाचातुन सारे
देह एकजीव झाले,
कोट्यवधी हातपाय
एका आत्म्यास फुटले

शरद जोशींच्या तेव्हा होणाऱ्या भाषणात अशीच मंत्रमुग्ध करणारी गूढशक्ती होती. लाखो लोक त्यांच्या चळवळीत सामील होत होते. वरील ओळींमधून येणारे वर्णन हे त्यांच्याच सभांचे वर्णन आहे आणि विशेष म्हणजे यादवांनी या दीर्घ कवितेच्या पुस्तकाला प्रस्तावना घेतली ती शेतकरी चळवळीच्या पहिल्या फळीतल्या एका सच्च्या कार्यकर्त्याची- अरविंद वामन कुलकर्णी यांची. हेही या कवितेच्या माझ्यावरील अन्वयाला पुष्टी देणारेच आहे, हे आवर्जून लक्षात घेतले पाहिजे.

■

इंद्रजित भालेराव
९४०४०७३९९८
Email : inbhalerao@gmail.com

■

ललित गद्य

गेल्या काही वर्षांत ललित गद्याला अनेक धुमारे फुटले आहेत. ते बहुआयामी झाले आहे. १९७० नंतर लघुनिबंधाचा बंदिस्तपणा जाऊन तो अनेक अंगांनी विस्तारत गेला. अनुभवकथन, व्यक्तिचित्रण, प्रवासवर्णन, स्तंभलेखन अशा सगळ्या प्रकारच्या लेखनाला सामावून घेणाऱ्या लेखनाला 'ललित गद्य' हे नामाभिधान प्राप्त झाले. आत्माविष्काराला त्यात महत्त्वाचे स्थान प्राप्त झाले. १९६० च्या आसपास मराठी साहित्यात नागर संस्कृती, दलित संस्कृती, ग्राम संस्कृती यांचे वास्तवदर्शी चित्रण येत गेले. त्यामुळे साहित्यात सर्वसमावेशक अशी आशयभिन्नता येत गेली. त्यामुळे ललित गद्याच्या विषयांचीदेखील कक्षा विस्तारली. ग्रामीण साहित्याचा प्रवाह वाङ्मयात येऊन स्थिरावू लागला. त्यामुळे खेड्यातील जीवनातले सौंदर्य, तिथले संस्कार, दैन्य, कारुण्य याविषयीचे चिंतन ग्रामीण लेखकांच्या ललित लेखनातून येऊ लागले. ग्रामीण लेखनाच्या क्षेत्रात या सुमारास अण्णाभाऊ साठे, शंकरराव खरात, रा. रं. बोराडे, शंकर पाटील, व्यंकटेश माडगूळकर ही नावं उदयाला आली होती. व्यंकटेश माडगूळकरांची व्यक्तिचित्रे एक अस्सल वास्तव डोळ्यांसमोर उभं करीत होती; वाचकाच्या मनाला ती भिडत होती. यानंतर १९६५ मध्ये आनंद

यादव यांचा 'मातीखालची माती' हा व्यक्तिचित्रांचा पहिला संग्रह प्रकाशित झाला. यात काही कथेच्या अंगाने जाणारी, संवादी अशी व्यक्तिचित्रे आहेत. याआधी स्फुट स्वरूपात ती वेगवेगळ्या नियतकालिकांतून प्रसिद्ध झाली होती. ग्रामीण जीवनाचे एक वेगळे दर्शन त्यातून घडले होते. वाचकांची पसंतीची पावती लाभलेली ही व्यक्तिचित्रे, अनेक अंगांनी प्रत्यक्ष समाजजीवनाशी भिडलेली होती. एका वास्तव, पण दुर्लक्षित विश्वाचं दर्शन त्यांनी घडवलं. ग्रामीण जीवनातील वास्तवतेला टिपणाऱ्या त्यांच्या कथा, कविता, कादंबऱ्या, ललित गद्य संग्रहरूपाने प्रसिद्ध होत होत्या. त्यांच्या कलाकृती वाचकांच्या पसंतीला उतरत होत्या. पुढे त्यांना महाराष्ट्र शासन, साहित्य अकादमी, दमाणी पुरस्कार असे अनेक मानाचे पुरस्कार लाभले. साठच्या दशकानंतरच्या ग्रामीण लेखकांच्या पिढीतील महत्त्वाचे लेखक म्हणून डॉ. आनंद यादवांकडे पाहिले जाते.

या पिढीतील ग्रामीण लेखकांमध्ये आनंद यादव यांचे नाव ठळकपणे पुढे येते. मातीमध्ये कष्ट करणाऱ्या सामान्य शेतकरी, शेतमजुरांच्या भावनांशी ते एकरूप होतात. ते स्वतः एका सामान्य शेतकरी कुटुंबातून आलेले असल्याने, सामान्य शेतकऱ्याच्या सुखदुःखाचे, त्याच्या समस्यांचे ते भागीदार होतात. ग्रामीण संस्कृतीचे संस्कार झालेले आनंद यादव तेथील प्रश्नांचा शोध घेतात. ग्रामीण जीवनातून नोकरी-व्यवसायाच्या निमित्ताने शहरी जीवनात आल्यावर यादवांच्या मनात जे एक दुभंगलेपण निर्माण झाले, त्याचेही चित्रण त्यांच्या लेखनातून येते.

सामाजिक संक्रमणाच्या काळात इतर अनेक ग्रामीणांप्रमाणे खेड्यातून शहरात चरितार्थासाठी आलेल्या संवेदनशील, चिंतनशील, काव्यात्म मनाची स्पंदने पकडण्याचा, त्यांची मातीची ओढ, त्यांची नव्या संक्रमणावस्थेत निर्माण झालेली द्विधा अवस्था, शहरात असूनही मनाने उपरे होऊन, सुटलेल्या खेड्याची लागलेली ओढशब्दबद्ध करण्याचा ते मनस्वीपणे प्रयत्न करतात. या त्यांच्या लेखनाला चिंतनाची जोड आहे. जीवनभाष्यामुळे त्यांच्या लेखनाला वेगळेच सामर्थ्य प्राप्त झाले आहे.

ग्रामीण जीवनाचा प्रामाणिक व वास्तव आविष्कार, हेच आनंद यादवांच्या ललित गद्याचे यश आहे. 'मातीखालची माती' हा त्यांचा संग्रह १९६५ मध्ये प्रकाशित झाला. यातील व्यक्तिचित्रांतून कागल व तिथल्या परिसरातील व्यक्तींचे दारिद्र्य, अडाणीपणा, त्यांच्या मनातील मानवतेचा अंश यांचे दर्शन घडते. दारिद्र्याशी, प्रतिकूल परिस्थितीशी, दुःखाशी, संकटांशी झगडत असलेल्या या व्यक्ती पाहिल्या म्हणजे सामाजिक व आर्थिक विषमतेची तीव्र जाणीव होते. रसरशीत जिवंतपणाने त्या व्यक्ती वाचकांसमोर उभ्या करण्याचे सामर्थ्य यादवांच्या लेखणीत आहे. ज्या वातावरणात ही माणसे वाढली आहेत, तो कागलचा परिसर त्यांनी अक्षरशः जिवंत केला आहे. तिथली शेत-शिवारं, मळे, विहिरी, रस्ते, गाईगुरे या साऱ्यांचे वर्णन करताना यादवांनी त्यामध्ये आपल्या शब्दसामर्थ्याने एक जिवंत चैतन्य ओतले आहे. व्यक्तिचित्रातील विविधता, त्यांची स्वभाववैशिष्ट्ये वाचताना ती पात्रे डोळ्यांसमोर साकारतात.

ज्या मातीत लेखक वाढला, त्या मातीतील विविध माणसांच्या जीवनानुभूती, त्यांचे कष्टकरी जीवन, याची जाणीव 'मातीखालची माती' वाचताना आपल्याला होते. 'हाताबुडी आलेला शिवा'मधील शिवा वयाने लहान असला तरी एवढे कष्ट त्याच्या वाट्याला आलेले, तरी आपल्या कामाशी प्रामाणिक राहून आपल्या काळ्या आईसाठी खस्ता खाणारा, १३-१४ वयाचा शिवा- काळासावळा, हात-पाय किडमिडे. आधीच काळा, त्यात बारा बारा तास उन्हात. जळक्या लाकडागत त्याचे हात-पाय झालेले, असा शिवा त्याच्या कष्टांची जाणीव शहरी माणसाला कशी होणार? ऊस खायला गोड लागतो, पण त्या उसाच्या फडात, पानं त्याच्या हातापायाला टराटर कापत असतात. 'टराटर' हा शब्द लेखकाने तीव्रतादर्शक वापरला आहे. फड उंच लागलेला असला की उसाच्या टोपणातनं विंचू निघतात. त्याला दोन-चारदा तरी विंचू चावले असतील.

उसाला पाणी द्यावं लागतं. उसाच्या पानांनी पायाला जखमा झालेल्या. अशा वेळी शिवाची अवस्था कशी होते, त्याचे प्रत्ययकारी वर्णन येते, ते काळजाला चिरणारे आहे. 'वारा फडात येऊ शकत नाही. पाण्याने वाकुरं भरल्यागत अंग घामाने थबथबते. उसाने चिरलेल्या जखमांत घाम उतरतो. चुरचुरायला लागतो. भाजीला फोडणी दिल्यागत शिवाचा जीव आतल्या आत तळमळतो, घायाळ होतो, तरी त्याचे पाणी देणे चुकत नाही.'

दिवसभर कष्ट करूनही शिवाला त्याच्या मनासारखे जेवायला मिळत नाही. त्यामुळे त्याची चिडचिड होते. भाताशिवाय त्याच्या तोंडाला चव येत नाही. 'दिवसभर रेड्यानं वढल्यागत काम वढून हे कोंबू व्हय मी पोटात?' अशा शब्दांत तो आपला राग व्यक्त करतो. त्याच्या रागाचा पारा चढतो आणि तो उपाशीपोटीच झोपतो. रत्नागिरीला शिकायला गेलेला आपला भाऊ महिनाभर सुट्टीत घरी येतो, तेव्हा शिवाला भाऊ आल्याने बरे वाटते. कारण तो शिवाला शेतात मदत करतो सुट्टीला आल्यावर. भाऊ जेव्हा परत जायला निघतो, तेव्हा त्याला तो चार-पाच पोती भात आणायला सांगतो, तेव्हा आपण अंतर्मुख होतो. शेवटी भूक ही भूकच असते. "लोकांच्यात चाकरीला ऱ्हायलो असतो तर दोन वक्ताला पॉटभर भात खायला मिळाला असता," असे म्हणणाऱ्या शिवाचे, शेतात कष्टणाऱ्या धाकट्या भावाचे शब्दचित्र आपल्याला एका भावोत्कट पातळीवर नेऊन ठेवते.

तरुणपणात भोगायचे तेवढे भोगून घेतलेला, मिळवायचे ते मिळवले आणि दवडलेही, पहिलवानकी केलेला फेटा आणि नारळ घेतल्याशिवाय कधी फडातून बाहेर न पडलेला 'चव्हाणाचा आबामा' या लेखातील आबामा तरुणपणी कुस्ती जिंकल्याच्या अनेक गोष्टी सांगताना रंगून जातो. ऐकणारे इतरही त्यात रंगून जायचे. तालमीच्या नादामुळे लग्न नाही करायचे असे ठरवलेला हा एकटा जीव विहिरी, बांध, सडका यांच्या कंत्राटाचे काम करायचा. गुऱ्हाळाच्या सुगीत गुळव्याचे काम करताना जास्त मजुरी मिळवत होता. लांबच्या गावाला गुळवेपण करायला गेला असताना एक ब्राह्मणाची तरुण विधवा पोर त्याने नादी लावून आणली. तिच्याबरोबर संसार थाटला आणि आबामाची कुस्ती संपली. दोघात तिसरा जीव आलाच नाही. आबामाची पन्नाशी उलटली. रोगाच्या साथीत जोडीदारीण गेली. कष्टत दिवस काढत होता. मिळेल ते काम करत होता. म्हातारपणातला आबामा यादवांच्या मळ्यात काम करू लागला. हळूहळू त्याला दिसणेही कमी झाले. वय झालेले, पण तरुणपणातली खाण्याची सवय तशीच होती. मळ्यातले अर्धकच्चे तो चावून खात राही. दादा त्याला त्यावरून बोलायचे. 'काय दिसेल ते खात सुटलात तर या वयात पचायचं नाही.' नको तेवढं खाल्ल्याने त्याचे पोट बिघडायचे. ओकाऱ्या व्हायच्या. हे असे खाणे आबामाला भोवले. अर्धे कच्चे, आंबटचिंबट आंबे गोळा करून खाल्ले. कोंबारलेले मक्याचे कंदही तो खात होता. या त्याच्या खाण्याचा परिणाम होऊन त्याला आठ-दहा दिवस उलट्या, जुलाब होऊन ताप येऊ लागला, तरी तो शेतात कसेबसे काम करत होता. एक दिवस जेवण शेतात आले, पण आबामा कुणालाच दिसला नाही. त्याची वाट पाहून दादा जेवायला बसले. जेवणे झाली, पण आबामाचा पत्ता नव्हता. वाड्याजवळ तो मरून पडला होता. चौथ्या चिऱ्याच्या तिसऱ्या-चौथ्या वाकुऱ्याला आबामा उसाला टेकून बसला होता. राडीने मुकी झालेली कुदळ पुढे गपवाणी पडली होती. डोसके उसावर कललेले होते. हाताची गोफण दोन्ही गुडघ्यांना पडलेली. तोंड वासून तो थंडगार पडला होता. मजुरीवर काम करणाऱ्या आबामाचा शेवट असा झाला होता. ग्रामीण जीवनातील वास्तव वर्तमान इथे चित्रित होते. रोजच्या पोटापाण्याच्या प्रश्नाला या कथनातून भिडताना यादवांनी केलेले चित्रण प्रत्ययकारी ठरते. त्यांचे लेखन वास्तवदर्शी आहे. 'आबामाला मातीआड केल्यावर सगळी कामं पूर्वीप्रमाणे चालू झाली होती. गाणी, लावण्या घुमू लागल्या. मोटा वाजू लागल्या.... जणू काहीच झालं नाही.' काबाडकष्ट करताना भावनाशून्य आयुष्य जगावे लागणाऱ्या शेतातल्या कष्टकऱ्यांची ही प्रतिक्रिया; मात्र तरुणपणात पहिलवानकी करणारा

आबामा लेखकाच्या डोळ्यांसमोर उभा राहतो आणि आपल्याही.

मांगकीच्या रानात शेताची लहानशी पट्टी असलेला 'लंगडा गोपा'. त्याच्या बोडक्या रानात पाऊस असला तर कधीतरी थोडंफार पीक उगवायचे. एरवी त्याचे रान ओसाड. तरीही शेतात राबणारा, एक पाय अधू असलेला गोपा मांग पोटासाठी रोजगाराने मिळेल तिथे शेतात रोजगारावर काम करणारा, निरुपद्रवी. कुणाशी भांडण नाही, तंटा नाही. चार माणसांकडे काम करून मिळेल त्या रोजगारावर उपजीविका करणारा. ग्रामीण भागात कष्टणाऱ्या गोपाच्या वाट्याला येणारे आयुष्य, कष्ट करताना त्याची होणारी कुतरओढ, मूर्तिमंत दारिद्र्य याचे वर्णन लेखात ठायी ठायी येते. गरीब असला, घरात दारिद्र्य असले तरी तो कधी चुकून शेतातल्या वस्तूंना हात लावत नाही. पाय अधू असूनही जीवापेक्षाही जास्त, न झेपेल असे काम करताना गुऱ्हाळातल्या चुलाणातल्या राखेवर पडून त्याचा पाय होरपळतो. मालकाकडून 'लंगडा गडी, जमत नाहीत ती कामं कशाला करतोस?' असा दमही मिळतो. सात-आठ पोरांचे कुटुंब त्याला चालवायला लागते. त्यातून एक पोर आजारी होते. भुकेपोटी त्याने मक्याचे कणीस खाल्ले. पोट फुगून ते पोर मेले. पण ते मेले तर त्याचे दुःख करत बसणेही त्याला परवडणार नव्हते. मालकाला वाटते, गोपा कामाला येणार नाही. तेव्हा गोपा म्हणतो, "पोटाच्या पाठी लागून ते मेलं. आम्हीबी असंच एक दीस मातीआड व्हायचं पॉट पॉट करत." गोपाच्या या बोलण्यात जीवनाचा फार मोठा अर्थ सामावला आहे. माणसाची भूक ही विश्वाला व्यापून उरणारी आहे. ती माणसाला लाचार करते. ती भूक सतत त्याला त्याची जाणीव करून देते. त्यासाठी काहीही मिळेल ते काम करणारा, तंबाखूची खुरपणी करणाऱ्या बायकांबरोबर 'हाजरी द्या, पण काम द्या' अशी लाचारपणे विनवणी करणारा गोपा मालकाला म्हणतो, "मालक पॉट पाठी लागल्यावर मिळंल तेवढं घ्यायला नगं'. नडीसाठी मालकिणीजवळ एक रुपया काकुळतीने मागणारा, तो मिळाला नाही म्हणून मालकाने दिलेल्या पाच-सहा कणसांवर समाधान मानणारा गोपा. थकत चाललेला गोपा पोराला भाकरतुकडा मिळाला नाही तर देवालाही शिवी हासडतो. 'मांगाच्या चऱ्हाट्याच्या धंद्यात आता काही राम उरला नाही,' असे म्हणत कुठंच काम मिळालं नाही तर दोरखंड करण्याचा उद्योगही करतो. पोट भरण्यासाठी जे काही करता येईल ते तो करत राहतो. संवेदनशील मनाने टिपलेले लंगड्या गोपाचे व्यक्तिचित्र वाचल्यावर दिशाहीन, कसेबसे आयुष्य जगणाऱ्या वर्गाचे प्रतिनिधित्व करणाऱ्या लंगड्या गोपाबद्दल कणव वाटते.

'पोरका दिन्या', 'धोंडबा खादाड्या', 'खुळा विठू' ही आणखी काही वेगळी व्यक्तिचित्रे लक्षात राहतात. ही कष्टणारी सगळीच माणसे यादवांच्या अवतीभोवती वावरलेली. शेतीच्या निमित्ताने त्यांनी जवळून पाहिलेली. पाच-सात वर्षांचा असल्यापासून ढोरे राखायचे आणि शेणपाणी करण्याचे काम करणारा दिन्या आई-बाप असूनही पोरकाच होता. या पोरक्या मुलाला लेखकाच्या आईने दया येऊन ढोरे राखायला ठेवून घेतले. ढोरे राखत दिन्या शेतातच मोठा झाला. त्याची आई त्याला परत न्यायला येते. नाइलाजास्तव तो तिच्याबरोबर जातो, पण दिन्याला कामाला लावून त्याच्या जिवावर फुकट खाणाऱ्या बापाचा इरादा लक्षात येताच तो परत येतो. ज्यांनी आपल्याला आधार दिला त्यांच्याच शेतात कष्ट करून जगावे, हा त्याचा साधा हिशोब. आई-बाप असूनही पोरका असलेला दिन्या आपल्या जीवनाचे गणित आपणच सोडवतो.

गणा आणि धोंडबा दोघे सख्खे भाऊ. त्यातला धोंडबा खादाड असल्याने सारा गाव त्याला 'धोंडबा खादाड्या' म्हणून ओळखतो. 'गणा थोरला तरी वाळलेल्या शेंगेगत आणि धोंडबा धाकटा असून मोठमोठी कलिंगडी, भोपळं, फूटवाळकं एका जागी करून बांधल्यागत दांडगा' असे त्याचे वर्णन त्यालाच शोभेसे आहे. त्याची खादाड भूक भागण्यासाठी त्याला एका वेळी घरातल्या घरातही दुधा-तुपाची चोरी करावी लागे. त्यातून त्याची आणि त्याच्या बायकोची भांडणे होत. बायकोने ते लपवून ठेवल्यावर तो तिला मारत असे. दोघा

भावांतही त्यावरून वाद होई. खादाड धोंडबाचे एक वेगळे व्यक्तिचित्र रंगवताना त्याच्या बोलण्या-चालण्यातील, वागण्यातील रग, त्याचा निडरपणा, त्याची काम करण्याची ताकद या त्याच्यातील गुणांविषयीही लिहिलेले मुळातूनच वाचायला हवे.

घरात अठरा विश्व दारिद्र्य असलेल्या 'आक्कू मावशी'चे, तिच्या फुटक्या संसाराचे चित्र लेखक चितारतात. कधी पेरणीच्या टिपणाला शेंगाचे बी काढण्यासाठी शेतकऱ्यांकडे काम करणारी, कधी यादवांच्या शेतात रोजगारावर काम करून पोटाची खळगी भरणारी आक्कू मावशी गावातल्या गोपाळाच्या मुलाच्या गळ्यातील सोन्याची पेटी घेते. तिच्या घराजवळ पोरे भांडत असताना ती तुटून तिच्या दारात पडलेली असते. 'बाबा पोटाला नव्हतं. मी ती घेतली. परगावासनं आलेल्या बाईला इकली. इसावर पाच रुपयाला इकली. सात रुपयं मी खाल्लं. उरल्यालं तुला देते.'' असं कबुलीजबाबात गोपाळाला सांगणाऱ्या आक्कू मावशीची कामं तुटली. लोक तिला चोरटी म्हणू लागले. तिच्या घरात असलेल्या 'ताईबाई' देवीला गावातले लोक बेंदराच्या सणाला पोळीभाताचा नैवेद्य देत. कोणी नवस बोलले असेल तर कोंबडे, नाहीतर डुकराचे पिल्लू देत. ग्रामीण भागातील अंधश्रद्धा, नवस, रूढी याचे दर्शनही लेखकाने घडवले आहे.

तोंडाळ 'फुलाआत्ती' लेखकाच्या शेजारीच राहते. 'फुलाआत्ती म्हातारी झाली असली तरी तिचं तोंड लोखंडाचं आहे. अजून लेझीम खेळताना वाजणाऱ्या रण-हलगीगत खणखणत असतं','फुलाआत्ती सुनेला शिव्या मोजत होती. तिच्या ढाबळी लुगड्याचा सैल ओटा भरावा इतक्या शिव्या तिच्याजवळ होत्या' या तिच्याविषयीच्या वक्तव्यातूनच फुलाआत्ती काय चित्र आहे, ते कोणालाही समजेल. तिच्या सुनेला पाचही पोरीच झाल्याने ती सुनेवर नाराज होती. त्यातून तिला सहावीही नातच झाली. तेव्हा तिने आभाळ-पाताळ एक केले. सातव्यांदा सून गरोदर राहिल्यावर त्यात आणखी भर पडली. फुलाआत्ती साऱ्या गावाचे बाळंतपण करत होती. पण आपल्या हाताला यश नाही 'सगळ्या पोरीच होतात लेकाला,' म्हणून दुसऱ्यांकडून सुनेचे बाळंतपण करून घेते. सातव्या वेळी ती 'तारा'ला म्हणजे यादवांच्या आईला सांगते. त्यांच्या हाताला यश येऊन नातू व्हावा, अशी तिला आशा वाटते आणि खरेच या वेळी फुलाआत्तीला नातू होतो. ती सुखावते. एवढ्या नाती झाल्याने अनेकांनी तिची टर उडवलेली असते. आपल्या मुलाला मुलगा झाल्याने तिचा जीव सुपाएवढा होतो आणि सुनेला मिठी मारून ती घळाघळा रडते. 'लई छळली बाई तुला. आता सुखानं बसून खा' असं जेव्हा ती सुनेला म्हणते तेव्हा सूनही हुंदके देऊन रडते. मुलासाठी जाच सहन करणाऱ्या अवघ्या स्त्रीजातीचे हे दुःख आहे. स्वतः स्त्री असली तरी वंशाला दिवा हवा म्हणून अजूनही स्त्रीला तो जाच सहन करावाच लागतो.

या काही व्यक्तिचित्रांचा विचार करताना आनंद यादव यांनी संवादातून ती फुलविली असल्याने वाचकांची पकड घेतात. व्यक्तिचित्रांसारखा ललितबंध हाताळताना शेतशिवार, आजूबाजूचा निसर्गही त्यांनी जिवंत केला. कागलसारखे खेडे, तिथल्या माणसांचे जगणे, त्यांचे वास्तव जग आपल्यासमोर त्यांनी उभे केले आहे. त्यांची अशी एक खास शैली आहे. ग्रामीण बोली भाषेतून या व्यक्तींच्या रेखाटनातून त्यांचा जीवनसंघर्ष, जीवन जगण्याची त्यांची असोशी, आहे त्या प्राप्त परिस्थितीवर मात करण्याची धडपड, हे सारे त्यांनी आपल्यासमोर मांडले आहे. त्यांच्या शेतशिवारातली, त्यांना गावाकडे भेटलेली ही माणसे त्यांच्या आजूबाजूला वावरलेली असल्याने त्यांच्या स्वभावातील, वागण्यातील बारकावे, त्यांच्या लकबी, त्यांच्या व्यक्तिमत्त्वाचे कंगोरे त्यांनी आपल्या लेखनातून टिपले आहेत. त्या व्यक्तींचे, त्यांच्या मनोवृत्तीचे व त्यांच्या विचारसरणीचे सूक्ष्म अवलोकन त्यांनी सहजपणे या व्यक्तिचित्रणातून केले आहे.

निवेदनाची भाषा नागर असली तरी ग्रामीण आणि शहरी अनुभवांना जिवंत करणारी आहे. प्रत्येक

व्यक्तिरेखेला स्वतंत्र अस्तित्व आहे. त्यांच्या तोंडची भाषा ग्रामीण जीवनातील स्पंदनांचे दर्शन घडविणारी आहे. या माणसांच्या जगण्यातले दैन्य, दारिद्र्य, शोषण नेमक्या शब्दांत मांडले आहे. त्यामुळे त्यांच्या वृत्ती-प्रवृत्ती आपण समजावून घेतो. दारिद्र्याचे भांडवल न करता आलेल्या भोगवट्याला स्वीकारत जगणारी ही माणसे आपल्याला आभाळाएवढी मोठी वाटतात. ग्रामसंस्कृतीची ती बेटे ठरतात.

'पाणभवरे' हा आनंद यादव यांचा ललित लेखसंग्रह १९८२ मध्ये प्रसिद्ध झाला. यातील लेख संमिश्र स्वरूपाचे आहेत. खेड्यातून शहरात चरितार्थासाठी आलेल्या संवेदनशील, चिंतनशील, काव्यात्म मनाची ही स्पंदने आहेत. त्यांची मातीची ओढ, नव्या संक्रमणावस्थेत निर्माण झालेली मनाची द्विधा अवस्था, शहरात नोकरी-व्यवसायाच्या निमित्ताने वास्तव्यास आल्याने त्यांचे गाव सुटले, पण त्याची लागलेली ओढया संग्रहातील ललितलेखनातून दिसते. निसर्गाला केंद्रस्थानी ठेवून त्यांनी केलेले लेखन वाचले की त्या त्या लेखातील निसर्गाचे स्वतंत्र अस्तित्वही ठळकपणे अधोरेखित होताना दिसते.

'पाटी आणि पोळी' या ललित लेखातून आनंद यादवांचा घडणारा विकास दृग्गोचर होतो. अत्यंत प्रतिकूल परिस्थितीत शिक्षण घेऊन आपल्या जीवनाला आकार कसा दिला, त्याबरोबर भाऊ शिवा शेतमजूर कसा राहिला, हे ते सांगतात. स्वातंत्र्यानंतरसुद्धा शेतमजुरांच्या जीवनात फारसा काही फरक पडलेला नाही. शिक्षणाने यादवांच्या जीवनात मात्र परिवर्तन झाले. बालपणात हातात पाटी मिळाली. त्या पाटीने त्यांच्या जीवनाला वळण मिळाले, त्याचे वर्णन ते करतात. पाटीची संगत सुटण्याचे अनेक प्रसंग आले. आर्थिक ओढाताण होती, पण त्यातून शिकून ते प्राध्यापक झाले, या साऱ्या प्रवासाचे वर्णन येते. जिथे त्यांचे बालपण गेले त्या गावाविषयी, तिथल्या घराविषयी, घरातल्या आप्तांविषयी प्रत्येक अनुभव जिवंत होऊन उठतो. दोन भाऊ पाटीमुळे शहाणे झाले. नोकरीला लागले. पण शिवा– त्यांचा भाऊ अशिक्षित राहिला. धाकट्या भावाच्या, राजाच्या वाट्याला ते भोग येऊ नयेत म्हणून लहानपणीच अक्षरपाटी त्यांनी त्याच्या हाती दिली. यादवांच्या ज्या बालमित्रांनी पाटी हाती घेतली नाही, त्यांतले निम्मे अधिक आजही रोजगार करत आहेत. मोलमजुरी करणाऱ्या आपल्या पाठच्या भावाविषयी आतून अपार कणव वाटत असतानाही आपण जे करू शकतो ते फार अल्प आहे व त्याने मूळ प्रश्न मिटणार नाही, याचे व्यथित करणारे त्यांचे भान आपल्यालाही कोठेतरी हलवून जाते. आपला सायेबदादा आल्याचे कळल्यावर आसपासच्या गावावरून अनवाणी धावत येणाऱ्या, मोलमजुरी करणाऱ्या बहिणी गरिबीतही एक महत्त्वाचे मानवी मूल्य जपताना आपण पाहतो.

'ढोरं राखणी', 'मोटा', 'रानातल्या मनातल्या', 'आभाळगळ', 'बावीस एकरी', 'पाटी आणि पोळी' हे सर्व लेख म्हणजे एका कवी वृत्तीच्या तरल संवेदनक्षम मनाने घेतलेले अनुभव आहेत. एका उत्कट मोकळ्या मनाने कथन केलेले हे आत्मकथनाचे लहान लहान चतकोर आहेत. या लेखांत 'मी' केंद्रस्थानी येतो.

'ढोरं राखणी'मध्ये निसर्ग पार्श्वभूमी म्हणून येतो. किंबहुना आनंद यादवांना निसर्गाची जी विलक्षण ओढआहे, निसर्गावर प्रेम करण्याची जी वृत्ती आहे, ती या त्यांच्या काही लेखांमधून दिसून येते. ढोरे चारायला गावातली पोरे माळावर जात. त्या माळाचे पावसाळ्यातले वर्णन ते करतात. त्यांच्या घरातल्या म्हशीविषयीचे वर्णन ते करतात. गावात ही एकच जाफराबादी म्हैस. ती 'घरातून बाहेर चालू लागली की घरातलं वैभव रानात चरायला चाललंय असं वाटे.' या म्हशीला ते लहानपणी रानात चरायला घेऊन जायचे. इतर ढोरे राखणारी पोरेही उपाशीपोटी ढोरे राखायला येत. संध्याकाळी घरी परतल्यावर म्हशीचे दूध आणि कोरभर भाकरतुकडा मिळेल ही आशा या मुलांना असते. गुरे राखायला गेल्यावर मुले रानात म्हशींची शर्यत लावणे, त्यांच्या टकरा घेणे आदी खेळ खेळत. त्यांच्या वडिलांच्या- दादांच्या कानावर या गोष्टी आल्यावर, ते 'माळाच्या पोटात खेळताना दिसलात तर बघ' असा सज्जड दम देतात. म्हशीला पळवले तर ती दूध कमी देते, असे त्यांना

वाटते. शाळेत जाणाऱ्या यादवांना ढोरे राखायला गेल्यावर शाळेची आठवण येते. पण 'शाळा शिकून काय फायदा, ढोरं कुणी राखायची?' शाळेत परत जाण्याचे त्यांनी नाव काढल्यावर दादांचे हे उत्तर निरुत्तर करणारे असायचे. भाकड झालेली ही म्हैस पुढे दादांनी विकली तेव्हा त्यांना खूप रडू फुटले. खरे तर या म्हशीला शेतात चारायला सोडून मित्रांबरोबर खेळत राह्यला म्हणून दादांच्या हातचा चाबकाचा मारही त्यांनी खाल्लेला. एवढेच नाही, तर गाभण गाईने पिकाची शेंडे खाल्ली म्हणून त्यांच्या आईने गायीला दगड मारला. गाय झीट येऊन पडली, तेव्हा रागावलेल्या दादांनी चाबकाचे दोन तडाखे आईला मारले. यादवांच्या आईला सगळ्या मुलीच झाल्या म्हणून दादांचा राग होताच, तो असा त्यांनी व्यक्त केला असे त्यांना वाटते. लवकरच आईला मुलगा झाला आणि तिला दूधदुभतं मिळू लागलं. एरवी दादांनी बायकोला 'आता पोरगी झाली तर तुला सोडचिठ्ठीच देतो,' असा सज्जड दम दिलेला असतो. गाय व्याल्यावर तिला पाडी होते. एकदा ही गाय डोळा चुकवून पिकात शिरते. तिने कोवळी माळवं शेंडललेली पाहून दादांना राग येतो. ते तिला मरेपर्यंत मारतात. ती कोलमडून पडते. पाच दिवस अन्नपाणी न घेता आपल्या वासराकडे पाहत ती प्राण सोडते, तेव्हा दादा म्हणतात, ''मरू दे तिच्या आयला! दूध बी देत नव्हती नि पाडा बी देत नव्हती. माझ्या माळव्याचा इस्कोट केला. हजार पाचशाचं नुकसान केलं.'' हे ऐकल्यावर यादवांच्या मनात विचार येतो.... 'बरं झालं आईला ह्या डावाला पोरगा झाला ते!'

सामान्य माणसाच्या मनातली भीती अशी व्यक्त होताना दिसते. गत आयुष्याकडे तटस्थपणे पाहताना, ते बहुमितीतून मांडताना त्यांच्या 'मी'च्या जाणिवा विस्तारत जातात. 'मी' भोवती गुंफलेले हे लेख जीवनानुभवाचे दर्शन घडवीत असताना वास्तवाचे भान ठेवून लिहिलेले आहेत. सामान्य माणसाच्या दैनंदिन जीवनातील भीती, साशंकता काही वेळा व्यक्त होते. 'मोटा रानातल्या-मनातल्या' एक वेगळा अनुभव देणारा लेख आहे. शेतकऱ्याच्या दैनंदिन जीवनाची गोष्ट म्हणजे विहिरीतून मोटेने पाणी काढून शेताला घालणे. शेतात चांभाराने आणून दिलेली नवीन मोट असते. यादवांची आई चांभाराला ओटीभर जोंधळे देते आणि मोटेला हळदी-कुंकू वाहते. ग्रामीण संस्कृतीतील चालीरीतींचे दर्शन इथे होते. 'एक मोट भरून वर उचलली की एकदम गोल गोल लाटा उठायच्या. काळ्या काळ्या खोल विहिरीत अंधार, त्यातून डेऱ्यागत फुगलेली निऱ्यानिऱ्यांची मोट हळूहळू वर येतीली' असं ज्या विहिरीवर ही मोट बसवली होती त्याचं, विहिरीचं वर्णन करतात तेव्हा ती विहीर डोळ्यांसमोर येते. ती विहीर भेसूर खोल दिसते. अशा या विहिरीत मोटवण मोडली आणि बैलांसकट खाली गेली. पाणी वरपर्यंत असल्याने बैल काढता आला. नव्या विहिरीची पूजा केल्यावर ही जबाबदारी दादा म्हणजे यादवांचे वडील त्यांच्यावर टाकत होते, तेव्हा ती जबाबदारी जोखमीची असल्याने ती झटकू पाहणाऱ्या यादवांना ते म्हणतात, ''भ्या कशाचं वाटतं? पोट भरायचा उद्योग हाय ह्यो. काही झालं तरी रान भिजलं पाहिजे. मळा जिता ऱ्हायला पाहिजे. मोटेला भिऊन कसं भागेल?'' शेतकरी जीवनाशी, त्याच्या रोजच्या पोटापाण्याच्या व्यवसायाशी निगडित असा हा रोजचाच भाग असल्याने यादव म्हणतात, ''मोट मारू लागलो, मोट मला मारू लागली, मारता मारता मला जगवू लागली.'' ज्या उत्कटतेने यादव लिहितात ते मनाला भिडते. यादवांची भाषा अनुभवातील चैतन्य उत्तमपणे कशी पेलते, त्याचा अनुभव अनेक लेखांतून येतो.

'दादांची भाकरी' हा लेख हृदयाला भिडतो. आपले वडील – दादा गेल्यानंतरच्या आठवणी यादवांना दाटून येतात. लहान असताना न्याहरीकरिता दादासांठी शेतावर भाकरी घेऊन जात. ते तिथे गेल्यावर दादांच्या सगळ्या अटी मान्य करून शाळा सुटल्यावर झटक्यासरशी परत त्यांना मळा गाठायचा असतो. नाहीतर शाळा बंद होणार असते. शाळा सुटल्यावर दादांची करावी लागणारी कामं, त्या कामांना नाही म्हणायची सोय नाही.

दादांसाठी न्याहरी, जेवण घेऊन जाणं यासाठी दिवसातून तीन तीनदा फेऱ्या माराव्या लागत. रोज सात-आठ मैल चालावं लागे. लहान वयात त्यांच्या मनात विचार येतो, 'सगळ्या घरादाराच्या पोटाची वर्षाची बेगमी करून सुगीची भाकरी दादा घराकडे आणताहेत. त्यातलंच आपणही खातोय. दादांची भाकरी भरलेल्या गाडीच्या चाकाएवढी वाटतेय.' लहान वयात जीवनाचे एक मोठे गणित त्यांनी मांडलेय. पुढे फसगत होऊन मालकाकडून दादांचा आत्मा असलेला मळा काढून घेतला जातो. नवीन कायदे आल्याने नवीन मळा कोणी फाळ्याने देत नाही. दादा हाय खातात. मळा नाही म्हणून घरात बसतात. दावणीची जनावरे पोसता येत नाहीत म्हणून विकतात. सगळ्या घरादाराच्या नशिबी हाल येतात. शहर गावात नोकरी लागल्यावर यादव जेव्हा त्यांना भेटायला येतात, तेव्हा दादा त्यांना म्हणतात, "आन्दा, माझा मळा गेला माझी भाकरी गेली रं पोरा ऽ! आता मी कसं जगू? काय खाऊ?" नवीन कूळ कायद्यात भरडल्या गेलेल्या शेतकऱ्याचे दुःख असे व्यक्त होते. वडील गेल्यावर यादवांना या सगळ्या आठवणी दाटून येतात. त्यांचे मन हेलावणारे प्रत्ययकारी चित्रण यादवांनी केले आहे.

'भाकरीचं झाड' हा लेखही एका संवेदनशील मनाचे दर्शन घडवतो. नोकरीधंद्याच्या निमित्ताने शहरात स्थायिक झालेल्या यादवांच्या मनातील बोच अनेक लेखांतून दिसते. ते म्हणतात, 'झाडांचं एक बरं असतं. त्याचे पाय मातीत गच्च असतात. मातीला सोडून ती जगूच शकत नाहीत. ती आपले रान सोडत नाहीत. माझी मुळं आता कुठे शोधू? कधी सापडायची ती मला?' अशी खंतही ते व्यक्त करतात. पांढरपेशी प्रतिष्ठा जपताना होणारी मनाची तगमग त्यातून दिसून येते.

'बहिणीचं लग्न', 'जरासंध', 'शेवटची माती', 'आभाळगळ' हे सगळे लेख वाचत असताना या लेखांतूनही यादवांचे गाव, तिथली माती, तिथे रुजलेली मुळे यांचे तरल, भावस्पर्शी दर्शन घडते. 'बावीस एकरी' या लेखात यादव गावाकडे गेल्यावर पूर्वीच्या त्यांच्या शेतावर जातात तेव्हा तिथल्या आठवणी दाटून येतात, त्याचे वर्णन येते. एका कष्टाळू शेतकऱ्याचा संसार तिथे मांडला गेलेला होता; त्याच मातीवर जन्मभर पोसलेला. त्यावर आता काम करणारी ८-९ माणसे त्यांना घराकडे निघालेली दिसत होती. खुरपणे संपवून रोजगारी माणसे ओढ्याकडेने निघाली होती. ती पाहून त्यांच्या मनात विचार आला, नुसती कष्टासाठी जन्माला आलेली ही जिवंत यंत्रे आहेत. आपला भाऊही आता शेती गेल्याने रोजगारी करतोय. रोजगारी करणारा, दिवसभर राबून कष्ट करणाऱ्या अडाणी राहिलेल्या या भावाचे त्यांना वाईट वाटते. ते लेखातून अनेकदा व्यक्त होते. ग्रामीण जीवनाचा प्रामाणिक व वास्तव आविष्कार हेच यादवांच्या ललित गद्याचे यश आहे.

या लेखसंग्रहातील 'प्रलय-पुरातील बाहुली' या लेखात सामान्य माणसाची दैनंदिन जीवनातील साशंकता व भीती व्यक्त होते. शहराबाहेर घर बांधण्याची संधी यादवांना चालून येते. सहकारी संस्थेमध्ये घर बांधण्यासाठी कर्जही मिळणार असते. हळूहळू आजूबाजूला निसर्ग असणाऱ्या जागेत घर बांधून तयार होते. या बांधलेल्या बंगल्यात राहायला गेल्यानंतर आलेल्या अडचणी, त्यातून त्यांनी काढलेला मार्ग, हे सारे ते वर्णन करतात. माळरानावर निसर्गाच्या सान्निध्यात ते वास्तव्य करायला जातात. सुरुवातीला तिथले किडे, कीटक यांचा होणारा त्रास त्यांना जाणवत नाही. उलट, 'त्यांचीही एक वस्ती झालीय. मीही त्यांच्यातला एक आहे. पण त्यांना उपरा झालेला, अंगात कपडे घालून मूळ अंग लपवणारा, खोट्या संस्कृतीच्या नि सुखाच्या विटा निर्माण करता करता स्थायी स्वभाव हरवून बसलेला' असे विचार त्यांच्या मनात येतात. 'दोन-चार वर्षांत हा निवांतपणा संपेल. शहरातली वस्ती इथपर्यंत यायला वेळ लागणार नाही. ती आली की हे निसर्गसान्निध्य वगैरे गडप होईल,' हा विचार त्यांना अस्वस्थ करतो. पृथ्वीवर शहरांचे महाअरण्य होईल. हे अरण्यही सर्व निसर्गवस्तूंना पोटात घेईल. यादवांच्या मनात विचारांची तीव्रता वाढत जाते. हे असेल एक चौथे अखेरचे

महायुद्ध. एक अनोखा महाप्रलय. त्यात माणसांच्या असंख्य अब्जावधी बाहुल्या असतील. 'माझीही बाहुली या अपरिहार्य पसरणाऱ्या परिसरात कधीच सापडली आहे. गटांगळ्या खात अनंताच्या सागरलाटांबरोबर क्षितिजपार चालली आहे, ' असे त्यांना वाटते. यांत्रिकतेने जखडलेल्या शहरातील विविध अनुभव, आज माणसाला प्राप्त झालेल्या 'प्रलयपुरातील बाहुली'च्या स्वरूपाची आठवण करून देतात. आधुनिक जीवनातील हे मर्म आहे. यादव अत्यंत तरल, तलस्पर्शी भावनांची स्पंदनं आपल्यापर्यंत पोहोचवतात.

'एक स्वदेशी प्रवास' हा या संग्रहातील लेख सूक्ष्म नजरेतून टिपलेला आहे. पाँडीचेरीला जाताना आगगाडीच्या प्रवासात आजूबाजूला दिसलेले भकासलेपण त्यांना दिसते. पाँडीचेरीत शिरल्यावर लेखकाच्या नजरेतून दिसलेल्या पाँडीचेरीचे दोन प्रकारचे वेगळे चित्र डोळ्यांसमोर उभे करते. तिथले अरुंद रस्ते, उघडी गटारे, बंद घरांच्या दुकानांच्या पायऱ्यांवर बसलेली, पोट खपाटी गेलेले बिगारी, भणभणत्या मनाने पोटासाठी हिंडणारी माणसे त्यांना दिसली. ज्या ओढीने ते आश्रम पाहायला आले होते, त्या आश्रमात गेल्यानंतरचे वातावरण वेगळे होते, फुले, वेली, झाडांमुळे प्रसन्न वाटणारे, माताजींचे 'हसरे-गंभीर फोटो', आश्रमातले अध्यात्ममय वातावरण हे शोधक नजरेने यादव टिपतात. फाटकाबाहेरच्या जगातली अस्थिपंजर माणसे आणि सुंदर निवांतात मनःशांती शोधणारी माणसे दोघेही एकमेकांना विसरलेली. या लेखातून त्यांचे निसर्गावर असलेले नितान्त प्रेम दिसते. बदलत असलेल्या वास्तवाचे भान त्यांना आहे. ते ठेवत असताना त्यांच्या मनातील गुंतागुंत लपत नाही. दीड हजार किलोमीटरच्या प्रवासात चिंतनाचा धागा सुटत नाही. 'या देशासारखा त्रिविधतेनं नटलेला निसर्ग जगात कुठंही नाही; आणि या देशातल्यासारखा उपासमारीनं मरणारा दरिद्री सामान्य माणूसही जगात कुठे नाही.' चिंतनाचा हा धागा या विचाराशी येऊन थांबतो.

भावस्पर्शी संवेदनेने टिपलेले हे लेख मनात कायमचे घर करतात. यादवांचे निसर्गावर असलेले नितांत प्रेम, शहरात त्यांच्या जिवाची होणारी घालमेल यातून त्यांचे सतत चिंतन करणारे सौम्य व्यक्तिमत्त्व दृग्गोचर होते.

'साहित्यिकाचा गाव' हा आनंद यादव यांचा ललितलेख संग्रह २००४ साली प्रसिद्ध झाला. या संग्रहातील विविध विषयांवरील लेख समाज, साहित्य आणि संस्कृतीचं दर्शन घडवतात. एका थोर साहित्यिकाच्या मनाचे विविध कंगोरे त्यातून दिसतात. जगण्याचे उत्कट क्षण देणारे हे लेख रसिकांना अंतर्मुख करतात.

कात्रजकडून पुण्याला येणाऱ्या महामार्गावर लेखकाचं घर आहे. 'शहरखाना' या लेखात त्या महामार्गावरील बसस्टॉपवर उभं राहून बसची वाट पाहत असताना दिसणाऱ्या अनेक गोष्टी त्यांची शोधक नजर टिपत राहते. या महामार्गावरून गाई-बैलांचे प्रचंड कळप पुण्यात कत्तलखान्याच्या दिशेला चालवलेले त्यांना दिसतात. चालून चालून त्यांना कोरड पडलेली, पण ती मुकी जनावरे कुणाला सांगणार? कत्तलखान्याकडे चालवलेल्या त्या जनावरांनी भरभर चालावं म्हणून कंत्राटदाराने त्या जनावरांच्या पाठीवर, पायांवर मारत त्यांना चालवलेले. त्यामुळे त्या जनावरांची झालेली दमछाक लेखक टिपतात. त्यांना या दृश्यावरून इतिहासात इतरत्र झालेल्या कत्तलींची आठवण येते. त्यांना प्रश्न पडतो, 'एरवी एवढा संवेदनशील असणारा माणूस, संस्कृती निर्माण करणारा माणूस, कत्तलखानाही चालवू शकतो? जन्मभर आई, भाऊ, बहीण, वडील होऊन सेवा करणाऱ्या गाई-बैलांना केवळ त्यांची हाडे, चामडे मिळावे म्हणून मृत्यूच्या जबड्यात लोटू शकतो?' या प्रश्नाचे उत्तर ते स्वतःच शोधतात. 'हे माणूसच करू शकतो.' लेखकाला महायुद्धाच्या काळात हिटलरने तयार केलेले गॅसचेंबर्स, आपल्या देशाला स्वातंत्र्य मिळाले, पण हजारो निरपराधांच्या झालेल्या कत्तली, सीमेवर उभे राहिलेले कत्तलखाने हा इतिहास स्मरतो. धर्म युद्ध, यादवी युद्ध, त्यांच्या कत्तली

आठवतात. मानवी संस्कृतीच्या इतिहासात त्यांचे मन सैरभैर घोंघावू लागते. त्यांच्या जाणिवेच्या कक्षा रुंदावतात. पाहिलेल्या एका दृश्यावरून, लेखक विचारांची सीमावर्तुळे भेदून आपल्यालाही विचारप्रवण बनवतो.

'टाइमपास' या लेखात आनंद यादव आजच्या पिढीबद्दल भाष्य करतात. या पिढीला भोवतालच्या प्रखर वास्तवाची जाणीव नाही, याबद्दलची खंत ते व्यक्त करतात. आसपासच्या वास्तवाला डोळे फाडून बेधडक सामोरे जाण्याचे तिचे सामर्थ्य संपले आहे. वास्तवाला धडक मारील असा कुणीच नाही, असे त्यांना वाटते. ज्येष्ठ पिढीचे प्रतिनिधित्व करणारे आनंद यादव वैचारिक भूमिकेतून तटस्थपणे आपला विचार अत्यंत सुस्पष्टपणे मांडतात. 'टाइमपास', 'विद्येची नवी माहेरघरं', 'बेडूक आणि बैल' हे लेख गंभीरपणे चिंतन करणारे आहेत.

आजच्या शिक्षण व्यवस्थेवर प्रकाश टाकणाऱ्या 'विद्येची नवी माहेरघरं' या लेखात, काही वेळा आपल्याला प्राध्यापकांची जी दयनीय स्थिती माहीत नसते. त्याविषयी आनंद यादवांसारख्या साक्षेपी प्राध्यापकाने आपल्या प्राध्यापकी भूमिकेतून घेतलेला वेध आहे. या लेखातील तरुण प्राध्यापकाचे पत्र बोलके आहे. त्यातून आजच्या प्राध्यापकाची लाचारी, नोकरी मिळविण्यासाठी करावी लागणारी तडजोड, तसेच आजच्या शिक्षणाची परिस्थिती, याचे दाहक चित्र डोळ्यांसमोर उभे राहते. इंग्रजी शाळांतून प्रवेश मिळविताना 'विद्येच्या माहेरघरा'त विद्या इतकी महाग झाली आहे, की तुमचा मुलगा कितीही हुशार असो, बुद्धिमान असो, पैसे देणार नसाल तर त्याला काडीचीही किंमत नाही' असे वास्तवही ते दृष्टोत्पत्तीस आणून देतात. या पार्श्वभूमीवर ते मंचर कॉलेज आणि साताऱ्याच्या रयत शिक्षण संस्थेचे उदाहरण देतात. मंचरसारख्या ग्रामीण भागात शिक्षण संस्थेत पानवळांसारख्या प्राचार्यांनी चमत्कृती करून दाखवली. शिक्षण संस्थेच्या डोंगरटेकड्यांवरील उतारावर बरड रानात विहीर खणून पाण्याची सोय करून दिली. त्यातून माळरानावर शेती फुलविली. त्यामुळे विद्यार्थ्यांची श्रमशक्ती त्यांच्या पोटालाही घालत होती आणि शिक्षणही देत होती. यातून संस्थेलाही उत्पन्न मिळत होते. साताऱ्याच्या रयत शिक्षण संस्थेत सामान्य परिस्थितीतील मुलं शिक्षण घेतात. 'श्रमशक्ती जवळ बाळगणारा कोणताही विद्यार्थी इथे निर्धास्तपणे प्रवेश मिळवत होता. शिवाजी आणि पुणे विद्यापीठाच्या ग्रामीण महाराष्ट्राचं बहुतेक शिक्षण रयत शिक्षण संस्था करते. आधुनिक महाराष्ट्राच्या विद्येची ही देशी माहेरघरेच आहेत.' या मुलांना सहजपणे शिक्षण उपलब्ध करून देणाऱ्या संस्थांविषयी यादव असे विचार मांडतात. त्याच वेळी पुण्या-मुंबईची 'रेसच्या घोड्यावर बसलेली महाविद्या आता जनसामान्यांची राहिली नाही' या विचाराने त्यांच्या मनाची तगमग होते. ग्रामीण भागातून शिक्षण घेऊन शहरात आलेल्या, शिक्षण क्षेत्रात आपली हयात घालवलेल्या यादव सरांची व्यथा इथे स्पष्टपणे जाणवते.

'दगडी वाड्याचे वजन', 'मांसाहार आणि मी' हे लेख वेगळ्या विषयांवर आहेत.

'पुरुषार्थाचा दसरा', 'भावाबहिणींची दिवाळी', 'पोर मातीची होळी' हे तिन्ही लेख ग्रामसंस्कृतीतील सणासमारंभाशी जोडलेले आहेत. आपल्या या पारंपरिक सणांचा, त्यांच्या मूळ प्रयोजनाचा विचार यादव काव्यात्म पातळीवरून करतात.

आश्विन महिना हा ग्रामजीवनातील हिरव्या समृद्धीचा महिना. दसरा, दिवाळी आणि होळी या तिन्ही सणांना ग्रामसंस्कृतीत खूप महत्त्वाचे स्थान आहे. ग्रामीण भागात अजूनही हे सण पारंपरिक पद्धतीने साजरे होतात. त्याचे तपशीलवार वर्णन लेखांतून येते.

'झाडाचं अभयारण्य' हा पर्यावरणाशी संबंधित असलेला, वेगळा विचार मांडणारा लेख आहे. चंद्रपूरजवळचं विरूरचं उद्यान पाहायला यादव जातात. जंगलात शिरल्यानंतर त्यांना वाटेत अनेक झाडं

तोडलेली दिसतात. विरूर उद्यानाचा मालक त्या विभागातला मुख्य जंगल कंत्राटदार- सुरिंदरसिंग नावाचा पंजाबी शीख. त्याचा लौकिक ऐकून लेखक ते उद्यान पाहायला गेले होते. रानभर सगळीकडे नुसती फळझाडे लावलेली. अतिपक्व फळे झाडाच्या बुंध्याशी पडली होती, उंच खांबांवर दिवे लावले होते, उंचावर लाउडस्पीकर आणि कर्णे लावले होते. त्यातून जुनी पंजाबी भजने ऐकू येत होती. वातावरण मन प्रसन्न करणारे. संगीताचा चांगला परिणाम झाडावर होऊन ती ताजीतवानी होतात आणि चांगली फळे देतात. पाणी पिता पिता झाडे हे संगीत ऐकून सुखावतात. शास्त्रज्ञांनी दिलेला दाखला सुरिंदरसिंगने अमलात आणला होता. ते पाहून झाडांची कत्तल करणाऱ्या त्या कंत्राटदाराबद्दलचा मनात आलेला राग कमी होऊन यादवांना त्याच्याबद्दल कौतुक आणि आदर वाटू लागला. पोटासाठी तो झाडे तोडत होता, पण हा धंदा तो समाजासाठीच करत होता. यादवांना तो म्हणाला, ''मला सारखं वाटतं की मी झाडांचा कर्दनकाळ आहे. झाडांनाही सुख-दुःख, प्रेम, राग, लोभ या भावना असतात, हे शास्त्रज्ञांनी दाखवून दिलंय. त्यामुळे मी अस्वस्थ झालो. त्यातूनच ही बागेची कल्पना माझ्या मनात आली. झाडं फुला-फळांनी बहरू द्यावीत, ती तोडू नयेत, पाखरांनी इथे वस्तीला यावं. ही झाडं आनंदानं बागडतात, संगीत ऐकतात.'' अपराधीपणाची जाणीव असलेल्या सुरिंदरसिंगचे, त्याच्या संवेदनशील मनोरचनेचे यादवांना विशेष वाटले. अशा मनोरचनेची माणसे जगात असू शकतात. एखाद्या माणसाकडून अशी घटना घडते, लेखकाला ती अर्थपूर्ण वाटते. त्यावर ते अधिक गंभीरपणे चिंतन करतात.

'स्नेही' या लेखात 'स्नेह जमतो तो स्वभाव, संस्कृती, विचार आणि आचार या चतुःसूत्रीमुळे; स्नेह्याची अशी सुटसुटीत व्याख्या यादव करतात. या दृष्टीने समानधर्मी, हाडाचा शेतकरी असलेला त्यांचा मित्र अरविंद म्हणजे अरविंद वामन कुलकर्णी यांचा स्नेह त्यांना महत्त्वाचा वाटतो. अरविंद कुलकर्णी मराठीचे प्राध्यापक म्हणून निवृत्त झाले. साहित्याचे सौंदर्य जाणणारे, ग्रामीण साहित्याचे भारतीय सांस्कृतिक जीवनातील स्थान ओळखणारे, शेतकरी संघटनेचे कार्यकर्ते. यादवांनी ग्रामीण साहित्याची चळवळ मोठ्या धाडसाने उभी केली. त्यांच्या या मित्राने या चळवळीसाठी वेळोवेळी वैचारिक लेखन केले. या चळवळीत त्यांनी यादवांना खूप मानसिक आधार दिला. या कुटुंबवत्सल स्नेह्याच्या स्नेहाविषयी सांगताना 'स्नेहा'चे तत्त्वज्ञानच यादव मांडतात. 'जिवलग स्नेही नुसता स्नेह देत नाही. आपले प्राणही फुलवून देतो. अनेक कारणांनी येणारं एकाकीपण घालवतो. विचारात मानसिक आधार देतो.' स्नेही नसेल तर आयुष्य स्नेहहीन होते, हे सांगणारा स्नेह्याविषयीचा हा एक उत्कृष्ट नमुना आहे.

'हिरवी साय' हा लेख आपल्याला निसर्गासन्निध नेणारा आहे. औदुंबर हे 'डोह'कार श्रीनिवास कुलकर्णी यांचे गाव म्हणून ओळखले जाते. 'डोह' या त्यांच्या ललित लेखसंग्रहात त्यांनी निसर्ग, तेथील परिसर अतिशय समृद्धपणे आणि जिवंतपणे रंगविला आहे. तो सारा परिसर खुद्द लेखकासमवेत पाहावा, या ओढीतून आनंद यादव तो परिसर पाहण्यासाठी जातात. त्यांनी स्वतः बालपणी अनुभवलेले त्यांचे खेडे, कुलकर्णींच्या 'डोह'मधील निसर्गाप्रमाणे समृद्ध होते. पण आता त्यांच्या खेड्यात काहीही शिल्लक उरले नव्हते. जळणासाठी झाडेझुडपे तोडलेली. सगळे गाव ओसाड, उजाड झालेले. त्यामुळे आपले हरवलेले खेडे या निमित्ताने मनातल्या मनात डोहवासी 'औदुंबर' बघताना अनुभवता येईल, असे यादव यांना वाटत होते. औदुंबरची वस्ती लागल्यावर सारा परिसर वड, पिंपळ, आंबा यांनी भरलेला दिसला. श्रीनिवास कुलकर्णींनी आपल्या कोरीव लेखनाने अमर केलेला परिसर, समोर पसरलेला विशाल 'डोह', डोहाच्या पाठीवरची दुसऱ्या टोकाला उभी असलेली नाव पाहताना कुलकर्णींच्या उत्कट, संवेदनशील मनाची पुन्हा एकदा त्यांना जाणीव झाली. यादवांनी त्यांना घेऊन तो सारा परिसर पालथा घातला. कुलकर्णींनी फिरताना लेखनातील प्रत्यक्ष

ठिकाणे दाखवली. घरे, माणसे, देवळे, घाट सारे पाहताना कुलकर्णींच्या लेखनातील सौंदर्यस्थळे आनंद यादवांच्या मनात जागी होऊ लागली. त्यांना एका गोष्टीचा पुनःप्रत्यय आला, की ज्या वास्तवाच्या आधाराने लेखक उत्तम साहित्य निर्माण करतो, ते त्या वास्तवापेक्षा कितीतरी पटींनी देखणे आणि जिवलग वाटणारे असते. उत्तम साहित्यनिर्मितीच्या प्रत्यक्षातील जन्मखुणा, घटना, स्थळे यांच्याविषयीची जिज्ञासा असते. त्या जिज्ञासापूर्तीचा निखळ आनंद मिळतो. जगण्याचे उत्कट क्षण देणारे हे लेखन, अनुभवसमृद्ध करणारे असते.

'डोह'कार कुलकर्णींचे गाव पाहण्याची ओढ यादवांसारख्या लेखकाला होती. म्हणून तो सारा परिसर ते हिंडून आले. त्याचप्रमाणे एका रसिक वाचकाला 'साहित्यिकाचे गाव' पाहायचे होते. 'झोंबी' वाचून त्या रसिकाला आनंद यादवांचे गाव पाहण्याची उत्कट इच्छा निर्माण झाली होती. साहित्यिकाच्या नजरेतून एखाद्या गावाचे वर्णन येते तेव्हा त्याला एक वेगळे परिमाण प्राप्त होते. रसिक वाचकाला त्याच्या इच्छेनुसार लेखक त्यांचा गाव दाखवायला गेले. 'झोंबी'तील ठळक ठिकाणे दाखवायची ठरवले. शाळा, राम मंदिर, टेकडीचा उतार, पिंपळ आणि अशोकाची झाडे; ज्यावर अनेक वाघळे, पोपटांची वस्ती होती. पण यातल्या गोष्टी जागेवर नव्हत्या. 'सुधार' या नावाखाली वृक्षतोड झाली होती. तिथे पानाच्या टपऱ्या, हॉटेले, पावाच्या बेकऱ्या आल्या होत्या. 'झोंबी'तले काहीच दाखवता आले नाही. पुस्तकातले खेडे प्रत्यक्षात पाहून घ्यावासा वाटणारा रोमांचक अनुभव त्या रसिक वाचकाला मिळालाच नाही. 'परत जाताना फुललेपणाचा भाव त्याच्या चेहऱ्यावर दिसला नाही' असे का घडले, याचा शोध यादव घेतात, तेव्हा त्यांच्या लक्षात येते की, 'झोंबी'तले गाव हे ४० वर्षांपूर्वीचे गाव आहे. ते आता भेटण्याची शक्यता कमी. खरे तर ग्रामीण महाराष्ट्र या काळात वेडावाकडा बदलून गेला; मग माझा गाव बदलला तर नवल नाही. गेल्या चाळीस वर्षांत त्याचा चेहरामोहरा बदलून गेलाय. तोच रसिक वाचक परत भेटला तेव्हा त्याच्या बोलण्यात सकारात्मकता होती. ''गावं बदलणारच. उद्योगधंद्याचा विकास सबंध देशभर झालाय. त्यात कागल न बदललं तर नवल काय?'' तो रसिक वाचक एका 'साहित्यिकाचं गाव' पाहायला आला होता. या निमित्ताने आपल्या गावाविषयी, गतकाळातील त्या गावाच्या घटना, स्थळांचा ते परत वेध घेतात.

प्रादेशिकतेचे वैशिष्ट्य जपणारे आनंद यादव यांचे हे ललित लेख म्हणजे ग्रामीण साहित्यातील एक स्वतंत्र दालन आहे. उपेक्षित ग्रामीण कष्टकऱ्यांच्या समस्या त्यांनी पोटतिडकीने रंगवल्या. त्यामुळे पांढरपेशा समाजाची त्यांच्याकडे पाहण्याची दृष्टी बदलली. त्यांच्या एकूण ललित लेखनात ग्रामीण परिसराशी, तिथल्या माणसांशी, निसर्गाशी असलेले घट्ट नाते दिसते. तो त्यांच्या साहित्याचा अविभाज्य भाग आहे. ग्रामीण बोली, निरनिराळे वाक्प्रचार, ग्रामीण भाषेतील शब्दसंपत्ती, त्यांच्या चालीरीती, स्वभाव, लकबी, असे प्रादेशिकतेचे वैशिष्ट्य जपत ललित गद्याचे दालन त्यांनी समृद्ध केले आहे.

डॉ. मंदा खांडगे
९३२६८४२२०५

उखडलेली झाडे

विकास आणि परिवर्तन हा जीवनाचा नियमच आहे. याच न्यायाने अनेक लेखकांच्या लेखनामध्ये परिवर्तन होत असते. पुष्कळदा जाणिवांमध्ये जशी सूक्ष्मता येते, त्याचप्रमाणे जाणिवांमध्ये बदलही दिसून येतो. जाणिवांबरोबर लेखनाचे बाह्यरूपही बदललेले दिसते.

उदा. जी. ए. कुलकर्णी यांचे उत्तर काळातील लेखन अनेक अर्थांनी बदललेले दिसते. त्यांच्या जाणिवांमध्ये बदल झालेला नसला, तरी त्यांच्या जाणिवा सूक्ष्म रूप धारण करताना दिसतात. त्याचप्रमाणे या जाणिवांच्या प्रकटीकरणासाठी त्यांच्या कथेने अनेक प्रयोग केलेले आहेत, असे दिसेल. विशेषतः लोकवाङ्मयातील कथाबंधाशी समांतर असणारे कथाबंध त्यांनी निर्माण केलेले आहेत. जी.ए. कुलकर्णी यांच्याप्रमाणेच अनेक लेखकांची उदाहरणे येथे निर्देशिता येतील. एकंदरीत काय, की अनेक लेखकांच्या लेखनामध्ये अशी परिवर्तने घडून येतात. ही परिवर्तने का घडून येतात, हा निराळ्या चर्चेचा विषय आहे. या परिवर्तनाच्या मागे असणारी काही कारणे शोधूनही काढता येतील. या परिवर्तनामुळे लेखकांच्या मूल्यमापनातही फरक पडू शकेल; परंतु महत्त्वाच्या लेखकांच्या लेखनातील परिवर्तनाच्या नोंदी घेणे मात्र आवश्यक असते, यात काही शंका नाही.

आनंद यादव यांचा 'उखडलेली झाडे' हा कथासंग्रह त्यांच्या एकूण लेखनप्रवासातील परिवर्तनाचा प्रमुख टप्पा आहे, असे म्हणावे लागते. येथे अनुभवविश्वामध्ये जसा बदल झालेला दिसेल, त्याचप्रमाणे अनुभवाकडे पाहण्याची लेखकाची दृष्टीही बदललेली दिसेल. ही जीवनदृष्टी बदलल्यामुळे जीवनाकलनामध्येही फरक पडलेला आहे, असेही दिसेल.

आनंद यादव हे ग्रामीण जीवनाचे चित्रण करणारे लेखक म्हणून सुपरिचित आहेत. 'खळाळ', 'मातीखालची माती', 'गोतावळा' ही त्यांची काही प्रारंभीची महत्त्वाची पुस्तके. या पुस्तकांमधून ग्रामीण जीवन, तेथील दारिद्र्य, राबणारी माणसे आणि त्यांच्या जीवनाचे चित्रण ते येथे करताना दिसतात. म्हणजे त्यांच्या प्रारंभीच्या लेखनामधून येणारे चित्रण क्षेत्र हे ग्रामीण जीवन हेच आहे. 'उखडलेली झाडे' पासून पुढे मात्र त्यांच्या चित्रण क्षेत्रामध्ये बदल होऊ लागलेला दिसेल. या कथासंग्रहापुरते बोलायचे, तर असे म्हणता येईल की, येथेही ग्रामीण माणूस हाच त्यांचा चित्रणविषय आहे; परंतु हा ग्रामीण माणूस खेड्यातला मात्र नाही. शहराच्या आसपासच्या खेड्यातील माणसे आता पोट भरण्यासाठी मोठ्या प्रमाणावर शहरात स्थायिक होऊ लागली आहेत. खेड्यात जगणे कठीण होऊ लागल्यामुळे आणि शहरात अतिरिक्त पैसा वाहू लागल्यामुळे खेड्यातील माणसे शहरात येऊ लागली आहेत किंवा खेड्यातच राहिली तरी रोजगारासाठी शहरावर विसंबून राहू लागली आहेत. रोजगाराच्या निमित्ताने शहरे आणि खेडी जवळ येऊ लागली आहेत. त्याचप्रमाणे इतर वेगवेगळ्या कारणांमुळेही खेडी आणि शहरे यांत एक आदानप्रदान सुरू झालेले आहे. किंबहुना खेड्याच्या बऱ्या-वाइटामध्ये शहराचा वाटा कळत नकळत वाढत चाललेला आहे. अशा या शहरात राहावयास आलेल्या अगर शहराच्या संपर्कात आलेल्या ग्रामीण माणसाच्या जीवनाची बरी-वाईट परिमाणे आनंद यादव या कथासंग्रहामध्ये शोधू पाहत आहेत.

अर्थात हे करीत असताना शहरी माणसाचा दृष्टिकोन आणि ग्रामीण माणसाचा दृष्टिकोन कसा संपूर्णतः वेगळा असतो, याचे भानही त्यांना आहे. उदा. 'कष्टाची लक्षुमी'सारख्या कथेमध्ये अजूनही परंपरांमध्ये रमलेले आणि पारंपरिक व्यवसायाच्या अनुरोधाने जगू पाहणारे ग्रामीण मन आणि काही प्रमाणात बदललेले शहरी मन यांतील संघर्ष लेखक चित्रित करू पाहतो. या कथेतील स्त्री शहरालगतच्या खेड्यात राहणारी. फोंड्या माळावर थोडीशी शेती आहे; परंतु त्या शेतीचा तिला काही उपयोग नाही. नवरा दोर-कासरे वळून जगायचा; परंतु त्याच्या मालाला गिऱ्हाईक मिळेनासे झाले. त्यातून त्याने आत्महत्या केली. नवऱ्यानंतर मुलाबाळांना जगवण्यासाठी तिने शहराच्या गल्लीबोळात फिरून जुन्या प्लॅस्टिकच्या वस्तू गोळा करावयाचा व्यवसाय सुरू केला. कसे तरी पोट भरते आहे; परंतु दिवाळी येते आणि तिला वाटते की आपण झाडू करावेत. कारण पूर्वी दिवाळीला पूजेसाठी झाडू मोठ्या प्रमाणात विकले जायचे. तिला वाटते दिवाळीला असे झाडू जर विकले गेले तर आपल्याला भरपूर उत्पन्न होईल. मग ती आणि तिची मुले शिंदीच्या झावळ्या आणतात. आठ-दहा दिवस इतर कामे बुडवून झाडू तयार करतात आणि दिवाळीच्या दिवशी ती मोठ्या अपेक्षेने सगळे झाडू घेऊन विकायला निघते; परंतु संध्याकाळपर्यंत फिरून एक-दोनही झाडू विकले जात नाहीत. तिच्या कष्टांना कुठलेही फळ येत नाही. येथे पारंपरिक व्यवसायावर पोट भरू पाहणारी ग्रामीण स्त्री आणि बदललेले शहर यांतील ताण लेखक प्रकट करू पाहतो आहे. 'गीताबाई मरण पावली' या कथेमध्ये झोपडपट्टीतील गीताबाईच्या मृत्यूचे चित्रण येते. गीताबाई अशीच पोट भरायला शहरात आलेली. कॉलन्यांमध्ये भांडीकुंडी घासून जगते आहे. कथेतील निवेदकाच्या घरी गीताबाई भांडी घासते आहे; परंतु तिच्या मृत्यूची बातमी कळल्यावरही निवेदकाला तिचा चेहराही आठवत नाही. त्याला अनेक शहरी स्त्रिया आठवतात; पण गीताबाई त्याच्या घरी रोज काम करीत असूनही आठवत नाही. कदाचित तोही खेड्यातून शहरात येऊन स्थायिक झालेला असेल; परंतु त्याला तिच्याबद्दल अजिबात ममत्व वाटत नाही. येथेच शहरी दृष्टिकोन स्पष्ट होतो. तो मनाशी अनेक गोष्टींची तुलना करतो. कॉलनीतले काकासाहेब गेले तेव्हा त्याने रजा काढली होती; परंतु गीताबाई गेली तेव्हा त्याला रजा काढण्याची आवश्यकताच वाटत नाही. शेवटी झोपडपट्टीतील लोकांनी वर्गणी करून तिचा अंत्यविधी केला. तो ही माहिती ऐकून सहज भटकत निघालेला असताना नगरपालिकेचा एक

कर्मचारी एका मेलेल्या कुत्र्याला फरपटत नेत असतो. एकंदरीत गीताबाईचे मरणे आणि त्या कुत्र्याचे मरणे यात एक साम्य लेखक सूचित करू पाहतो. 'भिंत' सारख्या कथेतही लेखक झोपडपट्टी आणि उद्योगपती यांच्यात निर्माण होत जाणारा तणाव मोठ्या समर्थपणे चित्रित करतो.

या तिन्ही कथांमध्ये शहरातल्या लोकांचा बदललेला दृष्टिकोन, अतिरिक्त रूपात वाहणारा पैसा आणि तुलनेने ग्रामीण जीवनाच्या वाट्याला येणारे दारिद्र्य यांचे चित्रण येते. किंबहुना ग्रामीणांच्या दारिद्र्याला ही शहरेच कारण आहेत असेही सुचविले जाते.

आनंद यादवांच्या वाङ्मयातील बदललेल्या चित्रण क्षेत्राचा विचार करताना आणखीही काही बाबींचा निर्देश करावा लागतो. आत्तापर्यंत आनंद यादव प्रामुख्याने शेती आणि शेतीशी संबंधित असणारे जीवन चित्रित करीत होते. आता मात्र त्यात एक व्यापकता आली आहे. ते आता ग्रामीण भागातील छोट्या-मोठ्या व्यावसायिक जाती-जमातींचे चित्रण करू लागले आहेत. 'कष्टाची लक्ष्मी' या कथेत दोर, चऱ्हाट, झाडू इ. चा व्यवसाय करणारा मातंग अगर बुरुड समाज येतो. 'सत्काराचा नारळ' या कथेत पारंपरिक कुंभाराचा व्यवसाय करणारा तरुण येतो, तर 'शेवटचं पायताण' या कथेत चांभाराचा व्यवसाय आणि या व्यवसायाची अधोगती येते. तसेच गावात अगर शहरात मोलमजुरी करून जीवन कंठणारे स्त्री-पुरुषही येतात. खेड्यापर्यंत येऊन पोहोचलेले राजकारण 'फळ्या आणि पारंब्या' व 'गावचा मुख्यमंत्री' या कथांमधून चित्रिले जाते, तर सर्वदूर पसरलेल्या भ्रष्टाचाराने गाव कसा पोखरून गेला आहे, याचे चित्रण 'फाट्याचं पाणी' या कथेत येऊन जाते. आज ग्रामीण भागात सुशिक्षित बेरोजगारांची एक नवीन समस्या निर्माण झाली आहे. या समस्येमुळे भोवंडून गेलेल्या एका तरुणाचे चित्रण 'भोवळ'सारख्या कथेतून येते.

एकंदरीत, शहराच्या आश्रयाला आलेला ग्रामीण माणूस, गावगाड्यातील बलुतेदार जाती-जमाती, नव्यानेच निर्माण झालेल्या समस्या आणि राजकारण असा एवढा परीघ आनंद यादवांच्या कथांनी व्यापला आहे. एका प्रकारे चित्रण क्षेत्रातील हा फार मोठा बदल आहे. किंबहुना एका नव्या ग्रामीण कथेची ही नांदीच आहे. पुष्कळदा प्रत्यक्ष खेडे आणि साहित्यातील खेडे यांतील तफावत दिग्दर्शित केली जाते. येथे मात्र लेखक भोवतीच्या वास्तवाशी अधिकाधिक जुळवून घेण्याचा प्रयत्न करतो. अर्थात अशा प्रयत्नांमधून कधी कधी केवळ नावीन्य तेवढेच दिग्दर्शित होते. फार झाले तर समकालीन वास्तव प्रकट झाले आहे असे दिसते; परंतु केवळ समकालीन वास्तव प्रकट करणे एवढाच लेखकाचा हेतू असू शकत नाही. त्यापलीकडे जाऊन मानवी जीवनाचा काही एक अन्वयार्थ लेखकाला लावता आला पाहिजे. मानवी सुखदुःखाच्या तळाशी असणारे मानवी मन त्याला समजून घेता आले पाहिजे आणि या प्रक्रियेतूनच कलाकृती अवतरू शकते.

या दृष्टीने विचार करता, आनंद यादवांची कथा अर्थपूर्ण परिवर्तने प्रकट करते असे दिसते. त्याचे कारण असे, की येथे लेखकाची अनुभवांकडे पाहण्याची दृष्टीच बदललेली आहे. ही दृष्टी बदलल्यामुळे जीवनाच्या आकलनातही फरक पडलेला आहे असे दिसेल. उदा. यंत्र संस्कृतीचे खेड्यातील आगमन हा अनुभवबंध ग्रामीण साहित्यात पुनःपुन्हा येणारा असा आहे. व्यंकटेश माडगूळकर आणि शंकर पाटील यांच्या कथांमधून हा अनुभवबंध दोन पद्धतींनी प्रकट होतो. जीवनाचा गांभीर्याने आविष्कार करण्यासाठी आणि विनोदनिर्मिती करण्यासाठीही प्रकट होताना दिसतो.

आनंद यादवांच्या प्रारंभीच्या साहित्यातूनही हा अनुभवबंध प्रकट होतो; परंतु 'उखडलेली झाडे'मध्ये जेव्हा हा अनुभवबंध येतो, तेव्हा त्यात फार मोठा बदल झालेला दिसेल. येथे यंत्र संस्कृतीच्या आक्रमणामुळे भावविवश झालेले व्यक्तिमन दिसत नाही. तसेच जुनी मूल्ये ढासळत आहेत याबद्दलचा शोकही नाही. एका प्रकारे थंडपणे हे परिवर्तन समजावून घेण्याची वृत्ती आहे. या परिवर्तनामुळे निर्माण झालेली ससेहोलपट ते प्रकट करीत जातातच, पण त्यामागची कारणंही ते लक्षात घेत जातात आणि ही कारणे त्यांना प्रामुख्याने आर्थिक हितसंबंधांमध्ये दडलेली आहेत असे जाणवते.

म्हणूनच शहरांमधून वाहणारा अतिरिक्त पैस, हा या ग्रामीणांच्या दुःखाला कारण आहे, असे जाणवायला लागते. उदा. 'भिंत'सारख्या कथेमध्ये 'उटगी ग्रुप' हा आपल्या इंद्रभुवनामध्ये सगळ्या सुखसोयी निर्माण करतो, त्याचे चित्रण यादव करतात, आणि त्याच वेळी इंद्रभुवनच्या आजूबाजूला पसरणाऱ्या झोपडपट्टीत प्राथमिक सोयी-सुविधाही नसतात. एका प्रकारे या झोपडपट्टीतील लोकांच्या श्रमांवरच शहराची श्रीमंती अवलंबून आहे, वाढते आहे; परंतु या लोकांना मात्र प्राथमिक सोयी-सुविधाही प्राप्त होऊ शकत नाहीत. दरम्यानच्या काळात गणेशोत्सवाच्या निमित्ताने उटगी मंडळी आणि झोपडपट्टी यांचा संबंध येतो; परंतु आपल्या कारखान्यात या लोकांना घ्यायचे नाही, असे उटगी मंडळी ठरवतात. याच एका ताणतणावातून शेवटी इंद्रभुवन जाळले जाते; परंतु या धक्क्यातून सावरल्याबरोबर उटगी मंडळी आपल्या बंगल्याभोवती, इंद्रभुवनभोवती एक मोठी भिंत उभी करतात.

येथे लेखक या दोन वर्गांचे सूचन या भिंतीच्या माध्यमातून करू पाहतो आहे. एकंदरीत, औद्योगिक संस्कृतीमध्ये होणारे सामान्यांचे शोषण आणि त्यातून घडणारा वेडावाकडा उद्रेक लेखकाला चित्रित करावयाचा आहे. या चित्रणाकडे आपण पाहू लागलो की लक्षात येते ते असे, की आर्थिक ताणतणाव समाजाच्या स्थितिगतीला कारण होतात, हेच जणू लेखकाला सूचित करावयाचे आहे. 'उद्योग वसाहत'सारख्या कथेतही चंदूसारख्या शाळकरी मुलाचे शोषण कामतबाई कशा करतात, याचे फार चांगले चित्रण आले आहे. चंदूच्या आईला नवऱ्याने सोडून दिले आहे आणि ती मुलांना घेऊन मोलमजुरी करून कसेतरी दिवस कंठते आहे. या परिस्थितीचा फायदा घेऊन चंदूला कामतबाई आपल्याकडे कामाला ठेवतात. असे सांगतात की, आपली मुलेही त्याच शाळेत आहेत, चंदूचा त्यांच्याबरोबर अभ्यास होईल. परिस्थितीने नाडलेल्या आणि भोळ्याभाबड्या अशा चंदूच्या आईला ते पटते. उरलेले शिळेपाके अन्न खात चंदू नोकरी करीत राहतो आणि शेवटी नापास होतो. या कथेत लेखक चंदूचे जे मनोविश्लेषण करतो, ते महत्त्वाचे आहे. चंदूला वाटत राहते की कामतबाई आपल्याला कपडे करतात ते आपल्यासाठी नव्हे, तर त्यांच्या बंगल्याला शोभावे म्हणूनच, किंवा कामतबाईंची मुले खेळत राहतात आणि चंदूला मात्र खेळता येत नाही. एकंदरीत चंदू आणि कामतबाई हे वेगवेगळ्या वर्गाचे प्रतिनिधी आहेत, हेच येथे सूचित होऊन जाते.

यांत्रिकीकरणाचाच एक परिणाम म्हणजे औद्योगिक संस्कृती निर्माण होत जाते. या संस्कृतीचे बळी म्हणजे चंदू आणि झोपडपट्टीतील माणसे होत.

यांत्रिकीकरणाचा एक महत्त्वाचा भाग म्हणजे तिच्या आगमनाबरोबर पारंपरिक व्यवसाय कोसळून पडतात आणि या व्यवसायावर जगणाऱ्यांचे जगणे उद्ध्वस्त होऊन जाते. अशा वेळी पारंपरिक व्यवसाय करणाऱ्यांना एक तर यांत्रिकीकरणाशी जुळवून घ्यावे लागते अगर नष्ट व्हावे लागते; परंतु यांत्रिकीकरणाशी जुळवून घ्यायचे म्हणजे भांडवल लागते आणि प्रशिक्षण लागते. या दोन्ही गोष्टी खेड्यात शक्य होत नाहीत. म्हणून यांत्रिक युगाच्या आगमनाचा परिणाम भारतीय बलुतेदार, कारागिरांवर फार मोठ्या प्रमाणात झाला. दुर्दैवाने या दृष्टीने यंत्रयुगाचा मराठीत फारसा विचारच झाला नाही. जो झाला तो जीवनाला यांत्रिकता प्राप्त होऊन जगणेच अर्थहीन होते, अशा स्वरूपाचा झाला. (म्हणजे मर्ढेकर-गाडगीळ यांच्या अनुषंगाने)

आनंद यादव यांना या बलुतेदारांच्या जीवनाचे उद्ध्वस्त होणे जाणवलेले आहे. त्यांच्या 'शेवटचं पायताण' या कथेत चांभाराच्या जीवनाची कोसळण ते प्रकट करताना दिसतात. अर्थात हे करीत असताना शहरी माणसाची जगण्याची पद्धती, शहरांमधून वाहणारा अतिरिक्त पैसा आणि एकूणच खेड्यातील दारिद्र्य, याचेही चित्रण येथे येऊन जाते.

कथेतील निवेदकाला गावाकडे जायचे आहे आणि त्यासाठी तो चपला घ्यायला बाजारात जातो. तेथे दुकानांतून उत्तम रीतीने सजावट करून सुंदर सुंदर चपला मांडून ठेवल्या आहेत. चपलाही वेगवेगळ्या डिझाईन्सच्या आहेत; परंतु त्या महाग आहेत. त्याला वाटते गावातल्या आपल्या चांभाराकडून भक्कम चपला बनवून घ्याव्यात आणि तो

वहाणा न घेता गावाकडे येतो. येताना घरातल्या फाटक्यातुटक्या सगळ्या वहाणा भावंडांसाठी घेऊन येतो. त्या पाहून आईला फार आनंद होतो. त्या सर्व जोडून घेऊन आपण वापरू, असे तिला वाटते. याचा अर्थ, शहरी लोकांनी टाकून दिलेल्या अनेक वस्तू खेड्यातील लोकांना अप्रुपाच्या वाटतात. अर्थात या वाटण्यामागे त्यांचे दारिद्र्य आहे, हे उघड आहे. शेवटी आपल्या बलुतेदार चांभाराकडे निवेदक जातो, तर तेथे कमालीचे दारिद्र्य पसरलेले. एके काळी तेथे समृद्धी नसली तरी सुख होते; परंतु रबरी वहाणांच्या जमान्यात त्याचा सगळा धंदा बसला आहे, असे निवेदकाच्या लक्षात येते. एकंदरीत नव्या काळात, नव्या यंत्र युगात आणि भांडवली संस्कृतीमध्ये पारंपरिक व्यवसाय करणारे नामशेष होणार, हेच जणू येथे लेखक सूचित करतो आहे. 'कष्टांची लक्ष्मी' या कथेतील अनुभवबंधही असाच आहे. नव्या युगाला साजेशा झाडण्याच्या वस्तू आल्यावर पारंपरिक झाडूला कोण विचारणार? किंबहुना त्यामुळेच दिवाळीला होणारी झाडूची पूजाही मागे पडते. हे ज्या व्यावसायिकाला कळत नाही, त्याची पुरेपूर निराशा होणारच, ही जाणीव लेखक या कथेतून चांगल्या रीतीने प्रकट करतो.

'सत्काराचा नारळ' ही कथा असाच एक आगळावेगळा अनुभव साकार करते. गावातील कुंभारांचा व्यवसाय मोडकळीस आलेला; परंतु शिकूनही कुंभाराच्या मुलाला नोकरी मिळत नाही. तो आपला पारंपरिक व्यवसाय करतो आहे. त्याला गावातील पुढाऱ्याचा मुलगा गणपती करायला सांगतो. त्याच्याजवळ कलादृष्टी असल्यामुळे त्याचा गणपती अतिशय चांगला होतो. त्याला वाटते पुढाऱ्याच्या पोराच्या संगतीने आपले भले होईल. परंतु जमलेली वर्गणी खाण्या-पिण्यात उधळली जाते आणि या कलावंत पोराच्या वाट्याला शेवटी सत्काराचा केवळ नारळच येतो. येथे कुंभाराच्या जीवनाची परवड तर येतेच; परंतु राजकारणातल्या माणसांचे खोटेपणही लेखक प्रकट करीत जातो.

आज खेड्यापाड्यात राजकारण येऊन पोहोचले आहे आणि ते पैसा व जात या दोन गोष्टींवर उभे आहे. 'सत्काराचा नारळ' या कथेत पैशाचा होणारा अपव्यय जसा येतो त्याप्रमाणेच 'गावचा मुख्यमंत्री' या कथेत आर्थिक दृष्टीने गरीब असलेला माणूस अंतिमतः पैसेवाल्यासाठीच कसा राबत राहतो याचे चित्रण येऊन जाते.

जात हा घटकही आजच्या राजकारणातील एक महत्त्वाचा घटक झाला आहे, याची जाणीव आनंद यादव 'फळ्या आणि पारंब्या' या कथेत अगदी सूक्ष्मपणे प्रकट करतात. बाबासाहेब सुतखंडे यांनी त्यांच्या परिसराचा कायापालट केलेला. त्यांच्या मृत्यूनंतर दादासाहेब देशमुखांकडे नेतृत्व जाते. कारण दादासाहेब कायम त्यांच्याबरोबरच असायचे; परंतु बाबासाहेबांच्या मृत्यूनंतर त्यांचे उचित स्मारक करण्यासाठी सगळ्यांना वाटते की गावाचे नावच बदलावे. रामपूरला बाबासाहेबांचे नाव द्यावे. परंतु दादासाहेब मात्र याला कुणाला न कळेल असा विरोध करीत राहतात. कारण रामपूर या नावाशी त्यांच्या घराण्याचा पूर्वेतिहास निगडित आहे; परंतु या कथेचा आपण बारकाईने विचार करू लागलो की, त्या भागातील बहुसंख्य विणकर आणि मराठा असा तणाव लेखक सूचित करतो आहे, हेच लक्षात येते. जाती-जातीतला दुरावा लेखक मोठ्या कौशल्याने सूचित करू पाहतो आहे.

ग्रामीण भागातील राजकारण आणि औद्योगिकीकरणाचा एक अपरिहार्य परिणाम म्हणजे भ्रष्टाचाराला आलेले एक उधाण. किंबहुना भांडवलदारी अर्थव्यवस्थेचे अपत्य म्हणजे भ्रष्टाचार होय. या भ्रष्टाचाराचे चित्रण त्यांच्या 'फाट्याचे पाणी' या कथेतून येते. लाचलुचपत प्रतिबंधक कार्यालयातील माणसेच कशी भ्रष्ट आहेत आणि त्यामुळे सैन्यातून परत आलेल्या माणसावर कशी आपत्ती येते, याचे चित्रण या कथेतून मोठ्या समर्थपणे येते.

एकंदरीत बदललेल्या वास्तवाकडे पाहण्याचा एक रोखठोक दृष्टिकोन येथे व्यक्त होताना दिसतो. तसेच वास्तवाचे विश्लेषण करणारी एक दृष्टीही लेखक प्रकट करीत जातो. त्यामुळेच केवळ समकालीनत्वात ही कथा हरवत नाही, तर परिणामकारक होत जाते. कलात्मक होत जाते.

ही नवी दृष्टी लेखक कशी प्रकट करतो, ते उपरोक्त कथांच्या विश्लेषणावरून लक्षात यावे. पण हा नवा दृष्टिकोन अधिक ठसठशीतपणे प्रकट होतो तो 'नवा हिशेब' आणि 'हिरवी संस्कृती' या दोन कथांमधून. 'नवा हिशेब' या कथेत

अडलेल्या एका कुटुंबाला गावातील डॉक्टर मदत करतो. म्हैस घेऊन देतो आणि काही महिने दूध घालावे अशी अट घालतो. कुटुंबाला फार आनंद होतो. सर्व व्यवस्थित चालत राहाते; परंतु मध्येच डॉक्टरची बदली होते. डॉक्टर म्हैस परत मागायला लागतो किंवा मी सांगेन तिथे दूध घाला, असे सांगायला लागतो. भोळीभाबडी माणसे आधीच उपकाराच्या ओझ्याने वाकलेली. त्यामुळे त्यांना डॉक्टरचे म्हणणे पटायला लागते; परंतु घरातील शिकलेला मुलगा दुधाच्या वाढलेल्या भावाने हिशेब करतो आणि डॉक्टरकडेच पैसे फिरतात, असे दाखवतो. दमदाटीही करतो. डॉक्टर निमूटपणे निघून जातो. येथे एक हिशेब पूर्ण होतो. परंतु गोरगरिबांच्या अज्ञानाचा, हतबलतेचा, दारिद्र्याचा फायदा शिकलेली माणसे कशी घेतात आणि संपूर्ण व्यवस्थेचाच एक नवा हिशेब मांडणे कसे आवश्यक आहे, हेच आनंद यादव या कथेतून सूचित करतात.

'हिरवी संस्कृती' ही कथा अनेक अर्थांनी लक्षणीय आहे. या कथेतील निवेदक मूळचा खेड्यातला; परंतु शहरात येऊन स्थायिक झालेला. (या संग्रहातील आणखी काही कथांमध्ये असाच निवेदक येतो. जणू खेड्यातून आलेला माणूस खेड्याकडे कसा दुराव्याने पाहतो आहे, हेच त्यांना अशा निवेदकाद्वारा दाखवायचे असावे.) प्राध्यापकीसारख्या व्यवसायात रमलेला, बंगल्याच्या परिसरात न परवडणारी बाग करणारा असा आहे. त्याचा ओढा गावाकडे अजूनही आहे; परंतु तो आता शहरातच अधिक रमू लागलेला. त्याचे एक लक्षण म्हणजे तो पतकी नावाच्या क्लासेस चालविणाऱ्या गृहस्थाबरोबर क्रमिक पुस्तके लिहू लागलेला आहे. पुस्तकाचे लेखन बरेच झालेले आहे आणि तेवढ्यात गावाकडून पत्र येते की, त्याच्या भावाने शेतकरी आंदोलनात भाग घेतला आणि त्यात तो जखमी झाला आहे. प्राध्यापकास अतिशय राग येतो. तो त्यास खरमरीत पत्र लिहितो; परंतु क्रमाने त्याच्या मनात बदल होत जातो, शेती टिकली पाहिजे असा विचार मनात तीव्र होतो आणि तो गावाकडे जायला निघतो. अंतिमतः शेती करणारा आपला भाऊ आदि पुरुषोत्तम आहे, असे वाटायला लागते. येथे शहरातले केवळ पैशाभोवती फिरणारे जग आणि पैसा मिळो न मिळो; परंतु शेती तर केलीच पाहिजे, असे मानणारे एक ग्रामीण जग यांच्यातील ताण लेखक चित्रित करीत जातो. 'हिरवी संस्कृती' हीच खरी संस्कृती आहे असे सूचित करीत जातो.

फक्त या 'हिरव्या संस्कृती'ची पुनर्मांडणी करण्यासाठी 'नवा हिशेब' घातला पाहिजे. हे मात्र त्यांच्या सर्वच कथांमधून सूचित होत जाते. या दृष्टीने त्यांच्या अनेकविध कथांमधून आलेली विचारदृष्टी लक्षात घेता येते. खेड्यातल्या श्रमांना किंमत मिळत नाही, यासंबंधीची जाणीव 'हिरवी संस्कृती'मधून प्रकट होते. तसेच छापील पुस्तकी जगाचे तोकडेपणही या कथेतून लेखक प्रकट करतो. किंवा खेड्यातील आर्थिक स्तर आणि शहरातील आर्थिक स्तर यांतील कमालीची तफावत लेखक 'चावीचं पाणी' या कथेतून सूचित करतो. रोज अल्प मजुरीवर काम करणाऱ्या माणसांना नळाचे पाणी परवडत नाही, कितीही कष्ट पडले तरी दुरून पाणी आणणेच परवडते, हे तो या कथेतून प्रकट करीत जातो. कधी कधी सगळ्या शहरी व्यवहाराकडे लेखक अतिशय उपहासपूर्ण दृष्टीने पाहतो. भाष्य करतो. 'उद्योग वसाहत', 'गीताबाई मरण पावली', 'शेवटचं पायताण', 'कष्टांची लक्ष्मी', 'भोवळ', 'भिंत' यांसारख्या कथांमधून लेखक शहरी जीवनावर जे भाष्य करतो, ते मोठे महत्त्वाचे आहे. किंबहुना त्याची जीवनदृष्टी प्रकट करणारे आहे, नवा हिशेब मांडू पाहणारे आहे. यातूनच ग्रामीण जीवनानुभवाचा एक वेगळा अर्थ ते देऊ पाहतात. या नव्या अर्थामुळेच येथील त्यांची कथा समकालीनत्वाच्या पलीकडे गेली आहे, असे म्हणावे लागते.

डॉ. नागनाथ कोत्तापल्ले
८८०५७७०८८८
Email : kottapallenagnath@gmail.com

आनंद यादव यांचे कथाविश्व

१९४५ ते ५० या काळात इतर वाङ्मयप्रकारांबरोबर मराठी कथेतही आमूलाग्र परिवर्तन झाले. भावे, गोखले, माडगूळकर, गाडगीळ यांनी मराठी कथेला नवतेचे परिमाण दिले. माडगूळकरांनी नवकथेला माणदेशी जीवनाचा अस्सल मराठमोळा साज बहाल केला. माडगूळकरांच्या कथेपासूनच ग्रामीण कथेला ग्रामीण संवेदनशीलतेचे परिमाण लाभले. त्यापूर्वीची सुखटणकर-मोटे यांची कथा ग्रामीण होती; परंतु तेथे लेखक मध्यमवर्गीय दृष्टिकोनातून ग्रामजीवनाचे चित्रण करीत होता. परिणामी, त्याच्या कथेला काही मर्यादा पडल्या. दिघे-ठोकळ यांची ग्रामीण कथा रंजनवादी प्रवृत्ती टाळू शकली नाही. म्हणूनच माणदेशी ग्रामीण जीवनाचे अस्सल दर्शन घडविणारी माडगूळकरांची कथा हीच ग्रामीण कथेची खरी सुरुवात मानावी लागते.

माडगूळकरांच्या पाठोपाठ शंकर पाटील, उद्धव शेळके, हमीद दलवाई, रणजित देसाई, अण्णाभाऊ साठे, शंकरराव खरात, द.मा. मिरासदार ही कथाकारांची पिढी उमेदीने लेखन करू लागली. शंकर पाटलांनी सातारा-कोल्हापूर परिसर आपल्या कथेत साकार करण्यास प्रारंभ केला. उद्धव शेळके यांनी विदर्भातील ग्रामजीवनास आपल्या कथेचा विषय बनविले. हमीद दलवाई

यांनी कोकणी ग्रामजीवन चित्रित करण्याचा प्रयत्न केला. अण्णा भाऊ-शंकरराव खरात यांनी माडगूळकरांच्या आधीपासूनच दलितांची वेदना शब्दरूप करण्यास सुरुवात केलेली होती. द. मा. मिरासदार यांनी ग्रामजीवनातील विनोद अचूकपणे पकडून विनोदी ग्रामीण कथेचा नवा प्रवाहच निर्माण केला.

याच काळात ग्रामीण कथेच्या क्षितिजावर काही नवे लेखक उदयास येत होते. यांत रा. रं. बोराडे, आनंद यादव, सखा कलाल, मधू मंगेश कर्णिक, चारुता सागर, महादेव मोरे, बाबा पाटील आदी नावे उल्लेखनीय ठरतात. म्हणजे आनंद यादव यांनी आपले कथालेखन सुरू केले तो काळ नवकथेच्या आणि ग्रामीण साहित्याच्या लोकप्रियतेचा होता.

तथापि, या काळातल्या ग्रामीण कथेत प्रदर्शनात्मकता आणि परिचयात्मकता हे दोष ठळकपणे दिसत होते. प्रमुख लेखक कादंबरीकडे वळल्याने कथालेखनाचे क्षेत्र दुर्लक्षित झाल्यासारखे वाटत होते. शंकर पाटील हे ग्रामीण माणसाचे मन समजावून घेऊन त्याला अभिव्यक्त करीत होते; परंतु इतर लेखक केवळ अनुकरणात्मक स्वरूपाची ग्रामीण कथा लिहीत होते. ग्रामीण कथा अजूनही आविष्कारासाठी ग्रामीण बोली भाषेचा अवलंब करण्याइतकी धीट झालेली नव्हती. लेखकाचे निवेदन प्रमाण मराठीतून आणि पात्रांचे संवाद ग्रामीण बोलीतून, या स्वरूपात ग्रामीण कथा लिहिली जात होती. शंकर पाटलांनी आपल्या अनेक कथांतून पात्रांच्या भावभावना त्यांच्या ग्रामीण बोलीतून व्यक्त केल्या होत्या; परंतु त्यांची निवेदनपद्धती प्राधान्याने प्रमाण मराठीच होती. याच काळात विनोदी ग्रामीण कथेचा प्रवाह निर्माण झाला आणि फोफावला. द. मा. मिरासदारांनी ग्रामजीवनातील विनोद अचूकपणे टिपला; परंतु प्रत्येकालाच ती किमया साध्य झाली नाही. इतर अनेक लेखकांनी ग्रामीण चुटके-किस्से सांगून आपल्या विनोदी कथा सजविल्या. त्यामुळे त्या कथांमधून ग्रामजीवनाचे उथळ असे चित्रण झाले. शहरी मध्यमवर्गीय वाचकांच्या मनोरंजनासाठी ही कथा लिहिली जात होती. ग्रामीण कथेचा वाचक वर्गही हाच होता. त्यामुळे त्याच्या अभिरुचीच्या मर्यादा एकूणच ग्रामीण कथेवर पडलेल्या होत्या.

या वाङ्मयीन वातावरणात यादवांनी आपले कथालेखन सुरू केले. ग्रामीण मनाच्या प्रत्यक्ष अभिव्यक्तीशिवाय खरी ग्रामीण कथा जन्माला येणार नाही, या भूमिकेतून यादवांनी 'खळाळ'मध्ये संकलित झालेली कथा लिहिण्यास प्रारंभ केला.[1] ('खळाळ'मधील कथालेखनापूर्वी त्यांनी 'मातीखालची माती'मध्ये संकलित झालेली कथात्मक व्यक्तिचित्रे लिहिली होती.) शंकर पाटलांच्या कथेत ग्रामीण माणसाच्या मनाविषयी लेखक बोलत होता, तर यादवांच्या कथेत स्वतः ग्रामीण माणूसच बोलू लागला. शंकर पाटील क्वचित पात्रांच्या व्यक्तित्वाशी समरस होऊन प्रथमपुरुषी निवेदनपद्धतीने त्यांच्या भावभावना शब्दरूप करीत होते; परंतु यादवांनी पात्रांनाच बोलायला लावले. येथे लेखकाची भाषा आणि पात्रांची भाषा असा वेगळेपणा उरलाच नाही. वर्णनाचा पसारा टाळून आशयानुकूल तेवढीच वर्णने करण्याची पद्धत अवलंबिली गेली. त्यामुळे यादवांची कथा अधिक 'लघू' झाली. 'खळाळ'मधील कथा प्राधान्याने 'लघू' आहे, ती यामुळेच. याबाबत स्वतः यादवांनीही पूर्वसूरींचे हे ऋण मान्य केले आहे. त्यांनी स्वतःच म्हटले आहे की, विशेषतः पाटलांच्या पुढे जाण्याची धडपड मला करावीशी वाटली.[2]

'खळाळ'कथासंग्रहामध्ये ग्रामीण माणूस स्वतःच आपली कथा सांगताना दिसतो. 'धुणं', 'उनाचं', 'इंजेन', 'बायकू-पोरं' या कथांतून लेखकाने व्यक्तींच्या भावनांचे सखोल चित्रण केले आहे. 'धुणं'मधील येशाचे तानीवर प्रेम आहे; परंतु त्याला आपली प्रेमभावना व्यक्त करता येत नाही. अनेक परींनी आपले प्रेम व्यक्त करण्याचा प्रयत्न तो करतो; परंतु तानी त्याच्या मनातला भाव ओळखू शकत नाही. मोटेच्या तुटण्यातून त्याच्या मनातील भावनांची विफलता सूचित केली जाते. 'उनाचं' या कथेतही फाटक्या मोटेला ठिगळं लावून आणण्यासाठी निघालेल्या रामूला वाटेत रखमा भेटते. रखमावर त्याचं फार प्रेम होतं; परंतु त्यांचं लग्न होऊ शकलं नाही. जुन्या आठवणी निघतात. आज जणू त्या आठवणींची उजळणी करण्यात रामू आनंद मिळवतो.

शेवटी तो म्हणतो, 'जातो, ठिगळं लावून घेऊन येतो.' त्याच्या या वाक्यातून त्याच्या मनाची अवस्थाच सूचित होते. 'इंजेन' या कथेत सित्याच्या भावाभिव्यक्तीसाठी त्याच्या भोवतालच्या वस्तूंचे चेतनीकरण केले जाते. 'इंजेन आल्यापासून मोटवाण कंबारडं मोडल्यागत आणि जीव काढून घेतल्यागत पडून असते. चाक-कणाही बिनघुमताच तोंड शिवल्यागत गुमान राहतो. बैलांची वाट बघून धाव तशीच पाटाकडंला, जीव नकोसा होऊन भुकेजलेल्या माणसागत पडून राहते.' विहिरीचे हे मनोगत पाहा : 'हिरीला वाटत हुतं, आज ना उद्या आपलं कुजत चाललेलं पाणी ही बैलं आपल्या मोटेनं ढवळतील नि पालापाचुळ्यासकट उपसा करून मन निवळसंख करतील...' पर तिच्या मनात पू तसाच जमत चालला हुता... सावलीत बसून ती इंजनाचा भूत भूत भूत भूत आवाज ऐकायची. धाव, मोटवाण, विहीर यांची ही अवस्था होते, तर हातातून मोटनाडा गेल्यापासून सित्याच्याही गळ्यातलं गाणं मुकं होतं. बैलांच्या वाट्याला सत्ता नसल्यागत नांगरट-कुळवट असली सोभा नसलेली टंपरवारी कामं येतात.'

गंगाधर गाडगीळ, शंकर पाटील ज्या स्वरूपाचे मनोविश्लेषण करतात, त्या स्वरूपाचे मनोविश्लेषण येथे येत नाही. उदाहरणार्थ, 'बायकू-पोरं' या कथेतील शेतमजूर माणूस हा बायकोच्या आणि मुलांच्या कामचुकारपणाने वैतागला आहे. कुटुंबासाठी त्याला एकट्यालाच राबावं लागतं. एखादा दिवस तरी बिनकामाचा बिडी ओढत निवांत काढावा, एवढीच त्याची इच्छा आहे; परंतु तीही कधी पूर्ण झाली नाही. त्याचे मनोगत बराचसा कथाभाग सांगून जाते. तो म्हणतो, ''पोरं नुसती खायापुरती घरात. राबणारा एकटा मी... त्या मेलेल्या ढोराला जशी सगळीकडनं कुत्री, गिधाडं, कावळं लचकून खात्यात आणि ते बिचारं गुमान पडल्यालं असतंय, तसं माझं झालंय... कामाची काळजी... डोंगराचा कडा अंगावर ढासळावा, तशी रात अंगावर ढासळतीया.'' हे त्याचं मनोगत कथाभाग सांगणारे पात्रमुखी निवेदनच आहे. त्याचबरोबर त्याची मनःस्थितीही त्यातून व्यक्त झाली आहे. अशा मनःस्थितीतच रात्री त्याला जे स्वप्न पडते, त्यातून त्याचे मनोविश्लेषण लेखक साधून जातो. त्याच्या भारभूत मनःस्थितीचा परिणाम म्हणून त्या स्वप्नाचा विचार करावा लागतो. तो स्वप्नातून जागा झाल्यावर बायको म्हणते, ''आजचा दीस फुकटच गेला. सांज हुईत आलीया. कुठं रोजगाराचं काम उद्याच्याला मिळतंय का बघून या.'' नाइलाजाने तो उठतो. म्हणतो, ''मी उठलो... भुलीवल्यागत हुईत हुतं. कुठं जावं कायच कळंना.''

'खळाळ'मधील कथा ग्रामजीवनाच्या अधिक जवळ सरकली आहे. खेड्यातला सामान्य माणूस, त्याचे दुःख, दैन्य, दारिद्र्य आणि एकूणच भावविश्व हा या कथेचा विषय आहे. ही कथा फक्त खेड्यात न राहता, शेतातही रमते. शेतमळ्यातील मजुरांचे सुखदुःख ती समजावून घेते. 'मोट' या कथेतला हिऱ्या बैल मेल्यावरही मोट होऊन मालकाच्या शेतात राबताना दिसतो. 'इंजेन' ही यंत्रसंस्कृतीचे कृषी संस्कृतीवरील आक्रमण चित्रित करणारी महत्त्वाची कथा आहे. सामान्य शेतमजूर हाच या कथेच्या केंद्रस्थानी आहे. 'मोट', 'इंजेन' या कथांतील मालक कठोर व्यवहारी आहे. त्याला आपल्या नोकरांच्या भावना समजतात; परंतु त्यांची कदर करणे त्याला परवडत नाही. कृषिसंस्कृतिप्रधान ग्रामजीवन हा 'खळाळ'मधील कथेचा स्थायीभाव आहे.

या कथेच्या आविष्कारशैलीतही हा बदल जाणवतो. व्यक्तीच्या भावनांना अनुकूल ठरेल, असाच आकार ही कथा धारण करते. म्हणजेच तिचा आविष्कार आशयानुकूल असतो. ती कधी नाट्यछटा, स्वगत या रूपांत अवतरते, तर कधी संवादरूपाने नाट्यात्म बनते. उदा. 'राजावाणी', 'मुंडरी', 'माणूस', 'सासुरवाशीण' या कथा नाट्यछटेचा आकृतिबंध घेऊन अवतरतात, तर 'धुणं', 'उनाचं' यांत नाट्यात्मता अवतरते. यादवांची 'खळाळ'मधील कथा काव्यात्मतेचे सामर्थ्य व्यक्त करते. 'मोट' या काव्यात्म कथेत हिऱ्या बैलाच्या कथेच्या माध्यमातून शेतमजुराच्या जीवनाचे कारुण्य व्यक्त होते. मोटेच्या रूपाने 'हिऱ्यानं जलमभर नि जलम

संपल्यावरबी पिकाला पाणी पाजलं' (मोट), 'भुईला दुपट्याबाळुत्याची सपनं पडत असतील' (सून), 'बायकोची अब्रू दिव्यागत' (मुंडरी), 'मग बापूच्या मनात गवतं झुलायची' (बाळा पाडा) अशा अनेक वाक्यांतून यादवांच्या निवेदनशैलीतील काव्यात्मता प्रतीत होत राहते.

तसेच चेतनगुणोक्तीचा वापर केल्याने वर्णने जिवंत होतात. 'हिरीच्या पलीकडची खोप वळचण डोळ्यांवर धरून गाडीतल्या पेटीकडं बारीकबारीऽक बघत हुती', 'मोडून नव्यानं घाटलेल्या मांडवात इंजेन काळाघूस नटलेला न्हवरा बसल्यागत दिसत हुतं... जलमभर त्येच्यासंगं नांदायची पाळी हिरीला येणार हुती.... दुसऱ्या बाजूची मोटवाणं इंजनाकडं पुन्नापुन्ना मान वाकवून निरखून बघत हुती' (इंजेन). त्याचप्रमाणे चेतनावर अचेतनाचा आरोप केल्याने वर्णने विरोधाने उठावदार होऊन काव्यात्म होतात. उदा. 'शेजारीच एका दगडावर दुसरा दगूड चिकटून ठेवल्यागत मालक बसला हुता.' कधी कधी चेतनगुणोक्तीचा वापर कृत्रिमही वाटतो. उदा. 'वाऱ्याच्या कानात वरची झाडं खुसखुसून हसली' (धुणं). सामान्यतः मूल्यभाव व्यक्त करण्यासाठी मृत्युसूचक संकेतांचे उपयोजन लेखक करतो. उदा. 'इंजेन' या एकाच कथेत येणारी ही वाक्ये पाहा : 'धा-बारा जणांनी मढं उचलल्यागत इंजेन उचललं', 'मोटवाणीचं तर कंबारडंच मोडल्यागत झालं. आपला जीवच कुणीतरी काढून घेतल्यागत तिला वाटलं', 'व्हळीची निम्मी वैरण गेली नि मुंडकं तुटून गेलेल्या जनावरांच्या मुडद्यागत दिसणारी तेलाची दोन ब्यारेलं बैलांनी रातचं जाऊन ठेचा खाईत वडून आणली', '...ती (विहीर) इंजनाचा भूत भूत भूत भूत आवाज ऐकायची.'

'खळाळ'मधील कथेत ग्रामीण माणूसच बोलू लागल्याने आविष्कारमाध्यम म्हणून ग्रामीण बोलीचा वापर अटळ ठरला. यादवांनी जाणीवपूर्वक आणि आत्मविश्वासपूर्वक ग्रामीण बोली भाषा उपयोजिली आणि त्यामुळे कथाविषय झालेल्या ग्रामीण जीवनानुभवाला वास्तवाचे परिमाण प्राप्त झाले. 'खळाळ'मध्ये ग्रामीण बोलीचे समर्थ उपयोजन यादवांनी केले, हे स्पृहणीय असले, तरी ग्रामीण कथेचे आविष्कारमाध्यम म्हणून ग्रामीण भाषेविषयी त्यांनी घेतलेली आग्रही भूमिका मान्य करणे कठीण आहे. आपली भूमिका मांडताना यादव लिहितात, ''ग्रामीण कथेसाठी ग्रामीण भाषा यशस्वीपणे वापरली, तर सकृद्दर्शनीच कथा ग्रामीणता धारण करते. तिचं दृश्य रूप ग्रामीण वाटू लागतं. घटना, प्रसंग, पात्रं, परिसर यांचं नागर मनानं नागर भाषेत वर्णन करू लागलात, तर तेवढ्या प्रमाणात ग्रामीणता दूषित होते किंवा गढूळली जाते, असं म्हणता येईल. तृतीयपुरुषी नागर भाषेतील निवेदन हे अशा रीतीने ग्रामीणता गढूळ करण्यास कारणीभूत होतं, असं म्हणावं लागेल.''[३] नंतरच्या काळात त्यांची ही भूमिका सौम्य झाली आहे; परंतु या काळात त्यांनी ही भूमिका आग्रहपूर्वक मांडली होती. एवढेच नव्हे, तर 'खळाळ'मधील कथेत घटना, प्रसंग, पात्रे, निसर्ग, पात्रांचे मन, त्यांची भाषा हे सर्व ग्रामीणच ठेवल्यामुळे ती कथा 'विशेष' ग्रामीण वाटते किंवा तिची ग्रामीणता शुद्ध पाण्यासारखी वाटते, असे त्यांनी म्हटले आहे;[४] परंतु, या भूमिकेमुळेच 'खळाळ'मधील कथेला मर्यादा पडल्या आहेत, घटना-प्रसंगांचे केवळ नागर मनाने आकलन करणे हे ग्रामीण जीवनानुभवाला न्याय देणारे ठरू शकणार नाही हे खरे; परंतु कथेचा आविष्कार नागर भाषेत केल्याने ग्रामीणता गढूळ किंवा दूषित होते, हे यादवांचे प्रतिपादन असयुक्तिक वाटते.

तृतीयपुरुषी नागर भाषेतील निवेदनपद्धतीमुळे ग्रामीणता गढूळ होते म्हणून ग्रामीण भाषेचा अवलंब करणारी प्रथमपुरुषी निवेदनपद्धती वापरणे किंवा क्वचित लेखकाच्या निवेदनाचेच उच्चाटन करून केवळ संवादतंत्राने किंवा नाट्यछटातंत्राने कथा लिहिणे हे प्रयोग यादवांनी केले; परंतु ते पुरेसे यशस्वी झाले नाहीत. उदा. 'सुख' या कथेचा शेवट कृत्रिम वाटतो. सीतेप्रमाणे आपल्याही दाराशी दुभती म्हैस असावी, हे स्वप्न उराशी बाळगणारी बायना ही कथा सांगते. अंगावर जुनेर, अनवाणी अशा स्थितीत सीतेबरोबर चालताना ती

सांगते, ''...आणि माझ्यामागनं माझ्यातली दुसरी बायनी येत हुती. हातात पितळंची लख्ख कासांडी, दुधानं भरलेली, फेस वर फसफसतोय. बायनीच्या पायात नव्याकोर चेपल्या त्याला घाटलेल्या कुरकुर वाजणाऱ्या. अंगावर इकत घेतलेलं ढाबळी लुगडं. दंडाला हिरवी पुणेरी चोळी, तिच्यात पैसे खवलेलं. कपाळाला ठळक कुक्कू.'' कारण आता तिच्याही दारात म्हैस आली आहे. तिची सुखाची कल्पना पूर्ण झाली आहे; परंतु आपल्यातल्या दुसऱ्या बायनेचं तिने केलेले वर्णन तिच्या ग्रामीण निवेदनपद्धतीशी आणि व्यक्तित्वाशी सुसंगत ठरत नाही. ती निवेदनपद्धती लेखकाने तिच्यावर लादली आहे, असे वाटते. ग्रामीण माणसाचे मन व्यक्त करायचे असेल, तर ग्रामीण माणसालाच बोलते केले पाहिजे, हा अट्टाहास बाळगल्यामुळे ही आपत्ती ओढवली आहे.

ग्रामीण बोलीभाषेचा अवलंब करणाऱ्या प्रथमपुरुषी निवेदनपद्धतीचा एवढा अट्टाहास यादवांनी करायला नको होता, असे वाटू लागते. '' 'खळाळ'मधील कथेत प्रसंग, पात्रं, निसर्ग, पात्रांचं मन, त्यांची भाषा हे ग्रामीणच ठेवलं आहे. नागर मनाचा, वृत्तीचा त्याला स्पर्श होऊ न देण्याचा प्रयत्न केला आहे,''[५] असे त्यांनी म्हटले आहे; परंतु त्यांचा हा प्रयत्न पुरेसा यशस्वी झालेला नाही, असे म्हणावे लागते. याचा अर्थ सर्वच कथा फसलेल्या आहेत, असा मात्र नाही. याच निवेदनपद्धतीने लिहिल्या गेलेल्या 'इंजेन', 'घातमोड', 'बाळा पाडा', 'मुद्या', 'सून' अशा अनेक कथा खास ग्रामीण ठरतात. 'सून' या कथेसाठी उपयोजिलेली प्रथमपुरुषी निवेदनपद्धती पात्राच्या स्वभावाशी सुसंगत ठरते. ग्रामीण कथावाङ्मयाच्या संदर्भात 'खळाळ'चे स्थान महत्त्वाचे ठरते, ते या कथांमुळेच. अर्थात, ही निवेदनपद्धती प्रत्येक वेळी कथानुभवाला पुरेसा न्याय देऊ शकेलच असे नाही, हे लक्षात आल्यावर यादवांनी ही भूमिका सोडलेली आहे, हे आपणास ज्ञातच आहे.

'खळाळ'मधील कथा पूर्वसूरींच्या तुलनेत प्रयोगशील होती; परंतु त्यातच अडकून न पडता, यादवांच्या कथेने 'डवरणी'या कथासंग्रहाच्या रूपाने पुढील विकसनशील वळण घेतले. 'खळाळ'च्या तुलनेत 'डवरणी'मधील कथेत जाणवणारा हा बदल केवळ वरवरचा नाही, तो लेखकाच्या जाणिवांचा बदल आहे. कारण स्वातंत्र्योत्तर काळात ग्रामीण जीवनात होत चाललेले बदल यादवांना अंतर्मुख करीत होते. बदलाची ही प्रक्रिया या काळात अधिक गतिमान झालेली होती. एकूणच 'डवरणी'तील कथाशयाचा आवाका 'खळाळ'च्या तुलनेत बदललेला व अधिक व्यापक झालेला जाणवतो. 'डवरणी'आधी यादवांचा 'आदिताल' हा कथासंग्रह प्रसिद्ध झालेला होता. (या कथासंग्रहाचा परामर्श याच प्रकरणात पुढे घ्यावयाचा आहे.) 'खळाळ'मध्ये रूपवादी जाणिवांच्या कोशात अडकलेली यादवांची कथा 'डवरणी'च्या रूपाने बाहेर पडली, असेच म्हणावे लागेल.

ग्रामजीवनातील दारिद्र्याचे चित्रण करताना यादव मूलभूत मानवी भावनांचा शोध घेतात. उदाहरणार्थ, 'कोंडमारा' या कथेत गरिबीमुळे मानसिक कोंडमारा झालेल्या दत्तूची व्यथा चित्रित झाली आहे. आईने आणि बायकोने संतूच्या मळ्यात कामाला जाऊ नये, असे दत्तूला वाटते; परंतु आईचाही नाइलाज असतो. दुसरीकडे काम मिळत नाही. म्हणून पुन्हा चार दिवसांनी संतूकडेच कामाला जावे लागते. कोंडमारा असह्य होऊन दत्तू बायकोला मारहाण करतो. वेळीअवेळी घरी येणाऱ्या संतूलाही झोडपून काढतो. 'खताची गाडी'मधील धोंडबा हा एक सामान्य शेतकरी आहे. मोठ्या शेतकऱ्यांच्या दबावाखाली तो चिरडला जात आहे. मुलांना शिकवणे त्याला शक्य नाही. उलट पुढे मदतीला होतील म्हणून तो मुलांना शिकवीत नाही. परिणामी, धोंडबासारखेच हलाखीचे जीवन मुलांच्याही वाट्याला येते.

दारिद्र्य, व्यसनाधीनता आणि बदफैलीपणा यात पिचलेले ग्रामजीवन हा 'डवरणी'मधील कथांचा विषय आहे.

'उखडलेली झाडे' हा कथासंग्रह म्हणजे 'डवरणी'मधील कथेचा पुढील विस्तार म्हणावा लागेल. ग्रामीण

भागातील बदलत्या वर्तमान वास्तवाचे प्रखर भान व्यक्त करणारी ही कथा ग्रामविकास, सुधारणा, उद्योगीकरण यांत अधःस्तरीय ग्रामीण समाज कसा भरडून निघत आहे, उखडला जात आहे, हे दाखवून देते.[६] या कथेला द. दि. पुंडे यांनी यादवांच्या कथेच्या विकासाचा पुढील टप्पा म्हटले आहे. पुंडे लिहितात, ''त्यांचा हा कथासंग्रह म्हणजे 'वर्तमान मराठी खेड्यावरचे' आणि त्या संदर्भात एकूणच मराठी समाजावरचे प्रातिनिधिक भाष्य वाटावा, अशा योग्यतेचा आहे.''[७]

सामान्य शेतमजुरांचे जीवन येथेही चित्रित होतेच. 'चावीचं पाणी'मध्ये किसन आई आणि बहिणीला पाण्याचा त्रास होऊ नये, म्हणून साडेचारशे रुपये खर्च करून पाण्याची चावी बसवतो; परंतु आईला हे मान्य नाही. म्हणून किसन नोकरीच्या गावाला निघून जाताच ती नळाचा पाईप विकून टाकते. एक तर गावात रोजगार नाही. त्यात हिशेब केला, तर तिचा महिन्याचा रोजगार पाणीपट्टीत जात होता. संतापलेल्या किसनाला ती समजावते, ''घरात बसून पाणी पिऊन काय करू? धा वर्स ती चावी वापरली तर हे घर इकून पैसं भरावं लागतील.'' शेवटी सर्व परिस्थितीचा विचार केल्यावर किसनालाही वाटू लागते की, आईने केले तेच बरोबर केले. गावातल्या कुठल्याच रोजगाऱ्याच्या नशिबात चावीचं पाणी नाही, तर आईच्या नशिबी तरी ते कसे असणार? 'भोवळ' ही सुशिक्षित बेकार तरुणाचे वैफल्य चित्रित करणारी कथा आहे. नोकरी शोधताना आलेल्या विपरीत अनुभवांमुळे आपण कशासाठी शिकलो, हेच त्याला कळेनासे होते. ढोंगी राजकारणी लोकांची चीड येऊन तो वेड्यासारखा पोस्टरवर शेण मारत राहतो.

'कष्टांची लक्ष्मी', 'शेवटचं पायताण' या खेड्यातल्या परंपरागत व्यवसाय करणाऱ्या कारागिरांच्या हलाखीच्या परिस्थितीचे चित्रण करणाऱ्या कथा आहेत. 'कष्टांची लक्ष्मी' ही मातंग समाजातील एका विधवा स्त्रीची कथा आहे. केरसुण्या विकून ती कष्टांची भाकर मिळवू पाहते; परंतु तिच्या कष्टांना मोल नाही. शहरातल्या झाडू वापरणाऱ्या स्त्रिया तिच्या गावंढळ केरसुण्या घ्यायला तयार नाहीत. उद्योगीकरणाच्या तडाख्यात या ग्रामीण कारागिरांची कशी वाताहत झाली, याचे चित्रण 'शेवटचं पायताण' या कथेतही समर्थपणे येते. तुकाच्या तोंडून चांभार समाजाची व्यथा व्यक्त होते. जवळ भांडवल नाही, म्हणून धंदा वाढवता येत नाही आणि कोणाजवळ भांडवल मागावे, तर गावातल्या लोकांचा कोणावर विश्वास नाही. त्याच्याकडे जोड करायला टाकला, तर साधे आगाऊ पैसे द्यायलाही कोणी तयार नाही. आपल्या परिस्थितीत सुधारणा होण्याची कुठलीच आशा तुकाला वाटत नाही. चांभाराला साधे बलुते द्यायलाही आता कोणी तयार नाही. तुटकी खेटरे सांधून जे मिळेल, त्यावर तुकाला गुजराण करावी लागते आहे. हा बदल अपरिहार्य आहे, हे तुकाला कळते. ''जन्मभर गावाची खेटरं सांधली म्हणून का कुणी आम्हास्नी पेन्सूल देणार हाय?'' हे त्याचेच शब्द आहेत. रोज सात-आठ तुटलेली खेटरे सांधायला मिळाली तरी जगाचे आपल्यावर खूप उपकार होतील, एवढेच त्याचे म्हणणे आहे. पुढचे पायताण तुकाकडून घ्यायचे ठरवूनही लेखक त्याच्याकडे पुन्हा जाऊ शकला नाही. तुकाच्या हातचे ते पायताण शेवटचेच ठरले.

'गावचा मुख्यमंत्री', 'फळ्या आणि पारंब्या' या कथा ग्रामीण राजकारणाचे चित्र रेखाटतात.

'हिरवी संस्कृती', 'पाषाणाची माणसं' या खेड्यातल्या मातीत आपली मुळे शोधणाऱ्या माणसांच्या कथा आहेत. शहरात राहणारे प्रा. भोईटे (हिरवी संस्कृती) मूळचे शेतकरी आहेत. आजही गावाकडे त्यांची शेती आहे. शेतीकडे पाहणाऱ्या आपल्या भावाने शेतकरी आंदोलनात सहभागी होऊन दुखापत करून घेऊ नये, असे त्यांना वाटते; परंतु भावाच्या पत्रामुळेच त्यांचे मतपरिवर्तन होते. दत्तूने लिहिले आहे की, ''माझ्या मरणाच्या मोबदल्यात शेतमालाच्या किमती निदान ना नुकसान, ना फायदा एवढ्या जरी वाढवून मिळाल्या, तरी गावची पोरंबाळं सुखानं जगतील. एवढं झालं तरी पुढची पिढी शेतावर राहील. नाहीतर ती खेडं सोडून

दाही दिशांनी निघून जाईल.'' कोणत्याही परिस्थितीत शेती टिकवली पाहिजे, या निर्धाराने भोईटे गावाकडे जातात. जाताना 'खेडी आहेत, म्हणून देश आहे, शहरे आहेत. आपण आहोत, संस्कृती आहे. म्हणून शेती जगवली पाहिजे,' असे विचार त्यांच्या मनात घोंघावत असतात.

शहरातल्या लोकांसाठी खूप कार्य करणाऱ्या जंगम साहेबांची मुळे (पाषाणाची माणसं) त्यांच्या खेड्यात रुतली आहेत. शहरातल्या लोकांची कठोर वृत्ती पाहून ते विटतात. खेड्यातल्या आपल्या माणसांसाठी काही केले पाहिजे, ही जाणीव त्यांना होते आणि तत्क्षणी ते आपल्या खेड्याकडे परतण्याचा निर्णय घेतात.

शहरात फोफावणाऱ्या भांडवलशाही संस्कृतीमुळे माणसामाणसांतील अंतर कसे वाढत चालले आहे, याचे चित्र 'उद्योग वसाहत' आणि 'भिंत' या कथांतून यादवांनी रेखाटले आहे. भांडवलशाही व्यवस्थेत 'नाहीरेऽ' समाजाचे श्रम विकत घेण्याची तंत्रे फक्त बदलतात. प्रवृत्ती तीच असते आणि त्यामुळे 'नाहीरेऽ' समाज आहे तेथेच राहतो.

अशा प्रकारे 'डवरणी' आणि 'उखडलेली झाडे' मधील कथा या 'खळाळ'च्या तुलनेत आपले वेगळेपण दाखवून देतात. 'खळाळ'मधील कथा आत्ममग्न आहे, तर 'उखडलेली झाडे'मधील कथा अधिक समाजवास्तवनिष्ठ आहे. 'डवरणी'त हे संक्रमण स्पष्ट दिसून येते. हे कथालेखन सुरू असताना आणखी काही वेगळ्या स्वरूपाचे आणि वेगळ्या प्रकृतिचे कथालेखन यादवांनी केले आहे. त्याचा परामर्श घेणे आवश्यक ठरेल.

'खळाळ'मध्ये संकलित झालेली कथा लिहिण्याआधी यादवांनी 'मातीखालची माती'मध्ये संकलित झालेली व्यक्तिचित्रे लिहिली होती. १९६० च्या सुमारास ग्रामीण साहित्याला अफाट लोकप्रियता लाभलेली होती. माडगूळकरांची 'माणदेशी माणसे' लोकप्रियतेच्या शिखरावर होती. त्या धर्तीवर आपणही आपली कोल्हापूरकडची माणसे रंगवावीत, असे यादवांसारख्या नवोदित लेखकास वाटले असावे. याच काळात (१९६०) त्यांचा 'हिरवे जग' हा अत्यंत लोकप्रिय ठरलेला कवितासंग्रह प्रसिद्ध झाला होता. त्यातून त्यांची ग्रामजीवनचित्रणाची असोशी दिसून आली होती.

'मातीखालची माती'मधील व्यक्तिचित्रांचे स्वरूप पाहता, त्यांना व्यक्तिचित्रणात्मक कथा म्हणणेच अधिक योग्य ठरते. 'हाताबुडी आलेला शिवा' या पहिल्याच कथेत लेखकाने आपल्या लहान भावाचे व्यक्तिचित्र रेखाटले आहे. शिकलेला मोठा मुलगा शेतीच्या कामाला उपयोगाचा नाही, म्हणून वडिलांनी शिवाला हाताशी धरले आहे. शेतात कराव्या लागणाऱ्या कष्टांबाबत शिवाची फारशी तक्रार नाही. चुकारपणा करीत का होईना, काम करावे लागणारच आहे, हे त्याला माहीत आहे; परंतु एवढे राबून किमान पोटभर भात तरी मिळावा, एवढीच त्याची इच्छा आहे. शेतीसाठी कराव्या लागणाऱ्या अमाप कष्टांतून शेतकऱ्यांची सुटका नाही. लंगडा गोपा नापीक जमिनीतही निष्ठेने राबत राहतो. लंगडा असूनही अमाप कष्ट करतो. तरीही दुसरीकडे मिळेल त्या मजुरीत काम करण्याची तयारी त्याला ठेवावी लागते. त्याला कामासाठी बोलवायला गेलेल्या कथानिवेदकाला मुलगा वारल्यामुळे तो कदाचित येणार नाही असे वाटते; परंतु गोपाचा पोटापुढे नाइलाज आहे. तो म्हणतो, ''त्येला काय हुतंय? पोटाच्या पाठी लागून ते मेलं. आमीबी असंच एक दीस मातीआड व्हायचं पॉट पॉट करत!''

बाबजी ही एक वैशिष्ट्यपूर्ण व्यक्तिरेखा आहे. दुर्दैव जणू त्याच्यापाठी हात धुऊनच लागले आहे. तरीही बाबजी आला दिवस आनंदात घालवतो. आई-बापांविना वाढलेला बाबजी पत्नी म्हणून रखमा या देवदासीचा स्वीकार करतो. आपल्याला मूल व्हावे, असे दोघांनाही खूप वाटते. उशिरा का होईना, त्यांची इच्छा पूर्ण होण्याची लक्षणे दिसू लागतात आणि रखमा मृत अपत्याला जन्म देते. त्याच वेळी मोरी कुत्री पाच पिलांना जन्म देते. रखमा म्हणते, ''हिकडचा जीव तिकडं गेला. तीच आपली लेकरं. त्यास्नी जपू या. तिकडंच जीव

लावू या.'' तेव्हापासून खरोखरच दोघे त्या मुक्या प्राण्यांना अपत्यवत माया लावतात. बाबजीचे तर झाडाझुडपांवरही अपार प्रेम आहे. तो म्हणतो, ''या आंब्याच्या रोपाला याक पान फुटलं की, माझ्या अंगाला पान फुटल्यागत वाटतंय. हे सुख का थोडं हाय? माझं मन ह्या घोडं-खोपीवर जडलंय. ह्या शेतावर, इळ्या-खुरप्यावर, कुत्र्या-मांजरावर, झाडाझुडपावर बसलंय. त्येंची उस्तवारी करताना मनात सुखाचं पेव फुटतंय. कशाला मग पॉर नि बाळ?''

'फुला आत्ती' हा खेड्यातल्या कजाग आणि तोंडाळ स्त्रीचा उत्तम नमुना आहे. वंशाचा दिवा म्हणून पोराला उनाडक्या करायला मुभा देते आणि स्वतः कष्ट उपसत राहते. मुलगा होत नाही म्हणून सुनेला छळणारी फुला आत्ती सातव्या बाळंतपणात नातू झाल्यावर हरखून जाते. सुनेला 'आता तू बसून खा' म्हणून सांगते, कारण आता तिच्या वंशाला दिवा मिळालेला असतो.

याखेरीज बैलविक्रीचा आतबट्ट्याचा व्यवहार करून अडचणीत आलेला भाडेकरू दत्तू, उकिरड्यावर उगवलेल्या आंब्याच्या कोयीसारखा जगलेला पोरका दिन्या, खादाडपणापायी लाज सोडलेला धोंडबा खादाड्या, हजार सबबींवर कामचुकारपणा करणारा फुकटचा शेतगडी, मूळचा पुरुष असूनही स्त्रीच्या भावना असलेला सखाराम अशा अनेक व्यक्तिरेखांचा परिचय आपणास या कथासंग्रहात होतो. कथांतील भावाविष्काराचे स्वरूप पाहता, 'खळाळ'मधील कथेच्या पाऊलखुणा येथेच जाणवतात, असे म्हणावे लागते.

'भूमिकन्या', 'झाडवाटा' आणि 'उगवती मने' या कथासंग्रहांतून यादवांच्या कथेचे अधिक परिणत रूप समोर येते. 'दारिद्र्य, प्रतिकूल परिस्थिती आणि पुरुषप्रधान जीवनशैली यांच्याकडून होणारे आजन्म शोषण सोस सोस सोसणाऱ्या भारतीय स्त्रीच्या करुणार्द्र आणि कष्टमय जन्मास समर्पण' ही 'भूमिकन्या' या कथासंग्रहाची अर्पणपत्रिकाच इतकी बोलकी आहे की, तिच्यावरून या कथासंग्रहाचे एकूण अनुभवविश्व नजरेत भरते.

स्वातंत्र्य मिळून अर्धशतक उलटले तरी कित्येक माणसे अजूनही सोयी-सुविधांपासून इतकी वंचित आहेत की, त्यांना 'आदिजन्मातली माणसे' म्हणणे योग्य ठरावे, अशी परिस्थिती आहे. 'आदिजन्मातली माणसं' या कथेत हीच जाणीव अभिव्यक्त होते. साध्या प्राथमिक सुविधांपासूनही दूर असलेली ही माणसे इतकी सहनशील आहेत की, आपण वंचितांचे जिणे जगत आहोत हेही त्यांना माहीत नाही. या कथेतील एका दुर्गम खेड्यात राहाणारी विधवा बहीण आपल्या सनातन मूल्यव्यवस्थेला इतकी घट्ट चिकटून बसली आहे की, पतीच्या हातचा म्हातारा बैल विकणे तिला कदापि मान्य नाही. त्याला विकणे म्हणजे आपल्या दिवंगत पतीला विकल्यासारखे ठरेल, असेच तिला वाटते. एवढेच नव्हे, तर घरादारात आता तेवढाच एक बापय माणूस उरला आहे, असे ती म्हणते. दिवाळीनिमित्त तिच्या घरी गेलेल्या भावालाही तिच्या भावनांना धक्का लावू नये, असेच वाटते.

घरात लग्नाला आलेली मुलगी असेल आणि तशातच शेतकामात गुंतलेला घरातला बापय माणूस त्याबाबत उदासीन असेल किंवा त्याला वेळच मिळत नसेल तर आईला किती काळजी वाटते, याचे प्रत्यंतर घडवणारी कथा म्हणून 'लेक लग्नाची' या कथेकडे पाहता येईल. खरे तर, गावात आलेले पाहुणे दुसऱ्याच एका मुलीला पाहायला आलेले असतात; परंतु ऐन वेळी त्या घरात कोणीतरी मरण पावल्याने ते आल्या पावली परतण्याच्या विचारात असतात. तथापि, 'माझी बी लेक लगनाची हाय. आलाईसा तसं तिला बघून जावा' असे सांगून या कथेतील आई त्यांना घरी घेऊन येते. ऐन वेळी पाहुण्यांच्या स्वागतासाठी तिची जी धांदल उडते, ती वाचण्यासारखी आहे. एखाद्या 'गिरामीण' लेखकाने विनोदी कथेचा मसाला म्हणून या प्रसंगाचा वापर केला असता; परंतु यादवांनी तसे होऊ दिलेले नाही, हे लक्षात घेणे आवश्यक आहे.

'वाकळ' ही ग्रामीण मूल्यव्यवस्थेचे चित्रण करणारी प्रतीकात्मक कथा आहे. १९८६ मध्ये 'सारिका' या हिंदी नियतकालिकाने आयोजित केलेल्या भारतीय भाषांमधील कथास्पर्धेत या कथेला दुसरा क्रमांक मिळाला

होता. स्पर्धेसाठी एकूण २००० भाषांतरित कथा आलेल्या होत्या. यावरूनही या कथेची गुणवत्ता लक्षात येऊ शकेल. शहरी जीवनपद्धतीत राहणीमान कितीही सुधारले असले, तथाकथित अर्थाने आधुनिक झाले असले तरी लेखकाला आपल्या साध्या ग्रामीण संस्कृतीचीच ओढ आहे. गावाकडे जाताना बायकोच्या आग्रहावरून तो आईसाठी उबदार रग घेऊन जातो; परंतु आईला मात्र आपली जुनी वाकळच प्रिय असते. आईला वाकळ शिवता यावी म्हणून तो जमतील तेवढे जुने सुती कपडेही सोबत घेऊन जातो. या सर्व प्रकाराबद्दल त्याची पत्नी उबग व्यक्त करते; परंतु त्याला आईचा स्वभाव पुरता माहीत आहे. एवढा महागडा रग पांघरला तर झोपच येणार नाही, असे तिला वाटते. आई म्हणते, ''वाकळंची तऱ्हा न्यारी असती. कितीबी उन्हाळा असू, पावसुळा असू, न्हाईतर थंडाळा असू, वाकाळ ती वाकाळच. उन्हाळ्यात अंगाला गार लागती, पावसुळ्यात कोमट लागती नि थंडाळ्यात उबदार लागती आणि फडक्यांच्या तुकड्या तुकड्याला तुमच्या आठवणी येत्यात, अंगावर घेतल्यावर कशी माझी पोरंबाळं, लेकीसुना, नातवंडं माझ्याजवळ असल्यागत वाटत्यात...'' थोडक्यात, वाकळ ही सामूहिक कुटुंबजीवनाचे प्रतीक होऊनच समोर येते.

'फुटलेलं पाणी' या कथेतील सासुरवाशिणीचं माहेर गावातच आहे; परंतु क्रूर स्वभावाच्या नवऱ्यापुढे ती हतबल आहे. आईच्या भेटीलाही तिला जाता येत नाही. तिचे मन सारखे आईकडे ओढ घेत असते. शेतात पिकाला पाणी भरायचे काम करता करता आपल्या मनाचा हा सल ती सखीजवळ व्यक्त करताना दिसते; परंतु तेवढेही समाधान तिला लाभत नाही. बोलण्याच्या नादात असताना तिकडे पाणी फुटते आणि तेवढ्यात नवरा तिला मारायला धावतो. सुमार रूपामुळे परित्यक्ता झालेल्या बहिणीला भावाच्या घरातही जागा नाही (बायकांचा जलम). तो सारखा बहिणीचा दुःस्वास करतो. तिला आपल्या लहान भावाच्या लग्नालाही जाता येत नाही. ती मोठ्या उत्साहाने आणि आनंदाने निघायची तयारी करते; परंतु लग्नघराला कुलूप लावून जाणे योग्य नाही, या सबबीखाली तिला मागे राहावे लागते.

प्रतिष्ठेच्या जुनाट कल्पनांपायी स्त्रीचा कसा बळी जातो, हे 'नरमेध' या कथेचे सूत्र आहे. सुखदेवराव देशमुख यांची कन्या सुमन नवऱ्याच्या धाकाने आणि सवतीच्या जाचाने भ्रमिष्ट होऊन नाइलाजाने बापाच्या दारात येते; परंतु तिथेही तिची सावत्र आई तिला ओळखायला तयार नाही. सुमन बापाच्या कुशीत शिरून हंबरडा फोडते; परंतु बाप म्हणतो, ''देशमुखाघरची लेक हाईस. बाईमाणसाचा जन्म घेऊन आलीयास. हितं मरायचं ते तिथं जाऊन सतीसावित्री होऊन मरायचं.''

कधी काळी श्रीमंत लोकांच्या आश्रयाने विलासी जीवन जगलेल्या; परंतु काळाच्या ओघात निराश्रित झालेल्या अलका या नायकिणीची आणि तिच्या मुलीची (मुमताज) परवड 'टवके उडालेला मोर' या कथेत चितारली जाते. एका अर्थाने ही नायकिणींच्या जीवनाची सद्यःस्थितीतील हलाखी वर्णन करणारी एक प्रातिनिधिक कथा म्हणावी लागेल. नायकिणीच्या पोटी जन्म घेतल्याने धड लग्न नाही की धड समाजाश्रय नाही, अशा पेचात मुमताज सापडली आहे. काय करावे हेच तिला कळत नाही. अलकामा तिच्यासाठी तळमळते आहे; परंतु तीही हतबल झाली आहे. 'पुण्याकडे कुठे आमच्या समाजाची मुलं असतील तर पाहा' म्हणून ती कथानिवेदकाला विनवणी करताना दिसते.

या कथा केवळ स्त्रीजीवन आणि ग्रामजीवन केंद्रित आहेत म्हणून लक्षणीय ठरत नाहीत, तर त्यांना लाभलेला कलात्म घाट हाही तेवढाच लक्षणीय आहे. वास्तवाला केवळ वास्तव म्हणून साहित्यात महत्त्व नसते, तर त्याला कलारूप किती लाभले आहे, हेही महत्त्वाचे असते. साहित्यकला ही शेवटी 'कला' आहे, हे कधीही नजरेआड करता येत नाही. मात्र हेही तेवढेच खरे, की साहित्य हे साहित्य आहे की नाही, हे कलानिकषांवर ठरत असले तरी त्याची गुणवत्ता आणि श्रेष्ठता जीवनमूल्यांच्या संदर्भात ठरत असते.

समकालीन ग्रामीण स्त्रीमनाचा आणि स्त्रीजीवनाचा कलात्मक वेध घेणाऱ्या कथा म्हणून 'भूमिकन्या'मधील कथा निश्चितच लक्षणीय ठरतात.

'झाडवाटा'मधील कथेत यादवांचे ग्रामसंस्कृतीविषयीचे चिंतन सर्जनशील पातळीवर व्यक्त झाले आहे. 'झाडांची रानवाट' ही या संग्रहातील प्रातिनिधिक कथा म्हणता येईल. मुलांना शेतीविषयी म्हणावी तेवढी आस्था उरली नसली, तरी आपल्या नातवाने तरी तिच्यापासून दूर जाऊ नये, असे दरुम्माला वाटते. परंतु शहरीकरणाच्या प्रक्रियेत ग्रामव्यवस्था आणि ग्रामव्यवस्थेचा आधार असलेली शेतीही नामशेष होत चालली आहे. नव्या पिढीत व्यक्तिवादी आत्मकेंद्रित जाणिवा विस्तारत चालल्या असून, एकत्र कुटुंबपद्धतीला तडे गेले आहेत. अशा परिस्थितीत निराश झालेल्या दरुम्माचा अंत जवळ आला आहे. नाहीतरी तो घरात असूनही नसल्यासारखाच आहे. पाटलाच्या मर्तिकाला जाऊन आल्यावर तो अंथरुणावर पडतो, तो पुन्हा न उठण्यासाठीच. सकाळ होते. तरीही तो का उठला नाही, याची साधी चौकशीही कोणी करत नाही.

दुष्काळात खेड्यातील माणसांचे पाण्याशिवाय किती हाल होतात, याचं चित्रण 'दुष्काळानंतरचा पाऊस' या वास्तवदर्शी कथेत आहे. हातावर पोट असलेल्या शेतमजुराला काम करणारे हातच गमावून बसायची वेळ आल्यावर कोणत्या परिस्थितीला तोंड द्यावे लागते, याचे चित्रण 'हात' या कथेत येते. 'पालवी आणि पानगळ' या कथेतील शेतकऱ्यावर बापाने दारू आणि जुगार यापायी करून ठेवलेल्या कर्जामुळे परागंदा होण्याची वेळ येते. कित्येक वर्षांनी तो गावाकडे येतो तेव्हा त्याला कोणीही ओळखत नाही. आपल्या भावांचे फुललेले संसार पाहूनच त्याला समाधान मानावे लागते. सर्वसामान्य माणूस दारिद्र्य, अज्ञान, कर्जबाजारीपणा, बेरोजगारी या खाईत पिचून निघत असताना त्याच्याच जिवावर राजकारण करणारे धनदांडगे लोक मात्र आपल्याच मस्तीत जगत आहेत. भ्रष्टाचाराच्या मार्गाने पैशाला पैसा जोडत आहेत आणि वरून साळसूदपणे गरिबांच्या कल्याणाच्या गोष्टी सांगत आहेत. स्वातंत्र्योत्तर भारताचे हे विदारक चित्र आहे. 'नवे वळण' या कथेत भ्रामक विकासाच्या नावाखाली सुरू असलेल्या घटना-घडामोडींचे उपरोधपूर्ण चित्रण आले आहे.

बदलत्या काळात ग्रामजीवनात होणारे बदल, तरीही अजून जुन्या इष्टानिष्ट रूढीपरंपरांचा होणारा आढळ, कुजलेले राजकारण, भ्रष्ट नोकरशाही इत्यादी अनेक बाबींचे या कथासंग्रहातील चित्रण समकालीन वास्तवावर प्रखर प्रकाश टाकते.

स्त्रीजीवन हे ज्याप्रमाणे 'भूमिकन्या' या कथासंग्रहाचे मुख्य केंद्र आहे, त्याप्रमाणे बालमन हे 'उगवती मने' या कथासंग्रहाचे मुख्य आशयकेंद्र आहे. या कथांमधून बालमनाची विविध रूपे समृद्धपणे रेखाटली गेली आहेत. 'भय' ही कथा बालमनात लपून बसलेल्या भयजाणिवेचा आविष्कार घडविते. भुताविषयीची भीती हा बालमनावर झालेल्या संस्कारांचाच एक भाग असतो. हडळ, वेताळ, भुतांची पालखी, त्यांना दिले जाणारे उतारे, एखाद्याला भुताने घोसाळणे अशा अनेक गोष्टी बालमनात घर करून असतात.

'दाट किर्र गवत' या कथेतील सुशीने तिच्या समवयस्क बालमित्राचे भावजीवन इतके व्यापून टाकले आहे की, सुशीच्या मृत्यूची कल्पनाही तो करू शकत नाही. ती मरण पावली तरी त्याला ते खरं वाटत नाही. माणूस मरतो म्हणजे काय होते, हेच तो समजू शकत नाही. आपली बालमैत्रीण सुशी अजूनही आपल्याशी खेळू शकते, बोलू शकते असे त्याला वाटते. परिणामी, इतरांच्या दृष्टीने ती भूतबाधा ठरते. कालांतराने त्याचेही मन वास्तव स्वीकारण्याइतके समजदार बनते. तर 'ऊन' या कथेतील बाळक्याला आईच्या बदफैलीपणाची चीड येते, वेळीअवेळी घरी येणाऱ्या कदमावर सूड घ्यावा असे वाटते; परंतु पोटात उसळणाऱ्या भुकेपुढे त्याचा नाइलाज होतो. त्याला शेवटी आईलाच शरण जावे लागते.

'आदिताल'मध्ये यादवांच्या कथेचे आणखी एक वेगळे रूप प्रत्ययास येते. मानवी मनातील आदिम

कामभावनेचा वेध घेण्याचा प्रयत्न या कथांतून यादवांनी केला आहे. लेखकाला स्त्री ही प्रकृतीच्या रूपातच भावते. मूलतः सर्जनाचे निमित्त म्हणूनच ती पुरुषाचा उपयोग करते.

'आदिताल'मधील कथांना आणखी एक बाजू आहे. या कथांतून चित्रित झालेल्या अनुभवांच्या माध्यमातून यादवांनी कलानिर्मितीच्या गुंतागुंतीच्या प्रक्रियेचा शोध घेतला आहे. कलानिर्मिती ही अत्यंत व्यामिश्र अशी प्रक्रिया असते. कला हे कल्पित रूप असले, तरी वास्तवातील घटितांची निवड करीतच लेखक ते घडवीत असतो. त्यामुळे वास्तव आणि कल्पित यांतील भेद अधोरेखित झाल्याशिवाय राहत नाही. 'विश्वासघात', 'रक्तसंगम', 'अनवाणी', 'हरवलेला सोनचाफा', 'प्रेमाच्या भरात' या कथांतून निर्मितिप्रक्रियेच्या काळात लेखकास कोणत्या मानसिक संघर्षातून जावे लागते, याचा प्रत्यय येतो. एकूणच 'आदिताल'मधील कथा हे यादवांच्या कथेचे चिंतनशील रूप आहे. पुढील काळात १९८५ मध्ये प्रसिद्ध झालेल्या 'माउली' या कादंबरीतही यादवांनी मूलभूत मानवी प्रेरणांचा शोध घेण्याचा प्रयत्न केला आहे. त्याचे पूर्वरूप या कथांमध्ये दिसून येते.

यादवांची विनोदी ग्रामीण कथा 'घरजावई', 'माळावरची मैना' आणि 'शेवटची लढाई' या तीन संग्रहांत समाविष्ट झाली आहे. यादवांची कथा दोषांपासून मुक्त नसली, तरी तिच्या काही जमेच्या बाजूही लक्षात घेतल्या पाहिजेत. पहिली बाब म्हणजे कथेतील विनोद केवळ शाब्दिक नाही; तो प्राधान्याने प्रसंगनिष्ठ आहे. जीवनात घडणाऱ्या विसंगतिपूर्ण परिस्थितीत तो जन्मतो. त्यामुळे एखाददुसरी कथा वास्तव जीवनदर्शनाची चुणूक दाखवून जाते. बाकीच्या इतर दोषांचे मूळ ही कथा प्राधान्याने कोणत्या वाचक वर्गासाठी लिहिली जात होती, याचा विचार करताना सापडते. या कथेचा वाचक प्राधान्याने शहरात राहणारा मध्यमवर्गीय माणूस हाच होता. सतत मध्यमवर्गीय जीवनाचे चित्रण करणारे साहित्य वाचून कंटाळलेल्या त्याच्या मनाला ही कथा रुचिपालटाचा आनंद देत होती. त्यासाठीच जणू तोही या कथेकडे वळत होता. परिणामी, मनोरंजनाच्या गरजेतून निर्माण झालेल्या या कथेतील जीवनदर्शन उथळ पातळीवरचे राहावे, हे स्वाभाविकच होते.

या कथा रंगवताना लेखकाने लोकसाहित्याच्या रूपाने ग्रामीण लोकमानसात प्रचलित असलेल्या विनोदी किश्शांचा मुक्तहस्ताने उपयोग केला आहे.

एकूणच ग्रामीण विनोदी कथा प्राधान्याने शहरी मध्यमवर्गीय वाचकाच्या मनोरंजनार्थ लिहिली जात होती (अजूनही लिहिली जाते.) या कथेच्या मर्यादा लक्षात आल्यानंतर यादवांनी या स्वरूपाचे कथालेखन थांबवलेले दिसते.

२००२ मध्ये प्रसिद्ध झालेला 'शेवटची लढाई' हा कथासंग्रह विनोदी कथांचा संग्रह म्हणून प्रसिद्ध झालेला असला, तरी त्यातील बहुतांश कथांना विनोदी म्हणता येईल, असे वाटत नाही. काही सामाजिक आणि राजकीय अपप्रवृत्तींवर उपहासात्मक आणि उपरोधात्मक पद्धतीने प्रहार करण्याचा प्रयत्न यादवांनी केला आहे; परंतु मुळात या स्वरूपाचे कथालेखन हा त्यांचा पिंड नसल्याने या कथा अपेक्षित परिणाम साधू शकत नाहीत.

यादवांच्या कथेचे साकल्याने आकलन करताना असे दिसून येते की, यादवांची कथा घटनेत रमण्याऐवजी माणसाच्या अंतरंगात शिरू पाहते. सामान्य ग्रामीण माणसाचे सुखदुःख हा तिच्या जिव्हाळ्याचा विषय आहे. त्या माणसाच्या सुखदुःखाला ती त्याच्याच भाषेतून आविष्कृत करू पाहते. येथेच ग्रामीण कथेला नव्या आविष्कारमाध्यमाचे परिमाण लाभले. याच अर्थाने यादवांची कथा माडगूळकर आणि शंकर पाटील यांच्या कथेचा विकास ठरते. 'खळाळ'मध्ये हा प्रत्यय विशेषत्वाने येतो. 'खळाळ'मधील कथा बोलते थोडे, सुचविते खूप. या कथेने 'कविप्रकृतीचे ग्रामीण कथाकार,' अशी यादवांची प्रतिमा निर्माण केली. 'खळाळ' आणि 'मातीखालची माती'मधील कथांच्या संदर्भात विवेचन करताना म.ना. अदवंत यांनी केलेली विधाने येथे लक्षात घेण्यासारखी आहेत. अदवंत लिहितात, '...तसा त्यांच्या कथांचा परिसर आणि त्यामधील अनुभूतीचा

आविष्कार ज्या उत्कटतेने होतो, त्यातच त्यांचे निराळेपण जाणवू लागते. आनंद यादव खरे रंगतात, ते ग्रामीण जीवनातील छोटे छोटे भावप्रसंग रंगविताना. अस्सल ग्रामीण बोलीत रंगवलेले खेडेगावातील जीवनाचे प्रसंग म्हणजे त्यांनी ग्रामीण जीवनाच्या एकेका पैलूवर पाडलेला प्रकाशझोतच. अशा त्यांच्या कथा अनेकदा संवादात्मक असतात. अनेकदा आत्मनिवेदनपर शैलीतून लिहिलेल्या असतात. अगदी थोडक्या शब्दांत खेडेगावातील जीवनाचे प्रखर दर्शन त्या घडवितात... त्यांची कथा ग्रामीण कथेच्या क्षेत्रात वेगवेगळे प्रयोग करते आहे– त्यातून त्यांची कथा आज-उद्या अगदी वेगळे रूप घेण्याची शक्यता आहे.'[८]

'खळाळ'नंतर यादवांच्या कथेचे स्वरूप बदलत गेले आहे. कारण लेखकाच्या जाणिवांमध्येच काही बदल झाले आहेत. 'आदिताल'मध्ये तर त्यांच्या कथेने वेगळ्याच स्वरूपाचे अनुभवविश्व सादर केले, हे आपण पाहिलेच आहे. 'डवरणी' आणि 'उखडलेली झाडे' हा यादवांच्या कथेचा अभिनव टप्पा होता. येथे चित्रणविषय झालेल्या ग्रामीण जीवनानुभवाला व्यापक स्वरूप लाभले. जाणिवांच्या बदलामुळे आविष्कारतंत्रही बदलले. ग्रामीण जीवनानुभव ग्रामीण बोलीभाषेतच व्यक्त झाला पाहिजे, असा आग्रह येथे राहिला नाही. तसेच ही कथा प्रथमपुरुषी आत्माविष्कारी पद्धतीऐवजी तृतीयपुरुषी निवेदन पद्धतीतून अवतरली. त्याबाबत विचार करता, 'उखडलेली झाडे' हा 'डवरणी'मधील कथेचा पुढील विस्तार होता. म्हणूनच म.द. हातकणंगलेकर यांनी केलेले, ''मराठी ग्रामीण कथेच्या दुसऱ्या कलावेधी व शैलीप्रयोगी टप्प्याचे श्रेय आनंद यादवांना द्यावे लागते, हे उघड आहे,''[९] हे विधान यादवांच्या समग्र कथासाहित्याच्या संदर्भात महत्त्वाचे ठरते. थोडक्यात, कलात्मकता आणि जीवनदर्शन या दोहोंचा समतोल साधणारी यादवांची कथा मराठी कथेत आपले वैशिष्ट्यपूर्ण स्थान निर्माण करते, असे निःसंदिग्धपणे म्हणता येईल.

संदर्भ

१. यादव, आनंद : 'खळाळ', मेहता पब्लिशिंग हाऊस, पुणे, आवृत्ती दुसरी, १९८४, पृ. १९५, डॉ. द.ता. भोसले यांना दिलेली मुलाखत.

२. तत्रैव, पृ. १९६

३. तत्रैव, पृ. १९७

४. तत्रैव.

५. तत्रैव.

६. पुंडे, द. दि. : 'उखडलेली झाडे' (आनंद यादव), मेहता पब्लिशिंग हाऊस, पुणे, आवृत्ती पहिली, १९८६, मलपृष्ठ.

७. तत्रैव.

८. अदवंत, म.ना. : 'प्रदक्षिणा', काँटिनेंटल प्रकाशन, पुणे, आवृत्ती सातवी, १९८०, पृ. १८८.

९. हातकणंगलेकर, म. द. : महाराष्ट्र साहित्य पत्रिका, जुलै-डिसेंबर १९८०, पृ. ५६.

डॉ. रवींद्र ठाकूर

९५६१२०२३६६

Email : ravindrathakur2011@gmail.com

५

आनंद यादव यांच्या आत्मचरित्रात्मक कादंबऱ्या

मान्यवर साहित्यिक आनंद यादवांची चरित्रात्मक आत्मकथा 'झोंबी' (१९८७), 'नांगरणी' (१९९०), 'घरभिंती' (१९९२) आणि 'काचवेल' (१९९७) या चार साहित्यकृतींतून प्रकाशित झाली आहे. 'झोंबी' त्यांतील पहिली. प्रथमतः तिने तिच्या शीर्षकाने आकृष्ट करून घेतले, अन् मग वाचताना अंतरंगाने खिळवून ठेवले. वास्तविक त्यांचे ग्रामीण जीवनदर्शन घडविणारे, राज्य सरकारचे पुरस्कार प्राप्त करणारे, त्यांच्या अनुभवाची विलक्षण जातकुळी सांगणारे लेखन यापूर्वीच प्रसिद्ध झाले होते. त्यांचा 'हिरवे जग' हा कवितासंग्रह, 'मातीखालची माती' हा व्यक्तिचित्रणात्मक संग्रह, 'गोतावळा' ही कादंबरी, असे लेखन याआधीच वाचनात आले होते. ते आवडलेही होते. तरी पण 'झोंबी'ची बात काही न्यारी होती. तिच्यात असे काही खास होते, की तिने मनावर गारुड केले. मन कित्येक दिवस त्या अनुभवविश्वात कोंडून पडले होते. त्यातून सुटका होत नव्हती. सारखा आन्दाच आठवायचा. त्याच्यासमोर संकटांचे डोंगर उभे. एक पार होतोय न होतोय तो दुसरा समोर पुन्हा उभाच. तो पार करतोय तर पुन्हा तिसरा समोर हजर आहेच. वाचताना जीव घाबरा व्हायचा. 'पुरे हा संघर्ष', असे वाटायचे. पुस्तक बाजूला ठेवून तरी तगमग कमी होतेय का? पाहायला जावे तर उलट

बेचैनी वाढायची. आन्दाची चिंता वाटायची. मग पुन्हा मुकाट्याने पुस्तक उघडावे लागायचे. दुसरा पर्याय नसायचा. ही सगळी जीवघेणी तगमग पुस्तक वाचून झाले तेव्हा संपली. एवढ्या सगळ्या संघर्षाला तो पुरून उरला अन् केलेल्या धडपडीला यश मिळून आन्दा एकदाचा मॅट्रीक झाला म्हणून सुटकेचा निःश्वास टाकला. जीव भांड्यात पडला. जणू आपल्यातल्या, जवळच्या कुणाला हे यश मिळालेय, तसा जीव सुखावला.

अनेक पुस्तकं आपल्याला आवडतात. ती वाचून पूर्ण होईपर्यंत हातातून खाली ठेववत नाहीत. पण अशा प्रकारे त्याच्या पात्रांमध्ये आपली मानसिक गुंतवणूक करणारी फार थोडी! 'झोंबी'ने ती सहज केली. 'झोंबी'ला पु. ल. देशपांडे यांनी प्रस्तावना दिलेली आहे. त्यात त्यांनी तिचे 'बाल्य हरविलेले बालकांड' असे जे वर्णन केले ते किती योग्य आहे, हे ते वाचून झाल्यानंतर कळले. त्यात त्यांनी म्हटल्याप्रमाणे आन्दा बालपण नुसते आठवत गेलेला नसून गवयाने राग आळवावा तसा आळवितही गेलेला आहे. त्या कलापूर्ण आळविण्यामुळे त्यास बाळपणीच्या कडू-गोड आठवणींच्या निव्वळ अहवालाचे रूप न येता त्यातून एका सुंदर ललितकृतीची निर्मिती झाली आहे. कलेचा स्पर्श झाल्याने त्या विलक्षण दाहक अनुभवातील नाट्य, अद्‌भुतता, उत्कटता ललित रूपात अवतरली आहे. ती सांगण्यासाठी त्यांनी आत्मचरित्रात्मक कादंबरीचा जो घाट स्वीकारला, तोही फार पोषक ठरला. काही वेळा सत्य हे कल्पिताहून अद्‌भुत असते. त्याची धग न सोसविणारी असते. इथे सत्य आणि कल्पिताच्या उभ्या-आडव्या धाग्यांनी विणलेल्या वस्त्रासारखी ही आत्मकथा कलाकृतीच्या मोहक रूपात अवतरते. एरवी एक खाचखळग्यांची, काट्याकुट्यांनी भरलेली अवघड वाट कोवळ्या पावलांनी कशी तुडविली, ही कहाणी इतक्या तटस्थ तादात्म्याने सांगणे, त्या आत्मकथाकाराला शक्य झाले नसते. खरं तर अशा प्रकारे आपल्याला अभिप्रेत असलेल्या आशयाच्या अभिव्यक्तीसाठी त्याला अनुकूल अशा घाटाची उपयोजना करणं, हेही जातिवंत प्रतिभावंताचे लक्षण आहे. एखाद्या बीजामध्येच जशा त्याच्या विकासाच्या सगळ्या शक्यता दडलेल्या असतात, त्याप्रमाणे स्वानुभवाच्या बीजातूनच हे सगळे साहित्य फुलून आले आहे. ज्या घरात शाळा, शिक्षण, पुस्तक, कविता, निबंध अशा गोष्टींचा गंध नव्हता, त्या घरात राहून त्यांनी शिक्षणाचा ध्यास घ्यावा; ज्या गावात प्रगती, सुधारणा, विकास, समृद्धी यांचा वाराही लागलेला नाही त्या गावात राहून त्याने त्यासाठी धडपड करावी; कुटुंब, जात, परिसर, पार्श्वभूमी, परिस्थिती, आर्थिक स्थिती, असे सगळे प्रतिकूल असताना प्रत्यही झगडत, नाउमेद न होता, जिद्दीने शिक्षण चालू ठेवत सरळ एस.एस.सी.ची मजल मारावी, हे सगळे वास्तव थक्क करून गेले.

ही सगळी अस्वस्थ करणारी आत्मकथा त्यांनी कादंबरीच्या अंगाने, कलात्मक संयमाने चितारली. त्यामुळे वास्तव जगात जे घडू शकेल अशी कल्पना करून लेखक कादंबरीतील विश्व जसे सजीव करतो, त्याऐवजी वास्तवात घडलेल्या पात्र प्रसंगांची, अनुभव, घटनांची पुनर्रचना करणे त्यांना शक्य झाले. त्यांनी रूढार्थाने आत्मचरित्र लिहिले नाही ते बरेच झाले. कारण त्यांचा पिंडधर्म मुळात एका कवीचा आहे. आजवर जगलेल्या आयुष्याचा पारंपरिक स्वरूपाच्या आत्मचरित्राच्या रूढपद्धतीने अन्वय लावताना त्यातील नाट्य, काव्य, भावपूर्णता, संवेदना, आत्मचरित्राच्या तर्कशुद्ध विवरणात्मक गद्य पद्धतीमध्ये कदाचित हरवून गेले असते. मात्र इथे आत्मकथा कादंबरीच्या अंगाने सांगितल्याने त्यातील जिवंतपणा, लालित्य आणि चैतन्य कायम राहिले. प्रख्यात हिंदी साहित्यिक मुन्शी प्रेमचंद यांनी कादंबरीला 'मानवी जीवनाचे चित्रण' असे म्हटलेले आहे. इथे आपल्याच जीवनानुभवांचा उपयोग करून निर्मिती अधिक रोचक करण्याचा हेतू आहे. त्याचा रचनाबंधाच्या दृष्टीनेही आणखी एक लाभ असा झाला की, आत्मचरित्रात संपूर्ण आयुष्याचा पट आलेला असतो आणि इथे 'झोंबी'त केवळ आन्दाच्या जन्मापासून त्याच्या एस.एस.सी. पर्यंतच्या धडपडीचा प्रवास आलेला आहे. त्यामुळे कलाकृती या नात्याने तिला एक पूर्णता आपोआपच लाभली आणि आत्मचरित्रातील तथाकथित सत्यदर्शन आणि वस्तुनिष्ठता या वादाच्या मुद्द्यांपासूनही ती दूर राहू शकली.

'झोंबी'तील मध्यवर्ती संघर्ष हा प्रामुख्याने रूढीपरंपरांच्या अधीन झालेले आणि दारिद्र्याच्या गर्तेत सापडलेले वडील आणि लेखक यांच्यातील आहे. त्यास काही अंशी वडिलांचा पिंडधर्म कारणीभूत आहे. हा संघर्ष मूर्त स्वरूपाचा म्हणजे व्यक्तीव्यक्तीतील आहे. कागलसारख्या कोल्हापूरजवळच्या खेडेगावात अशिक्षित शेतमजुराच्या पोटी जन्म घेऊन एकूण बारा भावंडांत वाढताना आधी हालअपेष्टा सोसणे नशिबी येते; त्यात याच्या शिक्षणाच्या तळमळीने भर घातली. ग्रामीण वातावरण, अज्ञान, दारिद्र्य, उपासमार, काबाडकष्ट, सोयी-सवलतींचा अभाव, कुणाचे मार्गदर्शन नाही. शाळेला उशीर झाला की मास्तरांचा मार आणि मळ्यात जायला उशीर झाला की वडिलांचा मार... अशी ही लहानग्या जीवाची ससेहोलपट. अशा सगळ्या प्रतिकूलतेतून जिद्दीने शिक्षणाचा ध्यास घेत स्वबळवर मॅट्रीक होण्यापर्यंतची कहाणी इथे आली आहे. या सगळ्या अनुभवातील धग विलक्षण आहे. तिच्या प्रत्ययकारितेमुळे ती अस्वस्थ करते. ही झोंबी आहे... शिक्षणाशी चाललेली... परिस्थितीशी चाललेली. तरीही हार न मानता शिक्षणाशी झोंबूनच राहणारी. तिचे शीर्षक अन्वर्थक ठरावे असाच संघर्ष इथे आला आहे.

'झोंबी' हे जसे सार्थ-समर्पक शीर्षक आहे तसेच 'नांगरणी' हेही आहे. या 'नांगरणी'च्या विविध अर्थच्छटा स्पष्ट करणारी एक फार छान मुक्तछंदातील कविता इथे सुरुवातीला आलेली आहे.

कणखर सकसता आणण्यासाठी
भूमीनं स्वतःवर धारदार अवजारांनी
आडवे उभे घाव घालून घेणे
आणि सूर्यभट्टीत होरपळणे
म्हणजे नांगरणी.
उत्तम पिकांच्या समृद्धीसाठी
शेतमळ्यांवर हिरवीगार साय साकळावी;
अंगाखांद्यावरच्या गाईगुरांना,
माणसाकाणसांना, किड्यामुंग्यांना,
चिमण्या-पाखरांच्या इवल्या चोचींना
मूठमूठ-चिमूटचिमूट चाराचणा मिळावा;
म्हणून– भूमीनं
स्वतःची सोशिकपणे केलेली उरस्फोड
म्हणजे नांगरणी.
इच्छा-आकांक्षांची पूर्तता करणारा पाऊस
कृपावंत होऊन पडावा म्हणून
तहानलेल्या पृथ्वीने वासलेली चोच
म्हणजे नांगरणी.
नांगरणी म्हणजे
हिरव्या चैतन्याला जन्म देऊ पाहणाऱ्या
सर्जनोत्सुक भूमीची घुसमटणारी
निर्मितिपूर्व करुणावस्था.

या कवितेतील उत्कट भाव, तिची उदात्तता, उद्याच्या उज्ज्वल भविष्यासाठी परिस्थितीच्या भट्टीत स्वतःला भाजून काढण्यामागची तळमळ फार सुंदर शब्दांत आलेली आहे. इथे मॅट्रीकनंतर एम.ए.ची पदवी मिळेपर्यंतचा काळ आलेला आहे. इथला संघर्ष वेगळ्या प्रकारचा आहे. एस.एस.सी. नंतर लेखक पुढच्या शिक्षणासाठी घरातून निघून गेल्याने तो संघर्ष प्रतिकूल परिस्थिती विरुद्ध लेखक असा आहे. म्हणजे तो काहीसा अमूर्त आहे. या विपरीत परिस्थितीला वाकवत, टाळत वा तिच्यावर नियंत्रण ठेवत; स्वतःच्या वासनाविकारांवर विजय मिळवित तो पुढे जात राहतो. म्हणजे पुन्हा स्वतःशी संघर्ष आहेच. आर्थिक प्रश्न तर पाचवीला पुजलेला आहेच. अनिश्चिती आहे. शिक्षणात खंड पडतो की काय, अशी सततची टांगती तलवार आहे. कागलला निदान राहायला घर तरी होते. इथे कोल्हापुरात पथारी टाकायची कुठे, इतपासून सुरुवात. आर्थिक पाठबळ नाही, मानसिक आधार नाही, कुणाच्या मदतीची शाश्वती नाही. सगळा पाढा नन्नाचा. त्यात पुन्हा घर, मायबाप, आपला गाव, आपली माणसे दुरावल्याचे दुःख तर आहेच, पण न सांगता घर सोडून निघून आल्याची टोचणीही आहेच. आता कमवून त्यांना खाऊ-पिऊ घालण्याऐवजी शिक्षण घेत बसणं हा गुन्हा आहे, ही भावनाही मनाला पोखरते आहे. अशा वेळी जवळ असणारी एकच बाब अन् ती म्हणजे शिक्षणाचा ध्यास. तहान लागावी अन् मग दुसरे काही दिसू नये, अशी तहान.

हा काळ त्याच्या मानसिक, बौद्धिक, सांस्कृतिक जडणघडणीचा आहे. इथे मात्र एक झाले- मार्गात अनेक सुज्ञ, विचारी माणसे भेटली. मात्र त्याला मदत करणारी ही माणसे सामाजिक-सांस्कृतिकदृष्ट्या वेगळ्या थरातील आहेत. तरीही न डगमगता त्यांची मदत घेत, स्वतःच स्वतःला गुरू करीत स्वतःला घडविण्याची प्रक्रिया आकार घेऊ लागली. टीपकागदाच्या तत्परतेने हवे ते स्वतःत बिंबवून, मुरवून घेणे चालू झाले. आत्मशोधाची जाणीव वाढली. एकूणच खालच्या सामाजिक स्तरातून वरच्या स्तरात जाऊ पाहणाऱ्या, माणसासारखे जगू पाहणाऱ्या संवेदनशील तरुण मनाची आंदोलने 'नांगरणी'त आलेली आहेत. ती इतकी प्रातिनिधिक स्वरूपाची आहेत की ती आत्मोद्धार करू पाहणाऱ्या किंवा माणसात येऊ पाहणाऱ्या प्रत्येक तरुण मनाचीही कमी-अधिक फरकाने ती होऊ शकतील. इथे वंचना, उपेक्षा, अपमान, उपासमार, अस्वस्थता आहेच. आशा-निराशेचा खेळही आहे. पण न हारता सतत प्रयत्नशील राहत नायक पुढे पुढे जात राहतो. ओळखी करून घेतो. त्या वाढवतो. स्वतःची सोय लावत राहतो. त्याच्यासाठी नित्य नवा दिस जागृतीचा आहे, कारण रात्रंदिन युद्धाचाच प्रसंग आहे. हेलपाटत, फरफटत, ढेपाळत, पुन्हा कोसळण्यासाठी पुन्हा पुन्हा उभे राहणे आहे. आणि हे सगळे रुक्ष गद्य जीवन सुसह्य करणारंही काही आहे. यात पाडगावकर, इंदिरा संत, करंदीकर, मुक्तिबोध यांच्यासारख्यांच्या कविता आहेत; 'सत्यकथा', 'मौज'सारखी वाङ्मयीन सोबत आहे; चर्चा, समीक्षालेख, संमेलनं यांतून आवडीचे भरणपोषण होते आहे. तरल, भावुक, तरुण मन त्या आवडीच्या जगात रमते आहे. सदा घेरून असलेली ओढग्रस्ती अन् विवंचना विसरण्याचा प्रयत्न करते आहे. या वाटचालीत डॉ. भिंगारे, य. द. भावे, जे.पी. नाईक, पु. ल. आणि सुनीताबाई यांच्यासारखी भली माणसे भेटली आणि त्यांनी दिलेल्या मदतीच्या हाताने ती काहीशी सुकर झाली. ग्रॅज्युएशन पर्यंतचा मुक्काम पार पडला.

या रखरखाटात काही सुखद गार झुळकाही आल्या. पु.लं.च्या ओळखीने अन् व्यंकटेश माडगूळकरांच्या मदतीने पुण्याच्या आकाशवाणी केंद्रावर श्रुतिकांचे काम मिळत गेले. 'हिरवे जग'ला राज्य सरकारचा पुरस्कार जाहीर झाला. मुंबईतील पु.लं.च्या घरच्या मुक्कामप्रसंगी त्यांच्या 'सुंदर मी होणार' या नाटकाचा पहिला प्रयोग कवी अनिल आणि कुसुमावतीबाईंच्या समवेत बसून बघण्याचा योग आला. हळूहळू साहित्यिक म्हणून नाव

होऊ लागले. लौकिक मिळू लागला. थोडा पैसाही मिळू लागला आणि आकाशवाणी पुणे केंद्रावर नोकरीही मिळाली. आयुष्यातली स्वतंत्र बाथरूममध्ये, गरम पाण्याने केलेली त्यांची पहिली अंघोळ, मेसमधल्या ज्या जेवणावरून इतर तक्रारी करीत होते ते तसे जेवण ते आयुष्यात पहिल्यांदा जेवत होते. वाचताना आपला जीव गलबलतोही आणि सुखावतोही. त्यांच्या कहाणीचा ओघ आपल्याला त्यांच्याबरोबर घेऊन जातो; त्या त्या भावात बुचकळून काढतो; त्या त्या रंगात रंगवतो. त्याची प्रत्ययकारिताच अशी आहे की, वाचक समरस झालाच पाहिजे. या सगळ्या प्रयत्नांत निरपेक्ष मदत करणाऱ्या व्यक्तींविषयी तसेच त्यांना थारा देणाऱ्या गावांविषयी त्यांना वाटणारी कृतज्ञतेची भावना या भागात फार हृद्यप्रकारे व्यक्त झाली आहे. ती नुसती भाषिक पोच नसून, त्यात मनःपूर्वकता आहे. ती एक माणूस या नात्याने त्यांची उंची दाखवते.

त्यांच्या या गुंतवून टाकणाऱ्या आत्मकथेने एक प्रकारची हुरहुर आणि उत्सुकता तयार केली होती– आता पुढे काय, म्हणून शिक्षणासाठी केलेल्या इतक्या सगळ्या धडपडीनंतर आता त्यांचा प्रवास कसा होणार? परिस्थितीशी 'झोंबी' घेऊन मेहनतीने केलेली ही 'नांगरणी'. त्यातून उगवून येणारे पीक बघण्याचे हे कुतूहल ताजे असताना 'घरभिंती' प्रकाशित झाले. इथेही उचित समर्पक शीर्षकाची आपली परंपरा त्यांनी कायम ठेवली. शैक्षणिक पाया तयार झाल्यावर आता 'घरभिंती'च उभारणे बाकी असणार होते. एम.ए.चे शेवटचे वर्ष पुण्यात हॉस्टेलला राहून आकाशवाणीची नोकरी सांभाळत पार पाडून ते द्विपदवीधर झाले. इथपासून त्यांच्या मराठी प्राध्यापक पदापासूनचा पुढचा सगळा कौटुंबिक जबाबदाऱ्यांचा, सुखाचा आणि नोकरीत स्थिरावण्याचा कालखंड इथे आलेला आहे. प्राथमिक गरजांच्या पूर्तीचा, केलेल्या कष्टांना फळ मिळण्याचा आनंद इथे आहे. ही वेळ विसावण्याची तशीच मागे वळून बघण्याचीही आहे. यात आई, वडील, भावंडांबरोबरच गाव-समाज-राज्यही आहे. सीमाप्रश्नाचे, महागाईचे भान आहे. श्रम सार्थकी लागण्याच्या भावनेबरोबरच आपली तर प्रगती झाली; आपण ती करून घेतली– पण ते ज्या कुणबी समाजात जन्मले, त्या समाजाची अवस्था आधी होती तशीच राहिलेली बघून वाटलेली हळहळ आहे. त्यांची लुबाडणूक करणारी जी तथाकथित यंत्रणा आहे तिचे आता आपण पाईक झालेलो आहोत, गोत्यास काळ झालेले आहोत, ही अस्वस्थ करणारी बोच आहे. घरादाराचे स्वप्न प्रत्यक्षात तर उतरले, पण मनासारखा आकार त्याला देता आला नाही. परिस्थितीच्या वादळाने केलेली घरातील माणसांची पडझड थांबवता आली नाही; बहिणींचे शिक्षण करता आले नाही; त्यांची लग्नं झाली, पण त्यांना चांगले स्थळ बघून देता आले नाही; शिवाला घडविता आले नाही; पुण्यात राहण्यात स्वार्थीपणा झाला; त्याऐवजी कोल्हापुरात राहून नोकरी केली असती तर घराकडे मोठा, शिकलेला, कमावता मुलगा या नात्याने अधिक लक्ष देता आले असते इत्यादी काहीशी पश्चात्तापाची भावनाही आहे. त्याबरोबरच जुना समाज मोडकळीला येऊन कधीचाच वळचणीला पडला, पण नव्या समाजाचा पाया मात्र आकाराला आला नाही; घराची, गोताची, गावाची दुःखं तशीच राहिली; त्यांचे कष्टप्रद जिणे तसेच राहिले. 'ग्रामीण तरुणांची नवी शिक्षित पिढी आत्मविश्वासहीन वाटत आहे, तिला एक लेखक या नात्याने आपण काय न्याय देऊ शकलो,' ही स्वतःलाच केलेली पृच्छा आहे. ग्रामीण साहित्यिकांच्या पहिल्या मेळाव्याच्या निमित्ताने समोर उभ्या असलेल्या या प्रश्नांच्या चक्रव्यूहातून सुटण्यासाठी आता नवी तयारी करावी लागणाऱ्या भानासह व आशावादासह हा भाग संपतो.

आत्मचरित्रातून लेखक सतत दिसत असतोच, कारण ते त्याचेच जगणे असते. तरीही काही भागातून तो अधिक चांगला प्रगट होतो. श्री.पु. भागवत विमलताईंसह त्यांच्या कागलच्या घरी येतात तेव्हा त्यांच्यासह श्रीनिवास कुलकर्णी, प्रल्हाद वडेर इत्यादी मंडळींना गाव दाखविण्याच्या नादात त्यांनी गावाविषयी जी माहिती सांगितली आहे त्यातून त्यांचे वाक्चातुर्य तर दिसतेच, पण त्यांना गावाविषयी वाटणारी आत्मीयता, त्यांचे

सूक्ष्म निरीक्षण, त्यांचे इतिहासप्रेम, स्वभाव परीक्षणाची त्यांना अवगत असलेली कला, परिस्थितीला कारणीभूत असलेल्या घटकांची खोलात जाऊन कारणमीमांसा करण्याची त्यांची क्षमता अशा कितीतरी गोष्टी आपल्याला जाणवतात. पाहुणे मंडळी त्यात गुंगून जातात यात नवल नाही, कारण वाचकही त्यात रंगून जातो. त्यांच्या सुजाणपणाच्या, चतुरस्रपणाच्या कितीतरी खुणा लेखनात सगळीकडे पसरलेल्या दिसतात.

यानंतर प्रकाशित झालेली 'काचवेल' प्रकृतीने व प्रवृत्तीने उर्वरित तीन भागांपेक्षा निराळी आहे. इथे कादंबरीमय आत्मचरित्राचा बाज अनुपस्थित आहे. म्हणूनच कदाचित त्या तीन भागांतून कमी-अधिक प्रमाणात दिसणाऱ्या तरल काव्यमयतेचा इथे अभाव जाणवतो. इथे आत्मपर मजकूर प्रकरणशः आलेला आहे आणि त्या स्वतंत्र लेखांना शीर्षकेही दिलेली आहेत. त्यामुळे इतर तीन भागांतून जाणवणारी आशयाची सलगता, एकसंधता इथे उणावली आहे. मात्र त्यांची नेहमीची शीर्षकाच्या बाबतीतील औचित्यपूर्णता मात्र इथेही कायम राहिलेली आहे. 'घरभिंती' उभारून झाल्यानंतर आता काम नक्षीदार सजावटीचे उरले होते. ते 'काचवेल' करते. लेखक पोटासाठी जरी भटकत दूरदेशी फिरत असला तरी त्याची गावाशी, आपल्या घराशी, तिथल्या सोप्याशी असलेली नाळ कधी तुटली नाही. त्याच्या मनातले ते घर अभंगच राहिले. आपल्या घराच्या सोप्याच्या भुईवर ग्रामीण भागात काचवेल काढायची प्रथा आहे. काकणाच्या काचतुकड्यांनी ही वेल रेखलेली असते. ती सोप्याला प्रसन्नता देते. अतिथींच्या पायाखाली अंगभूत गालिचा पसरते, कशिद्याच्या पायघड्या घालते. ही वंशवेलीचे प्रतीक आहे. ही लोकसंस्कृती आहे. त्यांच्या आईने ही काचवेल रेखली होती. आता लेखकालाही ती रेखायची आहे. त्यासाठी त्याने आपल्या स्वभावगुणांचे, स्वभावरंगांचे तुकडे जीवनभूमीवर रेखले आहेत. ही भूमी, ही वेल अंतिमतः मराठी समाजाचे, संस्कृतीचे प्रतिबिंब आणि प्रतीक आहे. आपण फक्त भारवाही आहोत, अशी नम्र भूमिका त्यांनी घेतली आहे.

इथे प्रामुख्याने आपल्या वाङ्मयीन प्रेरणांच्या संदर्भात आपल्या साहित्यसेवेचा आणि व्यावसायिक यशापयशाचा धांडोळा घेतलेला आहे. मायबापांच्या माघारी त्यांच्या छत्रछायेविना मार्गक्रमण करणाऱ्या, पुणे विद्यापीठाच्या मराठी विभागप्रमुख पदी असलेल्या एका मान्यवर साहित्यिकाचे हे आत्मनिवेदन आहे. साहित्य, संमेलने, विविध पुरस्कार समित्या, अभ्यासमंडळे या त्यांच्या पेशाशी निगडित अशा गोष्टींचा त्यांच्या दृष्टिकोनातून केलेला ऊहापोह आहे. या अवधीत त्यांना भेटलेली विविध वृत्ती-प्रवृत्तींची माणसे आपल्या नजरेतून वर्णिली आहेत. पुण्यात घर बांधून मुलाबाळांसह स्थिर झाल्यावर घडलेली लंडनवारी अन् मग केलेली युरोपवारी आहे. ग्रामीण साहित्य चळवळीचे केलेले नेतृत्व आहे. पुण्यातील साहित्यिकांशी होणाऱ्या गाठीभेटी आहेत. त्यांच्याशी झालेल्या देवाणघेवाणीतून झालेल्या साहित्यविषयक मिळकतीचा लेखाजोखा आहे. स्वतःचे हक्काचे पुण्यातील घर, मुलांची शैक्षणिक वाटचाल, इतर कौटुंबिक घटनाप्रसंगंही इथे आलेले आहेत.

या सगळ्या लेखनातून भारतीय जनसामान्यांच्या सनातन आणि भीषण जीवनसंघर्षाचे ओघाने घडणारे दर्शनही त्यांच्या वैयक्तिक संघर्षाइतकेच ठसठशीतपणे उतरले आहे, ही या लेखनाची जमेची बाजू आहे. भारतीय जीवनपद्धतीत असणारा गावगाडा, त्यात खोलवर रुजलेले जातीपातीचे मूळ, शिक्षणाच्या अभावातून उद्भवणारी इतर प्रकारची कंगाल अवस्था, त्याचे दारिद्र्य, उपासमार, काबाडकष्ट, हे अपरिहार्य परिणाम या सगळ्याचा उभा छेद हे लेखन घेते. त्यामुळे हे लेखन एकाच वेळी आनंद यादव या व्यक्तीचे आणि त्या स्तरात राहून तशा प्रकारचे जिणे जगणाऱ्या कुणाही भारतीयाचे होऊन राहते. अशा प्रकारची प्रातिनिधिकता हे या लेखनाचे मोठेच वैशिष्ट्य आहे. या लेखनातून त्यांनी स्वतःच्या निमित्ताने शिक्षणासाठी धडपडणारा ग्रामीण तरुण; आई-आत्या-बहिणीच्या निमित्ताने समकालीन स्त्रीजीवन; जातीयतेच्या चटक्यांच्या उल्लेखातून

समकालीन सामाजिकता; आपले अनुभव व्यक्त करण्याच्या निमित्ताने नवे सरकारी कायदे, त्यातील पळवाटा, भ्रष्ट शासनयंत्रणा, यावरही प्रकाश टाकला आहे. ग्रामीण समाजरचनेचा त्यांनी घेतलेला अनुभव दाहक आहे. तिथले देवभोळेपण, अंधश्रद्धा, अंगारेधुपारे यातून परिस्थितीच्या रेट्यात नाडल्या गेलेल्या अगतिक समाजाचेही विदारक चित्रण आहे. नव्याने येऊ घातलेल्या यंत्रयुगाने समृद्धी तर आणली नाहीच, उलट कशीबशी चालू असलेली ग्रामीण अर्थव्यवस्था आणखीनच खिळखिळी करून बलुतेदारांना बेरोजगारीच्या चक्रात ढकलून दिले, त्यांना अन्नाला मोताद केले, हे त्यातील सत्य फार भयानक आहे. हा अनुभव जावे त्याच्या वंशा तेव्हाच कळणारा असल्यानेच, त्यांच्या लेखनात ही स्वानुभवाची धग जाणवते. परंपरागत उद्योगात वावरणाऱ्यांना नव्या कारखानदारीत, नव्या व्यवसायात सामावून न घेता त्यांचा वंशपरंपरागत चालणारा धंदा त्यांच्या हातून काढून घेत, त्यांना वाऱ्यावर सोडल्याने, ही माणसे देशोधडीला लागली. लोकप्रतिनिधी, शासनयंत्रणा, राजकारणी यांपैकी कुणाचेच या परवडीकडे लक्ष नाही. दत्ताबा मांग, मधुकर सणगर, श्यामराव सुतार, शिर्पा मांग यांसारखी माणसे निव्वळ प्रातिनिधिक आहेत. समाजाच्या एका विशिष्ट स्तरात, ती वेगळ्या नावानिशी आजही गावोगाव आढळून येतील. त्या वृत्ती-प्रवृत्तीही आपल्याला जागोजाग भेटतील. अशा सत्यान्वेषी अन् सत्याधिष्ठित भूमिकेमुळे हे लेखन वाचकांना भावते. साहित्यशास्त्रीय भाषेत ज्याला 'साधारणीकरण' म्हणतात ते हेच! वाचकाला त्यात स्वतःचेही काही गवसते म्हणून त्याला ते आपले वाटते आणि म्हणून ते त्याला आवडते. अशी किमया जे साहित्य साधू शकते, ते मग टिकूनही राहते. हा गुण त्यांच्या 'झोंबी'त विशेषत्वाने जाणवतो.

आता या सिद्धहस्त लेखकाच्या भाषाशैलीविषयी थोडेसे.. आत्मदर्शन घडविण्याच्या नादात, आत्मस्तुती, आत्मसमर्थन, आत्मगौरव यांपैकी काही किंवा या सर्वच परी अशा प्रकारच्या लेखनाला आनुषंगिकरीत्या चिकटण्याच्या सगळ्या शक्यता समाविष्ट असलेला हा वाङ्मयप्रकार आहे. आत्मनिष्ठ निवेदनात हे दोष अंगभूत स्वरूपात येऊ शकतात. आपल्या गतजीवनाचे वस्तुनिष्ठ अवलोकन करून त्याचे निवेदन मात्र आत्मनिष्ठ पद्धतीने करणे, ही एक प्रकारची तारेवरची कसरतच असते. यावर त्यांनी आत्मचरित्रात्मक कादंबरीचा पहिल्या तीन आत्मकथांच्या बाबतीत काढलेला तोडगा यशस्वी ठरला. इथला संघर्ष कादंबरीकाराच्या तटस्थतेने रेखाटल्यामुळे त्याला आत्मश्लाघेचा दोष चिकटला नाही. साहित्यगुणांच्या बाबतीत जरी त्यात उतरती भाजणी जाणवत असली तरी त्या मजकुराची वाचनीयता आणि प्रत्ययकारिता कायम आहे. इथली निसर्गवर्णने असोत की व्यक्तिचित्रण; प्रसंगवर्णने असोत की मनोविश्लेषण; ती वाचकाच्या मनाचा ठाव घेऊन जातात. ताराबाई – त्यांची आई, वडील रत्नाप्पा, धाकटा मामा लिंगप्पा, बहिणी, त्यांची इतर भावंडं; या सगळ्यांची व्यक्तिचित्रणे अशी उतरली आहेत, की ती सगळी जणू आपल्याला नेहमीची, ओळखीची वाटावीत. हिराबाई ही बहीण ढेकणाचे विष घेऊन आत्महत्या करते, तर सुंदरा ही दुसरी बहीण नदीच्या पुरात जीव देते. आत्या कंबळा व आकणी यादेखील परिस्थितीच्या, समाजस्थितीच्या बळी आहेत... हे सगळे वाचताना जीव गलबलतो. वडील आहेत तसे आहेत, पण ते तसे होण्यामागची सामाजिक कारणे ते शोधतात. तसेच त्यांना कागल, रत्नागिरी, कोल्हापूर, पुणे इथे भेटलेली वेगवेगळ्या प्रकारची माणसे, त्यांच्या सामाजिक स्तरानुरूप असणाऱ्या, प्रादेशिकतेचे लेणे ल्यायलेल्या, भिन्न भिन्न भाषेसकट त्यांनी रंगविली आहेत. आशयाला अनुकूल असेल त्याप्रमाणे बोली आणि प्रमाण भाषेचे मिश्रण त्यात आलेले आहे. त्यातील स्वाभाविकता, अकृत्रिमता मनाला भिडते. पहिलीच्या माने मास्तरांचे, चौथीच्या घाटगे मास्तरांचे त्यांनी केलेले वर्णन वाचताना त्यांनी बारकाईने केलेल्या निरीक्षणाचे तसेच त्यांच्या स्मरणशक्तीचे कौतुक वाटते. त्यांच्यातील होतकरू कवीवर पडलेली पु.लं.च्या प्रशंसेची जाणकार थाप त्यांना

छान फुलवून गेली. श्री. पु. भागवतांचे गंभीर, चोखंदळ, काटेकोर बारकावे हेरणारे असे व्यक्तित्व, त्यांची टापटीप हे सगळे सविस्तर आले आहे. पुढच्या टप्प्यातही वेळोवेळी भेटलेली विद्यापीठातील, आकाशवाणीवरील, सरकारी कमिट्यांवरील माणसे त्यांनी अशीच सहृदयतेने रंगविली आहेत. इथे निसर्गवर्णने आहेत शेताची, मातीची, पिकांची, गुराढोरांची, झाडाझुडपांची..... ती आशयातून रुजून, उगवून आली आहेत. त्यांना नित्य परिचित असा हा निसर्ग आहे. तो त्यांच्या भावस्थितीला, मनःस्थितीला पूरक अशा उपमानांच्या रूपातून येतो. त्यातून त्यांच्या कविमनाचे दर्शन घडते. त्यांनी योजिलेल्या म्हणी, वाक्प्रचार, नवे-जुने शब्दप्रयोग, ग्रामीण संकल्पना, पौराणिक संदर्भ या सगळ्यांमुळे त्यांची भाषा श्रीमंत तर झाली आहेच, पण ती प्रत्ययकारीही झाली आहे. त्यांच्या लेखनात एक कलात्म संगतीही आहे. आयुष्याचा एवढा सगळा प्रवास झाल्यानंतर तो गोल वळून पुन्हा आईने हौसेने काढलेल्या काचवेलीशीच येऊन थबकला आहे – झोंबीत जिथून तो सुरू झाला होता... यातील काव्यमयता संवेद्य आहे. रसिकाला ती बरोबर जाणवते.

आपल्या आत्मकथेच्या या चारही भागांसाठी त्यांनी लिहिलेल्या अर्पणपत्रिकाही आशयदृष्ट्या लक्षणीय आहेत. 'झोंबी'ची अर्पणपत्रिका... माझ्या गावच्या मायमातीस... आहे. 'नांगरणी'ची.... दूधगंगा, पंचगंगा आणि मुठा या महाराष्ट्र मातांस आणि त्यांना अखंड जीवन देणाऱ्या पश्चिम सागरास... आहे. 'घरभिंती'ची.... लक्षावधी भारतीय खेड्यातील सुशिक्षित होत असलेल्या भूमिपुत्र तरुण पिढीस... आहे तर 'काचवेल'ची.... श्री ज्ञानदेवांच्या पवित्र चरणी,- सांगून झाल्यावर तू स्वतःलाही पूर्णविराम दिलास. त्या पूर्णविरामातील महाकाव्याचा अर्थ, हे सर्जनशीलांच्या अधिनायका, मी सतत समजून घेत आहे... अशी आहे. हे शब्द म्हणजे क्रमशः विकसित होत गेलेल्या त्यांच्या मनाच्या, त्यांच्यातील माणूसपणाच्या आणि त्यांच्या जाणीवपरिघाच्या विस्तारखुणा आहेत.

डॉ. शुभांगी पातुरकर
७७७४०९८५५०
Email : shubhangipaturkar@gmail.com

आनंद यादव आणि ग्रामीण साहित्य

आधुनिक मराठी भाषेतील कवी, कथा, कादंबरीकार, ग्रामीण साहित्य चळवळीचे प्रवर्तक, समीक्षक म्हणून आनंद यादव मराठी साहित्य विश्वात प्रसिद्ध आहेत. आनंद यादवांची ग्रामीण साहित्यविषयक मते पारदर्शक, प्रामाणिक, प्रांजल तेवढीच परखड होती. त्यांनी त्या मतांचा पाठपुरावा आयुष्याच्या अखेरपर्यंत केला. तो त्यांच्या साहित्यनिर्मितीतून तर प्रत्ययास येतोच; शिवाय त्यांच्या व्याख्यानांमधूनही तो जाणवत असे. ग्रामीण साहित्याविषयीची त्यांची तळमळ वादातीत होती.

आनंद यादव यांना 'गोतावळा' या त्यांच्या अभिजात ग्रामीण कादंबरीसाठी महाराष्ट्र राज्याचा वाङ्मयीन पुरस्कार मिळाला. त्यांचे प्रथम कौतुक अर्थातच त्यांचे प्रेरणास्थान असलेल्या पु.ल. देशपांडे यांनी केले. 'कोसला'नंतर मराठी कादंबरीची एक नवी विकासात्मक दिशा 'गोतावळा'ने निश्चित सुचविली आहे, अशी त्यांची प्रतिक्रिया होती. प्रभाकर पाध्ये यांनीही यादवांचे अभिनंदन केले. त्यांना या कादंबरीच्या विषयाचे नावीन्य प्रामुख्याने जाणवले होते.

या पुरस्काराच्या निमित्ताने प्रसिद्ध कवयित्री शांता ज. शेळके यांनी आनंद यादवांची मुलाखत घेतली आणि त्यांच्या साहित्यविषयक प्रेरणा, भाषाशैली

आणि ग्रामीण साहित्याविषयीची ध्येय-धोरणे समजून घेतली. यादवांच्या या मुलाखतीतून त्यांची लेखनविषयक दोन उद्दिष्टे स्पष्ट झाली; एक- पंढरपूरला सुरुवातीस प्राध्यापक म्हणून ते अध्यापन करीत असताना. त्या वर्षभरात (१९६२-६३) त्यांना मराठीत लिहिल्या जाणाऱ्या ग्रामीण साहित्याच्या मर्यादा जाणवू लागल्या. त्यातून त्यांना जे भावत होते, दिसत होते, ते आपल्या परीने व्यक्त करावे असे तीव्रतेने वाटू लागले आणि त्यातून त्यांची ग्रामीण लेखनप्रक्रिया सुरू झाली. दुसरी गोष्ट म्हणजे यादवांनी 'गोतावळा' या कादंबरीत, तसेच अनेक कथांमध्ये अभिव्यक्तीसाठी ग्रामीण भाषेचा हेतुतः केलेला उपयोग, ही होय.

ग्रामीण साहित्याविषयी ते म्हणतात, 'वास्तववादी साहित्याला समाजाच्या इतिहासात अर्थपूर्ण स्थान असते. – वाङ्मयीन दृष्टीनंतर या सामाजिक दूरदृष्टीनेही 'ग्रामीण साहित्य' या घटनेकडे पाहता येणे शक्य आहे. 'ग्रामीण साहित्य' ही संकल्पना एखाद्या प्रदेशांतर्गत जीवनातून निर्माण झालेल्या साहित्याला योजली जाते. त्या साहित्यात त्या प्रदेशातील वास्तव जीवनाचे प्रतिबिंब पडलेले असते. साहित्याच्या प्रदेशनिरपेक्ष व्यक्तिमत्त्वाचा आविष्कार त्यात गौणस्थानी गेलेला असतो. ग्रामीण साहित्य ग्रामीण मनाचा, समाजाचा, अनेक ताणतणावांसह शब्दरूप झालेला एक सांस्कृतिक ठेवा असतो; तो त्या प्रदेशाचा चालताबोलता मानसिक इतिहास असतो.'

पुढे ते म्हणतात, 'ग्रामीण साहित्यिकाला त्या प्रदेशातील समाजात व तेथील मानवी मनात जी विविध प्रकारची स्थित्यंतरे कालाच्या ओघात होत असतात त्यांचे भान ठेवावे लागते. स्थित्यंतर होणाऱ्या समाजाच्या वातावरणाचा परिणाम तेथील मानवी मनावर होत असतो; कारण त्यालाही परिस्थितीशी जुळवून घेण्यासाठी निरनिराळी वाटा-वळणे स्वीकारावी लागतात. दुसऱ्या बाजूने वातावरणावरही परिणाम घडवून आणावे लागतात आणि वातावरण आपणास अनुकूल करून घ्यावे लागते. या जीवनसंघर्षाच्या बुडाशी मानवी मूलभूत प्रवृत्तीच कार्य करीत असल्या तरी बदलत्या परिस्थितीत त्यांचा आविष्कार वेगळा होतो; त्यामुळे 'सामाजिक शैलीतही' बदल होऊ लागतो. या सर्वांचा परिणाम त्या विशिष्ट काळात निर्माण होणाऱ्या ग्रामीण साहित्यात प्रतिबिंबित व्हावा, अशी अपेक्षा स्वाभाविकपणे निर्माण होते.'

भारतीय ग्रामीण जीवनात जी स्थित्यंतरे घडत होती, त्याला ऐतिहासिकदृष्ट्या अतिशय महत्त्व होते. ती काळाची गरज होती. त्या दृष्टीने ग्रामीण लेखकाने ही प्रक्रिया आपल्या अनुभव कक्षेत समाविष्ट करून घेणे व आपले 'ग्रामीण साहित्य' हे 'आधुनिक ग्रामीण साहित्या'च्या पदवीला नेणे आवश्यक होते. त्या ग्रामीण जीवनातील युगान्तराचे भान 'सांप्रत बहुतेक ग्रामीण साहित्यिकांना नाही, ही दुर्दैवाची गोष्ट होय,' असे यादव म्हणतात.

स्थित्यंतर या प्रक्रियेचा परिणाम साहित्यिकाच्या व्यक्तिमत्त्वावर प्रत्यक्ष स्वरूपात होणे अपरिहार्य होते; कारण प्रत्यक्ष अनुभवांतून प्रेरणा घेऊन जेव्हा साहित्यसंमुख सौंदर्य अनुभव आकाराला येऊ पाहतो, तेव्हा त्या सौंदर्यानुभवात सर्वांगांनी अधिक सखोलता, व्यापकता, तीव्रता, अनेक पापुद्र्यांतून व उलटसुलट चिंतनशीलतेतून निर्माण होणारी व्यामिश्रता निर्माण होण्याची शक्यता असते. त्यामुळे व्यक्त होऊ पाहणारा सौंदर्यानुभव समृद्ध आणि अधिक चैतन्यपूर्ण होतो, ही प्रतिभावंत लेखकाची लक्षणे होत. पण त्यासाठी जी अव्वल दर्जाची प्रतिभा लागते, ती फारच दुर्मिळ असते. म्हणून यादव म्हणतात, 'स्वातंत्र्यानंतरच्या पहिल्या दशकात प्रस्थापित झालेल्या पहिल्या पिढीच्या ग्रामीण लेखकांचे एक सामाजिक वैशिष्ट्य दिसून येते. स्थानांतर करून ही मंडळी शहरवासी झाली आहेत. त्यामुळे त्यांच्या ग्रामीण साहित्यात जे ग्रामीण जीवन येत होते, ते त्यांच्या बालपणात अनुभवलेले किंवा १९५० च्या आसपासपर्यंतचे त्यांच्या अनुभवाला आलेले होते. त्यांच्या कुटुंबातील नैमित्तिक कारणांनी ग्रामीण जीवनाशी त्यांचे नैमित्तिक संबंध येते होते. या संबंधांतून त्यांना मिळत

गेलेली नंतरच्या काळातील शिदोरीही त्यांच्या पूर्वीच्या ग्रामीण व्यक्तिमत्त्वाने नियंत्रितच केली होती, असे त्यांच्या ग्रामीण साहित्यावरून जाणवते. ग्रामीण साहित्य हे ग्रामीण जीवनाचे दर्शन घडविणारे एक साधन आहे, याची जाण फार थोड्यांना होती.'

या संदर्भात ग्रामीण जीवनात वास्तव्य करणाऱ्या तरीही आधुनिक ग्रामीण जीवनाचे रेखाटन करू न शकणाऱ्या जातिवंत साहित्यिकाचे उदाहरण देता येईल. प्रसिद्ध कादंबरीकर रणजित देसाई यांच्यासारख्या आरंभीच्या काळात अव्वल दर्जाचा असलेला ग्रामीण लेखक शहरापासून दूर असलेल्या कोवाड (चंदगड तालुका) या एका खेड्यात सातत्याने राहूनही त्यांच्या हातून नंतरच्या काळात बदलत्या वास्तवातून प्रेरणा घेणारे ग्रामीण साहित्य निर्माण होऊ शकले नाही, ही वस्तुस्थिती आहे. त्यांचा पिंड मुळातच रोमँटिक वृत्तीला जवळचा असल्यामुळे ते वास्तववादी ग्रामीण साहित्यनिर्मितीच बव्हंशी बंद करून अद्‌भुताला, रोमँटिक वृत्तीला जवळच्या अशा ऐतिहासिक-पौराणिक कथा-कादंबऱ्यांकडे वळले. तसेच ना.धों. महानोर हे पळसखेडे (औरंगाबाद जिल्हा) येथे कायम वास्तव्यास असणारे दुसरे ग्रामीण साहित्यिक 'रानातल्या कविता' यासारख्या काव्यसंग्रहाने प्रथम प्रसिद्धीस आले. वास्तविक त्यांचीही वृत्ती मुळात रोमँटिकच आहे. या वृत्तीतूनच त्यांनी या कविता केल्या. म्हणून त्या कवितांत ग्रामीण वास्तव जीवनाचे प्रतिबिंब पडण्याऐवजी एका प्रणयोत्सुक मनाचे, शरीरभोगासाठी हुरहुरणाऱ्या एका पौगंड अवस्थेतील पुरुष मनाचे प्रतिबिंब पडले आहे. राना-मळ्यातील बाभळ-बोरी, नदी-ओढे, ज्वार-तूर, कणसे, केळी यांसारख्या ग्रामीण वास्तवाचा केवळ प्रतिमांसाठी त्यांनी वापर करून आपली आत्मनिष्ठ रोमँटिक वृत्तीच प्रदर्शित केली आहे.

हे दोघेही थोर साहित्यिक खेड्यात वास्तव्यास असूनही त्यांनी आत्मनिष्ठ रोमँटिक वृत्तीच जोपासली. तत्संबंधी आनंद यादव लिहितात, 'या दोघांची रोमँटिक वृत्ती बऱ्याच अंशी नागर कलाप्रकार व नागर अभिरुची संस्कार यांवर पोसलेली दिसते. रणजित देसाई यांचे वाचनवेड, संगीताचे वेड यांमुळे त्यांच्यातील रोमँटिक वृत्तीला खतपाणी मिळाले असावे, तर ना.धों. महानोर यांच्या कवितेवरील ना.घ. देशपांडे, पु.शि. रेगे, बा.भ. बोरकर यांचे संस्कार महानोरांच्या रोमँटिक वृत्तीचाच निर्देश करतात. महानोरांची कविता ग्रामीण वास्तवदर्शी आहे; म्हणून ती लोकप्रिय झाली, अशी कुणाची जर समजूत झाली असेल, तर ती चुकीची आहे. त्यांच्या कवितेचे यश, ग्रामीण जीवनातील वरवरच्या वास्तवातील वस्तूंचा व घटनांचा अस्पृतासारखा (म्हणजे उपमानासारखा) वापर करून तिने रोमँटिक भावनाच अभिव्यक्त केली आणि ग्रामीण जीवनातील प्रतिमा सहजतेने वापरल्या, यात आहे. आत्मनिष्ठ रोमँटिक भावनेच्या अभिव्यक्तीसाठी ग्रामीण प्रतिमांचा यशस्वी वापर करणारा हा कवी आहे. या दोघांच्याही रोमँटिक वृत्तीमुळे त्यांच्या साहित्यविषयक कल्पना वास्तववादी ग्रामीण साहित्याला प्रतिकूल ठरल्या.'

या दोन लेखकांच्या साहित्यविषयक प्रवृत्तीचे विश्लेषण केल्यानंतर यादव म्हणतात, 'तथापि रणजित देसाई यांनी अगदी आरंभीच्या काळात म्हणजे १९५३-५५ च्या आसपासच कलात्मक संयम, सूचकता, आटोपशीरपणा, घाटाची जाणीव यांचे भान ठेवून अतिशय सुरेख ग्रामीण कथा लिहिल्या आहेत. त्यानंतर लेखन करणाऱ्यांत शंकर पाटील यांचे नाव घ्यावे लागेल. त्यांनी ग्रामीण माणसाच्या मनात खोलवर प्रवेश करून ते उकलून दाखविण्याचा प्रयत्न केला. मानवी मन उकलून दाखविण्यासाठी निसर्गाचा अतिशय प्रभावी उपयोग करून घेतला. केवळ निसर्ग, केवळ वातावरण, केवळ मनोवस्था हे कथेचे विषय होऊ शकतात, हे दाखवून दिले. जाणिवेतल्या आणि नेणिवेतल्या मनातील धागेदोरे एकत्र गुंफून दाखविले. ग्रामीण भाषेला निवेदनात अधिक अवसर देऊन तिची नागर भाषेशी सांगड घातली. कथेत घटनेला कमी स्थान देऊन तिला मनोवास्तवाकडे खेचण्याचा यशस्वी प्रयत्न केला.'

विसाव्या शतकाच्या उत्तरार्धात विशेषतः १९८०च्या दशकात चंद्रकुमार नलगे, रा. रं. बोराडे, महादेव मोरे, चारुता सागर, व. बा. बोधे, भास्कर चंदनशिव इत्यादी नव्या दमाची– उमेदीची ग्रामीण लेखकांची पिढी साहित्यात रममाण झालेली होती. त्यांपैकी चारुता सागर यांनी सामाजिकतेची जाणीव ठेवून कथा भावनिर्भर करण्याची वृत्ती दाखविली; पण यादवांच्या मते, 'सागर कलात्मकतेचे भान ठेवून कथा लिहीत नसावेत, असे दिसते. त्यामुळे त्यांची कथा अनेक वेळा वाहवत जाते, तिला संयम राहत नाही. मात्र कथेच्या क्षेत्रात चंद्रकुमार नलगे आणि महादेव मोरे यांचे प्रयत्न उल्लेखनीय होत. महादेव मोरे यांची ग्रामीण कथा ग्रामीण जीवनातील विविध स्तर, विशेषतः खालचे स्तर हाताळण्याचा प्रयत्न करते. त्यांची बुद्धी त्यांच्या पिढीतील इतर लेखकांच्या तुलनेने अधिक तरल आणि वृत्ती उपक्रमशील आहे; परंतु एकूण त्यांच्या कथांत विचारपूर्वकता कमी आहे. त्यांच्या प्रेरणेत 'स्वतंत्र जाणीव' प्रत्ययाला येत नाही.' म्हणून यादव म्हणतात, महादेव मोरे हे 'कथा रोमँटिक करण्याच्या मोहातून जर सुटले, तर उत्तम प्रकारचे भाषासाधन लाभलेला, प्रयोगशीलतेवर प्रेम करणारा एक बुद्धिमान लेखक मराठी ग्रामीण साहित्याला मिळेल असे वाटते.' 'चंद्रकुमार नलगे यांची ग्रामीण कथा मुख्यत्वे कौटुंबिक आणि भावनाप्रधान असते. ती कित्येकदा भावविवश होते आणि घटनेच्या विशिष्टतेतच रेंगाळते. अनेकदा तिला वैचारिकतेचे दुबळे अधिष्ठान लाभल्याने तिची भावविवशता वैयक्तिक पातळीवरच राहते आणि कथेची आवाहनशक्तीच नाहीशी होते; तथापि हे दोन्ही लेखक विपुल लेखन करणारे आहेत, तरी इतरांच्या तुलनेने त्यांच्या कथांत विविधता आढळते, हे त्यांचे विशेष आहे,' असे यादवांना वाटते.

एकूण मराठी ग्रामीण कथेकडे पाहता, तिला नवी दिशा लाभेल असे यादवांना वाटत नाही; कारण आज ती आवर्तात अडकली आहे, अशीच स्थिती जाणवते. याची कारणे शोधताना यादव लिहितात, 'पहिल्या पिढीचे लेखक ग्रामीण विभागात म्हणजे खेड्यात वयाची विशी घालविल्यानंतर शहरात आले. या वयातील अनुभव हे प्रामुख्याने कौटुंबिक स्वरूपाचे, माणसामाणसांतील विविध वैयक्तिक संबंधांचे असतात. समग्र ग्रामीण समाजाची जाणीव होऊन त्यातील ताणतणाव हेरण्यासाठी, व्यापक पातळीवरील सूक्ष्म भेदांचे आकलन होण्यासाठी जी एक प्रगल्भ आणि प्रौढबुद्धिमत्ता प्रतिभावंताला लागते, ती या लेखकांच्या पदरी विशीतील ग्रामांतर करीपर्यंत येणे शक्य नव्हते. नंतरच्या पिढ्यांचीही हीच स्थिती झाली. त्यामुळे पहिल्या पिढीने ज्या प्रकारची ग्रामीण साहित्यनिर्मिती केली, त्याच वळणाची निर्मिती नंतरच्या पिढीकडूनही होऊ लागली. समान अनुभवांमुळे व समान वयातील अनुभवांमुळे अनुकरण करणे सोपे गेले. त्यामुळे पहिल्या पिढीच्या कथेने आखून दिलेल्या मर्यादेत आपणही साहित्यनिर्मिती करू शकतो, अशा प्रकारचा जुजबी आत्मविश्वास नंतरच्या पिढ्यांना पहिल्या पिढीने नकळत दिला.' अर्थात, या बाबतीत रा. रं. बोराडे, चंद्रकुमार नलगे यांचा बऱ्याच प्रमाणात आणि महादेव मोरे, चारुता सागर, ना. धों. महानोर इत्यादींचा घनिष्ठ प्रमाणात ग्रामीण जीवनाशी संबंध आहे; तरीही हे लेखक सुरक्षित चाकोरीतून हमखास यश देणारे पूर्वसिद्ध वळणाचेच लेखन करतात, अशी यादवांची खंत होती. ग्रामीण जीवनाचे वर्तमान वास्तव स्वतंत्र, प्रौढवृत्तीने, भेदक दृष्टीने, पुरेशा गांभीर्याने, अभ्यासू वृत्तीने न्याहाळावे, तपासावे आणि नव्या सरणीची, नव्या अभिव्यक्तीची काही प्रयोगशील निर्मिती करावी, असे त्यांना कधीच वाटत नाही, असे यादव म्हणतात.

आनंद यादवांनी ग्रामीण मराठमोळ्या मनाचे प्रतिनिधित्व करणाऱ्या ग्रामीण साहित्याचे जाणीवपूर्वक पोषण केले आहे. त्यांनी या बाबतीत शंकर पाटलांच्या कथेतील बलस्थाने आत्मसात करून ग्रामीण कथा आणखी पुढे नेण्याचा प्रयत्न केला. तोपर्यंतच्या काळात कळत-नकळत बहिर्मुख असलेली व केवळ निवेदनशील राहिलेली कथा अधिक अंतर्मुख करून आविष्कारशील केली. कथाकारच प्रत्येक कथेचे सरळ सरळ निवेदन करतो, ही तोपर्यंतच्या लेखकांची ठाम भूमिका सोडून कथा ही आपल्या स्वभावानुसार विविध पद्धतींनी व विविध पातळ्यांवर अभिव्यक्त होऊ शकते, हे दाखवून दिले. कथेतील भाववृत्ती जाणून तिची डूब

संपूर्ण कथेलाच देऊन ती काव्यात्म केली. केवळ घटनांना प्राधान्य किंवा केवळ मनोवास्तवाला प्राधान्य अशी एक टोकाची भूमिका न घेता, घटनेच्या निमित्ताने आंदोलित होणारे मन आणि आंदोलित मनाच्या प्रेरणेने निर्माण होणाऱ्या घटना यांची सांगड घालून, घटनायुक्त बाह्य वास्तव आणि मनोवास्तव यांचे संबंध दाखविण्याचा यादवांचा प्रयत्न कौतुकास्पद आहे. कथा केवळ गद्यात्मतेच्या वास्तव पातळीवर अवतरते असे बहुतेक ग्रामीण लेखकांनी गृहीत धरले होते. तर यादवांनी ग्रामीण जीवनातही व्याकूळ करणारे काव्य असू शकते, याची जाणीव ठेवून कथेचा घाट आणि आविष्कार काव्यात्मतेच्या उत्कट पातळीवर केला. कलात्मकतेच्या आवश्यकतेनुसार नागर किंवा ग्रामीण भाषा त्या त्या कथांमध्ये निःसंकोचपणे वापरून ग्रामीण भाषेचे माध्यमाच्या दृष्टीने महत्त्व पटवून दिले. कथा कलात्मकदृष्ट्या सधन, आटोपशीर करण्याचा आनंद यादवांचा प्रयत्न होता. त्याची प्रचीती 'माळावरची मैना', 'आदिताल', 'डवरणी', 'खळाळ', 'उखडलेली झाडे' इत्यादी कथासंग्रहांतून येते. या संग्रहांतून त्यांनी ग्रामीण अनुभवविश्व संवेदनशील मनाने, तन्मयतेने व उत्कटतेने व्यक्त करण्याचा प्रयत्न सातत्याने केला आहे. तसेच त्यांची कविताही (हिरवे जग, मळ्याची माती) ग्रामीण कथेच्या अंगानेच ग्रामीण कुटुंब व परिसर यांच्या संदर्भक्षेत्रात एक संवेदनशील कुमार मनाचे साद-पडसाद टिपणारी साधी व अकृत्रिम कविता आहे. तिच्यात खेड्यापासून दुरावणाऱ्या आणि व्यावसायिक कारणानिमित्त शहरी जीवनात वास करणाऱ्या मनाची तगमग उत्कटतेने व्यक्त झाली आहे. तिच्यातील नाट्य ग्रामीण बोलीतून साहजिकच बोलके होते. तिला आत्मानुभवाचे आणि आत्मप्रत्ययाचे बळ लाभले आहे.

मुलाखत घेताना शांताबाईंचा एक महत्त्वाचा प्रश्न होता. 'तुम्ही 'गोतावळा' त्याचप्रमाणे अनेक कथांमध्ये अभिव्यक्तीसाठी ग्रामीण भाषेचा 'हेतुतः' उपयोग केला आहे. तुमच्या आधी कुठल्याही ग्रामीण लेखकाने इतक्या परिपूर्णतेने ती भाषा अंगीकारलेली दिसत नाही. याबद्दलची तुमची भूमिका स्पष्ट कराल का?'

त्यावर उत्तर देताना यादव म्हणतात, 'हा प्रश्न यापूर्वी अनेकदा उद्‌भवला आहे; कारण शंकर पाटील, व्यंकटेश माडगूळकर यांच्या कथांपेक्षा माझ्या कथांची जात वेगळी आहे, इकडे कुणाचे फारसे लक्ष गेलेले नाही. 'खळाळ'च्या शेवटी या संदर्भात एक निवेदन मी जोडले आहे. माझी भूमिका अशी की, तुम्ही म्हणता त्याप्रमाणे मी सर्वत्र 'हेतुतः' या भाषेचा वापर करीत नाही; कारण माझ्या अनेक कथा ग्रामीणेतर भाषेत लिहिलेल्या आहेत. ते कलेचे माध्यम म्हणून मला जेव्हा अपरिहार्य वाटले, तेव्हाच त्या निवेदन पद्धतीचा मी अंगीकार करतो. त्या वेळी मला फक्त अभिव्यक्तीचे माध्यम म्हणूनच ती महत्त्वाची वाटते. अशा वेळी माझ्या निर्मितिप्रक्रियेत मी वाचकाचा विचार मनात आणीत नाही. माझी धडपड- मला जे जाणवले, ते जसेच्या तसे जिवंतपणे, प्रत्ययकारित्वाने व्यक्त करावे, एवढीच असते. ते करताना नागर वाचकाला ती भाषा समजेल की नाही, हा प्रश्नच कलावंत म्हणून मला अप्रस्तुत वाटतो.' पुढे ते म्हणतात, 'वस्तुस्थिती अशी आहे की, ग्रामीण भाषा ही या ग्रामीण परिसरातील जीवनाची लोकभाषा असते. सर्वसाधारण ग्रामीण माणसास ती वापरण्यात सहसा अडचण येत नाही. खेड्यातील माणसाच्या सामान्यपणे जगण्याच्या प्राथमिक पातळीवरच्या गरजा- अन्न, वस्त्र, निवारा यासाठी, तसेच देवधर्म, यात्रा-जत्रा, विचार आणि प्राथमिक पातळीवरच्या भावना, विकार, कल्पना इत्यादी व्यक्त करावयास त्याला ती भाषा पुरेशी असते. सद्यःस्थितीतील भारतीय खेड्यांचे हे वास्तव रूप आहे. कवी वा कथाकाराला व्याकरण अगर भाषाशास्त्र वा व्युत्पत्तिशास्त्र यांच्या नियमानुसार ग्रामीण शब्द सरसकट तयार करणे कठीण जाते; कारण ग्रामीण भाषा ही 'बोली' असल्यामुळे तो शब्द त्या बोलीत रूढ झाल्याशिवाय त्याला 'बोलीपण' प्राप्त होणार नाही. त्यामुळे तो शब्द ग्रामीण वाङ्मयात वापरला तरी औचित्याला धरून होत नाही. तिच्या अन्तर्गत अनेक प्रक्रिया चालत असल्या तरी नव-शब्दांच्या निर्मितीच्या बाबतीत ती शतकानुशतके स्थिर राहिली असून, ग्रामीण जीवनही स्थिरच राहिले आहे. क्वचित

परकीय आक्रमणामुळे तिच्यात थोडाफार फरक पडला असेल, पण तो अल्पप्रमाणात. अतिशय मंद गतीने काही पारिभाषिक शब्दांनी ग्रामीण रूप धारण केले असेल!'

साहित्यातील सौंदर्यनिर्मितीच्या वेळी जर नागर भाषा आवश्यक असेल, तर ग्रामीण साहित्याने ती अवश्य वापरावी आणि ग्रामीण बोलीच आवश्यक आणि अपरिहार्य वाटत असेल, तर ती नागर भाषक वाचकांना न भीता अवश्य मनःपूर्वकतेने वापरावी, असे यादव म्हणतात. सारांश, आजची ग्रामीण कथा ही अधिक मनःपूर्वक होणे आवश्यक आहे, यावर त्यांचा कटाक्ष आहे. म्हणून ते म्हणतात, 'कोणत्याही भाषेतील अनुभवांची तीव्रता, व्यामिश्रता, सखोलता वाढणे जरूर आहे. अभिव्यक्तीच्या नव्या वाटा तिने शोधण्याची नितांत गरज आहे. तरच ती पुढे जाऊ शकेल. अन्यथा ती वाचकांच्या मनोरंजनात गुंतून विदूषकाचे जिणे जगेल असे वाटते. ती वाचकाला हसवील, पण तिची शोकांतिका होईल.'

अलीकडे नवेनवे ग्रामीण लेखक शहरवासी झाले असले, तरी ग्रामीण भाषेचा सहजपणे वापर करू लागले आहेत, ही गोष्ट यादवांना अनेक दृष्टींनी स्वागतार्ह वाटली होती. कारण त्यांच्या मते, मराठी वाङ्मयाच्या इतिहासात ती अर्थपूर्ण आहे. वास्तविक पाहता, या लेखकांच्या ग्रामीण भाषेतील अनेक कथा अशा आहेत, की तिथे लेखकाचे शिक्षित व्यक्तिमत्त्व निवेदकाची तटस्थ भूमिका स्वीकारून कथा निवेदन करीत असते. अशा वेळी ग्रामीण भाषेऐवजी नागर भाषेचा माध्यम म्हणून वापर करणे अभिव्यक्तीच्या दृष्टिकोनातून योग्य ठरेल; कारण निवेदन करणारे व्यक्तिमत्त्व शिक्षित या नात्याने प्रस्तुत असते. तिथे त्या विशिष्ट शिक्षित व्यक्तिमत्त्वाचा एक अपरिहार्य परिपाक असतो आणि त्यामुळेच लेखकाने त्या कथेचे निवेदन उघडपणे पत्करलेले असते. एका अर्थी ती ग्रामीण कथा 'त्या निवेदकाच्या मनाची कथा' असते. म्हणून आनंद यादव म्हणतात, 'अशा परिस्थितीत ग्रामीण भाषेचे माध्यम तिचे औचित्य हिरावून घेते; कारण ती नागर भाषेचे अंश घेऊन अवतरते आणि मग साहित्यकृतीचा कलात्मक ढाचाच घसरतो.'

यादवांच्या कथेचा केंद्रबिंदू खेडेगाव, तेथील जीवनपद्धती, तेथील रीतिरिवाज, शेती तसेच तेथील निसर्गाशी, मातीशी असलेले मानवी पण प्रदेशनिष्ठ वैशिष्ट्यपूर्ण संबंध; एकूण संस्कृतीला लाभलेली काही प्रादेशिक वैशिष्ट्ये, मानवी जीवनाला त्याच प्रदेशानुसार पडलेल्या आर्थिक, सामाजिक, धार्मिक ज्ञानविषयक मर्यादा व त्यातून उद्भवणारे प्रश्न आणि समस्या या साऱ्यांचा त्यांनी ग्रामीण या कक्षेत अंतर्भाव केला आहे. तथापि प्रत्यक्ष विवेचनाचा ओघ वळतो तो ग्रामजीवनातील केवळ कृषी क्षेत्राकडे. त्यामुळे ग्रामीण भाषेच्या विचारातही त्यांनी जी उदाहरणे घेतली आहेत, तीही कृषी जीवनाशी विशेष संबंध असलेली आहेत. ग्रामजीवन हे कृषिप्रधान असले, तरी या गावगाड्यात कृषी व्यवसायाशी संबंध नसलेले इतरही अनेक घटक असतात, तेही ग्रामजीवनाचेच अविभाज्य अंग असते. हे सर्व तत्त्वतः मान्य करूनही ग्रामीण साहित्याच्या अंतरंगाचा आणि बहिरंगाचा, त्यातील आशयाचा आणि आविष्काराचा वेध घेताना यादवांचे विवेचन कृषिकेंद्रित होते. परिणामतः ग्रामजीवनातील कृषिविरहित घटक दुर्लक्षिले जातात, याची त्यांना जाणीव होती. पण स्वतः यादवांनी ग्रामीण साहित्यविषयक जे लेखन केले आहे, या अनुषंगाने जे प्रयोग केले आहेत, ते अधिकतर प्रमाणात कृषिप्रधान अंग विशेषत्वाने चर्चिले जाण्याचे हे एक कारण असणे शक्य आहे. यादवांचे समीक्षात्मक विचार पुष्कळदा सर्जनविषयक आत्मानुभूतीवर आधारलेले असत.

■

डॉ. सुरेश र. देशपांडे
९६२३१८५१४०

■

'ग्रामसंस्कृती'आणि 'साहित्यिक जडणघडण' एक चिंतनयात्रा

डॉ. आनंद यादव यांचं व्यक्तिमत्त्व हे बहुआयामी स्वरूपाचं आहे. कविता, कथा, कादंबरी, ललित गद्य, वगनाट्य इ. ललित साहित्याबरोबरच त्यांनी समीक्षा आणि वैचारिक स्वरूपाचंही लेखन केलं आहे. ते एक प्रतिभावंत लेखक म्हणून जसे ओळखले जातात, तसेच ग्रामीण साहित्य चळवळीचे प्रर्वतक म्हणूनही साहित्य क्षेत्राला परिचित आहेत. खेडे, खेड्यातील माणूस, त्याचे कष्टमयी, दुःखभोगी जगणं, त्याचा समाज, त्याचा ग्रामीण परिसर, त्या परिसरातील खेड्याची संस्कृती हे त्यांच्या चिंतनाचे आणि प्रामुख्यानं लेखनाचे विषय आहेत.

एवढ्यावर ते थांबले नाहीत तर ग्रामीण माणसांविषयीच्या लेखनाला एक विशिष्ट दिशा द्यावी, ग्रामीण माणसाच्या जाणिवा समजून घेऊन लेखन करू इच्छिणाऱ्या समविचारी कवी-लेखकांना घेऊन एक चळवळ उभारण्याचा ध्यास त्यांना लागला. या ध्यासातूनच पुणे येथील त्या वेळेच्या भारती विद्यापीठाच्या परिसरात भारती विद्यापीठाचे संस्थापक श्री. पतंगराव कदम यांच्या मदतीनं १९७७ मध्ये त्यांनी ग्रामीण साहित्यिकांचा पहिला मेळावा आयोजित केला. त्याचंच पुढे ग्रामीण साहित्य संमेलन आणि ग्रामीण साहित्य चळवळीत

रूपांतर झालं.

ते स्वतः शेतकऱ्याच्या कुटुंबात आणि कागलसारख्या त्या वेळेच्या खेडेवजा गावात जन्मलेले होते. त्यांच्या घरची आर्थिक स्थिती ओढग्रस्तीची होती. त्यामुळे शेतकऱ्याच्या जीवनातला संघर्ष आणि कष्टमय जगणं त्यांच्या अनुभवाचा भाग होता.

ग्रामीण जीवन आणि ग्रामीण साहित्य याविषयी जी आत्यंतिक आस्था आणि तळमळ त्यांच्या मनात आणि लेखनात दिसून येते, त्याची मुळं त्यांच्या त्या अनुभव विश्वात आणि त्यातून घडलेल्या मनःपिंडात दिसून येतात. ग्रामीण साहित्याची चळवळ उभारण्याची त्यांची ऊर्मीही यातच प्रतिबिंबित झालेली दिसते.

खरे तर त्यांच्या यासंबंधीच्या जाणिवा जितक्या साहित्यिक स्वरूपाच्या आहेत, तितक्याच सामाजिक स्वरूपाच्या आहेत. सामाजिक परिवर्तनाच्या कार्याचाच तो भाग होता, असं म्हटलं तर वावगं ठरू नये. एका संवेदनशील मनानं समाजासाठी स्वीकारलेल्या एका व्रताचा तो भाग होता.

कविमनाच्या डॉ. आनंद यादवांनी विविध साहित्य प्रकारांमधून विपुल प्रमाणात अत्यंत श्रेष्ठ दर्जाचं ललित साहित्याचं लेखन केलं. परंतु त्यांच्या मनातली सामाजिक जाणीव त्यांना स्वस्थ बसू देत नव्हती. त्याचा परिपाक म्हणून ग्रामीण साहित्यिक मेळाव्याचं आयोजन आणि पुढे ग्रामीण साहित्य संमेलनाच्या आयोजनासाठी प्रयत्न व भटकंती त्यांनी सुरू केली. जमेल तिथे ग्रामीण साहित्याच्या अनुषंगानं त्यांनी व्याख्यानं दिली. त्यासाठी महाराष्ट्रभर त्यांनी प्रवास केला. या निमित्तानं नव्या जाणिवेतून महाराष्ट्रातील खेड्यांची विविध रूपं त्यांनी न्याहाळली. त्यातून त्यांना महाराष्ट्राचा आवाका कळत गेला. ग्रामीण महाराष्ट्र किती आणि कसा पसरलेला आहे, ते कळलं. या काळात समविचारी मंडळी आणि खेड्यापाड्यातून नव्यानं लिहिती झालेली नवी पिढी त्यांच्या सहवासात येत गेली. त्यांच्याही नजरेतून, अनुभवांतून त्यांना खेडी समजून घेता आली. त्या तरुण पिढीशी त्यांचा जिव्हाळा निर्माण झाला. जाणिवा आणखी प्रगल्भ होत गेल्या आणि जी चळवळ ते उभी करू पाहत होते, तिला बळकटी येत गेली. याबरोबर ग्रामीण साहित्याची समीक्षा आपणच करावयाची, या हेतूनं त्यांनी स्वतः समीक्षालेखन सुरू केलं. त्यामुळे ग्रामीण साहित्याकडे बघण्याची एक नवी दृष्टी अभ्यासकांना मिळाली. प्रस्थापितांनाही पारंपरिक दृष्टिकोन बदलून ग्रामीण माणूस व ग्रामीण साहित्य यांच्याकडे गांभीर्यानं बघण्याची आवश्यकता वाटू लागली.

दुसऱ्या बाजूला डॉ. यादव ज्या अध्यापन क्षेत्रात काम करीत, तेथेही ग्रामीण विद्यार्थी त्यांना भेटत. आपले अनुभव, अडीअडचणी, गावाकडची माहिती सांगत. त्यांच्यात नवी ऊर्जा निर्माण करण्याचं काम डॉ. यादव करीत. अशा वाड्या-वस्त्यांवरून आलेल्या असंख्य ग्रामीण विद्यार्थ्यांना घडविण्याचं काम त्यांनी केलं. ग्रामीण साहित्य चळवळीच्या रेट्यातून शाळा-महाविद्यालयं आणि विद्यापीठाच्या अभ्यासक्रमातून ग्रामीण साहित्याचा समावेश झाला. यामुळे ग्रामीण साहित्याचा अभ्यास आणि त्यावरील संशोधनात्मक कार्य मोठ्या प्रमाणात होऊ लागलं. आजही होत आहे. अभ्यासपूर्ण असे संशोधनात्मक, ग्रामीण साहित्यावर भाष्य करणाऱ्या ग्रंथांची संख्या लक्षणीय स्वरूपात वाढली आहे. आज सगळ्याच सामाजिक, साहित्यिक चळवळी थंडावल्या आहेत. ग्रामीण साहित्याची चळवळही आता ओसरल्याचे जाणवते, हे वास्तव आहे. मात्र मराठीत आज निर्माण होणारे मोठ्या प्रमाणातील साहित्य हे ग्रामीण जाणिवा प्रकट करणारं साहित्य आहे. परिवर्तनाचे वारे खेड्यापाड्यात जाऊन पोहोचले असले तरी, जागतिकीकरणाच्या आगमनानंतर ग्रामिणांचे, कृषिवलांचे प्रश्न बदलले असले तरी, ते संपलेले नाहीत.

आयुष्य उतरणीला लागलेले असताना आणि शारीरिक स्वास्थ्य हरवत चाललेले असतानाही डॉ. यादवांचं लेखन थांबलं नाही. सेवानिवृत्तीनंतरच्या काळातही ते जोमानं चालू राहिलं. एक संवेदनशील मनाचा

लेखक म्हणून कथा-कादंबऱ्यांचं लेखन तर त्यांनी केलंच; पण त्यांचं चिंतनशील मन स्वस्थ बसलं नाही. ग्रामीण जीवन आणि समाज याविषयीचा मनातला ध्यास कमी झाला नाही. या ध्यासातून त्यांनी काही लेखन त्यांच्या आयुष्याच्या उतरार्धात केलं. यांपैकीच २००० मध्ये 'ग्रामसंस्कृती' आणि २०१२ मध्ये 'साहित्यिक जडणघडण' हे दोन ग्रंथ प्रसिद्ध झाले आहेत. मांडणीच्या दृष्टीनं दोन्ही ग्रंथांचं स्वरूप वेगळं असलं तरी, वैचारिक पातळीवर दोन्ही ग्रंथ एकाच ध्यासातून निर्माण झालेले दिसतात.

'ग्रामसंस्कृती' हा त्यांचा वैचारिक लेखसंग्रह आहे. या ग्रंथात छोटे-मोठे असे एकूण ३३ लेख समाविष्ट करण्यात आलेले आहेत. प्रत्येक लेख सुट्या स्वरूपात असला तरी सर्व लेखांमधून ग्रामसंस्कृतीचं विकसित होत गेलेलं रूप न्याहाळण्याचा त्यांचा प्रयत्न दिसतो. या लेखनामागील आपली भूमिका मांडताना 'महाराष्ट्र नव्हे महाग्राम' या प्रास्ताविकात ते म्हणतात, 'मी काही समाजशास्त्राचा आणि संस्कृतीचा पदवीधर अभ्यासक नाही. मात्र या दोन विषयांचा अभ्यास मी माझ्या साहित्यनिर्मितीसाठी केला. ग्रामीण जीवनाचे यथार्थ दर्शन आपल्या साहित्यातून घडवावयाचे असेल तर मी अगोदर ते जीवन नीटपणे, अंतरंग आणि बहिरंग यांच्यासह समजून घेतले पाहिजे, असे वाटू लागले. वस्तुनिष्ठ स्वरूपात ते मला कळले पाहिजे, या जाणिवेतून मी या अभ्यासाकडे वळलो.'

या त्यांच्या विधानात त्यांच्यातील जिज्ञासेचे आणि नम्रतेचेही दर्शन घडते. हे सर्व लेख त्यांनी जानेवारी १९९८ ते जुलै १९९८ या काळात लिहिलेले आहेत. म्हणजे त्यांना तोपर्यंत सेवानिवृत्त होऊन जवळपास तीन वर्षांचा काळ लोटलेला होता आणि वयाच्या ६८-६९ व्या वर्षी हे लेखन केलं आहे. म्हणजे आयुष्यभर ज्या विषयाचा ध्यास घेऊन त्यांनी लेखन आणि चिंतन केलं, तेवढी पुंजी त्यांना पुरेशी वाटली नाही आणि त्या जाणिवेतून त्यांनी पुन्हा केलेलं हे ग्रामसंस्कृतीसंबंधीचं चिंतन, अभ्यास आहे.

'महाराष्ट्र नव्हे महाग्राम' या प्रास्ताविकात त्यांनी मांडलेली भूमिका अर्थपूर्ण आहे. ते म्हणतात, '१९६४ ते १९७२-७३ पर्यंत पुणे आकाशवाणीवर 'चालू जमाना' हे सद्यःस्थितीवर आधारित ग्रामीण जीवनावरील सदर चालवीत होतो. या काळातील बदलते ग्रामीण जीवन दैनिकांतून, ग्रंथांतून, प्रत्यक्षात तिकडे जाऊन येऊन अभ्यासत होतो. या सर्वांतून ग्रामीण समाज, संस्कृती, जीवन व त्यातील बदल, विकास, समस्या, नवे प्रश्न इत्यादीविषयींचे आकलनाचे रसायन माझ्या मनात तयार झाले. माझ्या मनासमोर ग्रामीण महाराष्ट्र हा महाराष्ट्र नसून, हे एक महाखेडेच आहे, याचे चित्र उभे राहू लागले. महाखेड्याचा हा महाराष्ट्रच प्रस्तुत ग्रंथात उमटला आहे.' या त्यांच्या म्हणण्यातील इत्यर्थ लक्षात घेऊनच या सर्व लेखांकडे बघता येऊ शकते.

त्यांनी या लेखनात ग्रामीण महाराष्ट्रात स्वातंत्र्योत्तर कालखंडात होत गेलेल्या स्थित्यंतराचा वेध घेतला आहे. त्यासाठी १९४७ ते १९९७ या पन्नास वर्षांतील स्थित्यंतराचे तीन टप्पे कल्पिले आहेत. त्यानुसार १९६० पर्यंत खेड्यांची स्थिती मध्ययुगातील काळासारखी किंवा ब्रिटिशपूर्व काळातील खेड्यांप्रमाणे होती. त्यांच्या मते, स्थित्यंतराला सुरुवात झाली ती १९६० नंतर. या काळातही सर्व महाराष्ट्रात स्थित्यंतराचा वेग सारखा नव्हता. पश्चिम महाराष्ट्र वगळता विदर्भ, मराठवाडा, कोकण या प्रदेशातून त्याची गती मंद होती. तरीही १९६० ते १९७५ या पंधरा वर्षांत हे स्थित्यंतर एका टप्प्यापर्यंत घडून आलं आणि १९७७ नंतर म्हणजे आणीबाणीनंतर, त्याचे फायदे-तोटे लक्षात येऊ लागले. ते लक्षात घेता, स्थित्यंतराचे फायदे सरंजामदारांनाच अधिक झाले आणि सर्वसामान्यांचं यातून शोषण झालं. या विचाराच्या पार्श्वभूमीवर यादवांनी आपलं लेखन केलं आहे, हे लक्षात घ्यावं लागतं.

आरंभीच्या लेखात 'ग्राम' म्हणजे काय, त्याला खेडं का म्हणावयाचं इत्यादीसंबंधी विवेचन करून त्याची व्याख्या केली आहे. त्यानंतर मुळात या ग्रामाची निर्मिती कशी होत गेली, याचा तर्कसंगत असा वेध घेतला

आहे. त्यानंतर ते संस्कृतीकडे वळले आहेत. सुरुवातीला माणूस अन्न-पाण्याच्या शोधात फिरत असे. जिथे त्याला ते गवसेल तिथे तो थांबे. यातून त्याचे टोळीच्या रूपात एकत्र राहणं होऊ लागलं. आणि नंतरच्या काळात हळूहळू तो स्थिरावत गेला. या स्थिरावण्यातून काही परस्परसंबंध, जिथे वस्ती आहे तेथील नदी, नाले, झाडे, भूप्रदेश यामुळे काही गोष्टी निर्माण झाल्या. त्यातील एक म्हणजे संस्कृती. त्याबद्दल डॉ. यादव लिहितात, 'बेभरवशाच्या भटकंतीपेक्षा हळूहळू अशा रीतीनं स्थिर एका जागी राहणं खात्रीचं असतं, असा पडताळा आला असावा आणि त्यातूनच ग्रामं वसत गेली असावीत. आणि त्यातूनच हळूहळू ग्रामात राहताना तेथील जीवनाची एक नवी शैली निर्माण झाली असावी. हिलाच आपण ग्रामसंस्कृतीचा मूळ स्त्रोत म्हणू शकतो. किंबहुना तो मानवी संस्कृतीचाच मूळ स्त्रोत मानावा लागतो.'

काळाच्या ओघात संस्कृती, संघर्ष आणि त्यातून पुन्हा नवीन संस्कृती, असं तिचं स्थित्यंतर होत जातं. ही संस्कृती प्रामुख्यानं शेतीप्रधान संस्कृती आहे आणि ती भारतीय संस्कृतीचाच एक भाग आहे. दुसऱ्या बाजूला भारतीय संस्कृतीत विविधता आहे. असं असलं तरी तिच्या अंतरंगात मात्र एकताच आढळून येईल. आणि ही अंतरंगातील एकात्मता या संस्कृतीचा गाभा आहे, असं डॉ. यादवांना वाटतं. संस्कृतीच्या अंतरंगात जरी अशी एकात्मता जाणवत असली तरी, तिचं बहिरंग मात्र तसं नाही. स्थानिक पातळीवरचं विशिष्ट हवामान, पाऊसमान, निसर्ग, जमीन, भौगोलिक स्थिती, डोंगर, नदीनाले, दरीखोरे, समुद्राचं सान्निध्य किंवा अंतर यातून तिचं बहिरंग स्पष्ट होतं. पश्चिम महाराष्ट्र, विदर्भ, मराठवाडा, खानदेश अशा प्रदेशांकडे बघितलं तरी महाराष्ट्रातील ग्रामसंस्कृतीचं बहिरंग लक्षात यायला हरकत नाही. इतकंच नव्हे, तर अनेक परींच्या गावाच्या वैशिष्ट्यांमधून त्या त्या गावाला एक चेहरा प्राप्त झालेला असतो. त्याला प्रमुख कारण तिथली संस्कृती हेच असतं. प्रत्येक गाव वसवताना तिथले नदी-नाले, तलाव, जमीन इ.चा विचार केलेला असतो. त्या त्या ठिकाणच्या हवामानाचाही विचार केलेला असतो. त्या दृष्टीनं प्रत्येक खेडं म्हणजे डॉ. यादवांना ते निसर्गाचंच अपत्य वाटतं.

खेड्याचा प्रमुख उद्योग शेती हाच असतो. किंबहुना शेतीवरच त्याची उपजीविका अवलंबून असल्यानं शेती हा ग्रामीण माणसाच्या मनोविश्वाचा मोठा आणि महत्त्वाचा घटक असतो. ही शेती प्रामुख्यानं पावसावर अवलंबून असते. शिवाय ती निसर्गाचाच एक घटक असल्यानं ऋतुमानाप्रमाणे तिची कामं करावी लागतात. उन्हाळा, पावसाळा आणि हिवाळा अशा सर्व काळांचं कृषिवलांचं एक वेळापत्रकच असतं. त्यानुसार त्यांच्या कामाचं आयोजन तेथील शेतकरी करीत असतो. 'पावसाची मैत्री' या लेखात डॉ. यादवांनी याबद्दल तपशिलानं लिहिलं आहे. पाऊस वेळेवर आणि प्रमाणात झाला तर गाव सुखावतो. मात्र प्रत्येक वेळी असं होतंच असं नाही. डॉ. यादव लिहितात, 'पण पाऊस येताना कधी विजांचा आसूड हातात घेऊन येतो. माणसं, जनावरं मारतो. वादळं, वावटळी आणतो. गरिबाच्या झोपड्या, छपरं, पाला-पाचोळ्याची खोपटं उडवून त्यांचे संसार ऐन कामाच्या रणघाईत उघड्यावर पाडतो. नद्या-नाले अचानक भरून शेतकऱ्यांच्या बांध-बंदिस्तीचं नुकसान करतो. पुरात गुरं-ढोरं, कधी पोरंही वाहून नेतो. कधी भलत्याच वेळी प्रचंड प्रमाणात पडून, हाता-तोंडाशी आलेली पिकं आडवी करून शेतकऱ्याची स्वप्नं धुळीला मिळवितो. कधी मधेच तोंड घेऊन जातो, तो परत येतच नाही. मग सगळी पिकं अर्ध्यावरच जळतात. पावसाचा हा अवतार भेसूर आणि लहरी असतो. त्याच्या लहरीवर खेडं हेलावत, तर कधी टकरा देत, तर कधी गटांगळ्या खात जगत असतं. पावसाची ही संस्कृती गावाच्या संस्कृतीला दिशा देत कधी तिची दशादशा करून टाकते...'

ग्रामसंस्कृतीचाच एक भाग म्हणजे ग्रामिणांची जीवनसरणी. या ग्रामीण जीवनशैलीचा गाभा समूहात्मकतेचा आहे, हे 'गावाची जीवनसरणी' या लेखातून छान मांडलं आहे. या सामूहिक जीवनसरणीचा

फायदा असा, की कुणालाही एकटेपणा, कंटाळवाणेपणा, एकाकी पडल्याची जाणीव होत नसे. 'मोकळे राज्य', 'माणसाला जगवणारे हात', 'मातीत उगवणारी मुलं', 'रानमळ्याचं घर', 'गावाचे स्वास्थ्य आणि अस्वास्थ्य' यात ग्रामसंस्कृतीचं स्वरूप विस्तारानं विशद केलं आहे, तर 'अवनतीचा काळ', 'युगान्तराची चाहूल', 'व्यापक सांस्कृतिक संघर्षाकडे' या लेखांमधून पारंपरिक ग्रामसंस्कृतीवर होणाऱ्या अतिक्रमणामुळे कसं परिवर्तन होत गेलं आणि त्यातून ग्रामसंस्कृतीचा मूळचा चेहरा कसा बदलू लागला, त्यातून व्यापक स्वरूपात संघर्ष कसा निर्माण झाला, याचं विवेचन केलं आहे.

आतापर्यंत ज्या ग्रामसंस्कृतीचा विचार केला, त्या संस्कृतीचा गाभा हिंदू संस्कृतीचाच होता, आणि तिच्यात जसे महान गुणधर्म आहेत, तसेच महान दोषही आहेत. विशेषतः हिंदू धर्मातील ब्राह्मण आणि क्षत्रिय या दोन वर्णांनी धर्मसत्ता आणि ज्ञानसत्ता यांचा गैरवापर करून संस्कृतीच्या आचार-आविष्कारांना विकृतीचं स्वरूप दिलं. जन्माधिष्ठित वर्णीय आणि जातीय उच्च-नीचता निर्माण केली. याचा आत्यंतिक त्रास बहुजनांना आणि स्त्रियांना झाला. १८१२ नंतर म्हणजे महाराष्ट्रात मुद्रण कला आल्यानंतर व विशेषतः प्रबोधन युग अवतरल्यानंतर त्या उच्चवर्णीय संस्कृतीला हादरे देण्याचं काम लोकहितवादी, रानडे, आगरकर, गोखले इ. नवविचारवंत मंडळींनी केलं. या पार्श्वभूमीवर नवी संस्कृती निर्माण करण्यासाठी म. जोतिराव फुले यांनी केलेले अमर्याद प्रयत्न महत्त्वाचे आहेत. डॉ. यादव त्यांना नव्या ग्रामसंस्कृतीचं आद्य प्रवर्तक म्हणतात. म. फुल्यांनीच ग्रामसंस्कृतीला आधुनिक युगात आणून सोडलं, असं मत 'नव्या ग्रामसंस्कृतीचे प्रवर्तक' या लेखात त्यांनी व्यक्त केलं आहे. त्याप्रमाणेच 'परिवर्तनाचे वारे' या लेखात १९३० पर्यंतच्या सुधारणावादी चळवळीच्या कार्याचा आढावा घेतला आहे. १९३० नंतर म. गांधींच्या प्रभावाखाली स्वातंत्र्याची चळवळ आली. ग्रामीण समाजात आणि संस्कृतीत परिवर्तन येऊ लागलं. देश स्वतंत्र झाला. पण म. गांधीजींची हत्या झाल्यानं परिवर्तनाच्या गतीस अवरोधच निर्माण झाल्याचा निष्कर्ष 'दूर गेलेले स्वप्न' या लेखात ते काढतात. यानंतरच्या 'अपयशाचे गाठोडे', 'बिकट प्रश्नांची सोडवणूक', 'नवा रस्ता' या लेखांमधून स्वातंत्र्योत्तर काळात १९६० पर्यंत ग्रामविकासासाठी सामाजिक, राजकीय, शासकीय स्तरांवर झालेल्या विविध चळवळी आणि कार्य यांचा परामर्श घेतला आहे. तो मुळातच अभ्यासण्यासारखा आहे.

'नवरूपवती नवधान्यवती', 'जुन्यातून नव्याकडे' या लेखात शेतीला आणि खेड्याला नवं रूप देणाऱ्या योजनांचा आणि 'ट्रँझिस्टर', 'रेडिओ', 'दूरदर्शन' आणि निरनिराळ्या गाण्यांच्या फिती यांचा ग्रामपातळीवरचा प्रवेश इत्यादींवर तपशिलानं लिहिलं आहे. तंत्रज्ञान आणि विज्ञानामुळे खेडी आणि तेथील संस्कृती आधुनिक युगाला आणि जगाला जोडली जात असल्याचं या काळात बोललं जाऊ लागलं.

'रस निघून गेलेला ऊस' या लेखात १९६५ नंतरच्या काळात ऊसउत्पादनाकडे बघण्याची शेतकऱ्याची दृष्टी कशी बदलली आणि त्यातून निर्माण झालेल्या परिस्थितीचा, बागायतदार शेतकऱ्याच्या लोभी वृत्तीचा वेध घेतला आहे. 'अलीकडच्या ऊस कारखान्यातील राजकारणामुळे, निवडणुका, सभा, मीटिंग्ज, चर्चा, डावपेच, भेदाभेद, संघर्ष इत्यादींमुळे शेतकऱ्याच्या वृत्तीतील सरळपणा, प्रांजळपणा निघून गेला. त्याच्या अडाणीपणामुळे ऊस शेतीचे असे अतोनात नुकसान होऊ लागले, तसे राजकारणग्रस्ततेमुळे तो स्वास्थ्यही गमावून बसला.' हे त्यांचे विधान बदलत्या ग्रामसंस्कृतीत निर्माण होत गेलेल्या विकृतीवर प्रकाश टाकणारं आहे.

'बदलती कुटुंबव्यवस्था आणि जात चाललेली जातिव्यवस्था' या लेखात वर्तमानातील कुटुंबव्यवस्था आणि जातिव्यवस्था या संबंधानं त्यांची काही निरीक्षणं नोंदविली आहेत.

'बदलती कुटुंबव्यवस्था आणि जात चाललेली जातिव्यवस्था' या लेखात बदलत जाणाऱ्या

कुटुंबव्यवस्थेवर आणि जातिव्यवस्थेवर भाष्य केले आहे. कुटुंब संस्थेची निर्मिती, पुढे मातृसत्ताक आणि पितृसत्ताक अशा दोन कुटुंबपद्धतीचा अवलंब, त्यानंतर संयुक्त कुटुंबांचे विघटन, त्याचे परिणाम इत्यादीबद्दल मते मांडत आता जातिव्यवस्थेलाही झळ पोहोचू लागली असून, पूर्वीप्रमाणे तिच्यातील कडवेपण कमी होऊन त्यात अस्पृश्यता, सोवळेओवळे राहिलेले नाही. धार्मिक भावनेपेक्षा बुद्धिनिष्ठ, तर्कसुसंगत वर्तनाला महत्त्व आले आहे. याशिवाय आंतरजातीय विवाहांची संख्या वाढली आहे. त्यामुळेही जातीचे महत्त्व पूर्वीइतके राहिले नाही, हे स्पष्ट होते. एकविसाव्या शतकात तर जाती फक्त मानसिक पातळीवरच शिल्लक राहतील आणि आर्थिक वर्ग निश्चित होत जाईल, हे त्यांचे भाकीत कितपत खरे ठरेल, हे काळच सांगू शकेल.

१९६० नंतर शेतीविषयक अनेक योजना कार्यान्वित झाल्याने शेतीचे रूप बदलू लागले. पाणी योजनांच्या माध्यमातून निर्माण झालेले पाण्याचे नवे साठे, जाणीवपूर्वक पडीक जमीन लागवडीखाली आणण्याचे प्रयत्न, आलेली यांत्रिक नवी अवजारे, नवनवी खते, नवे सुधारित बी-बियाणे, पिकावरील रोग-कीटकनाशक नवी औषधे, सहकार तत्त्वाचा स्वीकार इत्यादींचा परिणाम याला कारणीभूत आहे. या शेतीच्या नव्या शैलीमुळे ग्रामसंस्कृतीवर तिचा मूलभूत स्वरूपाचा परिणाम होऊन हे खेडे समृद्ध दिसत असले तरी तेथील जनसामान्यांचे किंवा छोट्या शेतकऱ्यांचे दारिद्र्य वाढले, असे 'समृद्ध खेड्यातील कंगालपणा' या लेखात म्हटले आहे. मोठ्या आणि बागायतदार असलेल्या शेतकऱ्यांची परिस्थिती सुधारली; पण छोट्या शेतकऱ्यांची परिस्थिती आणखी बिकट होत गेली. त्यांना त्यांच्या जमिनी विकून शेतमजूर व्हावे लागते. रोजगारासाठी शहराकडे धाव घ्यावी लागते. हे ग्रामसंस्कृतीला धक्का देणारेच आहे. ही आधुनिक ग्रामसंस्कृतीची शोकांतिकाच असल्याचे त्यांना वाटते. यांत्रिकीकरणापूर्वी खेड्यातला माणूस शेतीच्या कामावर जगत होता. ती त्याची हक्काची कामे कमी झाली. बलुतेदारांचे परंपरागत धंदे बुडाले. यामुळे त्याला तिथे जगण्याचे साधनच उरले नाही. त्यासाठी त्याला शहराकडे धाव घ्यावी लागली. 'खेड्यातून कंगाल होऊन शहरात येणाऱ्या कामगारांच्या जोरावरच शेतीसाठी लागणारी यंत्रे, अवजारे, उपकरणे, खते, औषधे तयार करून घेऊन पुन्हा ती त्यांच्याच खेड्यातील शेतकऱ्यांना विकून हे शोषणाचे चक्र पुरे केले जाते. आधुनिक भारतीय ग्रामसंस्कृतीची ही शोकांतिका आहे,' हे डॉ. यादवांचे निरीक्षण वास्तवावर बोट ठेवणारेच आहे.

'शेतकऱ्यांची घरे, अवजारे, शेतीविषयक उद्योग हे तर निसर्ग घटकातून जन्माला आलेले असतातच. पण त्यांच्या कला, देवधर्म हेही निसर्ग घटकांतून रचलेले किंवा निर्मिलेले असतात' असे सांगत 'ग्रामीण कला आणि देवधर्म' या लेखात खेड्यातून चालत आलेल्या परंपरागत कला आणि कलावंत खेड्याच्या आधुनिकीकरणात कसे लुप्त होताहेत, हे स्पष्ट केले आहे. भावनात्मक श्रद्धाळू मनातून ग्रामीण कला व देव-धर्म निर्माण झालेले आहेत. याशिवाय मनोरंजनासाठीही ग्रामीण भागात काही कला सादर होत. गोंधळी, जोगतिणी, वाघ्या-मुरळी, भुत्ये, तमासगीर, प्रवचनकार, कीर्तनकार ही मंडळी तुणतुणे, डफ, हलगी, ढोलकी, चौडंक, वीणा, टाळ, मृदंग, चिपळ्या इ.च्या लय-तालावर गात, कथन करत, विनोद करत, अभिनय करत, नाट्य निर्माण करत आणि त्यांच्याद्वारा लोकांचं उद्‌बोधन-प्रबोधन करीत, मनोरंजन करीत. तर गारुडी, माकडवाले, अस्वलवाले, नंदीबैलवाले हे जनावरांच्या कसरती दाखवत आणि डोंबारी, कोल्हाटी, बहुरूपी असे भटके कलाकारही आपापल्या अंगमोड कलांनी खेड्यातील लोकांना रिझवीत. गोंधळ, भजनं, जोगतिणीची गाणी, प्रवचनं, कीर्तनं, जागर यांना धार्मिक संदर्भ होते. हजारो वर्षं चालत आलेल्या रूढी, परंपरा, समजुती यामुळे ग्रामीण माणूस अजूनही सश्रद्धच आहे. या माणसाला अगतिकता आली की तो अंधश्रद्धेकडे वळतो. ही अंधश्रद्धा काढून टाकायची असेल तर त्याला शिक्षित करून त्याच्यात विज्ञाननिष्ठा निर्माण करावी लागेल. त्याद्वारा त्याच्या देव-धर्मविषयक कल्पनेत बदल होईल, असं डॉ. यादवांनी या लेखात

सूचित केलं आहे. 'नासलेल्या शिक्षण संस्था' आणि 'पांढरपोशाखी व्यवसाय' या लेखातून स्वातंत्र्योत्तर काळात सार्वजनिक जीवनात निर्माण झालेल्या अपप्रवृत्तींवर प्रकाश टाकला आहे, तर 'अखंड लुटीचा बळी आणि चळवळी' या लेखात शेतकरी संघटनेचा उदय आणि तिचं कार्य या संबंधानं विचार मांडले आहेत. 'अन्नब्रह्माची उपासक संस्कृती' या लेखात खेडी आणि शेती पिकविणारा शेतकरी, हेच अन्नब्रह्माचे उपासक आहेत. त्यांच्यामुळे सामान्य जनता सुखी असते. आणि हे चिरंतन टिकवायचं असेल तर या देशातील ग्रामसंस्कृतीचा विकास झाला पाहिजे, या डॉ. यादवांच्या विचाराशी कुणाचंही दुमत असण्याचं कारण नाही.

या ग्रंथाच्या रूपानं डॉ. आनंद यादव यांनी ग्रामीण साहित्याच्या अभ्यासकांसाठी आणि विचारवंत, सामाजिक दृष्टी असणाऱ्या कार्यकर्त्यांसाठी अत्यंत मौलिक स्वरूपाचा वैचारिक ठेवा दिलेला आहे. मानवी संस्कृतीच्या निर्मितीपासून सुरुवात करून ग्रामीण संस्कृतीनं वेळोवेळी धारण केलेली रूपं, तिची सर्वसमावेशकता यांचा वेध तर त्यांनी घेतलाच, पण तिच्यात आलेली परिवर्तनं आणि या परिवर्तनातून सद्य काळात तिची असलेली अवस्था सांगून ते थांबले नाहीत, तर अनेक प्रकारे दिशादिग्दर्शनही केलं आहे. जे चांगलं आहे, त्याचं महत्त्वही विशद केलं आहे. उदाहरणार्थ, 'अंतरंगातील एकता' या लेखात त्यांनी त्यांच्या स्वतःच्या गावात हिंदू आणि मुस्लिम अशा दोन्ही धर्मांतील लोक भाषा, पेहराव, आपली नावं, श्रद्धास्थानं, सण-वार, उत्सव या संबंधानं कशी एकमेकांत मिसळून राहत याचं उदाहरण दिलं आहे. एवढंच नव्हे, तर स्वातंत्र्यपूर्व काळात काही मातंग मंडळी ख्रिश्चन झाली होती. पण नंतरच्या काळात ती मंडळी पुन्हा त्यांच्या जातीत आली, हे कळलंसुद्धा नाही. हे संस्कृतीच्या एकात्मतेचंच प्रतीक आहे. ही एकात्मता समाजाच्या तळातल्या माणसानं टिकवली आहे, असं ते ठामपणे सांगतात. ते म्हणतात, 'स्वतंत्र देशात लोकशाहीच्या मार्गानं राजकारण सुरू झाल्यावर मात्र भेदाभेद कट्टर केले गेले. धर्म कडवे होत गेले. पण भारतीय समाजाच्या तळातला सामान्य माणूस कोणत्याही धर्माचा असला तरी, भारतीय म्हणून; मनातून एकाच संस्कृतीची लेकरं मानून एकमेकांना मदत करताना, सहकार्य करताना आणि जगतानाही या ग्रामीण संस्कृतीत दिसतो. अंतरंगातील ही एकात्मता या संस्कृतीचा गाभा आहे.'

खेड्यात निसर्गसान्निध्य प्रकर्षानं जाणवतं. यावरून खेडं म्हणजे निसर्गाचं लेकरूच, ही कल्पना त्यांच्यातील लेखकमनाची जेवढी निदर्शक आहे, तेवढीच त्यांच्यात खोलवर रुजलेल्या ग्रामविषयक विचारांचीही द्योतक आहे. या ग्रंथातील 'बिकट प्रश्नांची सोडवणूक' हा लेख सामाजिक अंगानं फारच महत्त्वाचा आहे. या ठिकाणच्या पारंपरिक व्यवस्थेत अतिशूद्र किंवा अस्पृश्य ठरविलेल्या तळातील माणसाला डॉ. बाबासाहेब आंबेडकरांच्या विचारानं आणि कार्यानं आत्मभान दिलं, आत्मसन्मानाची जाणीव दिली, याकडे डॉ. यादव या लेखात लक्ष वेधतात.

'बदलती कुटुंबव्यवस्था आणि जात चाललेली जातिव्यवस्था' या लेखाच्या शेवटी डॉ. यादवांनी केलेलं भाकीत मात्र वास्तव पातळीवर कितपत खरं, याबद्दल साशंकता वाटते. ते म्हणतात, 'जाती आजच कालबाह्य ठरलेल्या आहेत. त्यांचा उद्या काही उपयोग नाही. त्या आज बाह्यतः मोडून पडलेल्या आहेतच. भावनिक आणि सांस्कृतिक पातळीवर, काही प्रमाणात त्या त्या जातीच्या सांस्कृतिक एकात्मतेमुळे त्या आज भारतीय मनात सबल स्वरूपात रेंगाळताना दिसतात खऱ्या. एक-दोन पिढ्यांनंतर हे रेंगाळणेही संपुष्टात येईल. वर्गीय समाजव्यवस्थेत आर्थिक, शैक्षणिक, ज्ञानात्मक, विज्ञानात्मक, वैयक्तिक गुणवत्ताच महत्त्वाची ठरणार आहे. म्हणून ज्याच्याजवळ अद्ययावत उद्योगप्रधान धंद्याची गुणवत्ता आणि शिक्षण असेल, तोच नव्या जातिनिरपेक्ष पण वर्गसापेक्ष व्यवस्थेत टिकेल. अंतिमतः जातिनिष्ठ राखीव जागांचे सरकारी क्षेत्र फायद्याचे नाही. उद्या तेही नष्ट होणार आहे, म्हणून कालसापेक्ष वैयक्तिक गुणवत्ताच वाढवावी लागणार आहे.' या विधानात कालसापेक्ष

वैयक्तिक गुणवत्ता वाढवावी लागेल, हे नाकारण्याचं कारण नाही. ती काळाची गरजच आहे. पण एक-दोन पिढ्यांनंतर भावनिक आणि मानसिक पातळीवरची जातीयता संपेल का?

वर्तमान परिस्थितीचा विचार करू जाता, या ग्रंथातील 'समृद्ध खेड्यातील कंगालपणा', 'आधुनिक ग्रामसंस्कृतीची शोकांतिका', 'ग्रामीण, कला आणि देवधर्म', 'नासलेल्या शिक्षण संस्था', 'पांढरपोषाखी व्यवसाय', 'अखंड लुटीचा बळी आणि चळवळी', 'अन्नब्रह्माची उपासक संस्कृती' हे लेख सद्यःस्थितीवर परखडपणे भाष्य करणारे आहेत.

'ग्रामसंस्कृती' हा लेखसंग्रह चिंतनात्मक वैचारिक स्वरूपाचा आहे. परंतु लेखांना दिलेली शीर्षकं आणि त्यातील भाषाशैली ललित गद्याच्या जवळ जाणारी आहे. त्यामुळे एकूण लेखन वाचताना बोजडपणा तर जाणवत नाहीच, पण डॉ. यादवांनी एवढ्या बारकाईनं मांडलेला विचार वाचनीय वाटू लागतो. उदा. 'पावसाची शैली' हे शीर्षकच पाहा. त्यातून एका काव्यात्मक दृष्टीचाही साक्षात्कार होतो. या लेखाच्या आरंभीचं वाक्यच असं आहे- 'फुलांच्या ऋतूत मधमाश्या जशा वर्षाच्या बेगमीचा मध गोळा करून ठेवतात, तसं सगळं गावही ऋतुमानानुसार उद्योगाला लागत असतं.'

हे वर्णन पाहा– 'उन्हाळ्याच्या दिवसांत मळ्यात पहाटेपासून मोटा चालत. ऊस, भाजीपाला किंवा 'मागास' राहिलेल्या गहू, हरभरा यांना पाणी देण्याची नितान्त गरज असते. हे विहिरीचे पाणी पिकांना उन्हाच्या आधी दिलं तर सगळ्यांनाच सोईचं असतं. उन्हानं पाण्याची वाफ न होता ते जमिनीत पिकासाठी चांगलं जिरून-मुरून जातं. त्यामुळे पिकांना हवा असलेला गारवा टिकून राहतो. उन्हाळ्यात पहाट प्रसन्न असते. या हवेत बैलांना मोट ओढण्यासाठी उत्साह वाटतो. ते या हवेत कमी दमतात. म्हणून पहाटे लवकर मोटा धरून अकरा वाजेपर्यंत चांगल्या चालवता येतात. त्यासाठी बैलांना वैरण घालण्यासाठी रात्री तीन-चार वाजता शेतकऱ्याला उठावं लागतं. पाच वाजेपर्यंत बैल वैरण खाऊन मोटेला तयार होतात. तोपर्यंत शेतकरी सगळ्याच जनावरांना साफ करून घेतो. शेण, मूत्र काढून टाकतो. स्वतःसाठी चहा करून घेतो, उत्साह वाटावा म्हणून चिलीम ओढतो...'

या ग्रंथात डॉ. यादवांनी ग्रामसंस्कृतीमधील स्थित्यंतरं सांगितली आहेत. या सर्वांमधून कृषक जीवनात आलेली स्थित्यंतरंही ओघानंच आणि तपशिलानं आलेली आहेत. स्वातंत्र्योत्तर काळात हळूहळू ग्रामपातळीवरची व्यवस्था असलेला 'गावगाडा' नष्ट झाला. त्यात ग्रामपातळीवर व्यवसाय-धंदे करणाऱ्या बलुतेदारांचे धंदे बुडाले. पण पुढे त्यांना बेरोजगार व्हावं लागलं. गाव सोडावं लागलं. त्यांचं काय झालं किंवा त्यासाठी काय करायला हवं होतं, याविषयीचा तपशील फारसा आलेला नाही. कृषकसंस्कृतीचाच एक भाग असलेला हा समाज आणि त्यांच्या स्थितीगतीविषयी आणखी विस्तारानं डॉ. यादवांनी लिहायला हवं होतं. कारण ग्रामसंस्कृतीचं एवढं सूक्ष्म चिंतन करणारे डॉ. यादव हेच ते करू शकले असते, असं वाटतं. 'ग्रामसंस्कृती' हा ग्रंथ साहित्य, समाजशास्त्र, इतिहास इ. दृष्टीनं दस्तऐवज ठरावा असाच आहे.

'साहित्यिक जडणघडण' हे जानेवारी २०१२ मध्ये प्रसिद्ध झालेले पुस्तक. या पुस्तकाचे एकूण स्वरूप चिंतनात्मक ललित साहित्याचेच आहे. याचे अंतरंग बघितले तर लक्षात येईल, की यातील लेखांचे स्वरूप एक पदरी किंवा एक सारखे नाही. ते वैविध्यपूर्ण आहे. मुळात त्या सगळ्यांना लेख म्हणता येईलच असे नाही. म्हणजे असे की, यातील पाच लेख हे आत्मकथनपर असे आहेत, तर पाच लेख वैचारिक स्वरूपाचे आहेत. तीन मुलाखती आहेत आणि दोन भाषणे आहेत. या सगळ्यांना गंभीर अशा चिंतनाची जोड आहे. त्यातून साहित्यिक म्हणूनच्या जडणघडणीसाठी हवा असणारा ऐवज अभ्यासकांना आणि वाचकांनाही मिळतो. या ग्रंथाची अर्पणपत्रिकाच मुळी 'साहित्यिक होऊ पाहणाऱ्या नव्या तरुण पिढीस अर्पण' अशी आहे. म्हणजे हा

सर्व लेखनप्रपंच प्रामुख्यानं साहित्य क्षेत्रात पदार्पण करू पाहणाऱ्या तरुणांसाठी आहे. म्हणजे हे सर्व लेखन त्या नवागतांच्या साहित्यिक होऊ पाहणाऱ्या जडणघडणीस उपयुक्त ठरेल, अशा हेतूनं या ग्रंथाची निर्मिती आणि मांडणी केलेली आहे. त्यासाठी जमेल त्या माध्यमातून काही सांगणं, असा हेतू किंवा उद्दिष्ट डॉ. आनंद यादव यांनी साधण्याचा हा प्रयत्न केलेला आहे, असं स्पष्ट होतं. या प्रयत्नांत आणखी एक दृष्टी अशी दिसते, की हे सर्व ज्याला, ज्याच्या घरात कुठलीही लेखनपरंपरा नाही त्याला, हे सांगायचं आहे. डॉ. यादव हे ग्रामीण साहित्य चळवळीचे प्रवर्तक असल्यामुळे विशेषतः ग्रामीण समाजातून आलेल्या तरुण, लेखक होऊ पाहणाऱ्या मनाला दिशादर्शन करायचे आहे, हेही येथे गृहीत असावं, असं दिसतं.

जेव्हा एखाद्या माणसाला विशिष्ट प्रकारचं मार्गदर्शन किंवा हितोपदेश करून उत्तेजन द्यायचं असतं किंवा प्रोत्साहित करायचं असतं, तेव्हा मार्गदर्शकानं, उद्‌बोधन करणाऱ्यानं त्याला अनुकूल व उपयुक्त असे आत्मानुभव सांगितले, तर ते सांगणं अधिक प्रभावी व उपयुक्त वाटू लागून त्यातून त्याला एक ऊर्जा प्राप्त होते, त्याच्या मनाची उभारी वाढते. 'मी कोण आहे?' या पहिल्याच लेखाची योजना डॉ. यादवांनी याच हेतूनं केली असावी.

यात सुरुवातीलाच स्वतःची ओळख करून देत आपण लेखनाकडे कसे वळलो, त्या प्रारंभीच्या लेखनाचं स्वरूप काय होतं, इत्यादीचा तपशील दिलेला आहे. कागलसारख्या खेड्यातून गरीब शेतकऱ्याच्या घरात जन्मलेला एक गुरे राखणारा मुलगा एक श्रेष्ठ दर्जाचा नामवंत लेखक झाला. त्याचा प्रारंभीचा प्रवास यात वर्णिलेला आहे. त्यांचं पहिलं पुस्तक 'हिरवे जग' हे कवितेचं होतं, हे सांगतानाच ते म्हणतात, 'नदीकाठी गाव, विहिरींना भरपूर पाणी, तसं गाव बागायती. परिसर हिरवागार. 'हिरवे जग' हे कवितेचं पहिलं पुस्तक मी लिहिलं त्याचं कारणही हेच. आम्ही जे जगतो, तसंच लिहितो.' या ठिकाणी नवागतांना पहिला पाठ मिळतो, तो म्हणजे लेखकानं जे लिहायचं ते नुसतं कल्पनेतलं लिहून चालणार नाही. तर जे भोगलं, जे अनुभवलं त्यालाच लेखनद्रव्य म्हणून वापरलं तर ते प्रभावी आणि श्रेष्ठ दर्जाचं निर्माण होऊ शकतं.

लेखकाला सामाजिक भान असण्याची गरज आहे. ते म्हणतात, 'खेडं बदलत आहे, बदलणार आहे. बदलणाऱ्या खेड्याचं चित्रण करणारे लेखक तयार झाले पाहिजेत, ही माझी तळमळ आहे. याला सांस्कृतिक क्षेत्रात फार महत्त्व असतं, म्हणून तरुणांसाठी मी धडपडतो. मला संधी मिळाली. मी उपयोग करून घेतला. अशी अनेक मुलं मला ठाऊक आहेत की त्यांना संधी दिली, ती तर इंचभरही कुठं कमी पडणार नाहीत. त्यांना मार्गदर्शनाची गरज आहे.' आपल्याला जे वाटतं ते निर्भीडपणे मांडलं पाहिजे. आपली बोली टिकवली पाहिजे. आज शेती परवडत नाही. मोठा समाज हा शेतीवर उपजीविका करणारा आहे.' हा बदल, यात होणारा संघर्ष हे लेखकांनी लिहिलं पाहिजे. हे काम लेखकाचं आहे. हा संपूर्ण लेख जेवढा आत्मकथनपर आहे, तेवढाच तरुणांचं प्रबोधन करणाराही आहे.

'मी पण माझे कळले हो!' या लेखात त्यांनी त्यांच्या एका अनुभवाला मुलाखतीच्या स्वरूपात मांडले आहे. या मुलाखतीत प्रश्नकर्त्या मानसशास्त्राच्या प्राध्यापिकेने त्यांना काही प्रश्न विचारले, त्यात पहिला प्रश्न 'कोणता जीवमात्र आवडतो?' हा होता. दुसरा प्रश्न, 'कोणता पक्षी आवडतो आणि का?' तिसरा प्रश्न, 'जमिनीवरील विहिरी, तळी, तलाव, धरणे, सागर, ओढे, कालवे, नद्या, डोह इ. पैकी पाण्याचा कोणता साठा आवडतो?' आणि शेवटचा प्रश्न, 'तुम्हाला सगळ्यात जवळचं माणूस कोणतं वाटतं?' या प्रश्नांची उत्तर डॉ. यादवांनी दिली. पहिल्या प्रश्नाचे उत्तर बैलजोडी, दुसऱ्या प्रश्नाचे उत्तर मोर, तिसऱ्या प्रश्नाचे उत्तर सागर आणि चौथ्या प्रश्नाचे उत्तर आई असे दिले. त्याची समर्पक कारणेही दिलेली आहेत. स्वतः डॉ. यादव शेतकऱ्याच्या घरातून आलेले असल्याने शेतकऱ्याच्या जीवनात बैलाचे असलेले महत्त्व त्यांनी अनुभवले होते.

आयुष्यभर मालकाच्या शेतात राबल्यानंतर मेल्यावरही मोटेच्या रूपाने तो शेतकऱ्याची सेवा करतो. मोर स्वतःजवळ असलेला ऐटबाज तुरा आणि मोहक रंगाचा पिसारा असूनही त्याच्या चालण्यात सहजता असते, सागर स्वतःच्या अंगाखांद्यावर होड्या, नावा, जहाजे, बोटी वल्हवणारी आणि मासे पकडणारी माणसे यांना लीलया वागवतो. त्यांची फारशी नोंद न घेता तो स्वतःच्याच तंद्रीत निवांत पडून राहिलेला असतो. आई इतकं निरीच्छ मनाने प्रेम करणारे दुसरे माणूस नसते. या उत्तरातून माणसाने कसे असायला पाहिजे हेच सांगितलेले आहे. कॉलेजात शिकणाऱ्या तरुण मुलांना काय सांगितले पाहिजे याचे त्यांचे भानही येथे लक्षात येते.

'स्वतःच्या लेखनात रंगलेला साहित्यिक' हा लेख एक मुलाखत आहे. या मुलाखतीमधून त्यांचा जन्म, जन्मगाव, बालपण, शिक्षण, त्यांनी केलेली रेडिओवरची नोकरी आणि त्यांचा एकूण साहित्यलेखनाचा प्रवास, त्या लेखनातून लेखनप्रेरणा आणि व्यक्त होणारी विविधता, तसेच लिहिलेल्या साहित्यकृतींबद्दल, त्यांच्या निर्मितिप्रक्रियेबद्दल, त्यांच्या स्वरूपाविषयी विचारलेल्या प्रश्नांना त्यांनी उत्तरे दिली आहेत. त्याचप्रमाणे ग्रामीण साहित्य शिबिरे, संमेलने यासंबंधीची प्रश्नोत्तरे आहेत. यातून यादवांची साहित्यविषयक भूमिका आणि मते तर कळतात; पण तत्कालीन एकूण साहित्य चळवळी, त्यातील प्राधान्याने लेखन करणारे लेखक इ.वरही प्रकाश पडतो. परंतु ग्रामीण साहित्य शिबिरे आणि ग्रामीण साहित्य संमेलनाची त्यांनी व्यक्त केलेली गरज यासंबंधीचे विवेचन महत्त्वाचे आहे. तसेच ग्रामीण साहित्याची व्याख्याही महत्त्वाची आहे. ते म्हणतात, 'खेडेगाव, तेथील जीवनपद्धती, तेथील शेतीनिष्ठ समाजव्यवस्था, निसर्गाशी आणि मातीशी असलेले मानवी पण प्रदेशनिष्ठ वैशिष्ट्यपूर्ण संबंध ज्या साहित्यातून व्यक्त होतात, ते ग्रामीण साहित्य, असं स्थूलपणे मानायला हरकत नाही, असं सांगून ते पुढे म्हणतात, 'अशा साहित्यात तेथील संस्कृतीला लाभलेली प्रादेशिक वैशिष्ट्ये जशी येतील, त्याचप्रमाणे त्या प्रदेशामुळे तिथे निर्माण झालेल्या आर्थिक, सामाजिक आणि ज्ञानविषयक मर्यादा व उद्भवणारे प्रश्नही येतील. मग हे प्रश्न कथा स्वरूपात मांडले असतील किंवा लेख वा निबंध स्वरूपात लिहिलेले असतील.'

दलित साहित्य हा वेगळ्या आशयाचा प्रकार आहे हे मान्य करून, सर्व मराठी समाजाशी, परंपरांशी, धर्माशी, संस्कृतीशी एकजात विद्रोह पुकारून लिहिलं जाणारं ते साहित्य आहे, असं त्यांनी म्हटलं असलं तरी 'खरं म्हणजे ग्रामीण व दलित या दोन्ही साहित्य प्रकारांचे प्रवाह एकच आहेत. आणखी आठ-दहा वर्षांनी हे प्रवाह एकमेकांत मिसळून जातील व मराठी साहित्याला आणखी बळ लाभेल, असं मला निश्चितपणे वाटतं.' अशी समन्वयाची भूमिका घेत त्यांनी केलेलं भाकीतही लक्षात घ्यावं लागतं. 'माणसाला स्वतःमध्ये पाहता आलं पाहिजे. रोज एक-दीड तास केवळ एकटं राहून आपण नेमकं काय करतो, कसं जगतो, कसं वागतो, याचा वेध माणसानं घ्यायला हवा. मनाला प्रमाण ठेवून जगणं हे मोठेपणाचं लक्षण आहे, अशी माझी श्रद्धा आहे. जीवनात समजूतदारपणानं नि अलिप्तपणानं जगणारा माणूस सुखी होतो, असं मला मनापासून वाटतं.' हे त्यांचं स्वतःचं जीवनविषयक तत्त्वज्ञान लक्षात घेण्यासारखं आहे.

'कथेचा अभ्यास कसा करावा?' या लेखात कथा म्हणजे ललित साहित्याचा एक प्रकार आहे असं सांगून ललित साहित्य म्हणजे काय हे स्पष्ट केलं आहे. कथा कळण्यासाठी, तिच्या आकलनासाठी तिचे तीन वेळेस वाचन केलं तर आपण कथेला यथार्थ न्याय देऊ शकतो, असं त्यांना वाटतं. या तिन्ही वाचनांतून कथा कशी उलगडत जाते, हेही ते सांगतात.

'मायमातीची ओढ' हा लेख आत्मकथनपर लेखन आहे. 'माती' या शब्दातून व्यक्त होणाऱ्या आशयाची व्याप्ती विशद केली आहे. ग्रामीण माणसाच्या व्यक्त होण्यात 'माती' हा शब्द नेहमी येतो. याचं कारण 'शब्दप्रभूंची भाषा, पंडिताचं तर्कज्ञान, अभिव्यक्तीचं सामर्थ्य त्या ग्रामीणाजवळ नसल्यानं त्याला ते व्यक्त

करता येत नाही. म्हणून या सर्व नेणीव-जाणिवेला तो ‘माती’ असंच संबोधतो... आपण मातीतूनच जन्मलो, आपला पिंड मातीचाच आहे, आपल्या शरीरातील रक्तामांसात, प्राणात मातीचीच स्पंदनं, मातीचंच चैतन्य, मातीचंच सर्व काही असतं, याचा पडताळा त्याला मातीत जगताना पदोपदी येतो. म्हणून तो या सर्वांना मातीच म्हणतो... ‘माती’ हा एकच शब्द त्याचा महावेद असतो. त्याच्या जीवनोपनिषदाचं ‘माती’ हेच मध्यवर्ती सूत्र असतं,’ असा खुलासा करून ते आपलं मत व्यक्त करतात, ‘मराठी साहित्याला मराठी मातीचा हा सर्जनशील स्पर्श नसेल, तर ते साहित्य कागदी, नकली, निर्जीव आणि करंटं समजावं लागेल. ते जिवंत ठेवलं तरी मृतप्राय असेल.’

‘ग्रामीण साहित्य आणि माझी पिढी’ याबद्दल लिहिताना त्यांनी ते आणि त्यांच्या पिढीचे रा. रं. बोराडे, सखा कलाल, चंद्रकुमार नलगे इ.नी निर्माण केलेल्या साहित्यातील वेगळेपण मांडलं आहे. जाणिवांचं वेगळेपण, आशय-विषयाचं वेगळेपण, बोलीचा वापर यातून ते त्याचं पृथगात्मरूप कसं सिद्ध करीत गेले, याचा एक धावता आढावा दिला आहे. पण या नव्या पिढीनं ग्रामीण साहित्य हे मराठी साहित्याचं महत्त्वाचं दालन आणि बहुजनांचा साहित्यप्रवाह म्हणून त्याला मान्यता प्राप्त करून दिली, हे अधोरेखित केलं.

१९४७ पर्यंत म्हणजे देशाला स्वातंत्र्य मिळेपर्यंत एकूण मराठी साहित्यावर प्रामुख्यानं ब्राह्मण वर्गाचं प्रभुत्व होतं आणि ते स्वाभाविकही होतं. कारण सुशिक्षित असलेला तोच एक मोठा समाज होता. म्हणून काही अपवाद वगळता बहुजनांचं वास्तव चित्रण करणारं साहित्य निर्माण झालें नाही. म. फुले यांच्यानंतर १९२०च्या आसपास ही कोंडी फुटू लागली. १९६० नंतर शिक्षणाच्या प्रसारामुळे बहुजन समाज आणि तळागाळातील समाज शिकू लागला. शिक्षणानं आत्मभान आलेले संवेदनशील, सर्जनशील नवतरुण आपल्या जाणिवा आणि आपला कष्टमयी, दुःखभोगी समाज आपल्या साहित्यातून रेखाटू लागले. त्यातूनच साठोत्तरी नव्या ग्रामीण साहित्याची निर्मिती होऊ लागली. ग्रामीण साहित्य चळवळीनं त्याला आकार देण्यास मदत झाली आगि आता त्याचं स्पष्ट वेगळेपण सिद्ध झालं आहे. परंपरागत, प्रस्थापित साहित्याला आणि समाजाला हादरे देण्याचं काम ग्रामीण साहित्यानं केलं आहे. हे एकूण भारतीय समाज, एकूण मराठी साहित्य यांचा थोडक्यात ऐतिहासिक पद्धतीनं वेध घेत ‘भारतीय ग्रामीण साहित्य तुलनात्मक अभ्यास’ या लेखात स्पष्ट केलं आहे.

‘साहित्यनिर्मितीचे भान आणि जबाबदारी’ हा लेख सांगली येथे २००८ मध्ये संपन्न झालेल्या अ. भा. मराठी साहित्य संमेलनाच्या निमित्तानं लिहिलेला लेख आहे. समाजातील सगळी परिस्थिती आणि अवस्था लक्षात घेऊन साहित्याची नवनिर्मिती नव्या समाजभानातून करण्याची साहित्यिकांची जबाबदारी आहे, हे येथे विशद करण्याचा प्रयत्न दिसून येतो. कसदार साहित्य तर निर्माण झालं पाहिजेच, पण त्यासाठी संघटित प्रयत्नही झाले पाहिजेत. कारण समाजाला दिशा देण्याची जबाबदारी साहित्य आणि साहित्यिकांवर आहे, असं डॉ. यादवांना वाटते.

प्रत्येक नवोदित साहित्यिकाचा प्रारंभीचा काळ हा उपासनेचा असतो, हे समजून घेतलं पाहिजे. केवळ शब्दाला शब्द आणि अक्षरांचा मेळ केला की कविता होत नाही. त्यासाठी मनाची विशिष्ट पद्धतीनं जडणघडण झाली पाहिजे. साहित्याची उपासना ही डोळसपणे, जाणीवपूर्वक, अभ्यासपूर्वक केली पाहिजे. त्यासाठी साधनेची आवश्यकता असते. साहित्यनिर्मितीसाठी जीवनाचं आकलन झालं पाहिजे हे आहेच; पण साहित्यशास्त्राबरोबरच समाजशास्त्र, मानसशास्त्र, इतिहास, तत्त्वज्ञानावरचे ग्रंथ इत्यादींचा खोलवर जाऊन अभ्यास केला पाहिजे. तसेच पूर्वसुरींच्या उत्तमोत्तम साहित्यकृतींचा अभ्याससही केला पाहिजे.

या नवोदितांच्या जडणघडणीसाठी केवळ संमेलने भरवणे उपयोगाचे नाही, तर त्यासाठी शिबिरे,

कार्यशाळा घेऊन त्यांना मार्गदर्शन करण्याची गरज आहे. आता साहित्यनिर्मितीचे केंद्र नगर-महानगरांकडून ग्रामीण भागाकडे वळले आहे. कारण शहरातली, पांढरपेशी समाजातील नवी पिढी इंग्रजी माध्यमातून शिक्षण घेऊन परदेशातील नोकऱ्या मिळविण्याच्या मागे लागलेली आहे. जे कुणी यातील साहित्यनिर्मिती करीत आहेत, ते नवसमाजाच्या जाणिवांपेक्षा व्यक्तिकेंद्रितता, रोमँटिक वृत्तीचे साहित्य निर्माण करतात. ते निस्तेज व निष्प्रभ असे आहेत. साहित्याला प्राधान्य देणारी मासिकेही मोठ्या प्रमाणात बंद झाली. वृत्तपत्रांच्या साहित्यिक पुरवण्या बंद झाल्याने त्यातून साहित्यविषयक चर्चा व ग्रंथ परीक्षणे येणे बंद झाले. दर्जेदार साहित्याला प्रसिद्धी देणारे प्रकाशक कमी झाले आहेत. मात्र अशाही परिस्थितीत ग्रामीण समाजातील साहित्यिकांच्या वाङ्मयीन उत्साहाला उधाण आलेले आहे. याला महत्त्वाची कारणीभूत आहे ती ग्रामीण साहित्याची चळवळ. तिने ग्रामीण साहित्य संमेलने, शिबिरे, कार्यशाळा इ.च्या माध्यमातून त्या ग्रामीण नवोदित साहित्यकांच्या पिढीत आत्मविश्वास निर्माण केला. ग्रामीण समाजासमोर वर्तमानात व नजीकच्या काळात कोणते प्रश्न व आव्हाने आहेत, हे लक्षात घेऊन वैचारिक बळ पुरविले. ग्रामीण साहित्यिकांनीही त्यासाठी आपल्या शेतीप्रधान समाजाला, त्याच्या समोरील आव्हानाला सामोरे जाऊन प्रश्नांचा अभ्यास केला पाहिजे. त्यासाठी योजनाबद्ध सामाजिक, सांस्कृतिक स्वरूपाच्या नव्या प्रबोधन पर्वाची अपेक्षा 'एकविसाव्या शतकाच्या आरंभीची समाजस्थिती आणि साहित्य' या प्रबोधनपर लेखात व्यक्त केलेली आहे.

''झोंबी'ची जन्मकथा' या लेखात त्यांच्या 'झोंबी' या आत्मकथनात्मक कादंबरीलेखनामागे कोणत्या प्रेरणा होत्या, त्या प्रामुख्याने सामाजिक जाणिवेशी कशा संबंधित होत्या, हे सांगितलं आहे. त्यासाठी १९७०-७२ पासूनच्या ग्रामीण समाजवास्तवाचा, त्याचा त्यांच्या लेखक मनावर झालेल्या परिणामांचा आणि ग्रामीण साहित्य चळवळीच्या उभारणीसाठी केलेल्या प्रयत्नांचा काही तपशील दिला आहे. तसाच हे लेखन करताना मानसिक पातळीवर निर्माण झालेल्या उलघालीचा वृत्तान्त दिलेला आहे. एकदा लेखन करण्याचा निश्चय झाल्यावर 'झोंबी'चं लेखन ललित साहित्याच्या मार्गानंच करावं, असं त्यांनी ठरवलं. या अनुभवाबद्दल ते लिहितात, '...त्यासाठी मला 'कादंबरी' हा ललित साहित्याचा प्रकार जवळचा वाटू लागला; पण कादंबरीमधील अनुभव हे काल्पनिक असतात. लेखकानं ते कल्पनाशक्तीनं आपणास हवे तसे निर्माण केलेले असतात. तसले काल्पनिक अनुभव मला 'झोंबी'त तीळमात्र मिसळायचे नव्हते. मला फक्त माझ्या गतायुष्यात आलेल्या अनुभवांतील विचार, भावना, प्रेरणा, संवेदना, अनुषंगाने पूरक स्वरूपात येणाऱ्या कल्पना, एवढंच 'झोंबी'च्या लेखनात आणायचं, असा निर्णय घेऊन मी 'झोंबी'चं लेखन केलं.'

'माणूस आणि मातृभाषा' या लेखात मातृभाषेचं महत्त्व विशद केलं आहे. आपला देश बहुभाषक आहे. स्वातंत्र्योत्तर काळात आपल्या देशानं त्रिभाषा सूत्र निर्माण केलं आहे. त्यानुसार स्वतःची मातृभाषा, राष्ट्रभाषा म्हणून हिंदी आणि आंतरराष्ट्रीय पातळीवरील व्यवहाराची भाषा म्हणून 'इंग्रजी' भाषा आत्मसात केली पाहिजे. मात्र, स्वभाषेचे महत्त्व कमी लेखून एखाद्याने 'इंग्रजी'लाच जर प्राधान्य दिले तर मराठी समाजातून, मराठी संस्कृतीतून तो बाद होईल. म्हणून आपला देश, धर्म, भाषा, संस्कृतीचे भान ठेवले पाहिजे असे येथे प्रतिपादन केले आहे.

'कामगार-साहित्याचे महत्त्व' आणि 'आजचे मराठी साहित्य आणि समाज' हे दोन लेख म्हणजे अनुक्रमे नाशिक येथे संपन्न झालेल्या 'कामगार साहित्य संमेलना'च्या अध्यक्षपदावरून केलेलं भाषण आहे, तर दुसरं भाषण महाबळेश्वर येथे संपन्न झालेल्या ८२व्या अ.भा. मराठी साहित्य संमेलनासाठी अध्यक्ष म्हणून लिहिलेलं भाषण आहे. दुर्दैवानं त्या वेळी घडलेल्या अनुचित घटनांमुळे ते भाषण प्रत्यक्षात त्यांना देता आलेलं नाही. असं असलं तरी साहित्य संस्कृतीच्या संवर्धनाच्या दृष्टीनं त्याचं महत्त्व कमी होत नाही.

कामगारानं आपल्याला आत्मभान यावं म्हणून कामगारजन्माचा इतिहास, त्याचा युगप्रवास, त्याची वेळोवेळीची अवस्था, जगामध्ये त्याला मिळालेलं स्थान नीटपणे समजून घ्यायचं असेल तर निदान मराठी समाजसुधारक, विचारवंत यांची पुस्तकं अभ्यासण्याची आवश्यकता आहे. कामगारांत संघटनेच्या माध्यमातून समूहात राहण्याची वृत्ती असते. परंतु त्यासाठी संघटनेला समूहाच्या झुंडीचे स्वरूप येता कामा नये. कामगारांनी ध्येयहीन समूहाचा धोका ओळखला पाहिजे. त्यासाठी काही काळ एकटे राहून वाचन करणे, विचारवंतांच्या सभांना उपस्थिती लावणे, सांस्कृतिक कार्यक्रमात सहभागी झाले पाहिजे. अशा मार्गदर्शनपर विचाराबरोबरच डॉ. यादवांनी कामगार साहित्य संमेलन म्हणजे सवतासुभा नाही, हे येथे ठासून सांगितलं आहे. आजवर उपेक्षित असलेले समाजाचे विविध घटक जागृत होत आहेत. या दृष्टीनं कामगार साहित्य संमेलनाची आवश्यकता आहेच. या निमित्तानं कामगारांच्या जीवनाविषयी, वृत्ती-प्रवृत्तीविषयी, त्यांच्या संघटनात्मक कार्याविषयी डॉ. यादवांनी अत्यंत दिशा देणारे विचार या भाषणातून मांडले आहेत. त्यांचे हे कामगारविषयक चिंतन खरोखरच प्रशंसनीय आहे.

'आजचे मराठी साहित्य आणि समाज' या आपल्या दुसऱ्या भाषणात त्यांनी सर्वप्रथम कर्नाटकात गेलेला मराठी भाषक प्रदेश महाराष्ट्रात आणण्याची आवश्यकता प्रतिपादन केली. अर्थात, सुरुवातीलाच त्यांनी आपण आपल्या भाषणात काही सामाजिक, सांस्कृतिक आणि काही साहित्यविषयक विचार मांडणार, असं म्हटलं होतं. त्यानुसार प्रारंभीच त्यांनी सीमा भागातील लोकांचा प्रश्न उपस्थित करून भाष्य केलं. त्यांचा दुसरा जिव्हाळ्याचा विषय म्हणजे इंग्रजीचं मराठीवर होत असलेलं आक्रमण. जागतिक पातळीवरची भाषा सर्वांना आली पाहिजे, पण तिचा अतिरेक व्हायला नको. मराठी मातृभाषा म्हणून ती उत्तम आली पाहिजे. 'मातृभाषेचे हे जीवनव्यापी कार्य समाजाने ओळखून तिचे भरणपोषण केले पाहिजे. तरुण पिढीला ती अभिमानाने शिकवली पाहिजे, तरच मराठी माणूस खऱ्या अर्थाने 'मराठी' राहू शकेल,' असं त्यांना वाटतं. देशाची वाढती लोकसंख्या हाही त्यांच्या चिंतनाचा विषय असल्यानं भरमसाट लोकसंख्या वाढल्यानं निर्माण झालेल्या प्रश्नांना त्यांनी वाचा फोडली. स्वयंरोजगार किंवा स्वतंत्र उद्योगधंद्यांना प्राधान्य देऊन केवळ नोकरी करण्याची मानसिकता घालविली पाहिजे.

लोकसंख्येची भरमसाट वाढव इंग्रजीच्या मराठीवरील अतिरेकाचा मराठी साहित्यनिर्मिती व मासिके, नियतकालिके यांवर कसा अनिष्ट परिणाम झाला, हा मुद्दाही त्यांनी आवर्जून मांडला. साहित्यविषयक निर्मिती नागर समाजातून कमी होत गेली. त्याचा परिणाम कुटुंबव्यवस्थेवर झाल्यानं ती बदलली. विभक्त कुटुंब पद्धती वाढली.

याच्या उलट शिक्षणप्रसारामुळे १९६० नंतर बहुजन समाजात शिक्षणविषयक जागृती वाढली. परिणामतः ग्रामीण समाजाचा कायापालट होऊ लागला. ग्रामीण साहित्याची निर्मिती करणारी नवी पिढी अवतरली. तिनं विविध साहित्य प्रकारांत लेखन करून ग्रामीण साहित्याला प्रतिष्ठा प्राप्त करून दिली. १९७०च्या आसपास दलित साहित्याची चळवळ निर्माण झाली. तिनं मराठी साहित्याला एक नवं परिमाण दिलं. याशिवायही जनवादी साहित्य, स्त्रीवादी साहित्य, ख्रिस्ती साहित्य, आदिवासी साहित्यनिर्मिती होऊ लागली. त्यांची छोटी-मोठी संमेलनं भरू लागली. या नव्या पिढीनं विचारपूर्वक आणि गांभीर्यानं साहित्यसमीक्षा लिहिली पाहिजे. या अनुषंगानंच प्रकाशकांनी जबाबदारीनं साहित्य प्रकाशन केलं पाहिजे, वाचन संस्कृती वाढली पाहिजे इ. विचार या भाषणात प्रकर्षानं मांडलेले आहेत.

त्यांच्या भाषणात आणखीही सामाजिक स्वरूपाचे विशेषतः शेतीविषयक आणि शेतकऱ्यांच्या दुःस्थितीबद्दल विचार मांडून त्यांनी चिंता व्यक्त केली आहे. साहित्यिक हा साहित्याबरोबरच सामाजिक,

सांस्कृतिक इ. क्षेत्रांबद्दलही कसा जागरूक असला पाहिजे, याबद्दल विचार मांडलेले आहेत. यावरून त्यांच्या चिंतनाला कसे विविध आयाम लाभले आहेत, हे दिसून येतं.

'...अशामुळे बहुजन समाजाचा शक्तिपात होतो' या शीर्षकाची अ.भा. साहित्य संमेलनाच्या निमित्तानं डॉ. रवींद्र शोभणे यांनी डॉ. आनंद यादव यांची 'साहित्यकारण आणि राजकारण' या संबंधातील ही मुलाखत आहे. साहित्याच्या क्षेत्रात राजकारण येऊ नये. गुणवत्ता असलेल्या ज्येष्ठ साहित्यिकाला अ.भा. साहित्य संमेलनाचा अध्यक्ष केलं पाहिजे. आणि ही निवड अ.भा. मराठी साहित्य महामंडळाच्या सर्व घटक संस्थांनी एकत्र येऊन केली पाहिजे, संमेलनाचं उत्सवी स्वरूप कमी झालं पाहिजे, पारितोषिकं तटस्थ मूल्यमापन करूनच दिली पाहिजेत, इ. मतं या निमित्तानं विचारलेल्या प्रश्नांच्या उत्तरात त्यांनी मांडली.

डॉ. आनंद यादव यांच्या या दोन्हीही पुस्तकांमधून त्यांचं साहित्य, समाज, संस्कृतीविषयक गंभीर चिंतन प्रत्ययाला येतं. डॉ. आनंद यादवांना ग्रामीण समाज व त्या समाजाच्या जाणिवा व्यक्त करणारं साहित्य याविषयी विशेष आस्था आहे. खेड्यापाड्यातून लिहित्या झालेल्या पिढीनं अधिक डोळसपणानं आपल्या समाजाविषयी, समाजातील प्रश्नांविषयी लिहिलं पाहिजे, असं त्यांना वाटतं. ग्रामीण साहित्याच्या चळवळीचे तर ते प्रवर्तकच होते, म्हणून त्याविषयीही त्यांनी भरभरून लिहिलं आहे. त्या निमित्तानं विचारल्या जाणाऱ्या अनेक संभाव्य प्रश्नांना उत्तरं मिळतील, असं हे लेखन आहे. या ग्रंथांमधील लेखनातून त्यांचा व्यक्तिगत परिचय व त्यांचा लेखनप्रवास, ग्रामीण साहित्यचळवळीची निर्मिती, तिचं कार्य, स्वरूप याविषयीही जिज्ञासूंना माहिती मिळते. जे सांगायचं ते केवळ माहिती स्वरूपाचे सांगायचं नाही, तर अत्यंत आतूनच्या तळमळीतून स्पष्ट करण्याचा प्रयत्न त्यांच्या या लेखनातून आढळतो. दोन्ही ग्रंथांचं स्वरूप लेखसंग्रहाचं असल्यामुळे त्यातून विचार मांडताना बऱ्याच ठिकाणी पुनरुक्ती झाल्याचं दिसतं. परंतु या लेखनामागे त्यांची भूमिका एवाद्या प्रबोधनकारासारखी वाटते. प्रबोधनात बऱ्याच वेळेस महत्त्वाचे मुद्दे पटवून सांगण्यासाठी पुनरुक्तीचा दोष पत्करावा लागतो आणि याच दृष्टीनं अभ्यासकानं ही पुनरुक्ती समजून घ्यावी लागते.

साहित्याची कुठलीही परंपरा नसणारा शेतकऱ्याचा एक मुलगा कवितालेखनापासून एक समीक्षक, विचारवंत होण्यापर्यंतचा प्रवास करतो. केवळ स्वतःच्या विकासाबद्दल समाधान न मानता; इतरांच्या साहित्यिक, सामाजिक, सांस्कृतिक, बौद्धिक आणि मानसिक विकासाचा ध्यास बाळगून आयुष्यभर कार्यरत राहतो, ही गोष्ट मोठी आहे. त्यांच्या या कार्याबद्दल नव्या पिढीनं उपकृत व्हावं, असं हे कार्य आहे. 'ग्रामसंस्कृती' आणि 'साहित्यिक जडणघडण' ही दोन्ही पुस्तकं अभ्यासकांनी अवश्य अभ्यासली पाहिज, अशी आहेत. मराठी वाङ्मयीन वैचारिक साहित्याला त्यांनी दिलेली ही मोलाची देणगी आहे.

डॉ. वासुदेव मुलाटे
९८२२६३४४३४
Email : vasudevmulate@gmail.com

बहुआयामी लेखक

आनंद यादव यांच्या एकूणच लेखनाचा विचार केल्यास त्या लेखनाची प्रतवारी अव्वल दर्जाची आहे, हे कुणीही नाकारणार नाही. साठोत्तरी ललित लेखकांमध्ये यादवांनी आपले स्वतंत्र स्थान निर्माण केले आहे. गुणवत्ता आणि संख्या या दोन्ही दृष्टींनी त्यांची वाङ्मयीन कामगिरी मोठी आहे.

समाजमूल्ये बदलली की त्याचा परिणाम अटळपणे वाङ्मयमूल्यांच्या आणि कलामूल्यांच्याही संदर्भात होतो. जुनी मूल्यव्यवस्था बाजूला पडते, अडगळीत जाते किंवा कालबाह्य होते आणि त्या जागी नवी मूल्यव्यवस्था प्रस्थापित होते. जुन्या मूल्यव्यवस्थेतून जीवनाला पूरक आणि पुरेशी सत्त्व देणारी क्षमता नाहीशी होऊ पाहते. ती क्षीणत्वाला आलेली असते आणि म्हणून समाज नव्या मूल्यव्यवस्थेच्या धारणेतून जणू काही कात टाकत असतो. हा असा मूल्यबदलांचा, स्थित्यंतराचा पहिला टप्पा स्वातंत्र्योत्तर काळाचा होता, तर साठोत्तरी काळाचा दुसरा टप्पा हा या बदलत्या मूल्यांचा परीघ अधिक विस्तारणारा होता, असे म्हटले तर ते वावगे ठरू नये. भारताला स्वातंत्र्य मिळाले. जगण्यात मुक्तीची पहिली प्रचीती आली आणि वाङ्मयीन परिप्रेक्ष्यात नव्या मन्वंतराची लाट आली. त्यात मूळचे कलावादी, स्वच्छंदवादी साहित्य बाजूला पडून

सामाजिकतेने भारावलेले साहित्य नव्या जोमाने पुढे आले. यात मार्क्सवादी साहित्य, दलित साहित्य, नव ग्रामीण साहित्य इत्यादी वाङ्मयीन प्रकृती पुढे आल्या. त्यातूनच ग्रामीण साहित्यातील या नव्या बदलांना, त्यातील कलामूल्यांना वेगळे परिमाण देऊ पाहणारे एक नाव वारंवार पुढे येऊ लागले. ते नाव म्हणजे डॉ. आनंद यादव.

आनंद यादवांनी आपल्या लेखनाची सुरुवात कवितालेखनाने केली; पण ही सुरुवातही भाबडेपणातून, अजाणतेपणातून किंवा केवळ भावनिक आंदोलनाची शाब्दिक अभिव्यक्ती करण्यातून झाली नव्हती. त्या काळात लिहिले जाणारे ग्रामीण साहित्य, विशेषतः कविता ही ग्रामीण जीवनाचा, ग्रामीण अनुभवाचा किती खोटा आणि रोमँटिक पातळीवर आविष्कार करते. केवळ शब्द ग्रामीण आणि अनुभव व मानसिकता मात्र शहरी, या स्वरूपातच हे लेखन होत आहे, याची जाणीव यादवांना त्यांच्या जगण्यातून, वाचनातून होत होती आणि त्याचाच परिणाम म्हणून यादवांनी आपल्या लेखनाची स्वतंत्र अशी वाट निर्माण करण्याचा प्रयत्न अगदी प्रारंभापासून केला. या ग्रामीण अनुभवाला मातीचा अस्सल वास आणि रंग प्राप्त झाला होता. शेताच्या बांधावर उभे राहून शेताकडे, शिवाराकडे पाहत केलेली काव्यनिर्मिती ती नव्हती. म्हणूनच यादवांचे काव्यलेखन, त्या काव्यलेखनातले वेगळेपण चटकन जाणकारांच्या नजरेत भरल्यावाचून राहिले नाही. त्यांचा 'हिरवे जग' हा, हे अनुभव मांडणारा कवितासंग्रह १९६० मध्ये प्रकाशित झाला आणि मराठी साहित्यातला आनंद यादवांचा हा शब्दप्रवास सुरू झाला. कवितेचा हा प्रवास, कवितेशी जुळलेले नाते मात्र यादवांनी पुढेही कायम ठेवले आहे. ते त्यांच्या २००० मध्ये प्रकाशित झालेल्या 'सैनिक हो तुमच्यासाठी' या कवितासंग्रहापर्यंत. आपले अनुभव, आपल्या भावना शब्दरूप करताना त्यांनी निवडलेले हे काव्याचे माध्यम 'हिरवे जग'च्या निमित्ताने अभिव्यक्त होत होत 'माळावरची माती' आणि 'मायलेकरं' या दीर्घकाव्यापर्यंत टिकून राहिले. या अनुभवाच्या मांडणीत जशी तीव्रता, उत्कटता होती, तशीच पुढील कवितासंग्रहांत चिंतनगर्भता आणि जीवनाविषयीचे सामंजस्य या वैशिष्ट्यांचीही प्रचीती येते, हे सहजपणे जाणवते. 'मायलेकरं' या दीर्घ कवितेत ही प्रचीती पुढीलप्रमाणे येते.

माझी माय आदिवेद
घरघर तिची ऋचा
पंडितांनो अनुभवा
तिच्या आतड्याची वाचा.
माझी माय आदिदेव
कष्ट कष्ट तिचे सूक्त
अहो पंडितांनो, हुंगा
घामगंध रक्तयुक्त

कवितेचे माध्यम आपल्या अभिव्यक्तीला अपुरे पडते आहे, ही जाणीव होताच अनेक लेखक कवितेच्या माध्यमापलीकडचे दुसरे गद्यलेखनाचे माध्यम जवळ करताना दिसतात. त्यात कथा, कादंबरी, ललितबंध, नाटक अशा काही माध्यमांची शक्यता संभवू शकते. जे अनुभव कवितेच्या मापात बसत नाहीत, अशा अनुभवांसाठी निश्चितपणे अशा इतर माध्यमांची आवश्यकता भासू लागते, ही उदाहरणे मराठीत अधिकतर आहेत. त्यातला कुणी एखादा आकृतिबंध निवडतो, तर कुणी एकापेक्षा अधिक आकृतिबंधांचा विचार

करतात. त्या आकृतिबंधात आपल्या अनुभवांना तपासून पाहण्याचा प्रयत्न-प्रयोग करीत असतात. हा असा प्रयोग, प्रयत्न स्वाभाविकही आहे, असे त्या त्या लेखकाचे पुढील लेखन वाचले की ध्यानात येते. या संदर्भात आनंद यादवांच्या वाङ्मयीन प्रकृतीचा विचार करता असे दिसून येते की, यादवांनी कवितेसह लेखनाचे सर्वच वाङ्मयप्रकार हाताळले आहेत, आणि ते सगळे वाङ्मयप्रकार अधिक ताकदीने आणि स्वतःच्या वेगळ्या वैशिष्ट्यांसह हाताळले आहेत, (यात फक्त नाटक या वाङ्मयप्रकाराचा विचार सोडल्यास) असे स्पष्टपणे दिसून येते.

कवितेपाठोपाठच यादवांनी लघुकथा हा वाङ्मयप्रकार स्वीकारला आणि आपल्या वेगळेपणाने तो मराठीत सिद्ध केला. यादव ज्या काळात कथा लिहायला लागले, तो नवकथेच्या बहराचा काळ होता. नवकथाकारांच्या कथांचे लेखन या काळात काहीसे मंदावले असले तरी या कथाकारांच्या पाठोपाठच वा बरोबरीने लिहू लागलेली कथाकार मंडळी मात्र या काळात नवकथेच्याच वळणाने जात होती. नवकथेचा अवकाश, तिचा रूपबंध, तिच्या सर्जनात्मक शक्ती– शक्यता यांचा अदमास सर्वार्थाने या काळात येत होता. त्यातली काही नावे सांगायची तर शांताराम, शंकर पाटील, विजया राजाध्यक्ष, जी.ए. कुलकर्णी, श्री.दा. पानवलकर, शरच्चंद्र वासुदेव चिरमुले, बाबुराव बागूल ही अशी सांगता येतील. या काळातली कथा हीसुद्धा बरीचशी प्रयोगशील अशीच होती. ग्रामीण कथेच्या संदर्भात विचार केला तर शंकर पाटील हे व्यंकटेश माडगूळकरांच्याच सोबतीने कथालेखन करणारे कथाकार होते. त्यांची कथा कथागत अनुभवाच्या सर्व शक्यता पडताळून पाहत आपली शक्ती आणि संभवगर्भता अनुभवून पाहत होती. या पार्श्वभूमीवर आनंद यादव यांचे कथालेखन सुरू झाले आणि त्या वेळेच्या प्रस्थापित अशा 'सत्यकथा' मासिकात छापून येऊ लागले. त्यांचा पहिला कथासंग्रह 'खळाळ' हा १९६७ मध्ये प्रकाशित झाला आणि ग्रामीण कथेच्या क्षेत्रात एका नव्या, दमदार नावाची भर पडली.

ग्रामीण कथाकार म्हणून यादवांची जी काही वैशिष्ट्ये, नवेपण, वेगळेपण होते ते 'खळाळ'मधील कथांनी अधिकतर समर्थपणे सिद्ध केले. मराठी ग्रामीण कथा गावगाडा, गावातला चौक, चावडी, पाटलांचा वाडा इतपतच सीमित होती. ग्रामीण व्यवस्थेचे केंद्र कृषिव्यवस्था किंवा शेत आणि शेतातली माती इथपर्यंत ती क्वचितच येत होती. यादवांच्या कथेचे पहिले महत्त्वाचे वैशिष्ट्य 'खळाळ'मधील कथेच्या निमित्ताने जाणवले ते हे– या कथेने शेती, शेतीशी संबंधित असलेले अन्य घटक या केंद्रापर्यंत ही कथा आणून भिडवली. या कथेने आणखी आपले दुसरे वैशिष्ट्य मांडले आणि ते म्हणजे कथेच्या निवेदनाचा बाज. यापूर्वीच्या ग्रामीण कथेची निवेदनशैली ही नागर वा प्रमाण भाषेतली असायची, तर त्या कथेतल्या माणसांचे संवाद हे ग्रामीण भाषेत असायचे. यादवांनी सर्वप्रथम ही कथा ग्रामीण निवेदनातून मांडण्याचा प्रयोग केला. त्या काळी तो अनेकांना अट्टहासही वाटला. पण या प्रकारच्या प्रयोगामागे आनंद यादवांची एक लेखक म्हणून आग्रही भूमिका होती. कथात्म अनुभव, त्या अनुभवाचे अभिन्नत्व आणि ग्रामीण मानसिकता यांचे एकात्म पातळीवरील चिंतन या लेखनामागे होते, हे नाकारता येत नाही. (यादवांनी आपली ही भूमिका त्यांच्या लेखनशोधाच्या निमित्ताने पुढे वारंवार मांडलीही आहेच.)

'खळाळ'मधील कथा या एकाच वेळी द्विविध पातळ्यांवर वावरणाऱ्या अशा आहेत. या कथा सकृद्दर्शनी गद्यात्म फॉर्ममधील आहेत; पण त्याच वेळी केवळ कविता वाटाव्यात अशाही प्रकृतीच्या आहेत. काव्यात्मकता हा या कथांचा स्थायीभाव आहे. ही काव्यात्मकता त्या मूळ अनुभवातूनच प्रकट होते. 'वरातीचा शालू' किंवा अशाच काही कथांमधून या प्रकारच्या कथांचा निर्देश करता येईल. 'चटावलेला'सारख्या कथेतून वेगळ्या प्रकारची प्रतीकात्मकताही व्यक्त होते. शोषणाची आदिम प्रकृती आणि त्या प्रकृतीचा निःपात करणारी

समूहनिष्ठा क्रांती किंवा प्रतिकार असा ध्वन्यर्थ या कथेतून व्यक्त होतो.

'खळाळ'मध्ये येणारी यादवांची कथा ही 'लघुकथा' परंपरेतली कथा आहे. यात कथेचे लघुत्व हे सर्वप्रथम लक्षात येते. यातला अनुभवाचा पोत हा बहुतांश एकपेडी व एकपदरी असा आहे आणि म्हणून तो अधिक घट्ट आहे, नीटस आहे, पीळदार आहे. नाही म्हटले तरी या कथांवर सत्यकथा संस्कृतीचा (सकारात्मक) असा संस्कार होता. या संस्काराचे नाते थेट मर्ढेकर– गाडगीळ या परंपरेशी सांगता येते. खरे तर ही परंपरा व्यंकटेश माडगूळकर आणि शंकर पाटील यांनी अधिक प्रामाणिकपणे व प्रभावीपणे आपल्या कथालेखनातून मांडली. त्यामागे एक महत्त्वाचे सामाजिक कारणही मांडता येईल आणि ते म्हणजे माडगूळकर–पाटील यांची महत्त्वाची कथा १९६० पूर्वीच लिहिली गेली. त्यामुळे साठोत्तरी समाजभान आणि त्या समाजभानातून आलेले वाङ्मयीन भान या कथेला लावता येत नाही. या मापकावर ही कथा तपासून पाहणे म्हणजे या कथेवर जाणतेपणी अन्याय केल्यासारखे होईल. हे साठोत्तरी समाजभान अर्थातच साठोत्तरी लेखनात अधिक प्रभावीपणे व्यक्त होऊ लागले. ते अर्थातच आनंद यादवांच्या पुढच्या लेखनात अधिक जाणतेपणाने येऊ लागले. याचा अर्थ, त्यांच्या आधीच्या लेखनात ते नव्हते असे नाही; पण 'खळाळ'सारख्या लेखनावरील वाङ्मयीन संस्कार आणि प्रभाव व त्या काळातील मर्ढेकरांच्या सौंदर्यवादाची हिरिरीने होणारी चर्चा-चिकित्सा हे वाङ्मयीन वास्तवही नाकारता येणार नाही.

हे मांडण्यामागील हेतू हा की, यादवांची पुढील कथा आणि गद्यलेखन व त्यापाठोपाठची ग्रामीण साहित्य चळवळ यांचा विचार केला तर यादवांचा लेखक आणि वाङ्मयीन कार्यकर्ता म्हणून झालेला विकास आणि उंचावलेला आलेख याचा अदमास येतो. 'खळाळ'नंतर 'घरजावई' (१९७४), 'माळावरची मैना' (१९७६), 'आदिताल' (१९८०), 'डवरणी' (१९८२), 'उखडलेली झाडे' (१९८६), 'भूमिकन्या' (२००१), 'झाडवाटा' (२००१), 'शेवटची लढाई' (२००२) आणि 'उगवती मने' (२००३) असे कथासंग्रह प्रकाशित झालेत. यातील 'घरजावई' आणि 'माळावरची मैना' हे दोन कथासंग्रह काहीशा विनोदी अंगाने जाणारे आहेत. त्यापलीकडे या कथांचा अधिक गंभीरपणे विचार केल्यास एक गोष्ट या कथाप्रवासाच्या संदर्भात जाणवते ती ही, की या कथा पुढे पुढे अधिक समाजनिष्ठ होताना दिसतात. साठोत्तरी ग्रामीण समाजात यांत्रिकीकरणाने आणि आधुनिकीकरणाने जी परिवर्तने झालीत, जे मूल्यबदल झाले, त्याचा कलात्मक आलेख या कथांमधून यादवांनी अधिक प्रभावीपणे मांडण्याचा प्रयत्न केल्याचे जाणवते. त्या प्रवासातील एक महत्त्वाचा कथासंग्रह म्हणून 'उखडलेली झाडे'चा उल्लेख करता येईल. गावगाड्याचा, जुन्या संस्कृतीचा होणारा ऱ्हास, नाहीशी होऊ पाहणारी इथली मूल्ये, यांचा पट यातील बहुतेक कथांमधून येतो. 'शेवटचं पायताण' या कथेतील तुकामा म्हणतो – ''झाडाची समदी मुळं आता तुटाया लागल्यात. तुमी तीन वर्सांनी आल्यावर हितं कुणी बघायलाबी मिळतंय का न्हाई, कुणास ठावं.'' ढासळत जाणारी मूल्यपरंपरा, ग्रामव्यवस्थेतील लयाला जाणारी परंपरा याची दुखरी बोच तुकामाच्या या विधानातून व्यक्त होते. ग्रामीण भागात होणाऱ्या सुधारणा, उद्योगीकरण, विकास योजना, पाणी योजना, पंचायत परिषदा, ग्रामविकास, शेतीविकास इत्यादींचा ग्रामीण जीवनावर आणि मानसिकतेवर होणारा दृश्यादृश्य परिणाम आणि त्यात पिळवटून निघणारा अधोस्तरीय समाज यांचे अस्वस्थ करणारे, कलात्मक दर्शन या कथांमधून व्यक्त होते. 'डवरणी', 'भूमिकन्या', 'झाडवाटा', 'उगवती मने' इत्यादी कथासंग्रहांतील कथांचा एकूण प्रवास लक्षात घेतला, तर ही कथा विकासाचा आलेख उंचावत नेणारी आहे, असे दिसते. 'भूमिकन्या'मध्ये ग्रामीण स्त्रीच्या शोषणाचे, तिचे जन्मदत्त आणि समाजदत्त दुःखाचे, ठसठसत्या वेदनेचे प्रत्ययकारी चित्रण झालेले दिसते. या दुःखाचे नाते स्त्रीच्या आदिम दुःखाशी नाते सांगणारे असे आहे. 'उगवती मने'मधील कथा बाल मन आणि प्रौढमन

यांच्यातील विविध नातेसंबंधांचा शोध घेणाऱ्या आहेत. बालमानसिकतेतली बदलती नाती कशी कशी अभिव्यक्त होऊ शकतात, त्या बदलातही कसे जीवनातले गहिरं नाट्य आणि समज साठवलेली असते, याचं या कथांमधील एक उत्तम उदाहरण म्हणजे 'सार्त्रचा पुत्र' ही कथा म्हणता येईल.

सामाजिक भान आणि कलात्मक भान अशा द्विविध पातळीवर यादवांच्या कथा यशस्वीपणे स्थिरावलेल्या दिसतात. आनंद यादव कथालेखनात विविध प्रयोग करणारे एक समर्थ कलाकार आहेत. ही प्रयोगशीलता जशी 'खळाळ'मध्ये दिसून येते, तशीच ती 'आदिताल'मध्येही प्रत्ययास येते. 'आदिताल'मधील कथांचा एकूण बाजच वेगळ्या प्रकृतीचा आहे. निर्मितिप्रक्रियेवरही अधिक चांगली सृजनाची शक्यता तपासून पाहता येते. एखादी कथा किंवा कलाकृती हातावेगळी झाल्यानंतरही ती त्या कलावंताचा कसा सतत पाठपुरावा करीत राहते, मनाच्या आतल्या कप्प्यात तिचे अवशेष कसे विखुरलेले असतात, याची कलात्मक मांडणी म्हणजे 'आदिताल'मधील कथा म्हणता येतील. हा आदिताल कलावंताच्या मनात सतत झंकारत असतो, त्याचे नाद त्याला निर्मितीच्या मुळांपर्यंत पुनःपुन्हा घेऊन जातात, ही प्रतीती या कथांमधून सातत्याने येत राहते. यादवांच्या या कथा एक प्रयोग म्हणून मराठीतील 'अ'पूर्व कथा म्हणता येतील. कथा समीक्षा आणि ललित गद्याचा असा कलात्मक ताल धरणाऱ्या या कथा आहेत.

मराठी ग्रामीण कथांचा, त्या कथांच्या वाटा-वळणांचा विचार करता एक गोष्ट आवर्जून मांडणे तेवढेच अगत्याचे आणि निःसंशय ठरते, ते म्हणजे व्यंकटेश माडगूळकर, शंकर पाटील यांच्या कथेनंतरची मराठीतली महत्त्वाची ग्रामीण कथा आनंद यादवांनी लिहिली.

कविता आणि कथा या वाङ्मयप्रकारासोबतच यादवांनी ललित निबंधही लिहिले आहेत. मराठी लघुनिबंध हा आनंद यादवांचा अभ्यासविषय. संशोधनविषय. त्या अनुषंगाने तो चिंतनविषयही. त्याची कलात्मक निर्मिती 'स्पर्शकमळे' (१९७८) आणि 'पाणभवरे' (१९८२) या दोन ललित लेखांच्या संग्रहाच्या निमित्ताने झाली. मुळातच लघुनिबंध या स्वरूपात सुरू झालेला हा वाङ्मयप्रकार पुढे ललित लेख, ललित गद्य, ललित बंध अशा विविध नावांनी स्थिरावला. याला काहींनी मुक्त गद्य असे संबोधले. हा वाङ्मयप्रकार त्या अर्थाने अतिशय लवचीक आणि प्रसरणशील असा आहे. व्यक्तिचित्रणापासून मानचित्रापर्यंत आणि क्षणचित्रांपासून स्थलचित्रापर्यंत, मनाच्या विविध आंदोलनांपासून सामाजिक प्रखर सत्यापर्यंत असा रुंदावणाऱ्या वर्तुळात सूर मारणारा आणि तरीही आपले वैशिष्ट्य टिकवून ठेवणारा असा हा लोकप्रिय वाङ्मयप्रकार आहे. या वाङ्मयप्रकारात आनंद यादवांनी आपल्या निर्मितीचे तळझरे शोधण्याचा प्रयत्न केला आहे. मातीखालची माती (१९६५), स्पर्शकमळे (१९७८), पाणभवरे (१९८२) आणि साहित्यिकाचा गाव (२००४) असे चार ललित लेखसंग्रह त्यांच्या नावावर आहेत. 'स्पर्शकमळे'तील तरलता वाखाणण्याजोगी आहे, तर 'पाणभवरे'तील गावमातीशी घट्ट नाते सांगणारे अनुभव अधिक हृद्य असे आहेत. 'साहित्यिकाचा गाव'मध्ये यादव प्रतिभावंतांच्या प्रतिभाधर्माची मुळं त्या त्या मातीतून तपासण्याचा, शोधण्याचा प्रयत्न करतात. श्रीनिवास विनायक कुलकर्णींच्या ललित लेखनाशी आपली नाळ जोडणारे आणि तरीही सच्च्या अनुभूतीची प्रचीती देणारे हे लेखन आहे, असे म्हणावे लागेल.

आनंद यादव हे कवी, कथाकार, ललित गद्य लेखक म्हणून प्रसिद्ध असले तरी त्यांची मराठी साहित्यातली खरी दमदार ओळख आहे ती कादंबरीकार म्हणून. 'गोतावळा' या १९७१ मध्ये प्रकाशित झालेल्या पहिल्याच कादंबरीने मराठीतील एक कसदार आणि समर्थ कादंबरीकार म्हणून त्यांची ओळख करून दिली.

कृषिसंस्कृतीच्या मूल्यपरिवर्तनाची, शोकात्म अनुभवाची भेदक प्रतीती देणारी कादंबरी म्हणून

'गोतावळा'चे स्वागत आणि मूल्यमापनही झाले आहे. शेतात होणारे ट्रॅक्टरचे आगमन, त्या आगमनाचे आक्रमणात होणारे रूपांतर आणि त्यातून मोडकळीस निघणारी एक रूढ, मातीत घट्टपणे मुळं रुतवून बसलेली व्यवस्था याचे नारबाच्या माध्यमातून आनंद यादवांनी केलेले चित्रण अतिशय भेदक आणि कलात्मक आहे. अस्सल कादंबरीकारांच्या सगळ्या शक्यता आणि शक्ती यातून व्यक्त होतात. यादवांची अनुभवाची आणि व्यक्तिमत्त्वाची जी मूळ प्रकृती आहे, त्या प्रकृतीचा अधिक समंजस आणि अर्थवाही आविष्कार म्हणून 'गोतावळा'ला अधोरेखित करता येईल. 'खळाळ'मधून कथाकार म्हणून यादवांचे जे वाङ्मयीन व्यक्तिमत्त्व प्रकटले, त्याच व्यक्तिमत्त्वाचा अधिक प्रभावी विकास 'गोतावळा'त झालेला दिसतो तो दोन दृष्टींनी. त्यांतली पहिली म्हणजे आधुनिकीकरणाची रोंरावत येणारी वावटळ, ही काही बाबतीत जशी (शहरी विकासाच्या आणि देशाच्या प्रगतीच्या दृष्टीने) सुखद व पूरक अशी वाटत असली तरी, त्यामुळे आपल्याच समाजातील एका अंगाला अनावृत करण्याचं, मातीतूनच उखडून फेकण्याचं एक दुष्टचक्र सुरू झालं आहे– हा आनंद यादवांचा लेखनगर्भ व अनुभवगर्भ पिंड 'गोतावळा'त अधिक प्रभावीपणे व्यक्त झाला आहे; किंबहुना तोच 'गोतावळा'चा जीव आहे, असेही म्हणता येईल. आणि दुसऱ्या दृष्टीने झालेला प्रभावी विकास म्हणजे या कादंबरीच्या एकूणच आकृतिबंधाला लाभलेली प्रतीकात्मकता. शेतात राबणाऱ्या नारबा नावाच्या एका कष्टकरी माणसाच्या तोंडून हे स्थित्यंतर यादवांनी वदवून घेण्यामध्ये जशी अनुभवाची तीव्रता जाणवते, तसेच निवेदनातील अ'पूर्व'त्वही जाणवते. ही सबंध कादंबरी बोलीतून निवेदिली आहे. बोलीतील निवेदन असलेली 'गोतावळा' ही मराठी कादंबरीविश्वातली तरी पहिलीच कादंबरी म्हणावी लागेल, इतकी ती ताजी आणि स्वायत्त वाटते.

ट्रॅक्टर शेतात येणार आहे या वार्तेपासून ते ट्रॅक्टर शेतात येणाऱ्या घटनेपर्यंतचे 'गोतावळा'तील सर्व घटनाक्रम आणि त्या घटनाक्रमांमागे दडलेले ध्वन्यर्थ तपासून पाहिले तर एक गोष्ट ध्यानात येते आणि ती म्हणजे मानव आणि प्राणी यांच्यातल्या दुःखाचं मूळ एकच आहे. ट्रॅक्टरमुळे नारबा हा जसा अडगळीत जाणार आहे, तसेच या शेतातले बैलही निकामी होणार आहेत. खळ्यात राहणारी इतर जनावरेही हळूहळू या शेतातून हद्दपार होणार आहेत. ज्या प्राण्यांच्या संगतीत नारबाचे भावविश्व गुंतून पडले, त्या नारबामध्ये आणि खळ्यातल्या प्राण्यांमध्येच अंतराय निर्माण होते आहे या भावनेने– परात्मतेच्या जाणिवेने– नारबा सैरभैर होतो आणि मनाने उद्ध्वस्त होऊ लागतो. त्याच्या मनाचा एकेक चिरा असा ढासळत जातो आणि अंतिमतः खळ्यातली जनावरे एकेक करीत मेल्यावर उजाड, भकास मनाने तो शेतातून बाहेर पडतो. जणू काही त्याचा शक्तिपात झाला आहे.

व्यक्तिगत अनुभवाचे समष्टीच्या– प्रातिनिधिकतेच्या पातळीवरील चित्रण हे 'गोतावळा'चे एक वैशिष्ट्य सांगता येईल. यातील नारबा एकटा नारबा राहत नाही आणि एका खळ्यात, शेतात घडणारी ही कथा केवळ त्या शेतापुरतीच मर्यादितही राहत नाही. कृषिसंस्कृतीच्या पडझडीचे व्यापक संदर्भ कळत-नकळतपणे 'गोतावळा'च्या आशयात येऊन मिळतात आणि पृष्ठसंख्येने लघू वाटणारी ही कादंबरी महानाट्याच्या पातळीवर स्थिरपद होते. 'गोतावळा' या प्रकाशित झालेल्या पहिल्या कादंबरीने आनंद यादव यांचे नाव मराठीतील पहिल्या दर्जाच्या कादंबरीकारांमध्ये ठेवले.

१९८० मध्ये म्हणजे तब्बल नऊ वर्षांनी आनंद यादवांची 'नटरंग' ही कादंबरी प्रकाशित झाली. 'नटरंग'ची विषयवस्तू ग्रामीण आहे, पण कृषिसंस्कृतीशी ती संबंधित नाही. गुणा नावाच्या मातंग समाजातील एका कलासक्त कलावंताची ही शोकात्म कथा आहे. १९७७ मध्ये 'रात घुंगुरांची' हे वगनाट्य यादवांनी लिहिले होते. या वगनाट्याचा नायक हाच गुणा मांग. तो कलावंत आहे, हरहुन्नरी आहे. आपल्यातील

प्रतिभेला, सर्जकतेला वाट सापडावी म्हणून तो धडपडतो. तमाशाचा फड उभा करण्याचे त्याचे स्वप्न आहे. त्या स्वप्नपूर्तीसाठी तो धडपडतो. मोठ्या कष्टांनी फड उभा करतो. फड उभारून गावोगाव तमाशाचे कार्यक्रम करू लागतो. आपल्यातील कलावंताच्या आविष्कारासाठी तो स्वतः नाच्याचे काम करू लागतो. स्वतःतील पौरुष तीन तासांसाठी बाजूला सारून तो नाच्या बनून लोकांचे मनोरंजन करतो. अशातच एका गावात त्याचा कार्यक्रम सुरू असताना गावातले काही टगे, धनदांडगे त्याच्या फडातल्या मुली पळवतात. कनातीला आग लावतात आणि शेवटी गुणाला षंढसमजून त्याच्यावर बलात्कार करतात. आयुष्यातूनच तो उठतो. त्याने उभे केलेले स्वप्न मातीमोल होते. एखादा चित्रपट वाटावा अशा प्रकृतीची ही कादंबरी आहे. पण त्यात या माध्यमाचा कोरडेपणा कुठेही जाणवत नाही. चित्रपटसदृश याचा अर्थ चित्रदर्शी आणि परिणामकारक वर्णने.

'नटरंग' ही कुठल्याही लोककलावंताची कथा ठरू शकते. आपल्या समाजातील ज्या लोककला आहेत, त्या लोककलांना जागतं ठेवण्यासाठी त्या त्या गावातले, परिसरातले कलावंत ज्या आत्मीयतेने झटतात आणि ती कला जिवंत टेवण्यासाठी प्रसंगी प्राणाचीही बाजी लावतात, स्वतःच्या घरादारावर तुळशीपत्र ठेवून कलेच्या प्रचारासाठी गावोगाव भटकतात, अशा एका हाडाच्या कलावंताची ही शोकांतिका आहे.

याच वर्षी आनंद यादवांची 'एकलकोंडा' ही लघुकादंबरी प्रकाशित झाली. लेखनदृष्ट्या विचार केला तर यादवांची ही पहिली कादंबरी. तिला काहीशी आत्मचरित्रात्मक कादंबरी असे म्हटले तरी चालेल, एवढा यातला ऐवज यादवांच्या लौकिक जीवनाशी नाते सांगणारा असा आहे. त्याचबरोबर नवखेपणाच्या काही खुणाही यात दिसून येतात.

'माउली' ही १९८५ मध्ये प्रकाशित झालेली यादवांची चौथी कादंबरी. वेगळ्या प्रकृतीची वाटावी अशी. यादवांच्या 'गोतावळा'मध्ये माणसासोबत इतर प्राणिमात्रही आलेले आहेत; पण 'माउली'मध्ये मांजर हीच नायिकेच्या जागी येऊन बसली आणि मराठीत काहीशी वेगळ्या प्रकृतीची कादंबरी म्हणून ती अवतरली. एका मांजरीच्या, तिच्या पिलांच्या, तिच्या गोतावळ्याचा रूपाने हे विश्व उभे राहते आणि त्यातला वाच्यार्थ बाजूला सरून एका वेगळ्या, प्रतीकात्मक अंगाने 'माउली' आपल्याला आकळत जाते. ही कादंबरी आपण जसजशी वाचत पुढे जातो, तसतशी त्यातली मांजर मागे पडते आणि आदिमायेच्या रूपातली मातृसंकल्पना साकारली जाते. लेखकाने दैनंदिनीच्या रूपात ही कादंबरी लिहिलेली असल्यामुळे, लेखकाचे सूक्ष्म निरीक्षण, प्राणिमात्रांविषयीची– त्यांच्या स्वभावधर्माविषयीची सूक्ष्म जाण प्रकट होते.

मराठीत चरित्रात्मक कादंबरीची एक उपशाखा अधिक लोकप्रिय अशी आहे. काळ आणि व्यक्ती, व्यक्तीचा त्या काळावरील परिणाम आणि त्यातून उभे राहणारे त्या व्यक्तीचे थोरपण, मोठेपण ही साधारणतः चरित्रात्मक कादंबरीची चौकट म्हणता येईल. सकृद्दर्शनी ही चौकट सोपी वाटते; पण प्रत्यक्षात जेव्हा लेखक या चौकटीत अशी कलाकृती उभी करण्याचा प्रयत्न करतो, तेव्हा मात्र ती तारेवरची कसरत ठरते. पण डॉ. आनंद यादवांनी ज्ञानेश्वर आणि तुकाराम या मराठी वारकरी पंथातील दोन मानबिंदूंना समोर ठेवून 'लोकसखा ज्ञानेश्वर' आणि 'संतसूर्य तुकाराम' या दोन चरित्रात्मक कादंबऱ्या अनुक्रमे २००५ व २००८ मध्ये पुढे आणल्या. या दोन्ही संतांच्या लौकिक जीवनाला चमत्कारांची जोड मिळालेली असल्यामुळे त्या चमत्कारांना तार्किक कसोट्यांवर तपासून या दोन्ही लोकनायकांच्या जीवनातील नाट्य त्यांनी अधिक यथार्थपणे मांडण्याचा प्रामाणिक प्रयत्न केला आहे. चरित्रात्मक कादंबऱ्यांसाठी यादवांनी ज्या दोन लोकनायकांची निवड केली, त्यावरून आनंद यादवांची प्रकृतीही सहजपणे आपल्या ध्यानात आल्यावाचून राहत नाही.

ललितलेखनासोबतच यादवांनी वैचारिक, सैद्धांतिक आणि समीक्षणात्मक असेही लेखन केले आहे. मराठी लघुनिबंधांवरील प्रबंध आणि आत्मचरित्रमीमांसा ही दोन पुस्तके याची साक्ष देतात, पण त्याचबरोबरीने

त्यांनी ग्रामीण साहित्याची चिकित्सा करणारे जे सैद्धांतिक/समीक्षणात्मक लेखन केले आहे, त्या लेखनामागील आनंद यादवांची लेखक म्हणून, समीक्षक-विचारवंत म्हणून असलेली भूमिका समजून घेणे आवश्यक ठरते.

१९७४ पासून आनंद यादवांनी ग्रामीण साहित्याची चळवळ सुरू केली. शहरांप्रमाणेच खेड्यांत शाळा-महाविद्यालयांची निर्मिती झाली. खेड्यातली मुलं लिहू-वाचू लागली. त्यासोबतच त्यांना स्वभान प्राप्त झाले. तीही आपले अनुभव शब्दरूप करण्याचा प्रयत्न करू लागली. अशा ग्रामीण भागातल्या नव्या लिहित्या लेखकांपुढे योग्य अशी दिशा असावी, त्याला योग्य मार्गदर्शन मिळावे, योग्य व्यासपीठ मिळावे आणि त्याचे साहित्य जाणकारांपर्यंत सर्वदूर पोचावे, या हेतूने आनंद यादवांनी ही ग्रामीण साहित्याची चळवळ सुरू केली आणि त्या चळवळीच्या गरजेतून त्यांचे बहुतांश समीक्षालेखन झाले, असे म्हटले तर ते वावगे ठरू नये. ग्रामीण साहित्य : स्वरूप आणि समस्या, ग्रामीणता : साहित्य आणि वास्तव, मराठी साहित्य, समाज आणि संस्कृती, ग्रामसंस्कृती ही पुस्तके याची साक्ष देतील. त्यासोबतच तिसऱ्या पिढीची ग्रामीण कथा आणि मराठी ग्रामीण कथा : खंड दोन, ही संपादनेही प्रस्तुत प्रयोजनातूनच निर्माण झाल्याचेही सांगता येईल.

आनंद यादव यांच्या एकूणच लेखनाचा विचार केल्यास त्या लेखनाची प्रतवारी अव्वल दर्जाची आहे, हे कुणीही नाकारणार नाही. साठोत्तरी ललित लेखकांमध्ये यादवांनी आपले स्वतंत्र स्थान निर्माण केले आहे. गुणवत्ता आणि संख्या या दोन्ही दृष्टींनी त्यांची वाङ्मयीन कामगिरी मोठी आहे. मराठी वाङ्मयातील जवळजवळ सर्वच वाङ्मयप्रकार त्यांनी आपल्या गुणवैशिष्ट्यांनिशी हाताळले आणि त्यातले आपले कौशल्यही निर्विवादपणे दाखवून दिले.

डॉ. रवींद्र शोभणे
९८२२२३०७४३
Email : shobhaner@gmail.com

साहित्यातलं काटकोनी वळण

सन १९६० पर्यंतचं मराठी साहित्य स्थूलमानानं नागरी होतं. लिहिणारे साहित्यिक, त्यांचे विषय, पात्रं, समस्या, भाषा, प्रश्न, परिवेश सारं नागरी जीवनावर बेतलेलं असायचं. पण 'ठार ग्रामीण' प्रवाह म्हणता येईल असं साहित्य तत्पूर्वी नव्हतं. त्याच्या पाऊलखुणा पूर्वकाळात जरूर सापडतात. पायवाटा मळण्याचे प्रयत्नही आढळतात; पण ग्रामीण साहित्याचा ध्यास घेऊन साहित्याच्या विविध प्रकारांमध्ये लेखन करणं, त्याच्या समीक्षेबद्दलची कसोटी तयार करणं, तिचं व्याकरण नि भाषा वेगळी आहे असं ठासून सांगणं, त्यासाठी नागरी साहित्यिक, संपादक, समीक्षकांकडून 'यादव पत्रिका', 'यादव काल' (जो पुढे त्यांचा 'काळ' ठरला!) अशी हेटाळणी ऐकून घेणं नि तरीही ग्रामीण साहित्याबद्दलचा आपला आग्रह न सोडणं, अशा प्रतिबद्धपणे ग्रामीण साहित्य लिहिणं, त्याबद्दल बोलणं, साहित्यिक आंदोलन उभं करणं, नवशिक्षित ग्रामीण साहित्यिकांना लिहितं करणं, प्रोत्साहन देणं, अशा अनेक अंगांनी प्रचलित मराठी नागरीप्रचुर साहित्यास मिलिटरी भाषेत सांगायचं तर 'अबाऊट टर्न' करणं नि वाहत्या रस्त्यावर सरळ नवा काटकोनी रस्ता तयार करणं (आजच्या भाषेत तर त्याला सहा पदरी क्राँक्रीटचा हमरस्ता, सुपर हायवे, एक्सप्रेस हायवेच म्हणायला

हवं!) असं ऐतिहासिक कार्य डॉ. आनंद यादव यांनी केलं.

ग्रामीण साहित्यलेखन हा डॉ. यादवांच्या जीवनातील मूलभूत स्पंदनाचा भाग आहे. तो त्यांचा श्वास आहे, प्राण आहे. जीवनाचा तो एक न संपणारा शोध आहे. तो त्यांचा 'आदिताल' आहे. त्यामागे पूर्वसुरींच्या प्रेरणा आहेत. डॉ. यादव महात्मा फुले यांना 'मराठी ग्रामीण साहित्याचे आद्य जनक' म्हणून स्वीकारतात. त्यांच्या दृष्टीनं सन १९०३ मध्ये लिहिलेली रामचंद्र विनायक टिकेकर ऊर्फ धनुर्धारी यांची 'पिराजी पाटील' ही पहिली ग्रामीण कादंबरी. ग्रामीण जीवनावर बेतलेल्या 'पाणकळा', 'सराई', 'आई आहे शेतात', 'पड रे पाण्या', 'कार्तिकी'सारख्या कादंबऱ्या लिहिणारे र. वा. दिघे त्यांच्या दृष्टीने मराठी मातीचे खरे कादंबरीकार. ग्रामीण कवयित्री म्हणून ते बहिणाबाई चौधरींना आद्य स्थान बहाल करतात. त्यामुळे त्यांनी स्वतःस ग्रामीण साहित्याचे आद्य जनक म्हणवून घेतलं नाही, हे स्पष्ट आहे. पण या प्रवाहास 'मध्यप्रवाह' बनवण्याचं श्रेय मात्र त्यांनाच द्यावं लागेल.

त्यांच्या कविता, कथा, कादंबरी, विनोद, वगनाट्य, ललित लेख, समीक्षा, व्यक्तिचित्रं, संपादन, भाषणं, आत्मचरित्र, वैचारिक लेख, प्रस्तावना, लेखन, बालकविता अशा विविधांगी विपुल लेखनाचा मूळ स्वर ग्रामीण आहे. डॉ. यादवांचा जन्म खेड्यातला. कुटुंब शेतकरी. घरी अक्षरशत्रुत्व. अशा स्थितीत 'मीच शोधीन माझा मार्ग' असा ध्यास घेत ते शिकले. प्रतिभा कवितेनं उमलते, तशी 'हिरवे जग' (१९६०) घेऊन ती आली. 'मळ्याची माती' (१९७८) तिनं मराठी मनाला दाखवली.

नगं हासूस कारभारणी दुर्मिळ हाय तुझा रंग
केवड्याच्या पोटरीला खरंच डसंल भुजंग

सारख्या ओळीतून त्यांच्या कवितेचा ग्रामीण बाज जसा लक्षात येतो, तशी तिच्यातील प्रागतिकता

पोराचं हाय पुढला लगीन; वाईच विचारानं पेरणी वाढा
जुंधळ्या-तुरीच्या पिकापरास गव्हा-तांदळाचं पीक काढा

मधून व्यक्त होते. गावच्या काळ्या आईची सारी रया व्यक्त करणाऱ्या या कवीनं आपल्या कवितांतून ग्रामीण संस्कृती, संवाद, भाषा, व्यवहार, व्यथा, वेदना, वास्तव प्रकट केलं. यादवांचे कवितेचे आणखी धुमारे 'मायलेकरं' (१९८९), 'रानमेवा' (१९९९) 'सैनिक हो तुमच्यासाठी' (२०००) मध्ये दिसतात. त्यात अंतिम दोन्हीत बालकवितांचा बाज आहे.

'खळाळ' (१९६७) ते 'उगवती मने' (२००३) या कथालेखनाच्या प्रवासात डॉ. यादव यांनी आपल्या दहा कथासंग्रहांतून ग्रामीण जनतेची सुखदुःखं व्यक्त केली. व्यक्ती नि तिच्या व्यवहारातून ग्रामीण जीवन अधोरेखित करण्याचं त्यांचं कसब डोळ्यांत भरतं. खेड्यातील पात्रं, त्यांची बोली, त्यांचा थेटपणा नागरी साहित्यास काटकोनी छेद देत आपला अस्सलपणा ठसवतो. 'डवरणी' (१९८२), 'उखडलेली झाडे' (१९८६), 'झाडवाटा' (२००१) अशा शीर्षकांतूनही तो स्पष्ट होतो. 'इंजन', 'मोट', 'गिधाडं' या कथा वाचक विसरूच शकत नाहीत. यादवांच्या आत्मपर लेखनशैलीचं सावट कादंबऱ्यांप्रमाणेच कथेतही पडलेलं दिसतं. या कथात्मकतेचं उजवेपण आज राजन गवस, कृष्णात खोत, अप्पासाहेब खोत यांच्या लेखनात दिसतं. त्यातलं देशीपण आज अधिक ठळक होत आहे, हे डॉ. यादवांच्या स्वप्नाचं वर्तमान सत्य वा वास्तव म्हणून सांगता येईल.

तीच गोष्ट कादंबऱ्यांची. 'गोतावळा' (१९७१), 'नटरंग' (१९८०), त्याच वर्षी आलेली 'एकलकोंडा',

'माउली' (१९८५), 'कलेचे कातडे' (२००१) व 'लोकसखा ज्ञानेश्वर' (२००५) या लेखनाचा आलेख ग्रामीणतेकडून कलात्मक प्रयोगाकडे असा दिसतो व तो वरचढही मानावा लागेल. रा. रं. बोराडे यांच्या 'पाचोळा'शी स्पर्धा करत त्याच वेळी प्रकाशित झालेली कादंबरी 'गोतावळा' कृषी संस्कृतीवरील यंत्रानं फिरविल्या जाणाऱ्या शोषण व दमनाच्या वरवंट्यावरच आघात करते. माणूस असून जनावरागत जगण्याचं शल्य ती स्पष्ट करते. यातला 'नारबा' प्रातिनिधिक आहे. तो शेतकऱ्यांच्या आजच्या आत्महत्येची पूर्वपीठिकाच एका अर्थानं समजावतो आहे, असं आज परत वाचताना लक्षात येतं. 'नटरंग'ला लोकसंस्कृतीच्या वेदना समजावयाच्या आहेत, असं वाटतं. यातील नाच्याच्या शोकात्मक जीवनातील कथा वास्तवातील गणपत पाटील यांचीच शोकात्म कथा वाटावी. कालक्रमानं ती १९८० ची. म्हणजे गणपत पाटील यांच्या शोककथेच्या आधीची. पण कलाकारास दूरचं अगोदर दिसतं. आगामी वास्तव, भविष्यवेध ही चाहूल हेरण्याची कला प्रतिभावंतास त्याच्या निरंतर चिंतनातून हस्तगत होत असावी. 'कलेचे कातडे' (२००१) मध्ये हे चिंतन पुढे शब्दरूप घेताना दिसतं. या कादंबऱ्यांचा विकास म्हणून चंद्रकुमार नलगे, महादेव मोरे यांच्या लेखनाकडे पाहता येईल. राजन गवस, कृष्णात खोत यांचं लेखन ग्रामीण कादंबरीस अव्वल दर्जा देताना आढळतं.

कादंबरीच्या समांतरपणे डॉ. यादव यांनी आपल्या आत्मकथा प्रकाशित केल्या. हाही त्यांचा आणखी एक कलात्मक प्रयत्न म्हणून नोंदविता येतो.

'झोंबी' (१९८७), 'नांगरणी' (१९९०), 'घरभिंती' (१९९२), 'काचवेल' (१९९७) अशा धारावाहिक आत्मकथा लिहून यादवांनी आपणास 'सिरियल ऑटोबायोग्राफर' सिद्ध करत नागरी साहित्याचे 'सिरियल किलर' (विधायकतेने) म्हणून नोंद केली. ती परंपरा चंद्रकुमार नलगे यांनी 'रातवा' (भाग १ व २) मधून चालवली. या आत्मकथनातून डॉ. यादव ग्रामीण माणसाचा जीवनसंघर्ष अधोरेखित करतात. 'स्व' विकासाच्या पाऊलखुणांतून ते ग्रामीण समूहविकास सूचित करतात. अंतस्थ उद्देश स्पष्ट करतात.

'मातीखालची माती' (१९६५) मधील माणसं हिंदी वाचकास रामवृक्ष बेनीपुरींच्या 'माट की मूरते'चं स्मरण देतात. ही व्यक्तिचित्रं गावचं जग नि जगणं आपल्यापुढे उभं करतात. 'स्पर्शकमळे' (१९७८), 'पाणभवरे' (१९८२), 'ग्रामसंस्कृती' (२०००) मधील ललित लेखांतून डॉ. यादव नागरीकरणातून बदलत जाणाऱ्या ग्रामसंस्कृतीस स्वर देतात. जिराईत व बागायतीनं निर्माण केलेल्या शेतकरी वर्गातली भेद, त्यांचं विश्व नि प्रश्न, अल्पभूधारकांचं दुःखं ते चित्रित करतात.

नागरी साहित्यास काटकोनी छेद देण्याचा डॉ. यादवांचा प्रयत्न केवळ ललित साहित्यानं थांबत नाही. मराठी समीक्षक ग्रामीण साहित्यास त्याचं कलात्मक मूल्य, साहित्यिक योगदान नाकारताना जेव्हा यादव पाहतात, तेव्हा ते आपल्या परीनं ग्रामीण साहित्याचा धांडोळा घेत तो इतिहासबद्ध करतात, त्याची संपादनं करतात नि समीक्षाही! हे असं त्यांना का करावं लागलं? आपणच वाजवायचं नि आपणच नाचायचं, असा डॉ. यादवांचा एकपात्री प्रयोग, नागरी समीक्षकांच्या नकारात्मक भूमिकेपुढे निर्माण केलेला सकारात्मक पर्याय म्हणून पाहावा लागेल. डॉ. यादवांच्या लेखनास अलीकडच्या काळात निवडणुकीच्या निमित्तानं 'त्यांचं लेखन आत्मपरतेच्या पलीकडे जात नाही' म्हणणं आपली नामुष्की स्वीकारण्यासारखंच नव्हे का? प्रत्येकाची एक लेखनशैली असते. लेखनध्यास असतो, ध्येय असतं. तसं प्रत्येकाचं लेखन आत्मरतच असतं. प्रश्न आहे तो त्यातून तुम्ही आत्मरंजन करून घेता की व्यापक समाजहिताच्या गोष्टी करता. डॉ. यादव हे समाजहितैषी साहित्यिक होत. त्यांच्या लेखनामागे ग्रामीण व्यथावेदनांना माणुसकीचं साहित्य म्हणून मराठी सारस्वतात मान्यता देण्याचा आग्रह होता. ते करताना डॉ. यादव नागरी साहित्य व साहित्यिकांना दूषणं न देता ग्रामीण जनता व त्यांचं जीवन, सौंदर्य नि संघर्ष कलात्मक पद्धतीनं शब्दबद्ध करत गेले, हे उदारपणे समजून

घेतलं पाहिजे.

व्यक्ती म्हणून डॉ. यादव यांच्यात ऋजुता असली तरी विचारक म्हणून ते आक्रमक होते. त्यांचा युक्तिवाद त्यांच्या दृष्टिकोनावर आधारित होता. री ओढणे हा त्यांचा स्वभाव नव्हता. 'लघुनिबंधाचे जनक कोण?' सारख्या वादात ते स्पष्ट होतं. त्यांच्या समीक्षा नि चिकित्सेस मराठी, संस्कृत साहित्याचं वाचन व अभ्यासाची संशोधक बैठक आहे. वादाकरिता वाद ही त्यांची वृत्ती नव्हती. समरसता साहित्य मंचावरील त्यांच्या वावरातून ग्रामीण माणूस शहरी होत असल्याचं वास्तव मात्र प्रत्ययास येतं खरं! कागल ते पुणे अशा विकास प्रवासाची ती अटळ परिणती म्हणावी लागेल.

'ग्रामीण साहित्य : स्वरूप आणि समस्या' (१९७९), 'ग्रामीणता, साहित्य आणि वास्तव' (१९८१), 'मराठी साहित्य समाज आणि संस्कृती' (१९८५), 'साहित्याची निर्मितिप्रक्रिया' (१९८९), 'ललित गद्याचे तात्त्विक स्वरूप आणि मराठी लघुनिबंधाचा इतिहास' (१९९५), '१९६० नंतरची सामाजिक स्थिती आणि साहित्यातील नवे प्रवाह' (२००१), 'आत्मचरित्र मीमांसा' (१९९८) सारख्या समीक्षा ग्रंथांतून डॉ. यादव हे मराठीचे एक गंभीर व जबाबदार समीक्षक म्हणून पुढे येतात. 'कलेचे कातडे' सारख्या कादंबरीची प्रस्तावना, भाषणे, अन्य ग्रंथ व साहित्य प्रवाहांवरील लेख यातूनही डॉ. यादव यांचं स्वतंत्र वैचारिक व्यक्तिमत्त्व उभं राहतं.

या साहित्यिक रियाजापूर्वी आकाशवाणीत असताना डॉ. यादव यांनी 'चालू जमाना' कार्यक्रमासाठी केलेलं लेखन एकत्र येण्याची गरज आहे. सन १९६४ ते १९७३ असं एक दशकभर ग्रामीण प्रश्नांवर सतत लिहून स्वातंत्र्योत्तर ग्रामीण जीवनाचं, प्रश्नांचं जे चित्रण केलं आहे, ती त्यांची खेळी नागरी माध्यमांच्या पुढे उभा केलेला आणखी एक काटकोनी प्रवास होय. त्यातील नवशिक्षित ग्रामीण तरुणांना त्यांनी दिलेली उमेद, हे त्यांचं सामाजिक देणं म्हणून इतिहासात नोंदवावं लागेल. यातील 'संवाद' व 'नाटिका' हा मराठी साहित्याचा ठेवा ठरावा, असा खजिना आहे. तो संकलित करून प्रकाशित झाला पाहिजे.

डॉ. यादव यांनी खेड्यापाड्यांत जाऊन अनेक ग्रामीण साहित्य संमेलनांची अध्यक्षपदं भूषविली आहेत. तेथील भाषणांचा संग्रह एकत्रित आल्यास डॉ. शरणकुमार लिंबाळेंच्या 'शतकातील दलित विचार' सारखा ऐतिहासिक दस्तऐवज तयार होईल. त्यांच्या या उपस्थिती व संवादातून नागरी साहित्य संमेलनांना एक रचनात्मक व समर्थ पर्याय निर्माण झाला आहे. सीमा भागात होणाऱ्या साहित्य संमेलनांचं अध्यक्षपद भूषविताना मी हे अनुभवलं आहे. त्याशिवाय संशोधनाच्या मार्गानं डॉ. यादव यांच्या साहित्याचं झालेलं मूल्यमापन, त्यांच्यावर प्रकाशित झालेले डॉ. रवींद्र ठाकूर व डॉ. एस. एम. कानजे यांचे समीक्षाग्रंथ, डॉ. यादवांच्या पाठोपाठ झालेलं अन्यांचं विपुल ग्रामीण साहित्यलेखन हा त्यांनी नागरी साहित्यास दिलेला उजवा पर्याय (उजवा कालवा, डावा कालवा साहित्यातही असतोच) होय.

डॉ. यादव यांच्या साहित्यकृती व कर्तृत्वास लाभलेले पुरस्कार, सन्मानपत्रे, अध्यक्षपद याकडेही मराठी सारस्वतातील त्यांच्या योगदान व कर्तृत्वाची पावती म्हणून पाहता येईल. त्यांच्या साहित्याचे हिंदी, इंग्रजी, कन्नड, उर्दू, बंगाली, फ्रेंच भाषांतील अनुवादही या काटकोनी दाव्यास पुरावा म्हणून देता येतात. मराठी साहित्याचा इतिहास लिहायचा झाला तर डॉ. आनंद यादव यांना वगळता येणार नाही. डॉ. लाभसेटवार साहित्य सन्मानानं त्यांना मराठीचं ज्ञानपीठ लाभलं आहेच. आता प्रतीक्षा भारतीय ज्ञानपीठाची!

डॉ. सुनीलकुमार लवटे
९८८१२५००९३
Email : drsklawate@gmail.com

ग्रामीण साहित्य चळवळीचे प्रवर्तक

मराठी साहित्यात १९६० नंतर दलित, ग्रामीण, स्त्रीवादी, जनवादी, आदिवासी असे अनेक वेगवेगळे साहित्यप्रवाह उदयाला आलेले दिसतात. पैकी 'ग्रामीण साहित्य' वा 'ग्रामीण साहित्य चळवळ' म्हटले की, प्रथमतः नाव समोर येते ते डॉ. आनंद यादव यांचे. ग्रामीण जीवनातील वातावरणात व्यक्तिमत्त्वाची जडणघडण झालेली असल्याने त्यांनी विपुल प्रमाणात ग्रामीण साहित्य लिहिले. मात्र हे लेखन केवळ अनेक ग्रामीण साहित्यिक लिहितात त्या प्रकारचे नव्हते, तर एका विशिष्ट जाणिवेतून जाणीवपूर्वक केलेले होते. १९६० पर्यंत मराठी साहित्यात आलेले ग्रामजीवनाचे चित्रण हे कृतक, वरवरचे, निसर्गचित्रणाला प्राधान्य देणारे, थोड्याफार प्रमाणात ग्रामजीवनाची वैशिष्ट्ये टिपणारे रंजनप्रधान असे होते. नागर लेखकांचे अनुकरण करीत लिहिणाऱ्या ग्रामीण लेखकांचीही दृष्टी गाव, गावातील भानगडी, सरपंच, ग्रामीण माणसांचा बेरकीपणा यापलीकडे गेली नाही. हे दोन्ही लेखक गावपंढरीच्या कडेनेच घुटमळत राहिले. आनंद यादवांनी मात्र ग्रामीण साहित्याच्या या लेखणीला पहिल्यांदा काळीवर (प्रत्यक्ष शेतात) नेले. स्वतः ग्रामजीवनात वाढल्यामुळे त्या जीवनाविषयी त्यांच्या मनात प्रचंड आस्था होती. त्यांचे साहित्य इतर ग्रामीण लेखकांच्या साहित्यापेक्षा वेगळे काही सांगू

इच्छिते. त्यामागे त्यांचे स्वतःचे असे वेगळे तत्त्वज्ञानही आहे. या तत्त्वचिंतनाला अनुषंगून साहित्यनिर्मिती करताना त्यांनी एकूण ग्रामीण साहित्याची स्थितिगतीही आपल्या समीक्षाग्रंथांतून स्पष्ट केली. एवढेच नव्हे, तर भावी ग्रामीण साहित्याचे स्वरूप कसे असावे, याचे मार्गदर्शनही केले. हे मार्गदर्शन केवळ पुस्तकी मार्गदर्शन नव्हते; तर प्रत्यक्ष ग्रामीण समाजात जाऊन, तेथील लेखकांचा शोध घेऊन त्यांनी १९७५ च्या आसपास 'ग्रामीण साहित्या'ची चळवळच उभी केली. प्राचार्य रा. रं. बोराडे, डॉ. अरविंद वामन कुलकर्णी, डॉ. द. ता. भोसले, डॉ. वासुदेव मुलाटे, भास्कर चंदनशिव अशी अनेक दिग्गज मंडळी त्यांच्याबरोबर या चळवळीत हिरिरीने उतरली. ग्रामीण साहित्य चळवळीने ग्रामीण लेखकांना आत्मभान दिले. स्वाभिमान दिला. स्वतःचे प्रश्न ठणकावून मांडण्याचे धारिष्ट्य दिले. म्हणूनच चळवळीनंतरचे ग्रामीण साहित्य पूर्वसूरींच्या ग्रामीण साहित्यापेक्षा अधिक सकस, अधिक वास्तव झालेले दिसते.

ललित लेखनाबरोबरच उत्तम दर्जाचे समीक्षालेखन करणारे जे काही मोजके साहित्यिक मराठीत आहेत, त्यांत यादवांच्या नावाचा समावेश आवर्जून करावा लागेल. ग्रामीण साहित्य आजवर नीटपणाने लिहिले गेले नाही; कारण त्याची समीक्षाही नीटपणे झालेली नाही. हे जाणवल्यानंतर त्यांनी स्वतःच ग्रामीण साहित्यावर तीन समीक्षणात्मक पुस्तके लिहिली व ग्रामीण साहित्याला त्याचा असा एक साहित्यविचार मिळवून दिला. या तीन ग्रंथांमधून त्यांनी पूर्वसूरींचे मूल्यमापन केले, त्यांची बलस्थाने व मर्यादा दाखवून दिल्या, त्याचप्रमाणे नवग्रामीण लेखकांना मार्गदर्शनही केले. 'प्रतिभा ही ईश्वरदत्त देणगी' या सिद्धान्तावर त्यांचा विश्वास नव्हता. प्रयत्नांनी प्रतिभेला संस्कारित करता येते, या आपल्या म्हणण्याच्या पुष्ट्यर्थ त्यांनी 'साहित्याची निर्मितिप्रक्रिया' हा ग्रंथ लिहून पुरावाच सादर केला आहे. 'आत्मचरित्रमीमांसा', 'मराठी लघुनिबंधाचा इतिहास' यांसारख्या ग्रंथातून त्यांनी त्या त्या साहित्यप्रकारासंबंधीचे मूलगामी विवेचन केले आहे. '१९६० नंतरची सामाजिक स्थिती आणि साहित्यातील नवे प्रवाह', 'ग्रामसंस्कृती' या ग्रंथांमधून ग्रामीण, दलित, आदिवासी इ. साहित्यप्रवाह व एकूणच नागर, ग्रामीण समाज याविषयीचे स्वतःचे चिंतन त्यांनी मांडले आहे. ग्रामीण समाजाची आहे ती अवस्था ठीक नाही, कुठेतरी काहीतरी चुकते आहे, हे चुकलेपण साहित्यातून नीटपणे मांडले जात नाहीये, ग्रामीण वास्तव नीटपणे व धीटपणे समोर यायचे असेल, तर ग्रामीण भागातल्या लेखकांना जागे केले पाहिजे, या विचारातून आनंद यादवांनी 'ग्रामीण साहित्य चळवळी'ची पायाभरणी केली.

१९८०नंतरच्या ग्रामीण साहित्याविषयी बोलत असताना सर्वप्रथम आपणाला ग्रामीण साहित्य चळवळीने ग्रामीण साहित्याच्या बाबतीत मांडलेली भूमिका ध्यानी घ्यावी लागते. १९७७ ला सुरू झालेली ही चळवळ १९८०पर्यंत बहरली होती. ही चळवळ उभी राहिल्यानंतर तिची स्वतःची अशी एक भूमिका स्पष्ट होत गेली. या चळवळीसंदर्भात प्रस्थापितांनी उपस्थित केलेले प्रश्न, घेतलेल्या शंका, दलित साहित्याच्या चळवळीशी सतत तुलना करून केले गेलेले आरोप, घेतले गेलेले आक्षेप या सर्वांना उत्तरे देताना चळवळीची तात्त्विक भूमिका अधिकाधिक स्पष्ट होत गेली. ग्रामीण साहित्यिकांचे मेळावे भरविण्यामागील आनंद यादवांची भूमिका तशी सर्वपरिचित आहे. 'ग्रामीण लेखकांना लेखनासंदर्भात मार्गदर्शन मिळावे, त्यांना प्रकाशाच्या वाटा खुल्या व्हाव्यात, त्याचबरोबर ग्रामीण वास्तवाचे प्रत्ययकारी कलात्मक चित्रण साहित्यात यावे, ग्रामीण साहित्य हेच खरे मध्यवर्ती साहित्य असले पाहिजे,' आदी उद्देशांनी सुरू झालेली ग्रामीण साहित्याची चळवळ पुढे अधिकाधिक विचारसंपन्न होत गेली.

दलित साहित्य चळवळ ही जशी प्रत्यक्ष दलित समाजाच्या परिवर्तनाच्या चळवळीतून, दलित मुक्तिलढ्याची सांस्कृतिक आघाडी म्हणून पुढे आली, तसे ग्रामीण साहित्याच्या चळवळीबाबत घडलेले नाही. हा या दोन्ही चळवळींमधील मूलभूत फरक आहे. 'ग्रामीण जीवनाचे परिवर्तन व्हावे', 'ग्रामीण माणसाला

प्रतिष्ठा मिळावी', 'त्याच्या श्रमांचे यथोचित मूल्य त्याला मिळावे', 'त्याचे जगणे एकूण समाजाच्या केंद्रस्थानी यावे, की जेणेकरून त्याच्या जगण्याला प्रतिष्ठा मिळेल' असे काही उद्देश ग्रामीण साहित्याच्या चळवळीच्या भूमिकेत अध्याहृत होतेच, फक्त ते प्रकट स्वरूपात पुढे न येता अधःस्तरावरतीच राहिलेले दिसतात. 'साहित्य ही इतर कलांच्या तुलनेत आशयप्रधान कला असल्याने, तिच्यात जर उपरोक्त आशय प्रतिबिंबित होऊ शकेल अशा स्वरूपाचे ग्रामीणांचे चित्रण आले; तर एकूण समाजाची ग्रामीणांविषयीची मनोभूमिका बदलू शकेल,' या विचारांतून ही चळवळ आकाराला आली आहे, असे म्हटल्यास वावगे ठरू नये.

आधुनिक काळात 'वाङ्मया'विषयी समाजाची एक मनोभूमिका तयार होत गेली. मध्ययुगीन काळात वाङ्मयाला सतत धर्माचे साधन मानले गेले होते, धर्माची जोड त्याला सतत दिली गेली होती. त्यामुळे वाङ्मय वाचणे हे केवळ धार्मिकांचे काम आहे,असा समज रूढझाला होता. वाङ्मयाचे स्वरूपही त्याला कारणीभूत होतेच. आधुनिक काळात मात्र वाङ्मय व धर्म यांचा संबंध तुटला व वाङ्मयाचे स्वतंत्र क्षेत्र उदयाला आले. केवळ धर्मप्रधान संस्कृतीतच वाङ्मयाला महत्त्व असते असे नाही; तर भौतिक संस्कृतीतही 'वाङ्मय' तितकेच महत्त्वाचे आहे, हे लक्षात आल्यानंतर वाङ्मयाकडे पाहण्याचा दृष्टिकोन बदलला. समाजाच्या ऐतिहासिक वाटचालीचा आढावा घेणाऱ्या अनेक विचारवंतांच्या असे लक्षात आले की, प्रत्येक काळी प्रस्थापितांचा एक मूठभर वर्ग उर्वरित संपूर्ण समाजावर आपली सत्ता चालवतो. ही सत्ता अबाधित ठेवण्यासाठी तो या साधनांचा वापर करतो. त्या साधनांमध्ये राजकीय, धार्मिक, आर्थिक साधनांबरोबरच 'वाङ्मय' हेसुद्धा एक तितकेच महत्त्वाचे साधन आहे. समाजात समता आणण्यासाठी, बहुजनांना न्याय मिळवण्यासाठी जशी उपरोक्त साधने त्याच्या मालकीची असायला हवीत; तद्वतच वाङ्मयसुद्धा त्याचे स्वतःचे असायला हवे. किंबहुना त्याचे स्वतःचे असे वाङ्मय निर्माण झाल्याशिवाय त्याची स्वतःची संस्कृती विकसित होऊ शकणार नाही; आणि या विकसित संस्कृतीच्या परिचयाशिवाय समानतेची, न्यायाची भाषा हा समाज बोलू शकणार नाही. या जाणिवेतूनच मग वाङ्मयाला धर्मापासून अलग करून ऐहिक जीवनाविषयी भाष्य करायला लावण्याची भूमिका, बहुजनांचा कैवार घेऊ पाहणाऱ्या विचारवंतांनी घेतलेली दिसते. या भूमिकेला अनुसरूनच आधुनिक वाङ्मयीन चळवळी काम करताना दिसतात. ग्रामीण साहित्याची चळवळही याला अपवाद नाही.

१. ग्रामीण साहित्य चळवळीचा प्रारंभ

ग्रामीण साहित्य चळवळीच्या उदयामागील भूमिका या चळवळीचे प्रणेते डॉ. आनंद यादव यांनी वेळोवेळी सविस्तरपणे स्पष्ट केली आहे. पोहेगाव, ता. कोपरगाव येथे दि. ५व ६ मे १९९० रोजी झालेल्या 'मध्य महाराष्ट्र ग्रामीण साहित्य संमेलनाच्या 'जागर' या स्मरणिकेमध्ये यादवांनी 'ग्रामीण साहित्याने मराठीला काय दिले?' या शीर्षकाचा लेख लिहिला आहे. त्यात त्यांनी ग्रामीण साहित्य चळवळ सुरू करण्याची कोणती आवश्यकता त्या काळी होती व या चळवळीला नेमके काय अपेक्षित होते, ते स्पष्ट केले आहे. त्यांचे विचार सारांशरूपाने असे नोंदवता येतील :

१) स्वातंत्र्योत्तर काळात उदयाला आलेल्या ग्रामीण साहित्यिकांच्या पहिल्या पिढीने नवसाहित्याच्या प्रेरणा-प्रवृत्तींच्या संगतीने ग्रामीण कथेचे स्वरूप बदलून टाकले. या पिढीने १९६०-६५ पर्यंत जोमाने कथा कादंबऱ्यांची निर्मिती केली. या काळात ग्रामीण साहित्याने लोकप्रियताही मिळवली. नंतर हीच पिढी कथाकथनाच्या कार्यक्रमात मग्न झाली. त्यातून ग्रामीण कथा म्हणजे गर्दीचे मनोरंजन करणारी कथा, असे समीकरण तयार झाले. १९७५ च्या आसपास ग्रामीण कथा म्हणजे विनोद, किस्से, टवाळकी, तपशीलवार

वर्णने, गोष्टीवेल्हाळपणा, नववास्तवाचे विडंबन, असा समज दृढ झाला.

२) १९६० च्या आसपास ग्रामीण साहिंत्यिकांची स्वातंत्र्योत्तर काळातील दुसरी पिढी- जी समाजाच्या काहीशा खालच्या स्तरातून पुढे आली होती ती- लिहिती झाली. या पिढीचे साहित्यही विस्तारवादी होते, पूर्वसूरींचेच त्यात अनुकरण होते. म्हणजे १९७५ च्या आसपास ग्रामीण साहित्यात एक चमत्कारिक आवर्त निर्माण झाले होते. तसा या काळात एकूणच मराठी साहित्यातही एक गतिरोध निर्माण झाला होता.

३) १९६७ ला सुरू झालेल्या दलित साहित्य चळवळीने दलित समाजाला आणि एकूण मराठी साहित्याला खूप काही दिले. पण या चळवळीची वाङ्मयीन जाण अपुरी होती. साहित्याच्या साहित्यपणाकडे तिने दुर्लक्ष केले. त्यामुळे मराठी साहित्याचा प्रवास केवळ कलावादी प्रवृत्तींकडून वाङ्मयीन गुणवत्तेकडे दुर्लक्ष करणाऱ्या; पण अनुभव आशयबहुल प्रवृत्तीच्या टोकाला येऊन पोहोचला, मध्ये प्रचंड पोकळी निर्माण झाली. वाङ्मयाचे समग्र आणि सच्चे रूप पाहण्याचे भान विसरले गेले.

४) १९६० नंतरच्या बदललेल्या ग्रामजीवनाचे चित्रण, त्या काळामागील प्रेरणाप्रवृत्ती, या परिवर्तनाची योग्यता व स्वरूप हे एखाददुसरा अपवाद वगळता दिसून येत नव्हते.

५) नववाङ्मयीन प्रवृत्ती आणि दलित साहित्य प्रवृत्ती यांच्या दोन्ही टोकांच्या भूमिका नाकारून आशय अनुभव यांचा दर्जा आणि त्यांची वाङ्मयीन गुणवत्ता या दोहोंचा कलात्मक समन्वय साधण्याची गरज ग्रामीण साहित्य चळवळीला वाटू लागली.

६) नागर व ग्रामीण साहित्याच्या प्रेरणा-प्रवृत्तींचा तोपर्यंत एकत्रच विचार होत होता. ग्रामीण साहित्याचे वेगळेपण दाखवून देण्याची आवश्यकता होती.

७) अ.भा. मराठी साहित्य संमेलनात ग्रामीण साहित्याचा कोणत्याही स्वरूपाचा विचार तोपर्यंत झाला नव्हता. संमेलनात ग्रामीण साहित्यिकांना स्थान मिळत असे ते रात्रीच्या मनोरंजनाच्या विदूषकी क्षेत्रात. परिसंवाद, चर्चा, भाषणे यासाठी या साहित्यिकांना कोणी बोलावत नव्हते. ग्रामीण हे विशेषण केवळ वर्णनपर आहे; त्यापलीकडे त्याला मूल्य नाही, अशी मराठी साहित्यिकांची धारणा झाली होती. पहिल्या पिढीचे ग्रामीण साहित्यिकही याच समजुतीने लेखन करीत होते. ही समजूत नष्ट करण्याचे कार्य चळवळीने आरंभिले.

८) भारत कृषिप्रधान देश आहे. ७०-७५ टक्क्यांपेक्षा जास्त लोकसंख्या ग्रामीण भागात राहते; म्हणून ग्रामीणांचे प्रश्न या देशाचे प्रमुख प्रश्न ठरतात. ग्रामीणांची संस्कृती ही या देशाची प्रमुख संस्कृती ठरते. त्यामुळे ग्रामीण साहित्य हेच खरे या देशाचे प्रातिनिधिक साहित्य ठरू शकते. वस्तुस्थिती अशी असूनही सामाजिक, धार्मिक, शैक्षणिक, वर्गीय, वर्णीय अशा विविध स्वरूपाच्या ऐतिहासिक कारणांमुळे ग्रामीण साहित्याला त्याचे योग्य स्थान आजवर मिळाले नाही. ते स्थान मिळवून द्यावयाचे आहे.

९) १९६० नंतर ग्रामीण समाज झपाट्याने बदलत गेला. त्याच्या सुधारणांमागील प्रेरणा वेगळ्या होत्या. त्यातून वेगळ्या प्रवृत्ती निर्माण झाल्या. राजकारण, सहकार, नव्या पद्धतीची शेती, धरणे, लोकशाहीतून निर्माण होणारी नवी मानसिकता इ. कारणांमुळे ग्रामीण समाजात नव्या समस्या, नवे प्रश्न, नवी आव्हाने, नवे संघर्ष निर्माण झाले. यातून नवे ग्रामीण साहित्य निर्माण होण्याची आवश्यकता होती.

१०) १९७५च्या आसपास तरुण ग्रामीण साहित्यिकांची तिसरी पिढी उदयाला येत होती. ती एका अर्थी गोंधळून गेली होती. तिच्यावर १९७५ पर्यंतच्या साहित्य क्षेत्रातील विविध प्रेरणा-प्रवृत्तींचा वेडावाकडा परिणाम झाला होता. ग्रामीण विनोदी साहित्याचे, त्याचप्रमाणे दलित साहित्याचे उथळ अनुकरण तिने सुरू केले होते. काही जण लोकप्रिय साहित्यिकांचे लोकप्रिय ढाचे आर्थिक कारणांसाठी गिरवीत होते. अशा वेळी जे संस्कारक्षम वयात चुकीच्या दिशांना लागून भाबड्या अनुकरणात गुंतले होते, त्यांना नीट आत्मभान देण्याची,

त्यांच्यावर योग्य ते संस्कार करण्याची, त्यांच्या योग्य त्या साहित्याला प्रसिद्धी आणि प्रतिष्ठा देण्याची, त्यासाठी त्यांना व्यासपीठ उपलब्ध करून देण्याची, त्यांचे पायाभूत ज्ञान डोळस करण्याच्या दृष्टीने त्यांना तात्त्विक विचार पुरवण्याची गरज होती.

११) ग्रामीण विभागातील वाचक वर्गावर नागर अभिरुचीचे जोरकस संस्कार झालेले होते, ग्रामीण साहित्याविषयी अपसमज निर्माण झाले होते. यातून ग्रामीण वाचक वर्गाला बाहेर काढण्याची, नवी निर्भेळ वाङ्मयीन अभिरुची घडवण्याची आवश्यकता होती.

आनंद यादवांनी १९७५च्या आसपासच्या मराठी साहित्याच्या आणि ग्रामीण मराठी साहित्याच्या स्थितिगतीवर केलेले हे भाष्य, त्याच्या दाखविलेल्या मर्यादा व सुचविलेल्या परिवर्तनाच्या दिशा केवळ त्यांच्याच मनातल्या आहेत असे नाही; तर त्या काळातील नव्या ग्रामीण लेखकांच्याही मनात हे सर्व प्रश्न कमी-अधिक प्रमाणात खदखदत होते. यादवांनी या अस्वस्थतेला शब्दबद्ध केले आणि त्यानुरूप प्रत्यक्ष कृती कार्यक्रम हाती घेतले. यादवांप्रमाणेच मग ज्यांना ज्यांना ग्रामीणांची ही अशी कुचंबणा जाणवली होती, ते साहित्यिक यादवांबरोबर उभे राहिले; आणि त्यातून ग्रामीण साहित्याची चळवळ आकाराला आली. आनंद यादव म्हणतात, ''अशा रीतीने ग्रामीण साहित्यासमोर निर्माण झालेली अनेक आव्हाने, त्याची झालेली कोंडी, १९७५च्या आसपास दुसऱ्या पिढीतील काही जाणकार साहिंत्यिकांच्या लक्षात कमी-अधिक प्रमाणात येत होती. वैयक्तिक पातळीवर ते व्याख्याने, भाषणे देत होते; स्फुट स्वरूपाचे लेख त्यावर लिहीत होते. पण लवकरच त्यांच्या लक्षात आले, की महाराष्ट्र सर्वदूर खूप पसरलेला आहे. त्याचे विविध विभाग कमी-अधिक प्रमाणात पेटीबंद आहेत. त्याला विविध प्रदेशांची विविध अंगे, विविध बोलींची विविध मुखे आहेत. विविध प्रदेशांमुळे विविध प्रश्न, समस्या व आव्हाने आहेत. अशा परिस्थितीत हे एकट्यादुकट्याचे किंवा सुटे सुटे राहून करण्याचे कार्य नाही. हे लक्षात आल्यावर संघटित होण्याची, चळवळीच्या स्वरूपातच कार्य करण्याची आवश्यकता वाटू लागली. जाणकारांना संघटित करणे, व्यापक पातळीवर कार्य सुरू करणे, हेही एक मोठे आव्हान होते. जाणकार ग्रामीण साहित्यिकांनी ते स्वीकारले. नव्या परिस्थितीत १९७७पासून ग्रामीण साहित्यिकांचे एका वैचारिक नव्या भूमिकेनिशी मेळावे, संमेलने, शिबिरे, परिसंवाद, कार्यशाळा असे सामूहिक व संघटनेच्या पातळीवर कार्य सुरू झाले,आणि या कार्यालाच चळवळीचे स्वरूप प्राप्त झाले.''[१] अशा प्रकारे १९७५ च्या आसपासच्या अनेक प्रकारच्या असमाधानांतून १९७७ ला ग्रामीण साहित्याची चळवळ प्रत्यक्षात सुरू झाली.

दि. २१ व २२ नोव्हें. १९७७ रोजी 'विचारभारती मासिक' आणि 'वैचारिक व्यासपीठ' या दोन संस्थांच्या विद्यमाने पुण्याबाहेर पौड फाट्याजवळ भारती विद्यापीठाच्या शंकरराव मोरे विद्यालयात मराठीतील तरुण ग्रामीण लेखकांचा पहिला मेळावा आयोजित केला गेला होता. संयोजक होते सुप्रसिद्ध ग्रामीण कथा आणि कादंबरीकार डॉ. आनंद यादव. या मेळाव्याला महाराष्ट्राच्या विविध ग्रामीण विभागांतून जवळ जवळ सव्वाशे तरुण ग्रामीण लेखक उपस्थित राहिले होते. त्यांच्या राहण्या-जेवणाची सोय उपरोक्त संस्थांनीच विनामूल्य केली होती. या मेळाव्यापासून अधिकृतपणे ग्रामीण साहित्य चळवळीचा प्रारंभ झाला. या मेळाव्यामुळेच सुट्या सुट्या प्रयत्नांना सांघिक चळवळीचे स्वरूप प्राप्त झाले.

मेळाव्याचा उद्देश स्पष्ट करताना आनंद यादव म्हणाले,''आज मराठी भाषेत निर्माण होत असलेल्या साहित्यसंपदेकडे नजर टाकली, तर आपल्या असे लक्षात येईल, की नागरवस्तीतून, मोठमोठ्या शहरांमधून, ग्रामीण विभागांतून, समाजाच्या खालच्या थरांतून अनेक तरुण लेखक साहित्यनिर्मिती करीत आहेत. शहरांमधून लिहिणाऱ्या तरुण लेखक वर्गाला आपले साहित्य प्रसिद्ध करायला, त्याविषयी चर्चा करायला

कमी-अधिक प्रमाणात साधने उपलब्ध होत असतात; परंतु ग्रामीण विभागात शहरांपासून पार दूर असलेल्या खेड्यातून जो ग्रामीण लेखक वैचारिक आणि ललित स्वरूपाची साहित्यनिर्मिती करीत आहे; त्याला शहरांतील प्रसिद्धीच्या साधनांशी, संपादकांशी, प्रकाशकांशी, लेखकांशी संपर्क साधणे, प्रत्यक्ष भेटणे अनेक कारणांमुळे अशक्य होऊन बसते. आर्थिकदृष्ट्याही ते परवडण्यासारखे नसते. याव्यतिरिक्त या तरुण ग्रामीण लेखकांच्या साहित्यनिर्मितीविषयकही काही अडचणी असतात, त्या वेगळ्याच. त्यांना एका अत्यंत चमत्कारिक एकाकीपणे साहित्यनिर्मितीसाठी झगडा करावा लागतो. मात्र त्यामागची कारणे ही तशी असाहित्यिक म्हणजेच आर्थिक, सामाजिक, सांस्कृतिक आणि वैयक्तिक स्वरूपाची आहेत. या ग्रामीण तरुण लेखकांच्या विविध अडचणींतून काही मार्ग शोधता आला, त्यांना काही मार्गदर्शन करता आले, त्यांचा लेखनाविषयीचा आत्मविश्वास वाढवता आला, त्यांच्याशी प्रतिष्ठित ग्रामीण लेखकांची गाठ घालून देता आली, त्यांच्याशी बातचीत करता आली, तर पाहावे; या हेतूने हा ग्रामीण लेखकांचा मेळावा आयोजित करण्यासाठी मी प्रयत्नशील होतो.

दर वर्षी भरणाऱ्या मराठी साहित्य संमेलनातून अशा नवोदित ग्रामीण लेखकांच्या अडीअडचणींचा कधी विचारच केला गेला नाही; एवढेच नव्हे, तर स्वातंत्र्योत्तर काळातील मराठी ग्रामीण मनाचे प्रतिबिंब पडलेल्या साहित्याचे स्वरूप निरखून पाहावे, असे एकदाही घडलेले दिसत नाही. म्हणूनही हा मेळावा भरविण्याच्या उद्योगाला मी लागलो.

अशा प्रकारचा मेळावा भरविण्याची रुखरुख गेली तीन-चार वर्षे मला लागून राहिली होती. अनेक ग्रामीण तरुण लेखक माझ्याशी आपल्या साहित्याच्या संदर्भात संपर्क साधीत होते, मार्गदर्शनाची अपेक्षा करीत होते. शक्य त्यांना पत्रे लिहून हे काम मी करीत होतो. पण अशा प्रकारे हे काम करणे एकट्याला अशक्य झाले. म्हणून अशा प्रकारचा एखादा मेळावा आयोजित केला, तर हे कार्य अधिक मोठ्या प्रमाणात आणि सातत्याने करता येण्यासारखे आहे, असे मला वाटले.

मेळावा भरविण्याचा हा विचार गेली तीन-चार वर्षे मी मनाशी बाळगत होतो. त्या दृष्टीने प्रयत्नशीलही होतो. एका अनपेक्षित क्षणी हा विचार भारती विद्यापीठाचे संस्थापक श्री पतंगराव कदम व विचारभारती मासिकाचे संपादक श्री. आनंदराव पाटील यांच्यापुढे मी मांडला आणि हा मेळावा भरविण्यापाठीमागचे तत्त्व त्यांना पटले. त्यांनी त्यांच्या वैचारिक व्यासपीठातर्फे हा मेळावा भरविण्यास तत्काळ मान्यता दिली. एवढेच नव्हे, तर असा मेळावा दर वर्षी, प्रसंगी वर्षातून दोन वेळासुद्धा भरविण्यास त्यांनी संमती दिली आहे.''[२]

आयोजक या नात्याने यादवांनी या मेळाव्यातील कार्यक्रमांचे केलेले नियोजनही त्यांच्या या उद्दिष्टांना पुष्टी देणारे असेच आहे. प्रा. गो. म. कुलकर्णी, प्रा.स.शि.भावे, प्रा.शान्ता शेळके, प्रा.नरहर कुरूंदकर, प्रा.म.द.हातकणंगलेकर, वि.भा.देशपांडे, श्री.प्रभाकर पाध्ये आदी जाणते समीक्षक, प्रसिद्ध ग्रामीण लेखक व्यंकटेश माडगूळकर, द.मा.मिरासदार, शंकर पाटील, द.ता.भोसले, उद्धव शेळके, माधव कोंडविलकर, देवानंद गोरड, ग.ल. ठोकळ, सरोजिनी बाबर, शंकरराव खरात, दि.बा. मोकाशी, सरिता पत्की, श्री.ज.जोशी, सुशीला पगारिया, पद्मा गोळे आदी प्रसिद्ध लेखक-लेखिका. नवे साहित्यिक उत्तम बंडू तुपे, यशवंत तांदळे, हरगोंडा पाटील, प्रमोद कोपर्डे, माधव थोरात, बजरंग शेलार, व. बा. बोधे आणि प्रतिष्ठित संपादक राम पटवर्धन (सत्यकथा), ग. वा. बेहरे (सोबत) या मेळाव्यात सहभागी झाले होते. मेळाव्यात परिसंवादाच्या बरोबरीनेच ग्रामीण लेखकांशी बातचीत, ग्रामीण लेखकांचे स्वानुभवकथन, संपादकांशी बातचीत, अशा कल्पनात्मक कार्यक्रमांचे आयोजन केले होते. ज्येष्ठ मंडळींनी तरुण ग्रामीण लेखकांना

मार्गदर्शन केले. त्यांच्या अडीअडचणी समजावून घेतल्या. मेळाव्याचे फलित स्पष्ट करताना आनंद यादव म्हणाले, ''महाराष्ट्राच्या पातळीवर भरलेल्या या तरुण ग्रामीण लेखकांच्या पहिल्या मेळाव्याच्या निमित्ताने अनेक गोष्टी साध्य झाल्या. ऐंशी टक्के मराठी जीवनाचे प्रतिबिंब पडणाऱ्या ग्रामीण साहित्याकडे टीकाकार, संपादक, प्रकाशक, वाचक वर्ग यांचे अनेक कारणांनी दुर्लक्ष होत होते. तिकडे सर्वांचे लक्ष खेचले जाईल. ग्रामीण साहित्यात एक कोंडी निर्माण झाली आहे, ती फुटण्यास मदत होईल. निदान त्या दिशेने विचारमंथन सुरू होईल. ग्रामीण साहित्यिक आपले स्वत्व विसरून नागर साहित्याच्या मानदंडांनी आपले साहित्य मोजण्याचा प्रयत्न करतो, तो पराश्रयाचा प्रकार थांबेल. ग्रामीण साहित्य आपल्या ग्रामजीवनातील, संस्कृतीतील अनेक चांगल्या परंपरांचा हिरिरीने स्वीकार आणि पुरस्कार करील व स्वतःचे स्वतंत्र अस्तित्व एकूण मराठी साहित्य क्षेत्रात निर्माण करील, असे वाटते. त्या दिशेने पडलेले पहिले पाऊल म्हणजे हा मेळावा होय.''[३] यादवांची ही प्रतिक्रिया मेळाव्याची यशस्विता स्पष्ट करणारी आहे. यादव मेळाव्याचे आयोजक होते म्हणून त्यांच्या प्रतिक्रियेपेक्षा त्रयस्थांची प्रतिक्रिया अधिक विचाराधीन ठरते. मोहन वेल्हाळांनी या मेळाव्याला 'मराठी साहित्य क्षेत्रातील अर्थपूर्ण घटना' असे संबोधले आहे. मेळाव्याचे फलित सांगताना ते म्हणतात, ''ग्रामीण साहित्य एका विशिष्ट आवर्तात आणि कोंडीत सापडलेले असताना असा हा मेळावा घेण्याची नितान्त आवश्यकता होती. असे मेळावे जर वरचेवर होत गेले, तर ग्रामीण साहित्याविषयी विचारमंथन होत राहून, त्याला पडलेल्या मर्यादांमधून ते लवकरात लवकर बाहेर पडणे शक्य होईल. त्याला खास आणि स्पष्ट स्वरूपाचे स्वत्व सापडू शकेल. एवढेच नव्हे, तर ऐंशी टक्के लोक या खेड्यापाड्यांतून राहतात. त्यांचे जीवन आणि संस्कृती यांचे प्रतिबिंब ग्रामीण साहित्याच्या द्वारा एकूणच मराठी साहित्यात पडू शकेल. याचे सर्व श्रेय असे मेळावे भरविण्यास ज्यांची प्रेरणा आणि प्रयत्न कारणीभूत झाले, त्या डॉ. आनंद यादव व श्री. पतंगराव कदम यांचे, मराठी ग्रामीण साहित्य निरंतर ऋणी राहील.''[४] वेल्हाळांची ही प्रतिक्रिया त्या काळातील तरुण ग्रामीण साहित्यिकांची प्रातिनिधिक प्रतिक्रिया ठरावी, अशीच आहे. या मेळाव्यातच ग्रामीण साहित्य चळवळीचे बीजारोपण झाले. नंतर चळवळीने मेळावे, संमेलने, शिबिरे, चर्चासत्रे, कार्यशाळा असे अनेक उपक्रम राबविले आहेत.

ग्रामीण साहित्य चळवळीच्या निर्मितीबद्दल प्राचार्य रा. रं. बोराडे म्हणतात, ''मी काय, यादव काय,आम्हाला जाणवायला लागलं की, थोडंसं अनुभवाचं जे वेगळेपण आहे आणि जो अस्तित्वाचा प्रश्न आहे, या प्रश्नाला थोडंसं धीटपणे आपण सामोरं गेलं पाहिजे. जेव्हा अस्तित्वच नाकारलं जातं तेव्हा कुठंतरी मग वेगळं होण्याचा विचार मनामध्ये येतो. अगदी व्यवहारात जरी आपण रूढ अर्थानं बघितलं तरी, एखाद्या घरातून मुलगा फुटून का निघतो? त्याची कुठंतरी त्या घरामध्ये कुचंबणा होत असते, त्याच्या मनासारखं काही घडत नसतं, त्याच्यावर काही लादलं जात असतं; आणि मग ते न स्वीकारण्याची त्याची मानसिकता तयार होत जाते. प्रकाशन व्यवसाय असो, संपादन असो, समीक्षा असो, या सगळ्यांना कुठंतरी असं वाटतं होतं की, अमुक प्रकारचं लिहिल्यानंतरच ते साहित्य. हे अनुभव अमुक प्रकारे व्यक्त केले; तरच मग त्याला थोडंसं साहित्यिक वगैरे म्हटलं जावं. मग असा विचार आला की नाही; आता आपलं स्वतःचं एक वेगळं अस्तित्व आपण आता सिद्ध केलं पाहिजे. ग्रामीण साहित्य चळवळीपुरतं बोलायचं झालं तर, दलित साहित्याची चळवळ अगोदर सुरू झाली आणि पाठोपाठ ग्रामीण साहित्याची चळवळ सुरू झाली; म्हणजे कुठंतरी दलित साहित्यिकांनी एक चळवळ सुरू केल्याबरोबर, ग्रामीण साहित्यिकांनाही असं वाटायला लागलं की आपली एक चळवळ सुरू करायला हवी. तेव्हा दलित चळवळीचं श्रेय नाकारण्यात काहीच अर्थ नाही. सुरुवातीला ही चळवळ वगैरे आमच्या मनात नव्हतंच खरं म्हणजे- यादवांनी काही ठिकाणी ग्रामीण साहित्य संमेलनं घेतली;

हळूहळू कुठंतरी हा विचार असा बळावत चालला. महाराष्ट्रातले सगळे ग्रामीण साहित्यिक त्या संमेलनाला उपस्थित राहू लागले; त्या निमित्ताने चळवळीचा विचार मनामध्ये हळूहळू रुजत चालला. ही चळवळ हळूहळू अशी आकाराला आली. म्हणजे सुरुवातीला ही चळवळ वगैरे असं कुणाला भान नव्हतं; परंतु हळूहळू मनात आलं की, चळवळीचं स्वरूप दिलं पाहिजे. मग हळूहळू या ग्रामीण साहित्य चळवळीचं स्वरूप कशा प्रकारचं आहे, किंवा त्याची सैद्धांतिक बैठक वेगवेगळ्या परिसंवादांमधून मांडली गेली. चळवळीसंबंधी अशा प्रकारचं बोलणं केलं गेलं. आमच्यानंतर येणारा जो लेखक आह, त्याला एक भान दिलं, आत्मभान दिलं. हे या चळवळीचं प्रमुख अशा प्रकारचं उद्दिष्ट होतं. चळवळीला जेव्हा थोडासा आकार आला, तेव्हा जे तथाकथित अशा प्रकारचे मराठीतले साहित्यिक होते; किंवा जे प्रतिष्ठित अशा प्रकारचे साहित्यिक होते- त्यांनादेखील त्याच्या वेगळेपणाची दखल घ्यावी लागली. या चळवळीमुळे जसा आमच्या साहित्याचा चेहरामोहरा थोडासा बदलला; त्याहीपेक्षा आलेली जी नवीन पिढी होती, त्या पिढीमध्ये नवं भान या चळवळीनं निर्माण केलं.''[५] रा. रं. बोराडे यांनी चळवळीच्या निर्मितीपाठीमागील सामाजिक, सांस्कृतिक व वाङ्मयीन भूमिका स्पष्ट केली आहे.

२. ग्रामीण साहित्य चळवळ : वाटचाल

दुसरा ग्रामीण साहित्यिक मेळावा डॉ. आनंद यादव व प्रा. राम शिंदे यांनी भारती विद्यापीठाचे ग्रामीण विकास प्रतिष्ठान आणि विचारभारती यांच्या सहकार्याने दि.५ व ६ मे १९७९ रोजी आयोजित केला. या मेळाव्याचा उद्देश व स्वरूप पहिल्या मेळाव्यासारखेच होते. ग्रामीण साहित्य चळवळीची ही सुरुवात होती. विचारभारतीचे संपादक आनंदराव पाटील या मेळाव्यासंबंधीची भूमिका स्पष्ट करताना म्हणतात, ''देशकालपरिस्थितीप्रमाणे नव्यानेच लिहू लागलेल्या व बोलू लागलेल्या या ग्रामीण लेखकाला आपले विचार व्यक्त करायला, आपल्या अडीअडचणी मांडावयाला आणि आपले लेखन प्रसिद्ध करावयाला अजूनही महाराष्ट्रात मुक्त व्यासपीठ मिळू शकलेले नाही. ही एक कटू पण सत्य वस्तुस्थिती आहे. भारती विद्यापीठाचे 'माँटेसरीपासून युनिव्हर्सिटीपर्यंतच्या शिक्षणाची सोय उपलब्ध करून देणे' हे तर प्रमुख उद्दिष्ट आहेच, पण त्याबरोबर 'ग्रामीण विकास प्रतिष्ठान' आणि 'विचारभारत' या विद्यापीठाच्या दोन प्रमुख विभागांतर्फे ग्रामीण विभागातील सामाजिक, साहित्यिक आणि सांस्कृतिक चळवळींना एक हक्काचे मुक्तदार आणि मुक्त व्यासपीठ मिळावे अशी चालकांची धारणा आहे.''[६] विचारभारती व भारती विद्यापीठाची ग्रामीण साहित्य मेळावे भरविण्यामागची ही भूमिका ग्रामीण साहित्याच्या दृष्टीने निश्चितच महत्त्वाची ठरली आहे. ग्रामीण साहित्यिकांच्या या मेळाव्यातही मार्गदर्शनपर व्याख्याने, परस्पर विचारविनिमयाची सत्रे, खुले अधिवेशन असे कार्यक्रम झालेले आहेत. ग. ल. ठोकळ या मेळाव्याचे अध्यक्ष होते; तर सरोजिनी बाबर, शांता शेळके, गं. बा. सरदार, द. ता. भोसले, आनंद यादव या मातब्बर लेखक-समीक्षक मंडळींनी उपस्थित ग्रामीण तरुण लेखकांना मार्गदर्शन केले.

स्वातंत्र्योत्तर काळात शहरीकरणाच्या प्रभावाने बदलणाऱ्या खेड्यांचे चित्रण ग्रामीण साहित्यात येत नाही. बदलणाऱ्या खेड्यांची नोंद ग्रामीण साहित्यिकांनी घेतलेली नाही, असा सूर या मेळाव्यात अध्यक्ष ग. ल. ठोकळ यांच्यापासून ते म. ना. अदवंत, गं. बा. सरदार या सर्वांनीच लावल्याची नोंद अरुण खोरेंनी[७] करून ठेवली आहे.

या मेळाव्यानंतर ग्रामीण लेखकांमध्ये जागृतीचे एक नवे पर्व सुरू झाले. डॉ.द. ता. भोसले, चंद्रकुमार नलगे, नागनाथ कोत्तापल्ले, वासुदेव मुलाटे, रा. रं. बोराडे, भास्कर चंदनशिव, अरविंद वामन कुलकर्णी असे

समविचारी लेखकमित्र आनंद यादवांना मिळाले. या सर्वांच्या प्रयत्नांतून मग ग्रामीण साहित्य संमेलनांना सुरुवात झाली.

दि. १७ व १८ फेब्रुवारी १९७९ या दोन दिवशी बोटा, ता. संगमनेर येथे ग्रामीण साहित्य संमेलन झाले. प्रा.मा. रा. लामखेडे यांनी आयोजित केलेल्या या संमेलनाचे अध्यक्ष डॉ. ह. कि. तोडमल होते, उद्घाटन डॉ. बाबा आढाव यांच्या हस्ते झाले, तर डॉ. आनंद यादव, कवी ना. धों. महानोर यांना प्रमुख अतिथी म्हणून निमंत्रित करण्यात आले होते. ग्रामीण साहित्यिकांचा पहिला मेळावा पार पडल्यानंतर व दुसरा मेळावा भरण्याच्या पूर्वी, मधल्या काळात हे संमेलन पार पडले आहे. 'संमेलन' हा शब्द ग्रामीण साहित्याच्या संदर्भात इथेच पहिल्यांदा वापरला गेला. त्यामुळे बोट्याचे हे ग्रामीण साहित्य संमेलन, 'पहिले ग्रामीण साहित्य संमेलन' ठरते.

२९ व ३० मार्च १९८० या दोन दिवशी जुन्नर येथे दुसरे ग्रामीण साहित्य संमेलन पार पडले. अध्यक्ष होते डॉ. आनंद यादव. या संमेलनातील यादवांच्या भाषणावरून बरेच वादंग माजले. प्रा. विनोद प्रधान यांनी 'हसे आणि हुंदके, चित्रे-तेंडुलकर सावधान' या शीषर्काचा लेख 'सोबत'च्या २५ मे १९८० च्या अंकात लिहिला व यादवांनी शहरी मध्यमवर्गीय साहित्यिकांवर केलेली टीका ही कशी जहाल, विषारी आहे; हे उपरोधिक शैलीने रेखाटले. या लेखात त्यांनी यादवांची भरपूर टिंगल टवाळीही केली आहे. या लेखाला तसे फारसे महत्त्व देण्याचे कारण नाही; पण या लेखापासूनच मध्यमवर्गीय मध्यवर्ती साहित्यधारेत यादवविरोधी सूर उमटू लागला, हे वास्तव ध्यानात घेणेही गरजेचे आहे. यानंतर ग्रामीण साहित्य चळवळीवर वेगवेगळे आक्षेप घेणे सुरू झाले. यादवांवरती वैयक्तिक आरोप करणे सुरू झाले. या संमेलनानंतर ग्रामीण साहित्य संमेलनांची एक मालिकाच उदयाला आली.

१ मे १९८१ रोजी प्रवरानगर येथे ग्रामीण साहित्य संमेलन पार पडले. या संमेलनाचे अध्यक्ष होते प्रा.गं. बा. सरदार. 'ग्रामीण व दलित साहित्याची चळवळ ही परिवर्तनासाठी आहे, त्या दृष्टीने या चळवळीने प्रलोभनांना बळी पडता कामा नये,'[६] असा इशारा त्यांनी दिला. जळगाव जिल्हा ग्रामीण साहित्य संमेलन, असोदा, जि.जळगाव दि.१९ मे १९८१ । महाराष्ट्र पातळीवरील चौथे ग्रामीण साहित्य संमेलन, नेवासे, जि.अहमदनगर. दि. १४ व १५ मे १९८२ । पाचवे मराठी ग्रामीण साहित्य संमेलन, नेमिनगर, चांदवड. जि.नाशिक. दि.२३ व २४ फेब्रुवारी १९८५ । अशी अनेकानेक संमेलने या काळात भरलेली आहेत. या संमेलनांचा विशेष असा की, या संमेलनांना तोपर्यंत एकच एक आयोजक संस्था नव्हती. उत्स्फूर्त अशा लोकसहभागातून ग्रामीण भागात ही संमेलने भरत होती. आनंद यादवांनी १९७७ ला पहिला मेळावा घेतल्यानंतर ग्रामीण लेखकांमध्ये व जाणकार रसिकांमध्ये जी जागृती घडून आली, त्याचा हा दृश्य परिणाम होता, असे म्हटल्यास वावगे ठरू नये. ग्रामीण भागातील या नवजागरणातून ग्रामीण भागाविषयी आपलेपणा, आस्था असलेल्या लेखकमंडळींनी, राजकीय नेतेमंडळींनी जिल्हा पातळीवर, विभागीय पातळीवर भरविलेली ही संमेलने होती. त्यामुळे त्यांच्या नावात, क्रमवारीत एकवाक्यता दिसत नाही. उत्स्फूर्ततेच्या जल्लोषात काही तांत्रिक चुका झाल्या असाव्यात; किंवा मग विभागवार, जिल्हावार संमेलन घेताना त्या त्या विभागातील पहिले, त्या-त्या जिल्ह्यातील पहिले अशी संबोधनेही संमेलनांमागे लावली जाणे स्वाभाविक होते. तसा प्रकार ग्रामीण साहित्य संमेलनांच्या बाबतीत झाला आहे. पण असे जरी असले, तरी या संमेलनांनी ग्रामीण साहित्य चळवळीला एक अस्तित्व प्रदान केले, हे नक्की.

या संमेलनांच्या मांदियाळीनंतरचा ग्रामीण साहित्य चळवळीचा पुढचा टप्पा म्हणजे ग्रामीण साहित्य परिषदेची झालेली स्थापना. या सर्व सुट्या सुट्या उत्स्फूर्त उपक्रमांची एक व्यवस्था लावावी; त्याचप्रमाणे

सुट्या सुट्या प्रयत्नांपेक्षा सर्व प्रयत्नांना संघटित स्वरूप द्यावे, या उद्देशाने १९८६मध्ये 'ग्रामीण साहित्य परिषदे'ची स्थापना करण्यात आली. दि. ८ मार्च १९८६ रोजी औरंगाबाद येथील पत्रकार परिषदेमध्ये ग्रामीण साहित्य परिषदेच्या स्थापनेची अधिकृत घोषणा करण्यात आली. मात्र या ग्रामीण साहित्य परिषदेची रजिस्टर नोंदणी होऊ शकलेली नाही. त्यामुळेच जबाबदारीचे नीट विभाजन न झाल्याने चळवळीच्या वाटचालीचा प्रश्न, स्वतंत्र नियतकालिकाचा प्रश्न मार्गी लागू शकला नसावा. ग्रामीण साहित्य चळवळीच्या विकासाच्या दृष्टीने ही बाब निश्चितच हानिकारक ठरली, असेच म्हणावे लागेल.

खरे तर येवला जि.नाशिक येथे दि.२२.१०.१९८९ रोजी झालेल्या ग्रामीण साहित्य परिषदेच्या बैठकीत ग्रामीण साहित्य परिषदेची घटनाही संमत करण्यात आली होती. आतापर्यंतच्या चळवळीच्या वैचारिक मंथनातून व एकंदर वाटचालीतून पुढे आलेली उद्दिष्टे, नव्याने समोर आलेल्या वेगवेगळ्या दिशा व करावयाची कामे, या सर्वांची एक व्यवस्था लावावी यासाठी ग्रामीण साहित्य परिषदेची स्थापना करण्यात आली होती. या परिषदेची कार्यवाही सुव्यवस्थित होण्यासाठी परिषद उपरोक्त बैठकीत घटना मंडित करण्यात आली होती. ग्रामीण साहित्य चळवळीला प्रारंभ होऊन एक तप उलटल्यानंतर चळवळीला काही एक निश्चित स्वरूप प्राप्त करून देण्याच्या दृष्टीने, तिची ध्येयधोरणे निश्चित करण्याच्या दृष्टीने ग्रामीण साहित्य परिषदेची स्थापना व तिची घटना या बाबी आवश्यकच होत्या. चळवळीच्या विचारांची दिशा एकच राहण्यासाठी, कार्यक्रमांमध्ये सुसूत्रता येण्यासाठी, कार्यकर्त्यांची बांधणी करण्यासाठी अशा घटनेची गरज असतेच. ग्रामीण साहित्य परिषदेने ही गरज ओळखूनच घटना तयार केलेली दिसते. मात्र तिचे रजिस्ट्रेशन होऊ शकले नाही.

३. ग्रामीण साहित्य चळवळीची भूमिका

आनंद यादवांनी 'बळीराजा' मासिकाच्या १९८३ च्या दिवाळी अंकात 'आधुनिक ग्रामीण साहित्याची चळवळ' (राजकीय व सामाजिक संदर्भ) हा लेख लिहून एकंदर ग्रामीण साहित्य चळवळीची वैचारिकता, भूमिका व दृष्टिकोन स्पष्ट केला आहे. त्यांच्या मते ''आधुनिकतेशी संवादी असणारी ग्रामीण साहित्याची चळवळ जुन्यातील जे कालबाह्य झालेले आहे, ते सोडून देणारी आहे; तसेच नव्यातील कालसंदर्भाने अजून जे साहित्यात येऊ शकलेले नाही; ते त्यात आणू पाहणारी आहे. आणि ती जातीयवादी तर मुळीच नाही. 'आधुनिक ग्रामीण साहित्य' या शब्दप्रयोगातील 'ग्रामीण साहित्य' हे शब्द 'ग्रामीण संवेदनेशी' निगडित आहेत. ही ग्रामीण संवेदना या व्यक्तिमनातून उद्‌भवेल, ते व्यक्तिमन कोणत्या जाती-जमातीचे आहे, हे या चळवळीला मुळीच महत्त्वाचे वाटत नाही. ग्रामीण संवेदनेतून निर्माण झालेली 'ग्रामीण जाणीव' तिला महत्त्वाची वाटते. त्यामुळे ही चळवळ 'ग्रामीण साहित्यिकांची' नाही, किंवा त्यांच्या विशिष्ट जाती-जमातींचीही नाही. विशिष्ट जाती-जमातीला धरून किंवा तिला अनेक मुखवट्यांखाली लपवून होणाऱ्या चळवळींना भारतीय जीवनात येथून पुढे काडीचेही स्थान नाही; हे या चळवळीच्या नेतृत्वाने व चळवळीत भाग घेणाऱ्यांनी कधीच जाणलेले आहे.''[१] ग्रामीण हा शब्द ग्रामातील व्यवस्थेशी केवळ निगडित नाही, तर 'शहरी व्यवस्थेव्यतिरिक्त जी भारतीय जीवनव्यवस्था आहे, त्या सर्व व्यवस्थेला व्यापणारा,' असा अर्थ चळवळीला अभिप्रेत आहे. म्हणूनच 'ग्राम' व ग्रामाच्या लगत बाहेर राहणारे पूर्वास्पृश्य, तसेच रानावनात राहणारे आदिवासी भारतीय आणि त्यांचे जीवन हेही 'ग्रामीण' या विशेषणाला अभिप्रेत ठरते. या सर्वांची संवेदना यात व्यक्त होते, ते 'ग्रामीण साहित्य' अशी चळवळीची भूमिका यादव स्पष्ट करतात.

सत्यशोधकीय चळवळीला जसे १९२० नंतरच्या काळात ब्राह्मणेतर चळवळीचे स्वरूप लाभले; तसे स्वरूप ग्रामीण साहित्य चळवळीला मुळीच अभिप्रेत नाही. असे स्पष्ट करून यादव पुढे म्हणतात, ''ग्रामीण

साहित्याची चळवळ' ही म. फुले यांच्या मानवतावादाचा, शूद्रातिशूद्रांवर व स्त्रियांवर होणाऱ्या अन्यायाचा व त्यांच्या विकासाचा, छोटे शेतकरी, खंडकरी कुळे, कुणबी, शेतमजूर, खेड्यांतून नागर विभागात पोटार्थी होऊन आलेले झोपडपट्टीवासीय मजूर, कामगार, दलित व आदिवासी यांच्या होणाऱ्या शोषणाचा ती वारसा सांगते. या सर्वांच्या विकासउद्धारार्थ काळाच्या ओघात ज्यांनी ज्यांनी कार्य केले व विचार मांडले, त्यांचा व त्यांच्या आवश्यक त्या विचारांचा ती वारसा सांगते. कुठल्याही एका व्यक्तीची किंवा विभूतीची किंवा फक्त तिच्याच विचारांची ती पूजक नाही. म. फुल्यांचे ती प्रथम नाव घेते, याला कारण ते मानवतावादाचे आद्य पुरस्कर्ते विचारवंत आहेत म्हणून. ग्रामीण विभागात राहणाऱ्या शूद्रातिशूद्रांची पहिली जाणीव त्यांनी मराठी समाजाला करून दिली म्हणून.''[१०] अशा प्रकारे ग्रामीण साहित्य चळवळीने आपले तत्त्वज्ञान स्वतःच निर्माण करण्याचा प्रयत्न केलेला दिसतो. अमुक एका व्यक्तीचे विचार स्वीकारून, त्या विचारांशीच केवळ बांधीलकी मानून या चळवळीने स्वतःला बंदिस्त करून घेतलेले नाही. भावी काळात लोकशाही मूल्यांना अभिप्रेत समाजरचना उभी करायची असेल, तर झापडबंद भूमिका घेऊन चालणार नाही; तर वैचारिक-सांस्कृतिक पातळीवर एक नवी, खुली भूमिका स्वीकारावी लागणार आहे, असा दृष्टिकोन या चळवळीने अंगीकारला होता, असे म्हटल्यास वावगे ठरणार नाही.

ग्रामीण साहित्य चळवळ शहरी माणसांविरुद्ध नाही. शहरी साहित्यविरोधीही नाही; ती ग्रामीण माणसांसाठी व त्याच्या साहित्यासाठी अवकाश शोधणारी चळवळ आहे. वासुदेव मुलाटे म्हणतात, ''ग्रामीण विभाग म्हणजे केवळ खेडी असलेला विभाग नव्हे, तर निसर्गाच्या साधनसंपत्तीवर आणि शेतीनिष्ठ जीवनपद्धतीवर ज्यांची उपजीविका चालते, असे खेड्याच्या भोवतीचे राना-वनातील भटके असे सर्व लोक जेथे राहतात असा सर्व विभाग होय. या विभागातून उपजीविकेसाठी शहरात जाणारे व तेथे कामधंदा करणारे; परंतु मूळच्या आपल्या खेड्याशी प्रत्यक्ष किंवा मानसिक पातळीवर संबंध ठेवणारे जनसामान्य 'ग्रामीण' या संज्ञेत समाविष्ट आहेत.

ही ग्रामीण जनता जी साधनसंपत्ती निर्माण करते, तिचा एकूण राष्ट्रीय उत्पन्नात वाटा असतो. यामुळे या देशातील कोणतेही प्रश्न आणि समस्या, येथील सुधारणा आणि विकास, देशाचे एकूण भवितव्य इत्यादींचा विचार करताना ग्रामीण जनतेला तिच्या सामाजिक, सांस्कृतिक, शैक्षणिक, आर्थिक स्थितीला व प्रश्नांना केंद्रस्थानी मानून विचार झाला पाहिजे, अशी ग्रामीण साहित्य चळवळीची भूमिका आहे. म्हणून 'फुले-आंबेडकर-मार्क्स' यांच्या आवश्यक त्या विचारातील तत्त्वांचा समन्वय साधून संपूर्ण समाजाची पुनर्मांडणी ग्रामीण साहित्य चळवळ करू इच्छिते. या पुनर्मांडणीमध्ये शहरे व शहरांमधील सर्व उद्योगधंदे, विविध समाजोपयोगी संस्था, शिक्षण व्यवस्था, सुधारणा यांची दिशा ग्रामीणांच्या विकासाकडे नेणारी असली पाहिजे, अशी ग्रामीण साहित्य चळवळीची धारणा आहे.

ही चळवळ कोणताही पारंपरिक धर्म, पंथ, जात, वर्ण-वर्ग, स्त्रीदास्य, गुलामगिरी, विषमता आणि त्यावर आधारित असलेल्या कोणत्याही संस्था, संघटना, यांच्या विरोधात आहे. समता, स्वातंत्र्य, बंधुता, आधुनिकता, विज्ञाननिष्ठा, लोकशाही आणि मानवता ही आधुनिक युगाची मूल्ये ही चळवळ जतन करू इच्छिते. ही मूल्ये मानणारे, त्यांचा विकास करू पाहणारे, त्यासाठी संवाद घडवू शकणारे, त्यांना पूरक असलेले असे सर्व विचार या चळवळीने स्वीकारलेले आहेत. असे विचार मांडणारे विचारवंत- मग ते भारतीय असोत किंवा नसोत, त्यांचे संपूर्ण अथवा अंशात्मक विचार व तत्त्वज्ञान यांचा स्वीकारही ही चळवळ वेळोवेळी करून पुनर्मांडणीचा विचारप्रवाह काळाशी सुसंगत, प्रवाही, गतिमान व विकसनशील ठेवू इच्छिते.

या चळवळीला विद्रोहाचे वावडे नाही; परंतु नुसता नकारात्मक विद्रोह म्हणजे क्रांती नसते. ती नुसतीच

मोडतोड असते, अराजक असते. विद्रोहाला विचार, चिंतन, नवी मांडणी आणि योजकता यांची विधायक जोड असावी लागते. जुने नाकारताना, मोडताना नवे काय स्वीकारायचे आहे, नवे काय घडवायचे आहे, याचा विवेक असण्याची गरज आहे. तो नसेल तर क्रांती झाली तरी ती फार काळ टिकणार नाही. वैचारिक गोंधळातून सर्वपरीचा गोंधळच जन्माला येण्याची शक्यता असते. अशी गोंधळाची परिस्थिती निर्माण झाली, तर क्रांती होऊनही उपयोग नसतो. म्हणून या चळवळीला विधायक स्वरूपाचा, विवेकपूर्ण मांडणी करणारा विद्रोह हवा आहे. असा विद्रोह प्रकट करणारे ग्रामीण साहित्य आज निर्माण होते आहे. विशेषतः १९८५-९० या काळापासून असा विद्रोह कथा-कादंबऱ्यांमधून प्रकट होऊ लागलेला आहे, असे ग्रामीण साहित्याच्या अभ्यासकांच्या लक्षात येईल.[११]

४. ग्रामीण साहित्य चळवळीचे सामाजिक योगदान

भारतीय समाजात अनेक प्रकारच्या उतरंडी आहेत. धर्म, जात, वंश, प्रदेश यावरून या उतरंडी ठरवल्या जातात. या उतरंडींमुळेच भारतीय समाजात विषम सामाजिक रचना आढळते. हिंदू धर्मांतर्गत चातुवर्णाने वर्णाची उतरंड मांडली. ती प्रदीर्घ काळ अव्याहतपणे चालू राहिली. आधुनिक काळात या उतरंडीला धक्का लागला व ती काहीशी शिथिल झाली, पण याच आधुनिक काळात यंत्रप्रधान संस्कृतीने शहरांना जन्म दिला. आपोआपच ग्रामीण व शहरी असे दोन वर्ग समाजात निर्माण झाले. आधुनिकेतची सर्व सुखसाधने शहरांत आणि खेड्यांत मात्र सर्वच गोष्टींचा अभाव, अशी नवी विषम दरी निर्माण झाली.

शहरी जीवनाला एकूण व्यवस्थेत केंद्रवर्ती स्थान मिळाले, तर बहुसंख्याकांच्या ग्रामीण भागाला उपेक्षेचे धनी व्हावे लागले. ही उपेक्षा सर्वंकष स्वरूपाची होती. राजकीय, धार्मिक, ऐहिक, आर्थिक, भौतिक अशा सर्वच सुखसोईंबाबत ग्रामीण भाग वंचित राहिला गेला, ठेवला गेला. अशा या वंचितांना न्याय मिळवून देण्यासाठी मग अनेक चळवळी उभ्या राहिल्या. गांधीजींची 'खेड्याकडे चला' ही घोषणा व 'स्वदेशीची चळवळ' हे त्याचे उत्तम उदाहरण. त्याही अगोदर महात्मा फुल्यांनी आपल्या वाणी-लेखणीने हे कार्य सुरू केले होते. भारतीय समाजाच्या केंद्रस्थानी शेती व शेतकरी आहे. त्यांचे भले झाल्याशिवाय या देशाचे भले होणार नाही. खेड्यापाड्यातल्या शेतकऱ्याला, कष्टकऱ्याला किमान दर्जाचे राहणीमान मिळाल्याशिवाय इथला देश सुखी झाला असे म्हणता येणार नाही. यासाठी त्याला अज्ञानाच्या, अंधकाराच्या, अंधश्रद्धेच्या खाईतून वरती काढले पाहिजे, असे फुल्यांचे म्हणणे होते. गांधीजींनी स्वदेशीच्या राजकारणातील एक पैलू म्हणून खेड्याचा उद्धार अपेक्षिला होता. याच धर्तीवर पुढे १९६० नंतर ग्रामोद्धारासाठी या अनेक चळवळी पुढे आल्या, त्या चळवळीपैकीच एक ग्रामीण साहित्याची चळवळ आहे.

५. ग्रामीण साहित्य चळवळीचे सांस्कृतिक योगदान

१५ ऑगस्ट १९४७ ला भारत स्वतंत्र झाला; पण दीडशे वर्षे इंग्रजांच्या प्रभावाखाली असणारी इथली जनता त्या प्रभावातून लगेच मुक्त होणे शक्य नव्हते. हा प्रभाव स्वातंत्र्यानंतरही अनेक बाबतींत टिकून राहिला. विशेषतः वाङ्मयीन क्षेत्रात, सांस्कृतिक क्षेत्रात हा प्रभाव प्रकर्षाने दिसून येतो. आधुनिक कालखंडातील एकूण ज्ञानविज्ञान, वैचारिकताच आम्ही इंग्रजीतून स्वीकारलेली असल्याने, हे होणे स्वाभाविक होते. इंग्रजांची भौतिक संस्कृती आम्ही स्वीकारल्याने, त्या संस्कृतीचा सर्वांगीण परिणाम इथल्या संस्कृतीवरती झालेला होता. नवे विचार, नवे आचार, नवी मूल्ये आदी आधुनिकता इंग्रजीतूनच आमच्याकडे आली आणि इथल्या समाजात एक सांस्कृतिक मन्वंतर घडून आले, ही वस्तुस्थिती आहे. पण या वस्तुस्थितीचा एक

परिणाम असा झाला की, भौतिक, औद्योगिक बाबींवर आधारलेल्या जीवनसंस्कृतीलाच येथे प्रतिष्ठा लाभली आणि इथल्या पारंपरिक शेतीव्यवसायाला व त्याच्याशी निगडित जीवनमानाला हीन लेखले जाऊ लागले. उद्योगीकरणामुळे अस्तित्वात आलेली शहरे, तेथील उद्योग व्यवसाय, तेथील लोकांचे राहणीमान, पोशाखी वृत्ती, विविध नोकरी-धंद्यांमुळे उदयाला आलेला मध्यम वर्ग हाच समाजाच्या केंद्रस्थानी गेला.

स्वातंत्र्यानंतरच्या आधुनिक काळात नवसमाजनिर्मिती करताना ग्रामीण भागाला प्राधान्य मिळायला हवे. किंबहुना ग्रामीण भाग, शेती केंद्रस्थानी ठेवूनच नवसमाजाची उभारणी व्हायला हवी, अशी भूमिका या चळवळीने घेतली. नव्याने लिहू पाहणाऱ्या लेखकाने शहरी संस्कृतीतील, वाङ्मयातील मूल्यांच्या अनुकरणातून लिहू नये, तर त्याने स्वतःची वाट स्वतः निर्माण करावी, स्वतःच्या समाजाचे वास्तवचित्रण करून त्या वास्तवाची यथायोग्य कारणमीमांसा करावी. स्वतःच्या बोलीभाषेला कमी न लेखता साहित्यातही ती वापरावी. तिलाही प्रतिष्ठा आहे, असा आत्मविश्वास लेखकमंडळींना या चळवळीने दिला.

ग्रामीण साहित्यचळवळीचा, सांस्कृतिक पुनरुत्थानाचा हा प्रयत्न, ग्रामीण समाजाचे सांस्कृतिक पुनर्भरण करणारा होता. स्वतःच्या अस्तिवाची ओळख होऊन 'ग्रामीण समाज' समाजाच्या केंद्रस्थानी यावा, ग्रामीण नाणसाला नायकत्व लाभावे, त्याचे राहणीमान सुधारावे, त्याला वाङ्मयीन संस्कृतीचा परिचय व्हावा, अशा प्रकारचे अनेक हेतू या चळवळीने नजरेसमोर ठेवले होते. वाङ्मयीन संस्कृतीचा एकदा परिचय झाला, की तो समाज आपोआपच सांस्कृतिकदृष्ट्या सुदृढ होणार होता. वाङ्मयाद्वारा त्याच्यासाठी जगाच्या आकलनाची दारे खुली होणार होती, तो समाज सक्षम होणार होता. या अर्थाने या चळवळीला सांस्कृतिक चळवळ म्हणता येते.

प्राकृतिकतेतून संस्कृतीकडे जाण्यासाठी मानवी मनावर काही एक संस्कार करावे लागतात. तद्वतच समाजमनावरसुद्धा करावे लागतात. स्वातंत्र्य मिळाल्यानंतरच्या काळातील ग्रामीण समाजासाठी असे कोणतेच संस्कार केंद्र उरले नव्हते. अशा काळात या चळवळीने काही मर्यादेपर्यंत निश्चितपणे हे संस्कारांचे कार्य केले आहे. अर्थात पुढे या चळवळीने समाजाच्या तळागाळापर्यंत पोहोचणे आवश्यक होते. तसे मात्र होऊ शकले नाही. त्यामुळेच हे पुनर्भरण अपुरेच राहिले असे म्हणावे लागते.

ग्रामीण साहित्य चळवळ ही एक सांस्कृतिक चळवळ कशी ठरते, ते स्पष्ट करताना आनंद यादव म्हणतात, ''जातीय तत्त्वावर वा अन्य कोणत्याही धार्मिक, अल्पसंख्याक इत्यादी तत्त्वांवर आधारलेली, फुटीर गट निर्माण करणारी, 'प्रेशर-ग्रुप'चे राजकारण करून, तात्कालिक फायदे उपटणारी, आपल्या समाजातील वृत्ती ही आपणा सर्वांनाच एकेकशः आत्मनाशाकडे नेणारी आहे. ग्रामीण साहित्याच्या चळवळीने हे ओळखले आहे. म्हणून ती समग्र समाजाला एकसंध एकात्म करू पाहणारी सांस्कृतिक चळवळ म्हणून उभी राहू पाहत आहे. माणसाची संस्कृती त्याच्या मनाला जगण्याची विशिष्ट दिशा देत असते. मिळणाऱ्या या दिशेतूनच त्याचे नवे राजकीय, सामाजिक प्रश्न उद्भवत असतात आणि याच दिशांनी नियंत्रित केलेली त्याची मानसिक वृत्ती ते राजकीय, सामाजिक, आर्थिक प्रश्न सोडवीत असते. जीवनातील कोणत्याही प्रश्नांना व प्रश्न सोडवणुकीला सांस्कृतिकतेचे अधिष्ठान असते. हे अधिष्ठान ज्या स्वरूपाचे, त्याच स्वरूपाचे त्याचे जगणे असते. राजकीय, सामाजिक, आर्थिक इत्यादी बाबी या सबंध समाजजीवनाची अंगे आहेत. मूलभूत समाजजीवन घडविण्याचे ध्येय हे नव्या संस्कृतीचे ध्येय असते. म्हणून मूलभूत आणि समग्र समाजपरिवर्तनाचे कार्य नवीन सांस्कृतिक चळवळ करू शकेल अशी धारणा 'आधुनिक ग्रामीण साहित्य चळवळीची' आहे.''[१२] याचा अर्थ ग्रामीण साहित्य चळवळीने सामाजिक पुनर्बांधणीचे उद्दिष्ट डोळ्यांसमोर ठेवलेले

होते, असे म्हणावयास हरकत नाही. लोकशाही मूल्यांना अनुसरून अशा प्रकारची सामाजिक पुनर्बांधणी करताना चळवळीने काही वैचारिक व्यूहाची मांडणीही केली आहे. हिंदू मनातील जातीयता नष्ट करण्यासाठी नवी मने घडविणाऱ्या मानसशास्त्रीय शिक्षणपद्धतीचा दोन पिढ्यांचा सांस्कृतिक अभ्यासक्रम आखून, तो कसून प्रत्यक्षात आणून दाखविल्याशिवाय, जातीय भावना हिंदी मनातून नष्ट होणे शक्य नाही, असे प्रतिपादन यादवांनी केले आहे.

शहरी जनतेने ग्रामीण भागाकडे पूर्वापार उपेक्षेने पाहून चालणार नाही; तर त्यांनी आपला दृष्टिकोन बदलून ग्रामीण भागाच्या या पुनरुत्थानात सहभागी झाले पाहिजे, अशी अपेक्षाही चळवळीकडून व्यक्त केली गेली. शहरवासीयांचे 'ग्रामीणीकरण' होणे म्हणजे काय, ते स्पष्ट करताना आनंद यादव म्हणतात, "शहरी संस्कृती ज्यांच्या ताब्यात आहे तो प्रामुख्याने पांढरपेशा वर्ग आहे. या वर्गात बहुसंख्येने उच्चवर्णीय समाज आहे. त्याच्या ताब्यात सांस्कृतिक सूत्रे आहेत. या वर्गाला शिक्षणाची, साहित्याची, संस्कृतीची ....थोडक्यात ज्ञानाची फार मोठी परंपरा आहे. शहरात एकत्रित झाल्याने, त्याचा असा एक गट कळत नकळत तयार झालेला आहे. ज्ञानपरंपरेमुळे ग्रामीणांपेक्षा वेगळी अशी त्याची एक संस्कृती निर्माण झालेली आहे. त्याच्यासमोर आज तरी जे आदर्श आहेत, ते बव्हंशी पाश्चात्त्य संस्कृतीचे आहेत. मनाने तो तिकडे गुंतलेला आहे.

परदेशात जाऊन स्थायिक होण्याची, तिकडच्या संस्कृतीत वाहवा मिळविण्याची त्याला तहान आहे. तुलनेने आजच्या ग्रामीण मराठी समाजाविषयी त्याच्या सखोल मनात सुप्तपणे तुच्छतेची भावना रुजून बसलेली आहे. पूर्वसंचित, जे ताब्यात आहे ते जोपासत, त्याचेच भांडवल करत, तो जगण्याचा प्रयत्न करतो आहे, सुरक्षित राहू पाहतो आहे. त्याची ही सुरक्षित परिस्थिती, ग्रामीणताप्रधान भारतात आणि पर्यायाने महाराष्ट्रात यापूर्वी राहू शकली; पण आता संक्रमणाच्या, प्रबोधनाच्या काळात ती राहू शकणार नाही, याची भविष्यवेधी जाणीव त्याला नीटपणे झाली, तरच त्याच्या दृष्टीने भूमिकेचे ग्रामीणीकरण होऊ शकेल. आपला देश हा शेतीप्रधान खेड्यापाड्यांचा देश आहे. या देशातील ८० टक्के जनता ग्रामीण विभागात राहते आणि शेतीवर जगण्याचा प्रयत्न करते. ती जनता आज जागृत होऊ लागली आहे. त्यामुळे यापूर्वीच्या अवस्थेत या विशिष्ट जातींना, वर्णांना या जनतेच्या अज्ञानावर आधारित तिच्या कष्टांचा फायदा घेऊन जगता आले, तसे आता जगता येणार नाही.

तसेच या प्रबोधनकाळात विशिष्ट गट करून जगता येणेही अशक्य आहे. कारण आजचे युग हे समतेचे युग आहे. ज्या ज्या ठिकाणी समाजात विषम रचना निर्माण करणारे गट किंवा कारणे आहेत ती नाहीशी करण्याची विघटनप्रक्रिया वेळीच चालू केली तरच, त्या-त्या गटांना त्या-त्या समाजात भवितव्य असणार आहे. त्यामुळे ज्या समाजात आपणास राहावयाचे आहे, त्या ग्रामीण समाजाला आपण मनापासून आपला मानले पाहिजे. त्याला समजून घेतले पाहिजे. आपली बुद्धिमत्ता पाश्चात्त्यीकरणासाठी न राबवता आपल्या समाजाच्या सर्वांगीण एकात्मतेसाठी राबविली पाहिजे, त्या एकात्मतेचा विकास घडवून आणला पाहिजे. हा विकास घडवून आणण्यात सर्व समाजाबरोबरच आपलेही हित बांधले जाणार आहे, हे ओळखले पाहिजे.

हे भविष्यातील हित नीट जोपासायचे असेल तर, ग्रामीण जीवन, ग्रामीणांचे प्रश्न, समस्या, त्यांच्या अडचणी, त्यावरील उपाय यांचा म्हणजे त्यांच्या विकासाचा (प्रसंगी पदरमोड करून, आपली मते, आग्रह बाजूला ठेवून) ध्यास घेतला पाहिजे, म्हणजे आपली तोंडे व प्रवास न्यूयार्क, टोकिओ, लंडन यांच्याकडून आपल्या शहरांच्या पलीकडे प्रचंड पसरलेल्या ग्रामीणांकडे वळविला पाहिजे. त्यांना जाणकार पितृत्वाच्या भावनेने जवळ घेऊन, त्यांच्या विकासातच आपला विकास पाहिला पाहिजे. हे करणे म्हणजे, आपल्या दृष्टीचे

आणि भूमिकेचे ग्रामीणीकरण करणे होय. सारांश, शहरी समाजव्यवस्थेने आणि उद्योग-व्यापार व्यवस्थेने, तसेच संस्कृती व्यवस्थेने ग्रामीणांच्या विकासाला अनुकूल अशी आपली सर्वांगीण पुनर्मांडणी करणे आवश्यक आहे,''[१३] ग्रामीण समाज हा एकूण समाजरचनेच्या केंद्रस्थानी यावा, कृषिनिष्ठ, जातिभेदविरहित, समताधिष्ठित अशी नवसमाजरचना उदयाला यावी, अशी समग्र परिवर्तनाची भूमिका ग्रामीण साहित्य चळवळीने घेतली असल्याचे दिसते. चळवळीची ही सर्वसमावेशकतेची व मूलगामी परिवर्तनाची भूमिका त्या काळी प्रस्थापित मध्यम वर्गाने व इतर साहित्य चळवळींनीही नीटपणे समजून घेतली नाही. त्यामुळेच ग्रामीण साहित्य चळवळीवरती वरवरचे उथळ अशा स्वरूपाचे अनेक आरोप झालेले दिसतात.

ग्रामीण साहित्य चळवळीच्या या सामाजिक पुनरुत्थानाच्या वैचारिकतेतून या चळवळीने काही काळ शेतकरी संघटनेच्या बरोबर काम करण्याचे धोरण अवलंबिले होते.. शेतीमालाला उत्पादन खर्चावर आधारित रास्त भाव मिळाला पाहिजे ही शेतकरी संघटनेची मागणी शेतकऱ्याला, कष्टकऱ्याला मानसन्मानाचे, प्रतिष्ठेचे जीवन मिळवून देण्यासाठीच केलेली मागणी होती. ग्रामीण साहित्य चळवळही सांस्कृतिक पातळीवरून होणारी ग्रामीणांची- पर्यायाने शेतकऱ्यांची- अप्रतिष्ठा रोखण्याचाच मनोदय व्यक्त करत होती. या दोन्ही चळवळींतील हा एक समान धागा होता. म. फुल्यांच्या शेतकरीविषयक विचारांचा धागाही या दोन्ही चळवळींमध्ये निश्चितपणे समान होता. शेतकरी संघटना प्रत्यक्ष सामाजिक क्षेत्रात काम करणारी संघटना, तर ग्रामीण साहित्य चळवळ ही साहित्य-संस्कृतीच्या पातळीवर कार्य करणारी संघटना होती. मात्र या दोन्ही चळवळींच्या नेतृत्वांच्या विचारसरणीच्या दिशा वेगळ्या होत्या. दोन्ही चळवळींचे कृतिकार्यक्रमही वेगळे असल्यामुळे, या चळवळींचा समन्वय फार काळ टिकू शकला नाही, ही वस्तुस्थिती आहे.

६. ग्रामीण साहित्य चळवळीचे भाषिक योगदान

इंग्रजी राजवटीमुळे आपल्याकडे आलेली आधुनिक युगव्यवस्था प्रामुख्याने अवतरली, ती मुंबई-पुणे या पट्ट्यात. पुणे ही पेशव्यांची राजधानी. साहजिकच अव्वल इंग्रजी काळात तिला महत्त्व प्राप्त झाले. शाळा, छापखाने, वृत्तपत्रे, नियतकालिके, ग्रंथव्यवहार, विद्यापीठ-महाविद्यालये याच पट्ट्यात पहिल्यांदा निघाल्याने, साहजिकच सामाजिक, शैक्षणिक, सांस्कृतिक क्षेत्रात या विभागाचे वर्चस्व प्रस्थापित झाले. इथेच पहिल्यांदा नियतकालिके, ग्रंथ छापले गेले. ते इथल्याच भाषेत छापले जाणे स्वाभाविक होते. साहजिकच पुण्याची भाषा ही मराठीची ग्रांथिक भाषा ठरली. पुढे हेच ग्रंथ महाराष्ट्रभर गेल्याने ग्रांथिक भाषा म्हणजे 'पुणेरी भाषा' असा समज रूढ झाला. याच भाषेला मग कालौघात प्रमाणभाषेचा दर्जा मिळाला. जे लिहायचे ते या प्रमाणभाषेत; तीच फक्त शुद्ध मराठी, असा समज दृढ होऊन बसला. पुढे अनेक दशके याच समजातून मराठीचा वाङ्मय व्यवहार पुणेरी प्रमाणभाषेतूनच होत राहिल्याचे दिसते. अगदी साठोत्तरी कालखंडापर्यंत हा समज टिकून राहिलेला दिसतो. या समजामुळेच मग प्रमाणभाषेव्यतिरिक्त बोलीभाषेत लिहू पाहणाऱ्यांची, पूर्वी म. फुल्यांची केली होती तशी, टिंगलटवाळी केली गेली.

साठोत्तरी काळात मात्र वेगवेगळ्या साहित्यप्रवाहांनी आपापल्या समाजाची भाषा 'साहित्याची माध्यमभाषा' म्हणून वापरायला सुरुवात केली. साहजिकच अशा भाषिक प्रयोगांना प्रस्थापितांनी विरोध केला. या प्रवाहांमध्ये पुढे ग्रामीण साहित्य चळवळीने मात्र स्वतःची अशी भाषिक भूमिका घेऊन, ग्रामीण साहित्याच्या माध्यम भाषेसाठी 'ग्रामीण भाषे'चा आग्रह धरला. ग्रामीण साहित्यात ग्रामीण भाषा फक्त संवादापुरती वापरावी, निवेदन मात्र नागर भाषेतच असावे. महाराष्ट्रात मराठीच्या अनेक बोली असल्याने बोलीतच निवेदन आले तर वाचकांना ते समजणार नाही, वाचकांच्या आकलनासाठी निवेदनात प्रमाणभाषाच वापरली जावी. ग्रामीण भाषा

अभिव्यक्तीसाठी अपुरी आहे. ती अशुद्ध असते, ग्राम्य असते, गावंढळ असते; त्यामुळे ती साहित्यात सर्रास वापरू नये; या व अशा अनेक आक्षेपांना, आरोपांना ग्रामीण साहित्य चळवळीच्या प्रणेत्यांनी वेळीच उत्तरे दिली आहेत. चळवळीने दिलेल्या भाषिक अस्मितेमुळे ग्रामीण लेखकांनी आपली बोलीभाषा साहित्य क्षेत्रात प्रतिष्ठित बनवली. सुरुवातीच्या काळात या बोलीला साहित्याचे माध्यम म्हणून नकार देणारी प्रस्थापित मंडळी, नंतर मात्र या बोलीतील साहित्याचे गोडवे गाऊ लागली. हे चळवळीचेच श्रेय आहे.

७. ग्रामीण साहित्य चळवळीची फलश्रुती

ग्रामीण साहित्य चळवळीची फलश्रुती स्पष्ट करताना चळवळीशी प्रत्यक्ष निगडित असणाऱ्या लेखक-कवी-समीक्षकांच्या प्रतिक्रियांची नोंद घेणे आवश्यक आहे. या प्रतिक्रियांमधूनच ग्रामीण साहित्य चळवळीने प्रत्यक्षात कोणते कार्य केले व १९८० नंतरच्या ग्रामीण साहित्यावरती चळवळीचा कोणता परिणाम झाला आहे, ते ध्यानी येऊ शकेल.

डॉ. नागनाथ कोत्तापल्ले म्हणतात,''ग्रामीण साहित्य चळवळीच्या आगमनाचा फार चांगला परिणाम मराठी साहित्यावर झाला. माझ्याबरोबर लिहिणारे अनेक लेखक ग्रामीण वास्तवाकडे फार सूक्ष्म दृष्टीने पाहू लागले. चळवळीचा उदय झाल्याबरोबर अनेक लेखकांमध्ये एक आत्मविश्वास तर आलाच, पण चळवळीच्या चष्म्यातून ग्रामीण जीवनाकडे पाहताना आतापर्यंत न जाणवलेल्या अनेक गोष्टी या लेखकांना जाणवू लागल्या. साहित्य ही स्वयंभू अशी बाब आहे, लेखकाच्या व्यक्तिमत्त्वाचा तो आविष्कार असतो, हे सगळे जरी आपण मान्य केले तरी चळवळींमुळे लेखक अंतर्मुख होऊ शकला, ही वस्तुस्थिती आहे.

एखादा लेखक चळवळीत असो किंवा नसो, तो चळवळीच्या रेट्यामुळे नवा विचार करू शकतो, हेही वास्तव आहे. या सर्व दृष्टीने विचार करता ग्रामीण साहित्य चळवळीच्या उदयानंतर प्रा. राजन गवस, डॉ. रवींद्र शोभणे, बा. ग. केसकर, डॉ. वासुदेव मुलाटे, भास्कर चंदनशिव, विश्वास पाटील, केशव पाटील, इंद्रजित भालेराव, शिवाजी मरगीळ, गणेश आवटे आणि इतर अनेक लेखक हे १९७५-७६ नंतर लिहू लागले. त्यांच्या साहित्यातूनच एक नवे भान प्रकट होताना दिसते. बदललेल्या महाराष्ट्रातले असंख्य प्रश्न या लेखकांच्या लेखनामधून मुखर होताना दिसतात. सहकाराच्या राजकारणापासून अस्पृश्यतेच्या प्रश्नापर्यंत हे सगळेच लेखक एका नव्या दृष्टीचा स्वीकार करून लेखन करताना दिसतात. ही नवी दृष्टी आहे ग्रामीण माणसाबद्दलच्या सहानुभूतीची, त्याचे प्रश्न समजावून घेण्याची आणि या ग्रामीण माणसाची शोषणातून मुक्तता व्हावी अशी तळमळ बाळगणारी. म्हणजेच एके काळी विनोदात रमलेले ग्रामीण वाङ्मय गंभीर वळण घेऊ लागले, यातच या चळवळीचा परिणाम दिसतो.''[१४] कोत्तापल्ले यांनी या चळवळीने ग्रामीण लेखकांना काय दिले, याचे नेमके चित्र रेखाटले आहे. लेखक प्रत्यक्ष चळवळीत सहभागी असो अगर नसो, चळवळीमुळे निर्माण झालेल्या पर्यावरणाचा त्याच्यावर परिणाम होतच असतो. ग्रामीण साहित्य चळवळीने तयार केलेल्या वाङ्मयीन पर्यावरणातून अनेक लेखकांची घडण झाली आहे, असे कोत्तापल्लेंचे प्रतिपादन आहे.

प्रा. भास्कर चंदनशिव म्हणतात,''लोकशाही जीवनप्रणालीमध्ये बऱ्याचशा गोष्टी ग्राह्य मानल्या जात आहेत. आपले म्हणणे, आपल्या भावना, आपल्या संवेदना आणि जाणिवाही त्या त्या माध्यमातून लोकांपर्यंत पोहोचवाव्यात, असे वाटणे स्वाभाविक आहे. कलावंत स्वतःसाठी लिहितो. प्रतिभावान कलावंत हा घडविता वा निर्माण करता येत नाही. रसिकता आणि कलाजाणीव ही जन्मसिद्धच असते. कलेचा जीवनाशी संबंध

दर्शविला की कलाकृतीचे कलापण संपुष्टात येते वगैरे म्हणण्याचा, आणि नवागत लेखकाला धमकावण्याचा काळ आता इतिहासजमा झाला आहे. अशा अनेक गोष्टी आणि प्रवृत्ती इतिहासजमा करण्यासाठी चळवळीची गरज असते.

चळवळ ही सांस्कृतिक मुक्तीचे एक नाजूक आणि हळुवार हत्यार आहे. पण हे हत्यार आहे, हे एकदा निश्चितपणे लक्षात आले की फारसा प्रतिवाद होईल, असे वाटत नाही. या 'हत्यारा'ची निश्चिती, विचाराची स्वच्छता, समाजासंबंधीची आत्मीय तळमळ आणि अनुभवाचा प्रामाणिकपणा राखला की, वाङ्मयीन चळवळी या परिणामकारक ठराव्यात. स्वाभाविकपणाने समाजसागरातील दीपस्तंभ वाटाव्यात...'साहित्य चळवळ' ही अनाहूतपणे आकारत-साकारत जाते, तर कधी 'रजिस्टर' करून जाणीवपूर्वक सभासद गोळा करावे लागतात. गावोगाव शाखा स्थापन करून कार्यकर्ते कामाला लावावे लागतात.

लोकशाहीचे सूत्र स्वीकारून निवडणुका अटळ ठरतात. यात ग्रामीण साहित्य चळवळीने अजूनही 'रजिस्टर' व्हायचे की नाही हे ठरविलेले नाही. पण त्यामुळे काम अडून राहिलेले नाही. आज तालुका जिल्हाविभागीय साहित्य संमेलने आणि मेळावे हे 'ग्रामीण' या विशेषणाच्या विचाराखालीच भरविली जात आहेत. महाविद्यालयातील वाङ्मयमंडळे, वार्षिक अंक, भित्तिपत्रके, काव्यवाचनाचे कार्यक्रम, कार्यशाळांची आयोजने, महाविद्यालयीन अभ्यासक्रम, वृत्तपत्रांच्या साहित्य पुरवण्या पाहिल्या की चळचळीचे लोण त्या त्या विभागातील ग्रामीण लेखकांना भावलेल्या विचारांनुसार घडत आहे असेच दिसते. 'एम.फिल.' आणि 'पीएच.डी.' च्या विशेष अभ्यासाचे विषयही याच चळवळीच्या कार्याचा एक रेटा म्हणून लक्षात घेण्यासारखे आहे. १९८०-८५ नंतरची ग्रामीण साहित्यातील नवी पिढी याच उपक्रमातून घडत आलेली आहे. आज आत्मविश्वासाने लिहिते आहे.''[१५] वाङ्मयीन संस्कृतीतील काही ठरून गेलेले मानदंड विशिष्ट वर्गाचे हितसंबंध जोपासणारे असतील, तर चळवळीकडून ते कसे मोडले जातात, व नवी वाङ्मयसंस्कृती कशी रुजविली जाते याचे प्रत्ययकारी उदाहरण म्हणून चंदनशिव हे या ग्रामीण साहित्य चळवळीकडे बघतात. या चळवळीने ग्रामीण लेखकाला स्वदर्शन घडवले; त्याचप्रमाणे लाखमोलाचा आत्मविश्वास दिला, असे त्यांना वाटते.

रवींद्र ठाकूर लिहितात, ''ग्रामीण साहित्य चळवळीने किती लेखक-कवी-समीक्षक निर्माण केले हे महत्त्वाचे नाही; या चळवळीने बहुजन वर्गातील नवतरुणाची साहित्यिक जाण वाढविली, हे महत्त्वाचे आहे. साहित्यलेखन आणि वाचन ही मूठभर लोकांची मक्तेदारी नसून, साहित्यव्यवहार हे समाजाचे सांस्कृतिक जगणे असते, हे भान त्याला येऊ लागले आहे. हिंदी, इंग्रजी भाषांतील साहित्यात ग्रामीण साहित्यधारा अस्तित्वात आहेत. त्यांची यथायोग्य दखलही घेतली जाते; परंतु मराठीत मात्र या साहित्यप्रवाहाला विरोध होतो. अर्थात याची कारणे उघड आहेत. इतर समाजस्तरांना काही सांस्कृतिक जाणिवा असू शकतात, त्या विकसित होऊ शकतात, हेच येथील समाजातल्या उच्चभ्रूंना पटत नाही.''[१६] ग्रामीण नवतरुणांबरोबरच एकूण बहुजन समाजाची वाङ्मयीन जाण वाढविण्याचे कार्य या चळवळीने केले आहे. ग्रामीण समाजाचे सांस्कृतिक जगणे साहित्यातून प्रतिबिंबित व्हावे यासाठीच ही चळवळ होती, असे त्यांना वाटते.

एका नव्या उमेदीच्या लेखकाला या चळवळीविषयी काय वाटते, हेही चळवळीच्या योगदानाच्या दृष्टीने महत्त्वाचे आहे. स्वतः लेखक असणाऱ्या श्रीराम गुंदेकरांनी चळवळीतून आपल्याला काय मिळाले ते सांगताना म्हटले आहे, ''ग्रामीण साहित्य चळवळीला चळवळीच्या विरोधकांनी आणि समविचारी हितचिंतक मित्रांनी निर्मितिप्रक्रिया, अनुभव क्षेत्र, वाङ्मयप्रकार, आकृतिबंध कलात्मकता आणि तत्त्व, वैचारिक बैठक यासंबंधी काही प्रश्न विचारले. आपण खूप वाचन केले पाहिजे, हे जाणवत गेले. धर्म, तत्त्वज्ञान, इतिहास इतर

सामाजिक आणि निसर्गशास्त्रांचे थोडे तरी ज्ञान, प्राचीन-अर्वाचीन साहित्य यांचा आवश्यक तेवढा तरी अभ्यास केला पाहिजे, याची निकड वाटली आणि तसा प्रयत्न सुरू केला. साहित्यवाचनाने माणसातील माणूसपणाची ओळख पटत गेली, माणसाला माणूसपणा प्राप्त करून देण्यासाठी साहित्याची आवश्यकता पटत गेली. मनुष्य जगण्यासाठी संघर्ष करतो. त्याच्या जगण्याच्या अनुभवातील साहित्यमूल्य मनावर संस्कार करीत गेले. माणसातील सुष्ट-दुष्टपणाच्या संघर्षाचा शोध घेणे, ही साहित्यचळवळीची न संपणारी शोधयात्रा आहे हे पटत गेले. मानवी जीवनाविषयीचे कोणतेही सत्य एकांगी, एककल्ली नसते याचे भान आले. याप्रमाणे साहित्यात मानवी जीवनाचे आणि मानवी जीवनात साहित्याचे महत्त्वाचे स्थान आहे, या गोष्टींचे आकलन झाले. दोन्ही चळवळी (युक्रांद व ग्रामीण साहित्य चळवळ) माझ्या जडणघडणीसाठी, माझ्यातला माणूस घडवण्यासाठी उपयोगी ठरल्या.''[१७] एका लेखकाची अंतर्गत जडणघडण चळवळीमुळे कशाप्रकारे होत होती, हे वरील उद्‌गारांवरून लक्षात येते. अशा प्रकारे संस्कारित झालेला लेखक पुढे कशा प्रकारची निर्मिती करणार, हे उघडच आहे.

अशी जाणकार लेखक-कवींची पिढी घडवण्यात या चळवळीने मोठा वाटा उचलला आहे, असाच याचा अर्थ आहे. दुसऱ्या एक लेखिका अनुराधा गुरव म्हणतात, ''ग्रामीण साहित्य चळवळीने बदललेल्या वैचारिक बैठकीने मी तयार झाले. माझ्यातील एकमार्गी लेखकाला नव्या मार्गावर चालण्याची प्रेरणा, वैचारिक शक्ती आणि गरजेसंबंधी विचार ग्रामीण साहित्य चळवळीमध्ये काम करण्याने मिळाला. ग्रामीण लेखकांना मी आपलीशी वाटू लागले. साहित्यिक उपक्रमांची निमंत्रणे घर,कार्यालय,सामाजिक क्षेत्रातील जबाबदाऱ्या सांभाळून स्वीकारत राहिले. ग्रामीण आणि अन्य साहित्यप्रकारांचा तौलनिक अभ्यास करू लागले. साहित्यासंबंधीची वैचारिक बैठक रुंदावणाऱ्या, भक्कम करणाऱ्या ग्रंथांच्या वाचन-लेखनाला महत्त्वाचा भाग समजू लागले. ग्रामीण साहित्य चळवळीमुळे माझी जडणघडण विशिष्ट दिशेने निश्चित होत गेली. ग्रामीण साहित्य चळवळ उभी राहण्यापूर्वी झपाटल्यासारखी ग्रामीण कथाकविता लिहिणारी मी चळवळ उभी राहण्याच्या प्रक्रियेमध्ये गुरफटले गेले.

विविध संमेलनांमधून होणाऱ्या चर्चा-बैठकांमधून मांडले जाणारे विचार ऐकून माझी वैचारिक जडणघडण अपरिहार्यपणे होत राहिली. 'माझ्यापुरती मी' ही भूमिका बदलली. माझ्यातच कोंडून टाकलेल्या 'मी'ला साहित्यिक व्यवहार अधिक खुलेपणाने आणि मुक्तपणाने करणे शक्य झाले. याचे श्रेय ग्रामीण साहित्य चळवळ उभी करणाऱ्या, ग्रामीण साहित्याचा मार्मिकपणे अभ्यास करण्यास योग्य दिशा देणारे ग्रंथ लिहिणाऱ्या, आदर्श लेखन करणाऱ्या साहित्यिकांना द्यावे लागेल. त्यांनी मला सहभागी केले नसते तर माझ्यात हा बदल झाला नसता.''[१८] याचा अर्थ लेखकाच्या आत्मिक विकासातही चळवळीने हातभार लावला आहे. जे लिहू पाहत होते त्यांना लिहिते केले, जे लिहीत होते त्यांना अधिक जाणकारीने, जबाबदारीने लिहायला प्रवृत्त केले आणि जे लेखक स्वतःच्याच कोषात राहून लिहीत होते, त्यांना कोषाबाहेर काढून चळवळीने कार्यकर्तेपण शिकवले, असे म्हटले तर वावगे ठरू नये.

इतर साहित्य चळवळींच्या एकीकरणासंदर्भातही ग्रामीण साहित्य चळवळीने वेळोवेळी पुढाकार घेतला होता. त्या चळवळींनाही अंतर्मुख होऊन विचार करायला लावण्याचे काम काही एका मर्यादेपर्यंत ग्रामीण साहित्य चळवळीने केले आहे, हे नाकारून चालणार नाही.

अशा अनेकानेक प्रतिक्रियांमधून, अभिप्रायांमधून ग्रामीण साहित्य चळवळीचे कार्य, तिने दिलेले वाङ्मयीन, सामाजिक, सांस्कृतिक योगदान म्हणजेच चळवळीची फलश्रुती स्पष्ट होत जाते. आज जरी ग्रामीण साहित्याची चळवळ थंडावली असली- तशा आज सगळ्याच चळवळी थंडावल्या आहेत- तरी आजच्या

एकूणच ग्रामीण साहित्याच्या जडणघडणीत ग्रामीण साहित्याच्या चळवळीचे योगदान निश्चितच मोलाचे व महत्त्वाचे आहे.

समारोप : एकंदर ग्रामीण साहित्य चळवळीची ही वैचारिकता लक्षात घेतल्यानंतर प्रा. गो. म. कुलकर्णी म्हणतात, ''ग्रामीण साहित्य चळवळीला मूलतः काही एक व्यापक वैचारिक अधिष्ठान आहे, तिला एक तात्त्विक बैठक आहे. तथापि ती एका विशिष्ट तत्त्वज्ञानावर सांप्रदायिकपणे उभारलेली नाही. तरी ती लवचिक व प्रसरणशील आहे. प्रसरणशील होण्यात जर काही त्रुटी असतील, तर त्या दूर व्हावयास पाहिजे, कारण एखादे तत्त्वज्ञान नक्की करून साहित्यनिर्मिती केल्यास, ती सांप्रदायिक होण्याची भीती असते. खरी शुद्ध तत्त्वदृष्टी म्हणजे जीवनाकडे तदनुषंगिक अंतर्बाह्य हालचालींकडे व्यापक संदर्भात पाहण्याची निर्मळ दृष्टी. ही जीवनदृष्टी जर व्यापक, विशाल व उदार असेल, तर त्यातून होणारी सर्जनप्रक्रिया आकाराने कितीही लहान वा मोठी असली, तरी त्यातून शुभसंस्कारच संभवतात. ज्ञानेश्वर-तुकारामांनी विशिष्ट तत्त्वज्ञान पत्करले होते. पण त्यांचे लेखन सांप्रदायिक झाले असे आढळत नाही. प्रत्येकाला प्रकट वा अप्रकटपणे कोणती तरी जीवनदृष्टी स्वीकारूनच वाटचाल करावी लागते. ती करताना 'सर्वेपि सुखिनः सन्तु' अशी जर मनःपूर्वक धारणा असेल; तर निर्मिती जडशील न होता, 'नवनिर्माणक्षम' होऊ शकते.''[११] गो. म. कुलकर्णींनी एकूणच ग्रामीण साहित्य चळवळीच्या तत्त्वज्ञानावर यथायोग्य शब्दांत भाष्य करत ग्रामीण साहित्य चळवळीची भूमिका अधोरेखित केली आहे. या चळवळीची भूमिका एकूणच स्वीकारशील आहे. मुख्य म्हणजे ती कुणाच्या विरोधात नाही; तर बहुसंख्याकांना समाजजीवनात प्राधान्य लाभावे, त्यांच्या प्रश्नांना, समस्यांना वाचा फुटून त्यांचे निराकरण व्हावे व अंतिमतः सर्वांना समान पातळीवरील जीवन लाभावे, अशीच या चळवळीची अपेक्षा दिसते. या चळवळीला, तिच्या प्रणेत्यांना स्वतःसाठी काही नको आहे. स्वतःसाठी काही नको असलेले लोकच निखळ लोककल्याणकारी भूमिका घेऊ शकतात. तशीच या चळवळीने घेतली आहे, असे म्हटल्यास वावगे ठरू नये.

संदर्भ सूची

१. आनंद यादव 'जागर' स्मरणिका- मध्य महाराष्ट्र ग्रामीण साहित्य संमेलन, पोहेगाव, ता.कोपरगाव संपा. डॉ.वासुदेव मुलाटे व गणेश देशमुख.पृ.४.

२. तत्रैव पृ.६.

३. आनंद यादव विशाल सह्याद्री,पुणे.रवि.११.१२.१९७७.

४. मोहन वेल्हाळ विशाल सह्याद्री,पुणे.रवि.११.१२.१९७७.पृ.६.

५. रा. रं. बोराडे 'ग्रामीण साहित्य चळवळीचे सामाजिक व सांस्कृतिक योगदान'- डॉ. सुधाकर शेलार, स्वरूप प्रकाशन,औरंगाबाद, प्रथमावृत्ती- २००९. मुलाखत- परिशिष्ट पृ.१६ व १७.

६. आनंदराव पाटील विचारभारती, एप्रिल १९७९. संपादकीय.

७. अरुण खोरे रविवार सकाळ १३ मे १९७९.

८. दै. केसरी,पुणे. शनि.२ मे १९८१.

९. आनंद यादव मराठी साहित्य, समाज आणि संस्कृती, मेहता पब्लिशिंग हाऊस,पुणे. द्वितीयावृत्ती १९९३ पृ.७७.

१०. तत्रैव पृ.७८

११. वासुदेव मुलाटे ग्रामीण साहित्य चळवळ आणि आम्ही- संपा. डॉ. वासुदेव मुलाटे, स्वरूप प्रकाशन, औरंगाबाद, द्वितीयावृत्ती-२००८, प्रस्ता.पृ. ३१.

१२. आनंद यादव मराठी साहित्य,समाज आणि संस्कृती, मेहता पब्लिशिंग हाऊस, पुणे. द्वितीयावृत्ती १९९३ पृ.८२- ८७.

१३. तत्रैव पृ.८७ -८८- ८९.

१४. नागनाथ कोत्तापल्ले ग्रामीण साहित्य चळवळ आणि आम्ही- संपा. डॉ. वासुदेव मुलाटे, स्वरूप प्रकाशन, औरंगाबाद, द्वितीयावृत्ती- २००८, पृ.१०३-१०४.

१५. भास्कर चंदनशिव तत्रैव पृ. १०९.

१६. रवींद्र ठाकूर तत्रैव पृ. १५४.

१७. श्रीराम गुंदेकर तत्रैव पृ. १७७-१७८.

१८. अनुराधा गुरव तत्रैव पृ.१८६.

१९. गो.म.कुलकर्णी तत्रैव पृ.४९.

डॉ. सुधाकर शेलार

९८९०९१३२३६

Email : shelarsudhakar@yahoo.com

समीक्षक डॉ.आनंद यादव

भोसले : यादव, तुम्ही काय किंवा मी काय, खेड्यातील अडाण्याची पोरं. आपली जिद्द हीच आपली प्रेरणा आणि आधार होता. खूप सांगता येईल असं काही आपण अनुभवलं. तुम्ही-आम्ही ज्या काळात शिकत होतो, त्या काळात बहुजन समाजातली अशी अनेक मुलं विशेषत रयत शिक्षण संस्थेमध्ये शिकत होती. त्यांतून अनेक जण जीवनाच्या विविध क्षेत्रांत पुढे आलेले आहेत. असं असूनही त्यांपैकी बहुतेक जण लेखनापासून पराङ्मुखच राहिले. असं का व्हावं?

यादव : याचं उत्तर देणं खरोखर अवघड आहे. प्रथम आपण एक कबूल केलं पाहिजे, की साहित्यनिर्मिती करणं हा ज्याच्या त्याच्या प्रकृतीचा भाग आहे. मुळात लेखनप्रकृतीला पोषक अशी स्वभाववैशिष्ट्यं आपल्याजवळ असावी लागतात. नंतर ती आपल्यात आहेत हे ओळखावं लागतं, आणि त्यानंतर भोवतालच्या परिस्थितीनं त्याला साथ द्यावी लागते. यांपैकी एखादा घटक जरी प्रतिकूल किंवा अनुपस्थित असला तरी लेखन होऊ शकणार नाही. आपण ज्या समाजातून पुढे आलो त्या समाजाची परिस्थिती याला अनुकूल होती, असं म्हणता येणार नाही. मुख्य म्हणजे, आपण जेथून आलो त्या समाजाला लेखनपरंपराच नाही. आताशा कुठं ती निर्माण होऊ लागलीय.

भोसले : परंपरा नसताना तुम्ही मात्र लेखनाकडे कसं काय वळलात?

यादव : थोडक्यात बोलायचं तर तशी परंपरा असलेल्या शिक्षकांनी मला दत्तक घेतलं, असंच मी म्हणेन. साहित्य, संगीत, अभिनय, चित्रकला यांची आवड मला लहानपणापासून होती. या क्षेत्रांत मी काहीतरी वेड्यावाकड्या रेषा-रंग-सूर मारत होतो; ते शिक्षकांनी ओळखलं नि मला प्रोत्साहन दिलं. मला उत्तम पुस्तकं वाचायला दिली, गाणी-अभिनय बसवून घेतले, साहित्याच्या आणि चित्रकलेच्या परीक्षांना स्वतः पैसे भरून मला बसायला लावलं. मला आपल्याच घरातला एक मानलं नि मी त्यांच्या परंपरांचा झालो. पुढे त्याच परंपरेतील चांगली माणसं, मित्र, प्राध्यापक भेटत गेले. मला वाटतं, तुमचंही असंच झालंय.

भोसले : अगदी बरोबर बोललात. दुसरं असं की आरंभी तुम्ही ललित लेखन केलं; पण नंतर समीक्षालेखनाकडे कसे वळलात?

यादव : हे सांगण्यापूर्वी एक गोष्ट स्पष्ट करतो, की मराठी साहित्य क्षेत्रात जी काही प्रतिष्ठित टीकाकार मंडळी आहेत किंवा जे सातत्यानं फक्त टीकालेखनच करतात, अशांपैकी मी कोणी टीकाकार नाही. पण मला १९६५-६६ पासून असं वाटत आलं आहे की, सर्जनशील लेखन समीक्षेच्या क्षेत्रातही करीत राहिलं पाहिजे. हा विचार मी १९६६ मधील 'प्रतिष्ठान'च्या कवी-कविता विशेषांकातच बोलून दाखविला आहे.

भोसले : सर्जनशील लेखकानं समीक्षेच्या क्षेत्रातही लेखन करीत राहिलं पाहिजे, असं आपणाला का वाटतं?

यादव : कारण, जाणकार सर्जनशील लेखकास साहित्यनिर्मितीत अनेक प्रश्न पडत असतात. निर्मितीतील समस्यांची आणि अनुभव-घटकांची त्याला जवळून बारीकसारीक माहिती असते. त्यांच्याविषयी त्यानं प्रत्यक्ष निर्मितीत सापडून अपरिहार्यपणे विचार केलेला असतो. त्यामुळे त्यानं मांडलेल्या साहित्यविचारांत मार्मिक बारकावे येण्याची शक्यता असते, स्वानुभवाची त्याला जोडही मिळते. अशा त्याच्या साहित्यविचारांमुळे केवळ तात्त्विक मीमांसाच करणाऱ्या समीक्षकांना पडलेल्या अनेक प्रश्नांची उत्तरं मिळू शकतील. त्यामुळे समीक्षा समृद्ध होऊ शकेल.

भोसले : म्हणूनच केवळ तुम्ही साहित्यविचारांकडे वळलात काय?

यादव : केवळ एवढंच कारण नाही. साहित्यविचारांची मला पूर्वीपासूनच आवड आहे. १९६३-६४ पासूनच म्हणजे माझं ललितलेखन प्रसिद्ध होऊ लागल्यानंतर २-३ वर्षांतच मी साहित्यसमीक्षेकडे वळलो आहे. साहित्यविषयक तात्त्विक प्रश्नांत मला प्रथमपासूनच रस आहे. तुम्ही आणि मी एम.ए.चे विद्यार्थी असताना तुमच्या-आमच्यात होणाऱ्या गप्पांची, वादावादीची आठवण करा म्हणजे झालं.

भोसले : मला ते दिवस चांगले आठवतात. पुणे विद्यापीठातील मुलांच्या वसतिगृहाच्या बाजूच्या मोकळ्या मैदानात आपण रात्री तास न् तास वाङ्मयीन प्रश्नांवर गप्पा मारत बसत होतो- पण प्रश्न असा आहे, की सर्जनशील लेखकानं केलेली समीक्षा ही एकांगी, त्या लेखकाच्या सर्जनशील प्रकृतीला जवळची-तेवढीच किंवा फक्त त्या अंगानेच विचार करणारी होत असावी. त्यामुळं तो टीकाकार म्हणून कितपत यशस्वी होऊ शकेल?

यादव : सर्जनशील लेखक टीकाकार होण्यामध्ये हा धोका आहे खरा. पण त्याच्या या दोषापेक्षा त्याच्या मीमांसेचे, समीक्षेचे फायदे जास्त आहेत आणि ते महत्त्वाचेही आहेत, असं मला वाटतं. वा. म. जोशी, माधवराव पटवर्धन, बा. सी. मर्ढेकर, गंगाधर गाडगीळ, दिलीप चित्रे, भालचंद्र नेमाडे यांसारखी नावे टीकेच्या आणि साहित्याच्या दोन्ही क्षेत्रांत लक्षवेधी ठरलेली आहेत, हे लक्षात घ्या. आणि दुसरं असं की, सर्जनशील नसलेल्या समीक्षकांची दृष्टीही एकांगी असण्याची शक्यता नाकारता येत नाही. त्यांचेही काही पूर्वग्रह

असतातच. याची उदाहरणं मराठीत भरपूर आहेत.

भोसले : पण समीक्षालेखनाचा ललितलेखनावर अनिष्ट परिणाम होत नाही काय? कारण लेखकाचं मन संवेदनशील, एकात्म अनुभवाला सामोरं जाणारं असतं; पण टीकाकाराला पृथक्करणशील बौद्धिक वृत्तीची जोपासना अधिक करावी लागते.

यादव : पृथक्करणशील बौद्धिक वृत्तीची जोपासना टीकालेखनासाठी अधिक करावी लागते, हे खरं आहे. त्यामुळेच की काय, आरंभी ललित लेखक असलेले काही जण नंतर समीक्षक म्हणूनच उरलेले दिसतात. त्यामुळं हा धोका वाटतो खरा. पण मगाशी सांगितलेली नावं जर लक्षात घेतली तर असंही म्हणता येईल, की समीक्षादृष्टीचा उपयोग स्वतःच्या साहित्यनिर्मितीला अधिक सुजाण करण्याकडेही करता येतो, असं दिसतं.

भोसले : या बाबतीत तुमचा अनुभव काय?

यादव : माझी साहित्यनिर्मिती पूर्वीच्याच गतीनं आजही चालूच आहे. ग्रामीण साहित्यसमीक्षेचा आणि निर्मितिप्रक्रियेविषयीचा विचारही त्याच्याबरोबर चालूच आहे. या ग्रामीण साहित्यविषयक विचारामुळे एकूण ग्रामीण साहित्यात ज्या काही उणिवा मला दिसतात, त्यांचं भान माझ्या साहित्यनिर्मितीच्या वेळी मी माझ्या परीनं ठेवत असतो.

भोसले : या बाबतीत काही उदाहरणं सांगता येतील का?

यादव : सांगू शकेन की! १९६० मध्ये माझा 'हिरवे जग' हा ग्रामीण कवितांचा संग्रह प्रसिद्ध झाला आणि १९६७ मध्ये 'खळाळ' हा ग्रामीण कथांचा संग्रह प्रसिद्ध झाला. तुम्ही जर १९६० पर्यंतची इतरांची ग्रामीण (जानपद) कविता आणि १९६७ पर्यंतची इतरांची ग्रामीण कथा अभ्यासली आणि तुलनेसाठी माझ्या तेव्हाच्या कविता-कथांकडे वळलात, तर तुम्हाला दोहोंमध्ये फरक जाणवू लागेल. हा फरक निर्माण व्हायला मला माझ्या समीक्षादृष्टीनं मदत केली आहे. अर्थात, माझ्या व्यक्तिमत्त्वाच्याच काही अपरिहार्य मर्यादा असतील; त्या मला ओलांडता येणं कठीण आहे.

भोसले : लेखकाच्या सर्जनक्षम आणि संवेदनशील मनावर त्यांच्यातीलच टीकाकाराच्या तर्कनिष्ठ आणि पृथक्करणशील वृत्तीचा आघात होत नाही का?

यादव : सर्जनक्षम आणि संवेदनशील मन समीक्षावृत्तीमुळे कोमेजून जाईल असं मला वाटत नाही. मात्र, मनाची सर्जनशील वृत्ती ही तितकीच जोरकस आणि मूलगामी असायला पाहिजे. अनुभव घेणं हा मानवी प्रकृतीचाच एक स्वाभाविक भाग आहे आणि समीक्षा करणं हा साहित्यास्वादाचा अनुभव घेतल्यानंतरचा मीमांसेचा भाग आहे; माझ्या बाबतीत तरी मला असं वाटतं. त्यामुळं या दोन्ही गोष्टी एकमेकींपेक्षा वेगळ्या आहेत. त्या एकमेकीस विरोधीच आहेत; असं न मानता त्यांचा नीटपणे विचार व्हायला पाहिजे, असंही मला वाटतं. म्हणजे असं की, त्या एकमेकीस मदतही करू शकतात, या अर्थानं मी म्हणतो.

भोसले : ग्रामीण लेखक म्हणून तुम्ही कविता, कथा, कादंबरी, ललित लेख आणि आकाशवाणीवर अनेक श्रुतिकाही लिहिल्या. विविध शैलींनी तुम्ही हे लेखन केलं आहे. व्यंकटेश माडगूळकरांचा काही प्रमाणात अपवाद वगळता स्वातंत्र्योत्तर काळातील ग्रामीण लेखकांनी प्रामुख्यानं कथा आणि त्याखालोखाल कादंबऱ्या लिहिल्या. तुम्हाला हे सारे प्रकार का हाताळावेसे वाटले?

यादव : कदाचित मगाशी बोललो त्याप्रमाणे माझ्यातला साक्षी टीकाकार जागृत असावा. त्याचं साधं उत्तर असं की, एक मराठीचा प्राध्यापक म्हणूनही साहित्य प्रकारांचा मला अभ्यास करावा लागला. पूर्वीपासून असलेली माझी समीक्षेची आवडही तिथं उपकारक ठरली असावी. लिहीत राहिलो तसं अनुभव व्यक्त

करण्याच्या दृष्टीनं त्या त्या साहित्यप्रकारांच्या मर्यादा मला जाणवत गेल्या. उदाहरणार्थ, 'मोट' या कथेचा आशय मी प्रथम कवितेत व्यक्त करण्याचा प्रयत्न केला होता. मला जे काही म्हणावयाचं आहे ते कवितेत मावत नाही असं पाहिल्यावर मग 'मोट' ही कथा लिहिली. पुढं 'इंजेन' या कथेच्या बाबतीतही असंच झालं. त्या वेळी मी 'कथा' हा प्रकार जोरात हाताळत होतो. आलेल्या प्रत्येक अनुभवाची कथा करण्याचा जणू लोभ सुटत होता. त्यातूनच 'इंजेन' लिहिली. पण ती प्रसिद्ध होऊन आल्यावर वाचताना लक्षात आलं, की आपणाला महायुद्धाचा आशय आणावयाचा होता; तिथं फक्त दोन माणसांची मारामारी दाखवूनच आपण मोकळे झालो आहोत. यातूनच पुढं व्यापक आशयाची 'गोतावळा' ही कादंबरी साकार झाली. सारांश काय, अनुभव ज्या प्रकारचा असेल त्या साहित्य प्रकाराकडे लेखकानं त्या त्या वेळी वळावं.

भोसले : आज तुमची याबाबत स्थिती काय आहे?

यादव : आजघडीला थोडी चमत्कारिकच अवस्था आहे. आता लक्षात येतं आहे, की 'वाङ्मय प्रकार' हे 'साहित्याचे' प्रकार आहेत; ते 'अनुभवाचे' प्रकार नव्हेत!

भोसले : हे कधी लक्षात आलं?

यादव : विशेषतः कथा लिहिताना हळूहळू लक्षात आलं. मला असं दिसून आलं की, आपला एखादा सौंदर्यानुभव कथारूप घेऊ शकत नाही. असं असतानाही तो कथारूप घेण्यासाठी आपण काही उपरे बदल करीत आहोत, त्याचा स्वभाव बदलून त्याला कथासन्मुख करीत आहोत. कथारूपाला त्या अनुभवानं शरण जावं, अशी अपेक्षा ठेवत आहोत. असं लक्षात आल्यावर मनानं पलटी खाल्ली नि निश्चय केला, की आपण आपल्या सौंदर्यानुभवाचंच निष्ठेनं लेखन करायचं; मग त्याची कथा होवो नाही तर आणखी काही होवो. अनुभवानं कथारूपाला (म्हणजे आता साहित्य प्रकाराला) शरण जाण्यापेक्षा गरज असेल तर त्यानंच (साहित्य प्रकारानंच) अनुभवाला शरण जावं. अनुभवाचं भावलेलं रूप बदलण्याचं काहीच कारण नाही. यातूनच मी 'ललित लेख' या मुक्त गद्याकडे वळलो. '(formless form) म्हणून तो ओळखला जातो, हे आपणास माहीत आहेच. समीक्षकांनीसुद्धा त्या त्या विशिष्ट साहित्य प्रकारांची एकूण आंगिक कुवत व परंपरासिद्ध रूपं ओळखूनच त्या त्या साहित्य प्रकारांवर टीका करावी.

भोसले : आंगिक कुवत आणि परंपरासिद्ध रूप म्हणजे नेमकं काय म्हणावयाचं आहे?

यादव : मला नेहमी असं वाटत आलं आहे की, त्या त्या विशिष्ट साहित्य प्रकारांत वेळोवेळी कितीही प्रयोग होत आले असले तरी त्यांची वस्तुगत अशी एक कुवत असते. त्या कुवतीपेक्षा जास्त त्यात मावू शकत नाही. तसेच विशिष्ट अनुभव विशिष्ट साहित्य प्रकारांची मर्यादाच मानावी लागते. दुसरं असं की, प्रत्येक साहित्यप्रकाराला त्या त्या विशिष्ट प्रादेशिक (इथं मराठी) भाषेत त्याची अशी एक स्वभावपरंपरा हळूहळू निर्माण झालेली असते. प्रयोगशील लेखक ती परंपरा अधिक विकसित करण्याचा, तिच्यात भर टाकण्याचा किंवा ती मोडून पुन्हा नव्यानं निर्माण करण्याचा प्रयत्न करतो; हे खरं असलं तरी संपूर्णपणे नवी, वेगळी परंपरा निर्माण होऊ शकत नाही. उदाहरणार्थ, गंगाधर गाडगीळ यांनी कथेची जुनी परंपरा मोडून नवकथेची नवी परंपरा निर्माण करण्याचा १९५० च्या आसपास प्रयत्न केला; तरी आज १९८०च्या आसपास कथेच्या जुन्या परंपरेचा, गाडगीळांचे प्रयोग पोटात घेऊनच विकास झालेला दिसतो. म्हणजे, गेल्या पंधराएक वर्षांतील मध्यवर्ती मराठी कथा ही जुन्या परंपरेचे आणि गाडगीळ यांच्या नव्या परंपरेचे काही विशेष एकत्रित करूनच निर्माण होताना दिसते. या परंपरेला मी स्वभावपरंपरा म्हणतो. अशी परंपरा प्रत्येक साहित्यप्रकाराची असू शकते, असे मला वाटते. एका अर्थानं हीही त्या साहित्य प्रकाराची मर्यादाच मानावी लागते. समीक्षकांच्या हे जर नीट लक्षात आलं नाही, तर आपल्या समीक्षेची कुऱ्हाड ते त्यांना वाटतील त्या भलत्याच अपेक्षा एखाद्या

साहित्यिकानं हाताळलेल्या साहित्य प्रकाराकडून करून चालवू लागतात, असा माझा अनुभव आहे.

भोसले : अनुभव आणि साहित्यप्रकार यांच्या संबंधांचा तुम्ही बारीक विचार केलेला दिसतो. अशा वेळी साहित्य प्रकाराला 'ग्रामीण' हे विशेषण लावणं कितपत योग्य आहे?

यादव : निर्मितीच्या आणि समीक्षेच्या अशा दोन बाजूंनी याची उत्तरं द्यावी लागतात. समीक्षा करताना व्यवस्थापन, वर्गीकरण हा भाग नेहमी लक्षात घ्यावा लागतो. सामाजिक कादंबरी, ऐतिहासिक कादंबरी, नाट्यगीत, भावगीत, पंडिती कविता, संत कविता इत्यादी प्रकार पाडावे लागतात. या व्यवस्थापन तत्त्वानुसार मराठी जीवनाचा एक विशिष्ट आणि महत्त्वाचा आशय किंवा अनुभव क्षेत्र दाखविणारं 'ग्रामीण' हे विशेषण आहे. म्हणून समीक्षा व्यवहाराचं व्यवस्थापन करताना ते जरूर वापरावं लागतं.

निर्मितीच्या बाजूनं या बाबतीत असं सांगता येईल की, एखादा लेखक ग्रामीण जीवनातील अनुभवावर अधिष्ठित अशी साहित्यकृती निर्माण करील असं आणि त्या अनुभवाची 'ग्रामीणता' त्याला निर्मितीत वैशिष्ट्यपूर्णता आणण्यासाठी जोपासावयाची असेल तर तो त्या अनुभवातील ग्रामीणपण जिवंत ठेवूनच, त्याला धक्का न लावता निर्मिती करतो. पण एखादा लेखक ग्रामीण जीवनातील अनुभव हे एका 'केवळ मानवी मनाचा अनुभव' या अंतिम पातळीवर तो नेऊन त्याचा निर्मितीत विचार करू शकतो. त्या त्या लेखकाला निर्मितीत काय काय महत्त्वाचं वाटतं, यावर त्या अनुभवाचे 'पण' (म्हणजे वैशिष्ट्य) अवलंबून असते. त्यानुसार त्या साहित्यकृतीला वैशिष्ट्यं लाभतात. खरं तर याविषयीची सविस्तर चर्चा मी माझ्या ग्रामीण साहित्यावरील दोन्ही पुस्तकांत केली आहे. पण 'ग्रामीण' हे विशेषण अनेक दृष्टींनी महत्त्वाचं आहे, हे नक्की. म्हणून ग्रामीण साहित्यकृती निर्माण करावयाची असेल, तर अनुभवातील 'ग्रामीणता' निरोगी ठेवण्याचं पथ्य लेखकाला फार काळजीपूर्वक पाळावं लागतं.

भोसले : रणजित देसाई आणि चिं. त्र्यं. खानोलकर यांना तुम्ही ग्रामीणच लेखक मानता काय?

यादव : त्यांनी काही नागर साहित्यकृती निर्माण केलेल्या असल्या तरी प्रामुख्यानं ते ग्रामीण लेखकच आहेत.

भोसले : खानोलकर हे ग्रामीण का प्रादेशिक लेखक?

यादव : ग्रामीणता आणि प्रादेशिकता मी एकच मानतो. आशयाच्या कमी-अधिक भौगोलिक व्यापकतेवर भर देणारी ही दोन्ही विशेषणं आहेत. पण प्रामुख्यानं ती ग्रामविभागातील अनुभव क्षेत्राचा निर्देश करणारी आहेत. उदाहरणार्थ, एखाद्या प्रदेशात एखादं 'शहर' असूनही 'प्रादेशिक कथा' या शब्दप्रयोगात तेथील शहर संस्कृतीची कथा येऊ शकत नाही. ती 'नागर कथा' म्हणूनच आपण ओळखतो. अशी प्रथाच पडून गेलेली आहे. या व्याघातामुळे 'प्रादेशिककथा' या शब्दप्रयोगाला 'ग्रामीण विभागातील कथा' अशीच अर्थमर्यादा पडून गेलेली आहे. म्हणून 'ग्रामीण आणि प्रादेशिक' या विशेषणांत मी वाङ्मय क्षेत्रात तरी फरक करत नाही. महादेवशास्त्री जोशी, श्री. ना. पेंडसे, गो. नी. दांडेकर हेसुद्धा माझ्या दृष्टीने ग्रामीण लेखकच आहेत. ग्रामीण विभागातील मनाचीच संवेदना त्यांनी पकडलेली आहे, असं मला वाटतं.

भोसले : ग्रामीण साहित्याचं व्यवच्छेदक लक्षण तुम्ही कोणतं मानता?

यादव : लक्षण हे लक्षणच असतं; मूल्य नसतं, हे नीटपणे लक्षात ठेवलं तर मी असं म्हणेन की ग्रामीण जीवनाची अनुभूती कलात्मकतेच्या पातळीवर ग्रामीण साहित्यातून व्यक्त होते. 'खेडेगाव, तेथील जीवनपद्धती, तेथील अशा रीती, तेथील शेतीनिष्ठ समाजव्यवस्था, निसर्गाशी आणि मातीशी असलेला मानवी पण प्रदेशनिष्ठ वैशिष्ट्यपूर्ण संबंध, तेथील एकूण संस्कृतीला लाभलेली प्रादेशिक वैशिष्ट्यं, तेथील मानवी जीवनाला त्या प्रदेशानुसार पडलेल्या आर्थिक, सामाजिक, धार्मिक, ज्ञानविषयक मर्यादा व त्यांतून

उद्‌भवणारे प्रश्न आणि समस्या इत्यादींनुसार अनुभवाला लाभलेली वैशिष्ट्यं व त्यांतून निर्माण होणारे साहित्य हे ग्रामीण साहित्य म्हणता येईल.' अंतिमतः 'ग्रामीण' हे त्या साहित्यातून व्यक्त होणाऱ्या अनुभवाचे जीवनधर्मी विशेषण आहे, हे लक्षात ठेवलं पाहिजे. साहित्यात ग्रामीणता नेमकी कशी अवतरते, यासंबंधीचं सोदाहरण विवेचन मी माझ्या 'ग्रामीणता : साहित्य आणि वास्तव' या पुस्तकात सविस्तर केलं आहे.

भोसले : या विवेचनाशी निगडित असा व्यापक पातळीवर संबंधित असलेला एक प्रश्न विचारावासा वाटतो, की समीक्षक या नात्यानं तुम्हाला कलेचा कला म्हणून विचार करणारी भूमिका मान्य आहे, की दुसरी कोणती तुमची भूमिका आहे?

यादव : तुमचा प्रश्नरोख लक्षात आला. व्यापक पातळीवरच त्याचं उत्तर देता येतं का, ते पाहू या. सर्वच कलांचा एकत्र विचार करून काही साधारण तत्त्वं सांगणारं 'सौंदर्यशास्त्र' निर्माण झालं आहे. भारतात मात्र प्राचीन काळापासून प्रत्येक कलेचं 'स्वतंत्र शास्त्र' निर्माण झालं आहे. मला हा भारतीय दृष्टिकोण विशेष जवळचा वाटतो. म्हणजे असं की, प्रत्येक कलेचं स्वतंत्र असं शास्त्र असलं पाहिजे. कारण प्रत्येक कलेचं खास असं काही वैशिष्ट्य असतं. सौंदर्यशास्त्राच्या साधारणीकरणाच्या गडबडीत या खास वैशिष्ट्यांना गाळून समान तत्त्वांचा विचार करावा लागतो; मग सगळा घोळ सुरू होतो, असं मला वाटतं. या बाबतीत विविध उदाहरणं घेऊन पुष्कळच काही दाखवून देता येण्यासारखं आहे. तूर्त या बाबतीत मी एवढंच म्हणेन की, शब्दमाध्यमाच्या द्वारा व्यक्त होणाऱ्या साहित्यकलेला निःशब्दमाध्यमाच्या चित्र, शिल्प, संगीत, नृत्य यांसारख्या कलांच्या दावणीला बांधून साहित्यकलेचा विचार केल्यानं तिची फायद्यापेक्षा हानीच जास्त झालेली आहे. सारांश, एका कलेचा अन्य कलांशी संबंध दाखविणं वेगळं आणि सर्वच कलांतील 'केवळ साधारण तत्त्वांच्या आधारे' त्यांचं स्वरूप न्याहाळून निष्कर्ष काढणं वेगळं आहे. अशा साधारण तत्त्वांच्या आधारानं एखाद्या विशिष्ट कलेविषयी बोलताना तिच्यातील घटकांच्या गौण प्रधानभावाकडे व विशिष्टतेकडे दुर्लक्ष होतं, असं मला वाटतं.

भोसले : तुमच्या मते कलावाद्यांनी साहित्याचं केलेलं हे नुकसान आहे की काय?

यादव : नाही; असं मी म्हणणार नाही. साहित्यकृतीचा कला म्हणून विचार करताना मी असं म्हणेन की, साहित्यकृतीच्या घाटाची जाणीव, तिच्या संघटनातत्त्वांची जाणीव, अनुभवातील चैतन्यपूर्णतेची व समग्रतेची जाणीव, त्या विचारात जरूर असली पाहिजे. त्याशिवाय 'लेखनकृती' ही 'कलाकृतीच्या' पदवीला जाऊन पोचली आहे की नाही, हे सांगताच येणार नाही. कलावाद्यांनी मराठी साहित्याला दिलेली ही कलाजाणीव फार मोलाची आहे, पण त्यांच्या या कलावादी दृष्टीनं होणाऱ्या समीक्षेत साहित्यातील अनुभवाचं पुरेसं आणि नीटपणे विवरण होऊ शकत नाही. निदान मराठी समीक्षाव्यवहारात तरी मला ते दिसून येत नाही. त्यामुळे कलावाद्यांची साहित्यसमीक्षा व्यवस्था अपुरी राहिली आहे, असं मला वाटतं. कलावाद्यांचे मूळ प्रवर्तक बा. सी. मर्ढेकर यांनी ती स्पष्टपणे मांडणं जरूर होतं. त्यांच्या स्फुटलेखांच्या आधारानं ती अनुमानित करावी लागते. त्याचा परिणाम असा झाला आहे की, तत्कालीन मराठी समीक्षामनाला त्यांचे सौंदर्यशास्त्रीय विचार पूर्णपणे नवे आणि आकर्षक वाटले. त्यामुळे त्यांवर चर्चा, विचारविनिमय झाला. त्यांच्या 'वाङ्मयीन महात्मतेचा' संबंध सौंदर्यशास्त्राशी लावण्याचा कुणी फारसा प्रयत्नही केला नाही; आणि त्यांत कुणाला लक्ष्यवेधी यशही मिळालं नाही. त्यामुळेही नंतरच्या काळात साहित्यातील अनुभवाचं पुरेसं आणि नीटपणे विवरण होऊ शकलं नाही.

भोसले : कोणत्या अर्थानं विवरण होऊ शकलं नाही?

यादव : एखादी लेखनकृती ही 'कलाकृती' आहे की नाही; हे ठरविण्याची त्यांनी काही मूल्यं मानली

आहेत. त्याबद्दल मला काही म्हणावयाचे नाही. पण एखादी तथाकथित कलाकृती 'श्रेष्ठ' किंवा 'मोठी' आहे किंवा नाही, हे ठरविण्याचा त्यांचा मूल्यनिकष म्हणजे त्या कलाकृतीतील अनुभवाची व्यामिश्रता आणि त्या व्यामिश्रतेचा दर्जा ते पाहतात. ही व्यामिश्रता किंवा विविध ताण प्रत्यक्ष अनुभवात कशामुळे निर्माण होतात, याविषयीची त्यांनी केलेली चर्चा तात्त्विक भ्रम निर्माण करते, असं मला वाटतं. मराठीतील किंवा पाश्चात्त्य वाङ्मयातील मोठमोठ्या साहित्यकृतींचं या दृष्टीनं त्यांनी गोळाबेरीज विवरण न करता पुरेसं आणि नीटपणे विस्तृत वेध घेणारं विवरण केलं असतं, तर त्यांच्या असं लक्षात आलं असतं की, या कलात्मक साहित्यकृतींतील अनुभवांचा आणि समाजजीवनाचा एक अतूट संबंध आहे.

भोसले : पण त्यांनी 'Good Art' आणि 'Great Art' असा फरक केलेला आहेच की!

यादव : त्यांनी असा फरक केला आहे, ही गोष्ट खरी; पण हा फरकही दिशाभूल करणारा आहे, असं मला वाटतं. वास्तविक, त्यांनी 'Art' आणि 'Great Art' असा फरक करायला पाहिजे होता.

भोसले : 'Good' हे विशेषण काढून घेण्यामुळे फरक काय पडतो?

यादव : फरक मान्यतेचा (Sanction चा) पडतो. म्हणजे असं की, ज्या कलात्मक साहित्यकृतींत अनुभवाची व्यामिश्रता मोठ्या प्रमाणात असते ती 'Great Art' अशी मान्यता तिला देणं, ही बाब ठीक आहे. पण जिच्यामध्ये अनुभवाची अशी व्यामिश्रता नसते, जिच्यामध्ये वैयक्तिक पातळीवरचा, व्यक्तिकेंद्रित एकपदरी अनुभव केवळ कलात्मक पातळीवर व्यक्त झाल्याबरोबर ती 'Great Art' होऊ शकते, हे बरोबर नाही. अशा वेळी ती फक्त Art असू शकेल. Great च्या तुलनेनं बोलायचंच तर ती 'किरटी आर्ट'ही असू शकते. कारण तिच्यात अनुभवाची व्यामिश्रता नसण्याचीही शक्यता असते. 'ग्रेस'च्या बऱ्याच स्फुट कवितांत किंवा अलीकडे प्रसिद्ध होणाऱ्या सत्यकथेतील बव्हंशी कवितांत असतो त्याप्रमाणे एखाद्या क्षणिक अनुभवाचा व्यामिश्रताविरहित एकपदरी प्रवासही असू शकतो. अशी कविता तिची संघटना केवळ व्यवस्थित झाली आहे म्हणून फार तर ती 'लेखनाकृती' या सदरातून 'कलाकृती' या सदरात बसू शकेल. एकदम तिला 'Good Art' चा दर्जा देण्यामध्ये दिशाभूल होते, असं मला वाटतं. तिच्यात अनुभवांची व्यामिश्रता नसते; पण अनुभवाला आकार देणाऱ्या केवळ माध्यम घटकांची (उदा. शब्दांची मुलायमता, त्यांची परस्परांसमोरची मांडणी, प्रतिमांची हळुवारता इत्यादी बाबी) काव्यानुकूल निवड करणं आणि त्यांची संघटना व्यवस्थित बांधणं, या बाबींना तिथं अधिक महत्त्व दिलेलं असतं. केवळ त्या आकारगत बाबींच्या जोरावर ती 'Good Art' ठरवणं म्हणजे जुन्या भाषेत हा सूक्ष्म असला तरी शैलीविचारच आहे. तो असायलाही माझी ना नाही; फक्त या विचाराच्या आधारे 'ती कला आहे किंवा नाही' एवंच ठरू शकतं, असं माझं म्हणणं आहे. सारांश 'Good Art' आणि 'Great Art' हे शब्दप्रयोग अनुभवातील व्यामिश्रतेच्या संदर्भातच योजले पाहिजेत. म्हणजे ती प्रथम कलाकृती आहे की नाही, हे ठरविण्याचे निकष वेगळे आणि ती किरटी कलाकृती आहे की चांगली कलाकृती आहे, की मोठी कलाकृती आहे; हे अनुभवातील व्यामिश्रतेची श्रेणी आणि त्या अनुभवाचा कस यावरच ठरवावं लागतं आणि साहित्यकृतीतील अनुभवाच्या व्यामिश्रतेची चर्चा करत व अधिक तलस्पर्शी वेध घेत आपण पुढे पुढे चाललो, तर जीवनाशयाच्या मीमांसेपाशी येऊन आपणाला थांबावं लागतं.

या माझ्या मीमांसेतून आपल्या लक्षात एक गोष्ट येईल की, कलाकृतीच्या (म्हणजे इथं साहित्याच्या) क्षेत्रात ती 'केवळ कलाकृती' आहे या म्हणण्याला खरं तर काहीही अर्थ नसतो. कारण जेव्हा आपण साहित्य क्षेत्र म्हणतो तेव्हा आपण 'साहित्यिक कलाकृतींचं क्षेत्र' असंच गृहीत धरलेलं असतं. (आणि आपली बहुतेक कलावादी मराठी टीका तर ती कलाकृती आहे की नाही; म्हणजे आपण जे गृहीत धरलेलं असतं ते सिद्ध करण्यातच अर्धं आयुष्य घालवीत असते आणि खऱ्या श्रेणी-व्यवस्थेच्या टप्प्यावर मूग गिळून बसते. — पण

ते असो.) 'Great Art' असं म्हणतानाही आपण ती Art आहे, असं प्रथम गृहीत धरलेलं असतं. सारांश, साहित्याच्या क्षेत्रात केवळ कलाकृती, किरटी कलाकृती, चांगली कलाकृती, मोठी कलाकृती यांचा विचार करताना अनुभवाच्या व्यामिश्रतेशी तिचा प्रत्यक्ष संबंध येतो आणि अनुभवाच्या व्यामिश्रतेचं एक अतिशय महत्त्वाचं प्राप्त क्षेत्र म्हणून मोठमोठ्या साहित्यकृती समाजजीवनानुभवांना सामोऱ्या जातात आणि मला ते बरोबरही वाटतं. कारण समाजजीवनानुभवात तुम्हाला सिद्ध स्वरूपातच व्यामिश्रता उपलब्ध असते. कलावंतानं आपल्या (कलात्मक) व्यक्तिमत्त्वाचे संस्कार करून ती सहज उचलून घ्यावी, अशा योग्यतेची असते.

अशा प्रक्रियेतून निर्माण झालेली कलाकृती अनायासे सामाजिकदृष्ट्याही महत्त्वाची ठरते. कलाकृतीला त्यामुळे तेही श्रेय मिळतं. म्हणजे सामाजिकदृष्ट्या कलेकडे पाहण्याचा जो दुसरा एक प्रभावी दृष्टिकोण आहे, त्याही दृष्टिकोणाला ती उतरते आणि उभयपक्षी ती मान्यता पावते.

भोसले : समाजजीवनानुभवात साहित्यिक कलावंताला जी अनुभवाची व्यामिश्रता मिळते, ती इतर प्रकारच्या अनुभवांत मिळू शकणार नाही काय?

यादव : केवळ तात्त्विकदृष्ट्या विचार करायचा झाला तर 'ती मिळू शकेल', असं म्हणावं लागतं. पण मानवी मनाचा प्रत्यक्ष व्यवहार लक्षात घेता 'ती मोठ्या प्रमाणात मिळू शकणार नाही,' असं म्हणावं लागतं. कारण व्यक्तिगत जीवनातील वा कौटुंबिक जीवनातील कोणत्याही प्रकारच्या अनुभवाची व्यामिश्रता ही एखाद्या कलावंताच्या एक-दोन 'मोठ्या कलाकृतीं'तच संपुष्टात येण्याची शक्यता असते. कारण तिथे तीच व्यक्ती किंवा व्यक्तिसमूह असतात. त्यांचे स्वभाव, संस्कार, नोकरी क्षेत्र, विचार, परिस्थिती ही काही सारखी सारखी बदलू शकत नाही. फार तर अनुभवात व्यामिश्रता निर्माण करणाऱ्या या घटकांपैकी एखादा घटक कमी-अधिक प्रमाणात बदलू शकतो. तेवढ्यानं अनुभवातील व्यामिश्रतेचे अंतरंग पूर्णपणे आणि निखालस बदलून जाऊ शकत नाही. म्हणून कलावंताला शेवटी समाजजीवनानुभावाकडेच मोठ्या प्रमाणात वळावे लागते. केवळ कल्पनेच्या जोरावर व्यामिश्रता निर्माण करता आली तरी ती कितपत जिवंत, कसदार होऊ शकेल, याची मला शंका आहे.

भोसले : तुम्हाला काय म्हणायचे आहे, हे लक्षात आलं.

यादव : पण तुमच्या हे लक्षात आलं का, की ठोकळेबाज अर्थानं मी सामाजिक बांधिलकी मानीत नाही; तर कलावंताला चांगल्या, मोठ्या साहित्यिक कलाकृती निर्माण करावयाच्या असतील, तर त्याला अपरिहार्यपणे समाजजीवनाकडे वळावं लागतं, असं मला वाटतं.

भोसले : हेही लक्षात आलं. तुमच्यात लेखक आणि टीकाकार एकत्र नांदतो आहे, म्हणून एक प्रश्न विचारतो तो असा की, वैयक्तिक जीवनातील घटनांच्या आधारे लेखन करणारे लेखक फार लवकर संपतात, असं एका मराठी समीक्षकाचं मत आहे; ते तुम्हाला कितपत योग्य वाटतं?

यादव : हे फारच ढोबळ विधान आहे आणि ते सापेक्षही आहे. म्हणजे असं की, इथं वैयक्तिक जीवनातील घटनांचा एक संचय कल्पिला आहे. तसंच वैयक्तिक जीवनात येणारे अनुभव काही काळानंतर यायचे थांबतात किंवा त्या संचयात लक्षणीय भर पडत नाही, असं गृहीत धरलं आहे. वैयक्तिक जीवनातील घटनांच्या आधारे लेखन करणाऱ्या एखाद्या कलावंताचं असं जर झालेले असेल, तर तो लवकरच संपणार हे उघड आहे.

पण जातिवंत कलावंत असतो, त्याचं असं होत नाही. व्यंकटेश माडगूळकर यांचं उदाहरण घेता येईल. त्यांनी १९४८ पासून अशा प्रकारचं लेखन केलं. त्यांचं लेखन जागरूकपणे वाचणाऱ्या वाचकाच्या लक्षात

येईल की, त्यांची १९८० मध्ये प्रसिद्ध झालेली 'करुणाष्टक' ही कादंबरी त्याच्या फार फार ओळखीची आहे. स्फुट स्वरूपात गेली तीस-बत्तीस वर्षं माडगूळकरांच्या लेखनातून जे प्रसंग, व्यक्ती, विचार, अनुभवकण पसरलेले होते, त्यांतीलच काही एकत्र होऊन 'करुणाष्टका'त आलेले आहेत, हे खरं. त्यामुळे या कादंबरीपाशी त्यांच्या एका अनुभवविश्वाचं भरतवाक्य आळवल्यासारखं वाटतं, हेही खरं. पण त्यामुळे व्यंकटेश माडगूळकर लेखक म्हणून संपले, असं मात्र वाटत नाही. कारण त्यांच्या अनुभवविश्वात दुसऱ्या प्रकारच्या अनुभवांची तितकीच महत्त्वाची भर पडत आहे. 'नागझिरा', 'अरण्यके' यांसारख्या त्यांच्या पुस्तकांतून त्यांच्या या नव्या विश्वाचा प्रत्यय येईल. यावरून असं म्हणता येईल की, कोणताही जातिवंत कलावंत आपले अनुभव वाढविण्याचा प्रयत्न करीत असतो. त्याची संवेदनशक्ती जर खऱ्या अर्थानं जिवंत असेल तर रोजच्या जीवनात त्याला नवनवे अनुभव येतच असतात. अनुभव घेण्यासाठी तो नेहमी जागरूक असतो. त्यामुळे त्याच्या मनात नवनव्या अनुभवकक्षांना जाग येत राहते. एवढंच नव्हे, तर अंतिमतः प्रत्येक लेखक आपल्याला येणाऱ्या अनुभवांच्या आधारेच सौंदर्यानुभवाची नवनिर्मिती करीत असतो.

भोसले : तुमच्या बाबतीत हेच म्हणता येईल का?

यादव : का म्हणता येऊ नये? माझ्या सबंध लेखनाचा पट लक्षात घेता तुम्हाला असंच दिसून येईल, की पन्नास-साठ टक्के माझी साहित्यनिर्मिती वैयक्तिक जीवनाबाहेरील घटना-प्रसंगांतून घडलेली आहे; तर चाळीस-पन्नास टक्के वैयक्तिक जीवनातील अनुभवांवर आधारित आहे. पुष्कळ वेळा माझ्या साहित्यातील 'मी' हा वाङ्मयनिर्मितीचा एक भाग म्हणून आलेला असतो. तो काही माझ्या आत्मचरित्रातील 'मी' नसतो. उदाहरणार्थ, 'एकलकोंडा' या छोट्या कादंबरीतील 'मी' हा काही माझ्या जीवनातील नव्हे. वाचकांना मात्र तो तसा वाटतो. त्यांचा सकृद्दर्शनी तरी तसा समज होतो. अर्थात, तो अवाङ्मयीन असतो, हे उघडच आहे. अशा प्रकारच्या अनेक साहित्यकृती मी निर्माण केलेल्या आहेत. म्हणून म्हणतो, की तुम्ही विचारलेला प्रश्न ढोबळ आणि त्याचे उत्तर सापेक्ष आहे. प्रत्येक लेखकाची त्याला निरनिराळी उत्तरं असू शकतील.

भोसले : तुम्ही तुमचा अनुभव लेखनरूपानं प्रथम व्यक्त केल्यावर पुन्हा त्यात बारीकसारीक बदल करून त्याचं पुनर्लेखन करता. पण यामुळे लेखनपूर्व आणि लेखनगर्भ आत्मनिष्ठा ढळते, असं नाही का आपणाला वाटत?

यादव : नाही वाटत. कारण हे बदल दुसऱ्या कुणाच्या सोयीदाखल वा मर्जीदाखल मी केलेले नसतात. मला मुळात जो अनुभव आलेला असतो, त्याचे कंगोरे, कक्षा, कला यांनाच मी पुनर्लेखनात अधिक नेटकं, अधिक ठळक, अधिक संघटित करीत असतो. पुष्कळ वेळा मनात नेमकं काय चाललं आहे, याची जणू रूपरेषा पहिल्या लेखनात मी उतरवलेली असते. ती एकदा कागदावर उतरली की तिच्यातून निर्माण होऊ शकणाऱ्या संभाव्य कलाकृतीची ताकद मला अजमावता येते. तिच्यातील सुप्त, बाजूला गेलेले, दुर्लक्षिलेले ताण लक्षात येतात. कित्येक वेळा अनाहूत वा गौण घटक लेखनाच्या भरात, नकळत प्रभावी झालेले असतात; ते बाजूला सारून प्रस्तुत-अप्रस्तुताचा विचार करता येतो. त्यामुळे पुनर्लेखनानं उलट 'आत्मनिष्ठा' अधिक सचोटीनं सांभाळायला मदतच होते.

भोसले : वैयक्तिक जीवनाचा, साहित्याचा आणि समीक्षेचा काही परस्परसंबंध असतो काय?

यादव : मगाच्या बोलण्यावरून तुमच्या लक्षात आलंच असेल की, वैयक्तिक जीवनाचा आणि साहित्यनिर्मितीचा संबंध असतोच. पण तो विविध प्रकारचा असतो. केवळ जीवनातील अनुभवांचं रूपांतर सौंदर्यानुभवात करावयाचं आणि कलाकृती सिद्ध करावयाची एवढ्यापुरताच तो नसतो. त्या लेखकाच्या व्यक्तिमत्त्वाचे जे विशेष असतात, तेही त्याच्या वैयक्तिक जीवनाला घडवीत असतात. एवढंच नव्हे, तर

त्याच्या व्यक्तिमत्त्वाचे विशेष त्याच्या साहित्यातून व्यक्त होणाऱ्या कोणत्याही अनुभवाच्या अन्वयार्थावर, संघटनेवर, आविष्कारावर, भाषेवर नियंत्रणही करीत असतात. या दृष्टीनंही त्याच्या जीवनाचा आणि साहित्याचा अप्रत्यक्ष पण महत्त्वाचा संबंध प्रस्थापित करता येतो. एवढंच नव्हे, तर त्याच्या जीवनानं आणि विचारसरणीनं त्याची समीक्षादृष्टीही घडविलेली असू शकते. या समीक्षादृष्टीला प्रमाण मानणारं त्याचं व्यक्तिमत्त्व असतं. आता अशा व्यक्तिमत्त्वातून निर्माण होणारी साहित्यिक कलाकृतीही त्या समीक्षादृष्टीला प्रमाण मानणारी किंवा त्या दृष्टीला उतरणारी असणार. हा परस्परसंबंधच नाही का?

भोसले : पण काही लेखकांच्या बाबतीत असं होण्याची शक्यता नाही का, की त्याच्या साहित्यकृतीचं समर्थन करण्यासाठी त्याची समीक्षादृष्टी पश्चात्बुद्धीनं घडविलेली असणार?

यादव : ही शक्यताही नाकारता येत नाही. हा एक धोका आहे खरा. पुष्कळ वेळा आत्मसमर्थनार्थ समीक्षालेखन होण्याची शक्यता आहे. पण केवळ ते आत्मसमर्थनार्थ झालं असेल, तर ती समीक्षा टिकणार नाही; तिचं पितळ लवकरच उघडं पडेल. 'अल्ला हो अकबर' या ना. सी. फडके यांच्या कादंबरीच्या नव्या आवृत्तीला त्यांनी लिहिलेली प्रदीर्घ प्रस्तावना किंवा त्यांच्या 'लघुनिबंधाचा जनक कोण?' या पुस्तकातील त्यांचं विवरण हे अशा प्रकारचं आहे. पण हेही तितकेच खरं, की अशा समीक्षेतून इतरांनी दुर्लक्षित केलेला भागही लक्षात येतो. उदा. गंगाधर गाडगीळ यांनी 'दुर्दम्य' कादंबरीच्या समर्थनार्थ जे विचार मांडलेले आहेत, त्यातील प्रमुख भाग समर्थनार्थ अवतरलेला असला तरी काही भाग आपणाला खास विचारप्रवृत्त करतो.

भोसले : म्हणजे आत्मसमर्थनार्थ काही टीका अवतरू शकते, असाच त्याचा अर्थ होतो. पुढे यातून टीकादृष्टी निर्माण होण्याचा धोका नाही का?

यादव : अशा लेखकांच्या बाबतीतील तुम्ही म्हणता तो धोका पत्करूनही मी असं म्हणेन, की अव्वल दर्जाची साहित्यनिर्मिती करणाऱ्या लेखकांनी जरूर साहित्यमीमांसा केली पाहिजे. त्यांच्या साहित्यनिर्मितीच्या वेळी त्यांना येणारे प्रत्यक्ष लेखनसंबंधित अनुभव हे त्यांच्या समीक्षादृष्टीला महत्त्वाचे मूलद्रव्य पुरवीत असतात. नुसतीच समीक्षा करणाऱ्याजवळ हे धन नसतं. ती समीक्षा त्यामुळे ढोबळ, एकारलेली, रसिकाचा दृष्टिकोनच फक्त महत्त्वाचा मानणारी होऊ शकते. तिच्यातून मार्मिक बारकावे हुकण्याची शक्यता असते. समीक्षेला हा खरा मोठा धोका आहे. तो मी आरंभी सांगितलेल्या धोक्यापेक्षा जास्त हानिकारक आहे, असं मला वाटतं. बा. सी. मर्ढेकर, गंगाधर गाडगीळ, भालचंद्र नेमाडे यांनी आपल्या समीक्षादृष्टीनं महत्त्वाची परिवर्तनं घडवून आणलेली आहेत, हे विसरू नका. केवळ समीक्षा लिहिणारा टीकाकार कलाकृतींच्या आधारे जे विवरण करीत असतो, ते विवरण एका अर्थी भूतकाळाबद्दलची मीमांसा असते; पण चांगला सर्जनशील लेखक जेव्हा समीक्षा करीत असतो, तो भूतकाळाची नुसती मीमांसाच करून थांबत नाही; तर नव्या दिशांनी साहित्यनिर्मिती होण्यासाठी आपल्या साहित्यविचारांद्वारा प्रेरणाही देऊ शकतो, हे उदाहरणादाखल वरील तिघांकडे पाहिल्यावर आपल्या लक्षात येईल.

भोसले : थोडं तुमच्या साहित्याविषयी विचारतो आहे. तुमच्या वाङ्मयीन जाणिवेवर कुणी विशेष संस्कार केले? साहित्य आणि साहित्यिक तसेच समीक्षक यांची नावं सांगू शकाल काय?

यादव : साहित्यिकांच्या विशेष साहित्यकृती आवडत गेल्या; साहित्यिक नाहीत. १९४५-५० नंतरची कविता, कथा, कादंबरी आणि समीक्षा मी विशेष वाचलेली आहे. त्यापाठीमागे माझ्यातील प्राध्यापक वाचन करताना विशेष दिसतो. मात्र, १९५० नंतरचं बहुतेक निवडक साहित्य मी वाचलं आहे. त्या निमित्तानं माझं जे चिंतन होत असतं, तेच मला साहित्यनिर्मितीला आणि समीक्षालेखनाला विशेष उपकारक ठरत असतं.

एम.ए.पर्यंत असताना प्रा. ल. म. भिंगारे, प्रा. पु. ग. सहस्त्रबुद्धे, प्रा. रा. श्री. जोग यांच्या

विवेचनपद्धतींचा माझ्यावर विशेष संस्कार झाला; तर त्यानंतर बा. सी. मर्ढेकर, वा. ल. कुलकर्णी, दि. के. बेडेकर, गंगाधर गाडगीळ, माधव आचवल यांच्या समीक्षाविचारांचा परिणाम झाला. इंग्रजीतील साहित्यविचार मी मला आवश्यक तेवढा सतत वाचत असतो. प्रत्यक्ष चर्चेत श्री. पु. भागवत, स. शि. भावे, गो. म. कुलकर्णी यांच्याशी खूप विचारविनिमय होऊन माझी मतं घडत गेलेली आहेत. पुण्यात काही वर्षं प्रभाकर पाध्ये ज्याचे डायरेक्टर होते त्या 'सेंटर फॉर इंडियन रायटर्स' मध्ये होणाऱ्या अनेकविध व्याख्यानं, चर्चा, परिसंवाद इ. उपक्रमांतून मिळणाऱ्या विचारांचे परिणाम माझ्यावर विशेष आहेत. 'सत्यकथा', 'समाजप्रबोधन पत्रिका', 'छंद', 'नवभारत' या नियतकालिकांचं विशेष वाचन झालं. त्यांनीही माझी वाङ्मयीन दृष्टी घडविण्यात मोठा वाटा उचलला आहे.

भोसले : एक सर्जनशील लेखक म्हणून वाङ्मयनिर्मितीचं प्रयोजन तुम्हाला काय वाटतं?

यादव : लेखक अनुभवाकडे कोणत्या प्रेरणेमुळे वळतो यावर ते अवलंबून असतं. विविध प्रेरणा-प्रयोजनं असू शकतात. अनेकांच्या अनेक; तसंच एकाच लेखकाच्या अनेक वेळी अनेक प्रेरणा असू शकतात. एकाच एका प्रेरणेनं वा एकाच प्रयोजनासाठी जन्मभर लेखन करणारा लेखक लवकर संपतो आणि वाचकाच्या दृष्टीनं त्याच्या साहित्यविषयीची जिज्ञासा संपुष्टात आलेली असते. व्यक्तिशः माझ्या साहित्यनिर्मितीचं प्रयोजन वेळोवेळी बदलत गेल्याचं मी 'ग्रामीण साहित्य : स्वरूप आणि समस्या' या पुस्तकात दाखवून दिलेलं आहे. जगण्याच्या विविध प्रेरणांनी आणि विविध पातळ्यांवर माणूस अनुभव घेत असतो. त्याची साहित्यनिर्मितीही अशा विविध प्रेरणांनी प्रेरित झालेल्या अनुभवांतूनच होत असते.

भोसले : मग अशा परिस्थितीत अमुकच एका प्रेरणेनं लिहिलेलं साहित्य श्रेष्ठ, असे म्हणता येईल का?

यादव : तत्त्वतः नाही; पण आदर्श वाङ्मयास्वादकाची भूमिका कितीही आकर्षक असली तरी, प्रत्यक्षात वाचक एका विशिष्ट परिस्थितीत सापडलेला असतो. त्याची ही सापेक्षता टाळता येणं जवळजवळ अशक्य असतं. या सापेक्षतेची व्याप्ती फार मोठी आहे. कालसापेक्षता, समाजसापेक्षता, लिंगसापेक्षता, संस्कृतिसापेक्षता, रुचिसापेक्षता इत्यादी इत्यादी गोष्टी त्यात येतात. त्या त्या सापेक्षतेची प्रत्यक्षाप्रत्यक्ष बंधनं रसिकावर पडल्यानं त्याची साहित्याची श्रेष्ठ-कनिष्ठता ही बाबसुद्धा काहीशी सापेक्ष राहते. खरं पाहू जाता- या सापेक्षतेपोटीच विविध प्रकारची साहित्यनिर्मितीही होते, विविध वाङ्मयप्रवाह निर्माण झालेले असतात आणि ते वाहते राहिलेले असतात. विविध साहित्यसमीक्षा पद्धतीही याच सापेक्षतेपोटी अस्तित्वात आलेल्या असतात. माझ्यासारखी व्यक्ती ह्या सर्वांचे वाचन-चिंतन करते. त्यातून तिला प्रत्येक प्रवाहातील मर्यादा आणि वैशिष्ट्ये लक्षात येतात. त्यांची बेरीज-वजाबाकी करूनच ती व्यक्ती तिच्यापुरती श्रेष्ठ साहित्याचं गमक ठरविते आणि त्याचा पिच्छा पुरवीत असते. त्यातूनच तिची श्रेष्ठ साहित्याची कल्पना सिद्ध होत जाते.

भोसले : ग्रामीण साहित्यसमीक्षेकडे वळावं असं तुम्हाला का वाटलं?

यादव : त्याचं उत्तर साहित्याच्या समाजकारणात आहे. म्हणजे असं की, भारतीय समाजाचा (पर्यायानं महाराष्ट्रीय समाजाचा) समाजशास्त्रीयदृष्ट्या विचार करू लागलो, की आपल्या लक्षात काही गोष्टी येतात. भारतीय समाज हा प्रामुख्यानं ग्रामीणांचा समाज आहे. ऐंशी टक्के भारतीय माणूस ग्रामीण विभागात राहतो. त्याचा मुख्य व्यवसाय शेती असतो. शेतीच्या अनुषंगानं त्याची सारी उद्योग व्यवस्था निर्माण झालेली असते. आपल्या देशाचं अर्धं राष्ट्रीय उत्पन्न शेतीतून निघतं. म्हणजे शेतीसंस्कृती ही आपल्या देशाची संस्कृती आहे. भारताबाहेरच्या जगातही आपला देश हा चीनप्रमाणे शेतकऱ्यांचा देश मानला जातो. आता या देशाचं खास साहित्य हे या देशाच्या संस्कृतीतून निर्माण झालेलं असलं पाहिजे. पण मराठीपुरता विचार करावयाचा झाला, तर तशी वस्तुस्थिती दिसून येत नाही.

कारण देशाला स्वातंत्र्य मिळेपर्यंत आपल्या देशाची चमत्कारिक अशी एक स्तर विकसित अवस्था होती. महाराष्ट्रापुरतंच बोलायचं तर १८७० च्या आसपास पहिलं प्रबोधन महाराष्ट्रात झालं. या प्रबोधनाचा फायदा समग्र समाजाची समग्र उन्नती करण्याकडे झाला नाही. आपल्या समाजात जातिव्यवस्था आणि वर्णव्यवस्था यांनी अंतर्गत स्तर निर्माण केलेले आहेत. त्यामुळे या पहिल्या प्रबोधनाचा फायदा फक्त उच्चवर्णीयांना झाला; त्यांनी तो करून घेतला. त्यांच्या पाठीशी ज्ञानाची परंपराही पूर्वीपासूनची होती. त्यामुळे त्या वेळचे तथाकथित आधुनिक मराठी साहित्य, हेही त्या वर्गापुरतंच बंदिस्त झालं. त्यांचं अनुभवविश्वच त्यात साकार झालं. त्या साहित्यात समग्र मराठी समाजाचं प्रतिबिंब पडलेलं नव्हतं. ही त्याला 'मराठी' साहित्य म्हणून फार मोठी मर्यादा पडली होती. त्यातील चांगलं साहित्य मानसिक पातळीवर मानवी मनाचा वेध घेत होतं, हे गृहीत धरूनच मी हे विधान करतो आहे.

स्वातंत्र्योत्तर तीस-पस्तीस वर्षांत मराठी समाजातील विविध स्तर जागे होत आहेत. ग्रामीण विभागात आता तरुणांची एक सुशिक्षित पहिली पिढी तयार झालेली आहे. समाजाच्या विविध स्तरांतून ते पुढे येत आहेत. त्यांच्यातूनच काही साहित्यिक पुढे येत आहेत.

आजच्या संक्रमणाच्या काळात, साहित्यनिर्मितीच्या क्षेत्रातील समाजपराङ्मुख झालेल्या कलावादाच्या काळात, पाश्चात्त्यांचं भ्रष्ट अनुकरण करण्याच्या काळात, राजकीय-सामाजिक परिस्थिती गोंधळाची असलेल्या काळात, परात्म शहरी जीवनाच्या काळात या नव्या ग्रामीण साहित्यिकांना आत्मभान देण्याची, स्वतः कोण आहोत, आपल्या देशी परंपरा काय आहेत, भोवतालची परिस्थिती नेमकी काय आहे, आपणास कोणत्या परिस्थितीत वाटचाल करावी लागणार आहे, याचं भान देण्याची गरज आहे, असं मला वाटलं. याचं जर त्यांना भान दिलं, तर उद्याचं ग्रामीण साहित्य हे महाराष्ट्र संस्कृतीचं खरं प्रतिनिधित्व करणारं मराठी साहित्य असू शकेल, असंही मला वाटतं. म्हणून मला ग्रामीण साहित्यसमीक्षेकडे वळावंसं वाटलं.

भोसले : पण ही भूमिका काही वाङ्मयसमीक्षकाची वाटत नाही.

यादव : गतानुगतिक वाङ्मय समीक्षकाची नाही वाटत. ती दुहेरी आहे. म्हणजे असं की, ग्रामीण साहित्याचं समीक्षण, परीक्षण करताना मी एक वाङ्मयसमीक्षकच असतो. पण आज माझा भर या भूमिकेवर नाही. प्रसंगी मी ती पार पाडतच असतो. माझं आज जे लक्ष आहे, ते नव्या पिढीच्या ग्रामीण साहित्यिकांकडे. त्यांना आत्मभान आणून देण्याकडे. त्यांच्यावर योग्य ते वाङ्मयीन संस्कार करण्याकडे. पूर्वसुरींच्या आंधळ्या अनुकरणातून, व्यक्तिकेंद्रित कलावादातून, साहित्याकडे समाजपरिवर्तनाचे साधन म्हणून पाहण्याच्या बटबटीत दृष्टीतून, मध्यमवर्गीय अभिरुचीचे पोषण करणाऱ्या परात्मवृत्तीतून त्यांना खेचून बाहेर काढण्याकडे आज माझा ओढा आहे. शिवाय त्यांना आत्मभान देण्याचा माझा प्रयत्न आहे. म्हणूनच मी मगाशी म्हणालो की, हे साहित्यातील समाजकारण आहे. अंतिमतः ते एकूण मराठी वाङ्मयाला नवी दिशा द्यायला उपकारकच ठरणारं आहे.

भोसले : नवोदित ग्रामीण लेखकांच्या मेळाव्यांचा पुरस्कार तुम्ही करता. त्यातून काही दृश्य चांगला असा परिणाम जाणवतो का? असं मार्गदर्शन नवोदितांना खरोखर उपयोगी पडतं का?

यादव : हे मार्गदर्शन जरूर त्यांना उपयोगी पडत आहे. त्याचा दृश्य परिणाम पाहावयाचा असेल, तर मी आणि बाबा पाटील यांनी संपादित केलेले 'तिसऱ्या पिढीची ग्रामीण कथा' हे पुस्तक तुम्ही पाहा. या तिसऱ्या पिढीच्या ग्रामीण साहित्यिकांच्या लेखनात निश्चितपणे बदल होत चालला आहे; याचं प्रत्यंतर मला येत आहे. हे लेखक स्वतःच आता स्वतःचा विचार करू लागले आहेत. त्यांच्यात या चळवळीमुळे एक मोठा आत्मविश्वास निर्माण झाला आहे. आपलं साहित्य हे काही सवंग करमणुकीचं साधन नसून, महाराष्ट्राच्या ग्रामीण भागातील

ऐतिहासिक स्थित्यंतराची ती 'गाथा' होणार आहे, आपल्या समाजाच्या नव्या संस्कृतीचा तो इतिहास आहे, याची जाणीव त्यांना स्पष्टपणे होऊ लागलेली आहे. 'ग्रामीण साहित्यसंमेलनांना' उपस्थित राहणाऱ्या कुणाही मराठी माणसाला त्याचा प्रत्यय आल्याशिवाय राहणार नाही. आता एक गोष्ट खरी, की ग्रामीण साहित्याची चळवळ ही लेखकाच्या मानसिक परिवर्तनाशी, त्याच्या व्यक्तिमत्त्वाच्या घडणीशी, अनुभवाकडे पाहण्याच्या त्याच्या दृष्टीशी निगडित असल्यानं, ती एखाद्या शुगर फॅक्टरीसारखी लगेच दोन-तीन वर्षांत उत्पादन करू शकणार नाही. तिची दृश्य फळं पुढच्या पाच-दहा वर्षांत स्पष्ट स्वरूपात दिसू लागतील. आताशा ही चळवळ अंग धरू लागली आहे. प्रस्थापितांनाही आता तिच्याविषयी आस्था वाटू लागली आहे.

भोसले : या बाबतीत ज्येष्ठ ग्रामीण साहित्यिकांचं मार्गदर्शन कितपत उपयोगी पडतं? त्यांचं मार्गदर्शन तुम्ही घेता का?

यादव : बरं झालं हा प्रश्न विचारलात ते! माझ्यावर असा आरोप केला जातो, की ग्रामीण साहित्याच्या चळवळीच्या बाबतीत मी ज्येष्ठ ग्रामीण साहित्यिकांच्या मार्गदर्शनाची उपेक्षा करतो. पण हा आरोप निखालस चुकीचा आणि संपूर्ण गैरसमजावर आधारित आहे. तुम्हाला आठवत असेल, की पुणे येथील 'भारती विद्यापीठा'तर्फे ग्रामीण साहित्यिकांचे पहिले दोन मेळावे महाराष्ट्रीय पातळीवर मी आयोजित केले होते. ती एका अर्थी पहिली दोन ग्रामीण साहित्यसंमेलनंच होती. त्या दोन्हीही मेळाव्यांत ग. ल. ठोकळ, व्यंकटेश माडगूळकर, शंकर पाटील, द. मा. मिरासदार, सरोजिनी बाबर, उद्धव शेळके ही ज्येष्ठ ग्रामीण साहित्यिक मंडळी उपस्थित होती आणि त्यांनी मार्गदर्शन केलं होतं. रणजित देसाई, गो. नी. दांडेकर यांनाही वेळोवेळी संमेलनास येण्याविषयी विनंत्या केल्या होत्या; पण ही मंडळी येऊ शकली नाहीत.

आणि दुसरं असं की, कोणताही ग्रामीण वा शहरी, ज्येष्ठ वा कनिष्ठ लेखक नवोदित ग्रामीण साहित्यिकांना उद्देशून कोठेही आपले मार्गदर्शनपर विचार व्यक्त करू शकतो. गंगाधर गाडगीळ यांनी रायपूरच्या अखिल भारतीय मराठी साहित्यसंमेलनाच्या अध्यक्षपदावरून आणि पु. ल. देशपांडे यांनी परवाच विटे (जिल्हा सांगली) येथील स्थानिक ग्रामीण साहित्यसंमेलनाच्या अध्यक्षपदावरून असे विचार व्यक्त केले. इतर अनेकांनी अशा प्रकारे आपले विचार निरनिराळ्या नियतकालिकांतून, शिबिरांतून, व्याख्यानांतून व्यक्त केलेले आहेत. तेव्हा ज्याला मार्गदर्शन, विचार व्यक्त करण्याची तळमळ आहे तो कोणताही लेखक आपले विचार लेखी किंवा तोंडी कुठेही व्यक्त करू शकतो.

भोसले : आज खेड्यांचं झपाट्यानं शहरीकरण होत चाललं आहे. आणखी चाळीस-पन्नास वर्षांनी ही खेडी शहररूप झाली, तर ग्रामीण साहित्याचं भवितव्य काय?

यादव : हा दोन दृष्टींनी फसवा प्रश्न आहे. समाजशास्त्रीय दृष्ट्या 'खेडे' आणि 'शहर' यांची जी व्याख्या आहे ती फार वेगळी आहे. पण त्या घोळात मी न जाता असं म्हणेन की, खेड्यात सुधारणा आल्यावर त्या खेड्याचं आधुनिकीकरण होतं; शहरीकरण नव्हे. तेथील आधुनिक शेतकरी मग फोनवरून बोलेल, ट्रकनं ऊस वा धान्य नेईल, ट्रॅक्टरनं नांगरट करील, टी. व्ही.वर संध्याकाळ घालवील; पण त्या खेड्याचा शेती हाच व्यवसाय राहील. जोपर्यंत की शेती खेड्यात आहे, तोवर ते खेडंच राहणार; फार तर ते आधुनिक खेडं होईल.

तुमच्या प्रश्नात दुसरा तर्कदोष मला असा जाणवतो की, साहित्याचं भवितव्य हे त्याच्यात प्रतिबिंबित झालेल्या वास्तवाच्या अस्तित्वावर अवलंबून असतं. पण मला तसं वाटत नाही. अहो, खेडंच काय, आणखी पन्नास वर्षांनी आपली शहरंही बदलणार आहेत. खरं तर प्रत्येक पन्नास वर्षांनी जगही बदललेलं दिसतं. शेक्सपीअरच्या वेळचं इंग्लंड किंवा ज्ञानेश्वरांच्या वेळचा महाराष्ट्र आज कुठे आहे? तो किती तरी बदलला

आहे. तरीही शेक्सपीअरची नाटकं, 'ज्ञानेश्वरी' यांना आपण मानतोच ना? सारांश काय, तर साहित्यं मूल्य हे स्वतंत्र, स्वयंभू असतं. ते ज्या समाजात निर्माण झालेलं असतं, तो समाज नंतर कितीही बदलला तरी त्या साहित्याचं वाङ्मयीन मोल कमी होऊ शकत नाही. उलट, ते साहित्य हे त्या समाजाचा सांस्कृतिक ठेवा बनू शकतं.

भोसले : ग्रामीण साहित्य आणि शहरी साहित्य एकमेकांच्या विरोधात उभं आहे काय? शहरी साहित्य तुम्ही मानता की नाही?

यादव : ती एकमेकांच्या विरोधात आहेत, असं मी कधीही मानलेलं नाही. दोन्हीही 'साहित्य'च आहे. मात्र मी असं जरूर म्हणेन, की आजवर निर्माण झालेल्या शहरी मराठी साहित्यात समग्र मराठी समाजाचं प्रतिबिंब पडू शकलेलं नाही. त्यात एका विशिष्ट वर्गाचं, शहरी मनोवृत्तीचं प्रतिबिंब उमटलेलं आहे. त्यामुळे ते समग्र मराठी समाजाचं प्रतिनिधित्व करू शकत नाही. साहित्य म्हणून त्याची योग्यता बऱ्यापैकी असली तरी त्याला 'मराठी' हे विशेषण लावताना अतिव्याप्तीचा दोष निर्माण होतो, असं मला वाटतं. म्हणून मी त्याला 'शहरी मराठी मध्यमवर्गीय मनाचे प्रतिबिंब असलेले ते साहित्य आहे' असं म्हणतो. वास्तविक मी असं म्हणून त्याचं यथार्थ वर्णन करतो आहे. यात काही मी चूक करतो आहे, असं मला वाटत नाही.

'शहरी साहित्य' या शब्दप्रयोगानं मी त्या साहित्यातील साहित्यिक मूल्यांबद्दल बोलत नसून; त्या साहित्यातील मराठी जीवनाच्या संदर्भात त्याच्या आशयाला पडलेल्या मर्यादांबद्दल मी बोलतो आहे. १९२५ पासून 'ग्रामीण साहित्य' असा शब्दप्रयोग रूढहोताच ना? त्याला प्रस्थापितांनीच पूर्वीच रूढकेला आहे; मी नाही. त्याच्याविषयी आजपर्यंत कुणी खळखळ केलेली नाही. मग 'शहरी साहित्य' असा शब्दप्रयोग रूढकरतानाच का खळखळ व्हावी, ते कळत नाही. मला वाटतं, या खळखळीच्या पाठीमागील सुप्त मनात आजवरचं शहरी मध्यमवर्गीय साहित्य; हेच खरं 'मराठी' जीवनाचं प्रतिनिधित्व करणारं साहित्य' अशी श्रेष्ठत्वाची समजूत होती, तिला ढळ पोचतो आहे; म्हणून ही खळखळ होत असावी. उलट, 'ग्रामीण साहित्य', 'जानपद साहित्य' असे शब्दप्रयोग १९२५ ते ३५ च्या आसपास करताना त्या साहित्याला तुच्छ मानण्याचीही प्रवृत्ती होती, असं दिसतं. तसे पुरावे आहेत. ऐतिहासिक सत्याला इच्छा, भावना, श्रद्धा बाजूला ठेवून सामोरं गेलं पाहिजे.

भोसले : परवा नेवासे येथे झालेल्या ग्रामीण साहित्यसंमेलनानिमित्त पुण्याच्या 'तरुण भारत'ला दिलेल्या मुलाखतीत तुम्ही असं एक विधान केलं आहे, की 'येत्या पन्नास वर्षांत ग्रामीण साहित्य हेच खरं मराठी साहित्य होऊन बसणार आहे'- असं म्हणताना तुम्ही 'शहरी साहित्याला' साहित्य मानणारच नाही की काय, अशी शंका येऊ लागते.

यादव : माझी 'आधुनिक ग्रामीण साहित्याविषयीची' समग्र भूमिका समजून घेतली, तर आपणास शंका येईल असं वाटत नाही. ग्रामीण साहित्यावरील माझ्या दोन्ही पुस्तकांत मी ती व्यक्त करण्याचा प्रयत्न केला आहे. मला असं वाटतं, की येत्या पन्नासभर वर्षांत ग्रामीण विभागांतील बहुतेक सर्व सामाजिक स्तरांत झपाट्यानं परिवर्तनं होत राहतील. हे सर्व सामाजिक स्तर समपातळीवर येण्याची प्रक्रिया जोरकस सुरू होईल. त्या स्तरांतून सुशिक्षितांचं प्रमाण मोठ्या संख्येनं वाढेल. त्यामुळे त्यांच्या त्यांच्या स्तरांतील सर्वच जीवनविषयक प्रश्नांना वाचा फुटेल. त्यांतून 'प्रस्थापितांविरुद्ध या विविध स्तरांतील सुशिक्षित' असा सामाजिक संघर्ष सर्व पातळ्यांवर सर्व जीवनांगांमधून सुरू होईल आणि शहरवासीयांना या संघर्षमय जीवनातून ग्रामीणांच्या प्रश्नांकडे अपरिहार्यपणे वळावं लागेल, त्यांचे प्रश्न सोडविण्यास सक्रिय सहकार्य करावंच लागेल, त्यांना प्रगत जीवनात सामावून घ्यावं लागेल. असं सामावून घेता घेताच खेडं आणि शहर व

विविध जाती यांत विभागला गेलेला आपला समाज फरपटत का होईना, एकसंधतेकडे प्रवास करू लागेल. हा प्रवास म्हणजे ऐंशी टक्के जनता जिकडे आहे तिकडे होणारा प्रवास असेल. या टप्प्यावरचं आपलं जे मराठी साहित्य असेल, ते एका व्यापक अर्थानं 'खरं मराठी साहित्य' असेल. ते समग्र मराठी समाजाचं प्रतिनिधित्व करणारं असेल आणि समग्र मराठी समाज ग्रामीणांचा असल्यामुळे ते 'आधुनिक मराठी ग्रामीण साहित्य' असेल. आज शहरांना जी आसपासच्या मराठी प्रदेशापासून मनानं तुटून बेटासारखी सांस्कृतिक अवस्था आलेली आहे आणि त्या अवस्थेत त्यांचं जे साहित्य निर्माण होतं आहे, ती अवस्था आणि ते साहित्य या टप्प्यावर अतिशय गौण स्थानी असेल किंवा जवळ जवळ इतिहासजमा झालेलं असेल, असा हा विचार आहे.

भोसले : नव्यानं लिहिणाऱ्या समीक्षकांत अपेक्षा निर्माण करील, असा कोण समीक्षक आपणास दिसतो काय?

यादव : मर्ढेकर म्हणतात त्याप्रमाणे साहित्यिकाची कुंडली जशी कुणी मांडू शकत नाही; तशी समीक्षकाची कुंडली मांडणंही धोक्याचं आहे. पण मी असे म्हणेन की, नव्या साहित्यनिर्मितीचं केंद्र आता कलावादातून बाहेर पडलं आहे. तेव्हा जो समीक्षक या आत्मसंतुष्ट कलावादी समीक्षादृष्टीतूनही बाहेर पडेल आणि निर्माण होणाऱ्या नव्या साहित्याच्या प्रेरणांचा भेदक मागोवा घेईल, तोच समीक्षक काही अपेक्षा निर्माण करील आणि आता तो पुण्या-मुंबईच्या बाहेरच निर्माण होईल, असं मला वाटतं. कारण या दोन शहरांत वाङ्मयीन परंपरांचा रेटा फार मोठा आहे. मनानं या रेट्यातून मोकळं होऊन, आसपासच्या वातावरणाबाहेर जाऊनच नव्या साहित्याच्या प्रेरणा समजून घेता आल्या तर येतील. म्हणजे असं की, मनोवृत्तीनं तरी नवा समीक्षक या वातावरणाच्या बाहेर राहिला पाहिजे; असा तो राहिला तर मग पुण्या-मुंबईतही तो मुळं धरू शकेल.

भोसले : दलित साहित्य आणि ग्रामीण साहित्य तसं देशी असताना ते एक का होऊ नये?

यादव : या प्रश्नाला उत्तर देण्याअगोदर काही घटनांची नोंद करतो. अण्णा भाऊ साठे, शंकरराव खरात, बाबूराव बागूल यांचा उल्लेख 'दलित साहित्य' ही संकल्पना निर्माण होण्याच्या पूर्वी 'ग्रामीण साहित्यातच' होत असे. ग्रामीण साहित्यसंमेलनात बाबूराव बागूल, दया पवार, योगिराज वाघमारे, वामन होवाळ यांसारखे अनेक दलित लेखक भाग घेतच असतात. एवढंच नव्हे, तर योगिराज वाघमारे यांची दलित कथा आणि भास्कर चंदनशिव, श्रीराम गुंदेकर, गणेश आवटे यांची ग्रामीण कथा आज एकत्र वाचली तर एकाच प्रेरणेतून निर्माण झालेली, एकाच पातळीवरचे जीवनरेखाटन करणारी तुम्हाला वाटेल. 'आठवणींचे पक्षी' सारखे प्र. ई. सोनकांबळे यांचं साहित्य मला तर खास ग्रामीण साहित्यच वाटतं. कारण सोनकांबळे आपण अनुभवलेल्या जीवनाला कोणत्याही एका सामाजिकतेच्या भडक सुरांचा रंग न देता समग्रपणे सामोरे गेले आहेत. त्यामुळे त्या पुस्तकाचे साहित्यिक मूल्य वाढलेले आहे. पण सगळेच दलित साहित्य अशा प्रकारचे नाही. ते सामाजिक क्रांतीचे शस्त्र (म्हणजे साधन) बनते. त्यामुळे त्यात एक सूर आळवला जातो. त्यामुळे ते शस्त्र म्हणून परिणामकारक ठरत असलं तरी 'साहित्य' म्हणून एकारलेलं वाटतं. ग्रामीण साहित्यानं सामाजिक प्रश्नांचं वा तदनुषंगिक 'निष्कर्षांचं भान' ठेवलेलं नसून, ते समग्र वर्तमान सामाजिक जीवनाचं भान ठेवतात. त्यामुळे ते साहित्याला 'साहित्य' म्हणून सामोरे गेले आहेत; सामाजिक जीवनातील ताणतणावांचं ते दर्शन घडवीत असले तरी सामाजिक क्रांतीचं साधन म्हणून ते जन्माला येत नाही. इथं या दोन भूमिकांत फरक पडतो. शिवाय दलित साहित्यिक 'जन्मानं दलित असला पाहिजे' असे जर कुणी गृहीत धरले असेल तर मात्र मामला कठीण आहे. तसंच दलितांप्रमाणे सर्व मराठी समाजाशी, परंपरांशी, धर्माशी, संस्कृतीशी एकजात विद्रोह पुकारणंही 'ग्रामीणा'ला कठीण आहे. आधुनिकता, विज्ञाननिष्ठा, लोकशाही, सर्व सामाजिक स्तरांना समान पातळीवर

आणू इच्छिणारी समाजवादी दृष्टी यांचं भान ठेवून कुणाचेही योग्य ते विचार स्वीकारत, अयोग्य ते नाकारत, व्यक्तींपेक्षा विचारांना मानत जाणारं आधुनिक ग्रामीण साहित्य आहे. एरवी हे दोन्हीही प्रवाह एकच आहेत, असं मला वाटतं.

आताशा दलित साहित्यिकांच्या तात्त्विक भूमिकेत बदल होत चालला आहे. आधुनिक ग्रामीण साहित्याच्या भूमिकेला ते अधिकाधिक संवादी होत चाललं आहे. त्यामुळे आणखी आठ-दहा वर्षांनी हे प्रवाह एकत्र होतील, असं मलाही वाटतं. तसे ते एक झाले तर मराठी साहित्याला प्रचंड बळ लाभेल.

भोसले : दलित साहित्यिक नवे साहित्यशास्त्र रूढकरू पाहतात; तसे ग्रामीण साहित्याला नवे निकष असावेत का?

यादव : याही बाबतीत ग्रामीण साहित्य दलित साहित्यापेक्षा वेगळी भूमिका स्वीकारतं. दलित साहित्यिक नवे साहित्यशास्त्र रूढ करू पाहत होते; पण त्यांना अपयश आलं आहे, असं मला वाटतं. साहित्यशास्त्र हे 'शास्त्र' आहे. त्याला एक तर्कपरंपरा आहे. त्याच्यात विकास होऊ शकेल; पण संपूर्ण नवं साहित्यशास्त्र जन्माला घालण्याची कल्पना अभिनिवेशाच्या पोटी आपण कितीही मांडत राहिलो तरी ती अस्तित्वात येणं अशक्य आहे, असं मला वाटतं. शास्त्र हे स्थल-काल-वस्तुनिरपेक्ष आणि जागतिक असतं. ग्रामीण साहित्याची समीक्षा करण्यासाठी असं काही नवं साहित्यशास्त्र असावं, असं मला वाटत नाही. मात्र, साहित्याच्या मूल्यमापनात अनुभवातील व्यामिश्रतेला महत्त्वाचं स्थान असतं असं मी मानतो.

भोसले : आत्तापर्यंतचं तुमचं ललित साहित्य तुम्हास कितपत समाधान देतं?

यादव : प्रत्येक लेखकाला निर्मितीचं एक समाधान, एक आनंद असतो. ते माझं साहित्य मला देतं. मात्र, काही लेखक 'माझी अमुक अमुक साहित्यकृती मी आज लिहिली असती, तर वेगळी झाली असती,' असं आपल्या साहित्यकृतीच्या कच्चेपणाविषयी उद्‌गार काढतात आणि असमाधान व्यक्त करतात; त्याप्रकारचं असमाधान मला नाही. कारण सहसा माझं लेखन पुरेसं मुरल्यावरच मी प्रसिद्ध केलं आहे.

भोसले : समीक्षेच्या बाजूनं काही नवे संकल्प आहेत का?

यादव : बरंच काही करावं असं वाटते; पण ते जाहीर करण्यात काही रस नाही. ते कधी पार पडेल तेव्हा खरं. कारण मी नेहमी द्विधा परिस्थितीत अडकलेला असतो. समीक्षेकडे लक्ष द्यावं तर निर्मितीस वेळ मिळत नाही नि निर्मितीत दंग व्हावं तर माझ्यातील समीक्षक अस्वस्थ होऊ लागतो. या ओढाताणीतूनच जे काही निर्माण होईल नि सिद्धीला जाईल ते खरं!

डॉ. द. ता. भोसले
९४२२६४६८५५

साहित्य आणि विचार

डॉ. तानाजी पाटील - आपला साहित्यविषयक प्रवास हा दीर्घ पल्ल्याचा आहे. आपण अत्यंत प्रतिकूल परिस्थितीत त्याचा प्रारंभ कसा केलात?

डॉ. आनंद यादव - आमचं घर हे मुळामध्ये शेतकऱ्याचं घर म्हणताना जरा काटेकोरपणे म्हणायचं असेल तर शेतमजुराचं घर म्हणता येईल. आमच्या घरामध्ये स्वतःची अशी शेती काहीही नव्हती. आमचे वडील हे दुसऱ्याची शेती बटाईनं, फाळ्यानं करीत असत. आम्ही बारा भावंडं होतो. माझा जन्म १९३५ मध्ये झाला. त्या काळी संततिनियमन वगैरे काही नव्हतं. मुलं ही देवाघरची फुलं अशी समजूत तेव्हा खेड्यामध्ये होती. खेड्यापाड्यांमध्ये तेव्हा शिक्षणाचा प्रसार झालेला नव्हता. शिक्षणाची केंद्रं म्हणजे प्रामुख्यानं जिल्ह्याची ठिकाणं असायची. माझा जन्म कोल्हापूर जिल्ह्यातल्या कागलचा. कागल हे कोल्हापूरपासून दक्षिणेला असलेलं एक गाव आहे. शिक्षणासाठी पुढे जायचे असेल तर मला कोल्हापूरला जाणं भाग होतं. अशा परिस्थितीमध्ये माझं शिक्षण सुरू झालं. मी घरामध्ये दोन मुलींनंतरचा मोठा मुलगा असून, माझे वडील अडाणी होते. त्यांना विसाच्या पलीकडे मोजता येत नव्हतं. शेतीमध्ये किती पिकलं, त्यामधील मालकाला किती द्यायचं, या सर्वांचा हिशोब ते करीत असत. ते ज्याला विचारायला जात असत ते

सणगर दिवाणजी चौथी पास झालेले होते. ते क्लार्कची नोकरी करीत होते. ते दररोज त्यांच्याकडे काहीतरी विचारण्यासाठी जात असत. मी त्यांचा लाडका मुलगा म्हणून त्यांच्या सोबत हात धरून जात असे. मला बघून त्या दिवाणजींनी वडिलांना सांगितलं की, 'तुझं हे पोरगं पाच वर्षांचं झालेलं दिसतंय. तेव्हा त्याला कमीत कमी माझ्याएवढं चौथीपर्यंत तरी शिकव. म्हणजे ते तुला हिशोब करून देईल. तुला सारखं इकडे पळ तिकडे पळ असं करावं लागणार नाही. तुझ्यामधलं आणि मालकामधलं रहस्य गडबडगुंडा चव्हाट्यावर येणार नाही. तू त्याला शाळेत घाल.' म्हणून माझ्या वडिलांनी मला शाळेत घातलं.

मला चौथी पास झाल्यावर शाळेतून काढलं. मी पाचवीमध्ये गेलो नाही. सप्टेंबर महिन्यामध्ये चौथीमधील माझे आवडते शिक्षक व मुख्याध्यापक माझ्या वडिलांकडे एके दिवशी संध्याकाळी आले आणि म्हणाले, ''तू तुझ्या मुलाला शाळेत का लावून देत नाहीस?'' माझे वडील म्हणाले की, ''आता का लावून द्यायचं. आता तो चौथी पास झालाय. आता त्याला हिशोब वगैरे यायला लागला. आम्हाला कुठे त्याला वकील करायचंय?'' शिक्षक म्हणाले, ''तू असं करू नकोस. त्याला चौथी पास झाल्यानंतर सातवीपर्यंत तरी शिकव. पोरगा हुशार आहे. सातवीपर्यंत शिकविल्यानंतर त्याला नोकरी लागेल. तुला कष्ट उपसावे लागणार नाहीत.'' त्यांनी असं म्हटल्यानंतर माझे वडील सातवीपर्यंतच्या शिक्षणाला तयार झाले. तरीपण चौथीनंतर एक वर्ष बुडालं. त्यानंतर माझा पाचवीपासूनचा शिक्षणाचा प्रवास सुरू झाला.

मी तसा काही फार हुशार नव्हतो. तसंच शिक्षकांत फार लोकप्रियसुद्धा नव्हतो. परंतु चौथीमध्ये असताना एक विलक्षण घटना घडली. चौथीला आम्हाला वा. गो. मायदेव यांची 'मोटंवरचे गाणं' ही कविता अभ्यासाला होती. ही कविता आम्हाला सौंदलगेकर गुरुजी शिकवत होते. त्या काळात प्रामुख्यानं ब्राह्मण समाजातील शिक्षक असत. कारण बहुजन समाजात शिक्षणाचा फारसा प्रसार झालेला नव्हता. ही स्वातंत्र्यपूर्व काळातील १९४०च्या आसपासची घटना होती. ही कविता ऐकत असताना मोटेवरचे गाणे व हौशा, बाळ्या बैलांचा उल्लेख त्यामध्ये होता. ती कविता अशी आहे. तो कवी त्या मोटकऱ्याला असं म्हणतो की,

''गात गळ्यावर मोटेवरचे मंजुळवाणी गीत गड्या
हौश्या-बाळ्या बैल चालतील तालावरती घेत उड्या
करकर वाजे मकरावरती चाल लावुनी सुर गोड
थारोळ्यामध्ये पडता पाणी मिळेल थापेची जोड
गहू-हरभरा, मका-जोंधळा पिऊन पाणी डुलतील
खळ्यातून मग धान्यांच्या उंच उंच राशी पडतील.''

अशा त्या पहिल्या पाच-सहा ओळी होत्या. मास्तर चालीवर गात होते आणि मुलंही रमलेली होती. कवी कसे मोटक्याला सांगतो आणि मोटक्याला कसा उत्साह येतो वगैरे व बैलालासुद्धा कसा उत्साह येतो, हे सांगत होते. मग मी बोट वर केलं. मास्तरांचा रसभंग झाला. मास्तर शिकवत होते. मग म्हणाले, ''काय?'' तर मी म्हणालो, ''मास्तर, ही कविता चुकलेली आहे.''

मास्तर म्हणाले, ''मूर्खासारखं बडबडू नकोस. तो मोठा कवी आहे. कसा काय चुकू शकतो?'' मी म्हणालो, ''ते का मला माहीत नाही. इथे मात्र चुकलेली आहे.'' मास्तर म्हणाले, ''काय चुकलंय?'' मग मी म्हणालो, ''तो कवी सांगतो त्या मोटक्याला गात गळ्यावरचं गाणं. हौशा, बाळ्या चालतील घेत उड्या.''

मास्तर म्हणाले, ''सरळ आहे. यात काय चुकलंय?''

मी म्हणालो, ''अहो, मास्तर मोट ओढताना बैलास्नी उड्या मारायला येत नाहीत आणि ते कसं काय उड्या मारत मोट ओढतील? गाडीला बैलं जुपली तर ती उड्या मारत जाऊ शकतील. मोटेला ताकद लावावी लागती की; बैलांच्या पाठीमागनं शेणाच्या पोवट्या पडतील मोट ओढताना.'' मास्तर म्हणाले, ''असं होय! मला तरी कुठं काय माहीत होतं.'' पुन्हा मास्तर म्हणाले, ''आणखी काय चुकलं आहे काय?'' मग मी म्हणालो, ''होय! गहू, हरभरा, मका, जोंधळा पिऊन पाणी डुलतील. खळ्यातून मग धान्याच्या उंच उंच राशी पडतील.'' मास्तर म्हणाले, ''ह्यात काय चुकलं?'' ''सरळ आहे,'' मी म्हणालो, ''रब्बीची आणि खरिपाची पिकं एकदमच उगवलेली दाखविली आहेत.'' मास्तरांना तरी कुठं माहीत होतं, खरिपाची आणि रब्बीची पिकं कधी येतात. मास्तर म्हणाले, ''तू हुशार आहेस. ग्रामीण भाग तुला माहीत आहे. तू कविता लिही.'' तेव्हापासून मी कविता लिहू लागलो. त्या मास्तरांना कविता दाखवायला जाऊ लागलो. तेव्हापासून त्यांचं माझ्यावर प्रेम बसलेलं दिसलं आणि त्यामुळे त्यांनी माझ्या वडिलांना मला शाळेमध्ये घालायला सांगितलं. पुन्हा सातवी पास झाल्यावर शाळेतून काढलं. अशा रीतीनं माझी दोन-तीन वर्षं गेली आणि पुढे शिक्षण होत गेलं. एस.एस.सी. झाल्यानंतर तर मी घरातून पळून गेलो. पुढे लोकाश्रय मिळवून माझं शिक्षण पूर्ण केलं.

डॉ. तानाजी पाटील - आता तुम्ही वयाच्या सत्याहत्तरीत आहात. वयाच्या १३-१४ व्या वर्षापासून तुमचं लेखन सुरू आहे. हा जवळपास साठ वर्षांचा लेखनप्रवास अव्याहतपणे सुरू आहे. आपला हा प्रवास पुढे कसा झाला?

डॉ. आनंद यादव - अभ्यास करीत चाललो होतो. वाचनाचा नाद, इकडच्या तिकडच्या कविता वाच, गोष्टी वाच असं सगळं करीत माझं शिक्षण चाललेलं होतं. या काळामध्ये र. वा. दिघे, ग. ल. ठोकळ यांचं ग्रामीण साहित्य अभ्यासावं लागायचं. ते अभ्यासक्रमामध्ये असल्यामुळं आम्ही ते आवडीनं वाचत होतो. तो स्वातंत्र्यपूर्व काळ होता. त्या काळामध्ये शुद्धलेखनाचे कठोर असे नियम होते. हे नियम शहरवासीय विशेषतः पुण्यातील मंडळींनी काटेकोरपणे केलेले होते; जे विद्येचे माहेरघर म्हणून ओळखले जात असे. ब्राह्मण समाज सदाशिव, नारायण पेठमध्ये वगैरे अशा पुण्यामधील मंडळींचे वर्चस्व शुद्धलेखनावर असायचे. 'मी गावाला गेलो,' असे जे आपण सरळ म्हणतो ते ती मंडळी गेंगाणी, कोकणस्थ नाकातून जास्त बोलण्याचा प्रयत्न करतात. त्यांचे ते अनुस्वार 'मीं गावाला गेलों.' 'ल' वर अनुस्वार आणि 'मी' वर अनुस्वार द्यावा लागत असे. ते सगळे अनुच्चारित अनुस्वार असत. त्यामुळे बोलण्यामध्ये आणि शुद्धलेखन नीट येण्यामध्ये कटकटी फार वाटत होत्या. अनुच्चारित अनुस्वार का द्यायचे आणि कसे द्यायचे, याची दगदग आम्हाला होत असे. हे सगळं शाळेमध्ये, कॉलेजमध्ये असताना होत असे.

त्या काळी माझ्या कविता मी ग्रामीण भाषेतच लिहीत असे. ती ग्रामीण भाषा मला जवळची वाटत होती. 'फार छान झालं.' असं म्हणण्यापेक्षा 'लई ग्वाड झालं,' असं म्हणत असे. तो त्या ग्रामीण माणसांचा आविष्कार असा वाटत असे. त्याचा छंद मला चौथीपासूनच लागला होता. आपण भरपूर शिकावं, मोठं व्हावं असं मला त्या काळी वाटत होतं. साहित्यातली मोठी माणसं बघून त्यांच्यासारखं व्हावं असं मला वाटत होतं. आमच्या गल्लीमध्ये विष्णुबुवा सणगर हे थोर स्वातंत्र्यसैनिक होते.

मी स्वातंत्र्यसैनिकांच्या ऑफिसमध्ये जाऊन बसत असे. तिथे खूप वर्तमानपत्रं यायची. 'नवयुग', 'तरुणभारत', 'लोकसत्ता' यांमध्ये वेगवेगळ्या विषयांवरचे लेख यायचे. ते लेख मी वाचत होतो. माझं शिक्षण बंद झालेलं होतं. माझ्या शिक्षणाबद्दल विष्णुबुवा सणगरांना सर्व सांगितलं. आई-वडील कुठे जाऊ देत नाहीत. मला शिक्षण घ्यायचं आहे. तुम्ही आतापर्यंत माझी शिक्षणाची सोय केली. आता पुढलं शिक्षण बाहेरगावीच

करावं लागणार होतं. त्या काळामध्ये भूदान यज्ञाची चळवळ जोरात चालू होती. गोरगरिबांच्या मुलांसाठी कोकणातील लोकांनी रत्नागिरीमध्ये सर्वोदय छात्रालय चालवलं होतं. त्या संस्थेमध्ये गोरगरिबांच्या मुलांना शिकायची मोफत व्यवस्था केली होती. तिथं राहायचं, कष्ट करायचे आणि खायचं अशी व्यवस्था होती. शिक्षणाचं मात्र तुमचं तुम्ही पाहायचं. फी तुमची तुम्ही भरायची अशी व्यवस्था होती. रत्नागिरी जिल्हा असल्यामुळे तिथे गोगटे कॉलेज होतं. तिथे मला पाठविण्याचा निर्णय विष्णुबुवा सणगर यांनी घेतला. मला तिकडे पाठवून दिलं. मला तिकडे पाठवून दिलं आहे हे कुणाला लवकर सांगायचं नाही. मुलाला नोकरीला पाठविलंय, असं नंतर सांगा असं ठरलं. त्यांनी आमच्या गल्लीतून एक-एक रुपया पट्टी काढून मला पंचवीस रुपये जमा करून दिले. रत्नागिरीला कसं जायचं ते तू बघ असं सांगितलं. सकाळी मी शेतावर गेलो होतो. दुपारी गावामध्ये आलो व माझी वळकटी घेऊन कागलमधून कोल्हापूरला व कोल्हापूरवरून रत्नागिरीला आलो.

रत्नागिरीला गोगटे कॉलेजमध्ये माझं शिक्षण सुरू झालं. मला जो कवितेचा नाद लागला होता, त्या कवितेची वही मी गोगटे कॉलेजचे प्राचार्य य. द. भावे यांच्याकडे दिली होती. ती कशी दिली होती? त्या वेळी माझ्याकडे कॉलेजची फी द्यायला पैसे नव्हते. अगदी थोडे पैसे शिल्लक होते. तेव्हा ते म्हणाले, ''तू नाव तर दाखल कर.'' फीचे पंधरा-सोळा रुपये कमी पडत होते. तेव्हा मी म्हटलं, ''गावाकडं पत्र पाठवितो. तिकडून पैसे मिळवितो आणि मग देतो. तोपर्यंत माझी कवितेची वही तुमच्याकडं गहाण असू द्या.'' प्राचार्य भावे हे मोठे कवी होते. मर्ढेकरांच्या बरोबरीनं ते कवी म्हणून ओळखले जात होते. ते इंग्रजीचे प्राध्यापक होते. त्यांनी माझी कवितेची वही वाचली. त्यांना त्या माझ्या ग्रामीण वळणाच्या कविता विलक्षण आवडल्या. त्यांनी वही ठेवून घेतली.

योगायोग असा की सुनीताबाई देशपांडे यांचे रत्नागिरी हे माहेर होते. पु. ल. देशपांडे हे सुनीताबाई देशपांडे यांचे पती होते. १९५५ मध्ये ते दोघेही विश्रांतीसाठी रत्नागिरीला एक महिना आले होते. त्यांचे घर प्राचार्य य. द. भावे यांच्या शेजारी होते. चर्चा करता करता त्यांनी 'कोल्हापूरहून एक पोरगं रत्नागिरीला शिकायला आलेलं आहे; त्यानं ग्रामीण कविता फार सुंदर लिहिली आहे,' अशी माझी माहिती सांगितली. पु. ल. देशपांडे यांना माझी कविता वाचायला दिली. त्यांनी ती वाचली. पु. ल. देशपांडे यांना ती कविता फार आवडली आणि त्यांनी मला बोलावणं पाठविलं. त्या वेळी कॉलेज सकाळी असायचं. दुपारी चार वाजता कॉलेजच्या शिपायाला मला बोलवायला पाठविलं. 'प्राचार्यांनी तुम्हाला ताबडतोब बोलावलं आहे. चला, माझ्याबरोबर,' असं म्हटल्याबरोबर मला वाटलं फीचं लफडं आलंय. कारण सप्टेंबर महिना होता. म्हणून मी घाबराघुबरा होऊन तिथं गेलो. प्राचार्यांनी पु. ल. देशपांडे यांच्याशी गाठ घालून दिली. पुलंनी माझ्या सर्व परिस्थितीची आस्थेवाईकपणे चौकशी केली. पु. ल. म्हणाले, ''अरे बाळ, मुलं रत्नागिरीहून शिकायला कोल्हापूरला जातात आणि तू कोल्हापूरहून कोकणात रत्नागिरीला शिकायला आलास, त्याचं रहस्य काय?'' मी म्हणालो, ''त्याचं रहस्य वगैरे काही नाही. इथे राहायला आणि खायला मोफत मिळतं आणि कॉलेजही करता येतं. म्हणून मी परिस्थितीमुळे इथे आलो.'' माझी सगळी परिस्थिती सांगितली. पु. ल. म्हणाले, ''पुढच्या वर्षी तुझी जर व्यवस्था आम्ही कोल्हापूरला केली, तर तू जाशील का?'' तर मी म्हटलं, ''आनंदानं जाईन''. आणि मग कॉलेजचं पहिलं वर्ष संपल्यानंतर मी कोल्हापूरला गेलो. पु. ल. देशपांडे यांनी त्या वेळच्या कोल्हापूरला कोरगावकर ट्रस्टमध्ये मुख्य असलेले जे. पी. नाईक यांची भेट घेण्यास सांगितलं. हे शिक्षणतज्ज्ञ असलेल्या चित्रा नाईक यांचे पती. तेही मोठे शिक्षणतज्ज्ञ व भारताचे काही काळ शिक्षणमंत्रीही होते. त्यांनी कोरगावकर ट्रस्टमधून मला मदत सुरू केली. पुढचे माझे सर्व शिक्षण कोल्हापूरला झालं. त्या वेळी

कोल्हापुरात एम.ए.ची सोय नव्हती. त्यामुळे एम.ए. करण्यासाठी पुण्याला आलो. इथं एम.ए. झालो आणि नोकरी सुरू झाली.

डॉ. तानाजी पाटील - 'खळाळ' आणि 'गोतावळा' या कलाकृतींतून ग्रामसंस्कृतीविषयक विशिष्ट अशी भूमिका ही प्रभावीपणे व्यक्त होते. ही आपली वैशिष्ट्यपूर्ण भूमिका लेखनाच्या आरंभी कशी तयार होत गेली?

डॉ. आनंद यादव - प्रारंभीच्या वेळी असं काही नाही. त्या उशिरा लिहिलेल्या कलाकृती आहेत. त्या वेळी मी सुशिक्षित होतो. वाचन खूप झालं होतं. ग्रामीण जीवनातील माझा जो अनुभव होता, त्या अनुभवामध्ये अस्सलपणा होता. त्या वेळचं जे ग्रामीण साहित्य होतं, विशेषतः ग. ल. ठोकळ, र. वा. दिघे ही मंडळी त्या वेळी ग्रामीण साहित्य लिहीत असत आणि ते साहित्य बांधावरून जीवन पाहिलेल्या साहित्यिकांनी लिहिलेलं होतं. ते स्वतः कष्ट करीत नव्हते. म्हणून ते ग्रामीण साहित्य रोमँटिक, वरवरचं वाटायचं. त्या ग्रामीण साहित्याच्या जीवनामध्ये तरुण-तरुणींचं प्रेम दाखविलेलं असायचं. ठोकळ काय, दिघे काय यांच्या कादंबऱ्या वाचताना वाटायचं- हे काही आपलं खरं ग्रामीण जीवन नाही; ते अगदी वरवरचं आहे, दुरून पाहिलेलं आहे, असं वाटायला लागलं. तोपर्यंत मी एम.ए. झालो होतो. त्यामुळे एकूण मराठी साहित्याचा अभ्यास केल्यानंतर मला मराठी साहित्याच्या मर्यादा जाणवल्या.

त्या मर्यादा अशा होत्या की, मराठी साहित्य हे महाराष्ट्राचं साहित्य वाटायला पाहिजे; महाराष्ट्र म्हणजे पुणे शहर नाही, पुण्याच्या आसपासचा परिसर नाही. महाराष्ट्र हा प्रचंड पसरलेला आहे. पश्चिम महाराष्ट्र, विदर्भ, खानदेश, मराठवाडा असा प्रचंड महाराष्ट्र पसरलेला आहे. जे साहित्य येतंय ते वरवरचं साहित्य आहे, दिखाऊ जीवनातून लिहिलेलं साहित्य आहे, असं वाटायचं. त्यात घुसलेला, ते अनुभव जगलेला असा माणूस काही त्यांच्यामध्ये दिसत नाही, अशी त्या वेळच्या ग्रामीण साहित्याची मर्यादा मला जाणवली. त्या काळात मी पुण्यात आलो होतो. त्या वेळी महाराष्ट्रामध्ये फार मोठे भाषाशास्त्रज्ञ ना. गो. कालेलकर हे होते. ते जागतिक पातळीवरचे होते. हे कालेलकर पुण्यामधील डेक्कन कॉलेजमध्ये मराठीचे प्राध्यापक होते. ते परदेशात पीएच.डी. झालेले गृहस्थ होते. त्यांच्याशी मी संपर्क साधत होतो. ग्रामीण भाषा ही अशुद्ध असते, असं त्या काळात म्हटलं जात होतं. त्या वेळी मी कालेलकरांना म्हटलं, "सर, भाषा अशुद्ध असल्यानं काय होतं? भाषा शुद्ध-अशुद्ध असते का?" त्यांनी मला सांगितलं, "भाषा असते किंवा नसते. म्हणजे तुम्ही समजा दोघांमध्ये कोडलँग्वेज बोलता. ती दोघांना- एकमेकांना कळते; इतरांना कळत नाही. इतरांच्या दृष्टीनं ती भाषा असणार नाही; पण दोघांच्या मध्ये भाषा असते. कारण भाषा म्हणजे कम्युनिकेशन. कम्युनिकेशन हे नीटपणे होत असेल तर ती भाषा असते. अशुद्ध किंवा शुद्ध अशी भाषा नसते. उदाहरणार्थ, भाषा ही मानवमुखातूनच व्यक्त होते. 'फार छान काम करतोस,' असं म्हणणारा माणूस वरच्या जातीतील, वर्णव्यवस्थेतील, सुशिक्षित पांढरपेशा वाटतो आणि आपलं काम 'झकास झालं.' 'लई ग्वाड झालं' असं म्हणणारा माणूस ग्रामीण जीवनातला वाटतो. त्याच्या भाषेत बोलणारा वाटतो. ती त्याची भाषा असते. म्हणून भाषा शुद्ध किंवा अशुद्ध असा काही प्रकार नसतो.'

भाषा असते किंवा नसते. शुद्ध-अशुद्ध हा सगळा ब्राह्मणी प्रकार आहे. हा भाषाशास्त्रीय प्रकार नव्हे, असं कालेलकरांनी मला सांगितलं आणि मला असं वाटू लागलं, की मी जर आमच्या भाषेतच लिहिलं तर तिच्यातल्या ज्या संवेदना आहेत, त्या ग्रामीण असतील. 'फार छान काम झालं बघा,' असं एखादा शेतकरी म्हणणार नाही. तो मध्यमवर्गीय पांढरपेशा माणूसच म्हणेल. 'झकास काम केलंस बघ पोरा,' असं म्हणणारा माणूस हा ग्रामीणच असणार. म्हणजे भाषेला असोसिएशन असतं, सहचारी कल्पना असतात. ग्रामीण साहित्य

लिहायला मला शहरी भाषा नको आहे. सोंदूरला मी काय शब्द काढू? नागर भाषेमध्ये नाडा, पाणगं, मोट, कडं, सोंड, नांगर याला काय शब्द काढू? ते ग्रामीणच असणार, त्यांचेच उच्चार असणार. ग्रामीण माणसं शुद्ध नागर भाषेत बोलणार नाहीत. म्हणून भाषेविषयीची जाणीव मला झाली. तेव्हा मी 'गोतावळा' किंवा ज्या ग्रामीण कथा आहेत त्या मी ग्रामीण भाषेतच लिहिल्या. ती मूव्हमेंट त्या प्रकारची होती.

डॉ. तानाजी पाटील - मराठी साहित्यामध्ये ग्रामीण साहित्याची चळवळ आपण मोठ्या कष्टांनी आणि परिश्रमपूर्वक उभी केली आहे. या ग्रामीण साहित्याच्या चळवळीचं अग्रगण्य नेतृत्व करून महाराष्ट्र गाजविला आहे. या चळवळीसंदर्भात आपले अनुभव सांगा.

डॉ. आनंद यादव - ग्रामीण साहित्याची चळवळ सुरू झाली, तो काळ सामाजिक दृष्टीनं लक्षात घेतला, तर आपल्या देशाला स्वातंत्र्य मिळालं होतं. १९६० मध्ये महाराष्ट्र राज्याची स्थापना झाली. महाराष्ट्र राज्याची स्थापना झाल्यानंतर यशवंतराव चव्हाण यांनी खेड्यापाड्यांतून तिथल्या कार्यकर्त्यांना शाळा काढायला प्रोत्साहन दिलं. असं झाल्यामुळे खेड्यापाड्यांतून अनेक तरुण सुशिक्षित होऊ लागले. त्यांच्या भाषेत त्यांच्या प्रदेशात, प्रदेशातील भाषेत त्यांना ज्ञान मिळणं शक्य नव्हतं. कारण ते नागर भाषेमध्ये तथाकथित वरच्या व्यवस्थेनं लिहिलं होतं. अशा काळामध्ये त्या ग्रामीण भागातील तरुण मुलांना न्यूनगंड आला होता की, आपल्या भाषेला, आपल्या बोलण्याला काही अर्थच नाही. हे अडाणी माणसाचं बोलणं आहे. गावंढळ माणसाचं बोलणं आहे. म्हणून त्या काळामध्ये ती मुलं ब्राह्मणी भाषा आत्मसात करण्याचा प्रयत्न करीत असत.

१९६० च्या आसपास सर्व शिक्षक प्रामुख्यानं ब्राह्मण वर्गातले असल्यामुळे ते शिकवितानाच त्यांची ब्राह्मणी भाषा प्रमाण लावून शिकवीत असत. त्याचबरोबर प्रामुख्यानं पाठ्यपुस्तकांतून जे पाठ असायचे, धडे असायचे, ते नागर जीवनातले पाठ असायचे; तेसुद्धा नागर भाषेत असायचे. त्या पाठातून नागर जीवन व्यक्त होई आणि हे सगळं मला अभ्यासताना, वाचताना, आमचं जीवन यात काहीच येत नाही; आमच्या जीवनाला काहीच अर्थ नाही काय? खेड्यापाड्यांतल्या पोरांना आपली भाषा सोडून तथाकथित न्यूनगंड निर्माण होऊ नये म्हणून ग्रामीण साहित्याची चळवळ आम्ही उभी करण्याचा प्रयत्न केला. 'आपल्याही समाजाचं काही जीवन आहे, आपल्याही जीवनाची काही ग्रामीण भाषा आहे, आपणही ती आत्मसात केली पाहिजे; म्हणून मी ग्रामीण साहित्य ग्रामीण भाषेतच लिहा. तुमच्या तुमच्या ग्रामीण भाषेत लिहा,' असं सांगू लागलो. यामुळे कळेल की मराठीच्या बोली पुष्कळ आहेत. त्या प्रदेशनिहाय बदललेल्या आहेत. खानदेशी भाषा, मराठवाडी भाषा, पश्चिम महाराष्ट्राची ग्रामीण भाषा, नागपूरकडची ग्रामीण भाषा या सगळ्या वेगवेगळ्या आहेत. त्या त्या लोकांच्या आहेत. त्यांना त्या भाषेत जर व्यक्त करता आले, तर त्यांना ते नीट व्यक्त झाले, असे वाटायला लागते. नाही तर आपण दुसऱ्याच्या भाषेत व्यक्त करायला लागलो; तर अभिव्यक्तीवर मर्यादा पडतात. म्हणून ग्रामीण साहित्याची चळवळ मी सुरू केली.

डॉ. तानाजी पाटील - 'नटरंग' कादंबरीच्या लेखनाच्या वेळी आपली भूमिका काय होती? 'नटरंग'चं कलांतर आज चित्रपटामध्ये झालं. त्याला राष्ट्रीय पुरस्कारही मिळाला. त्याबाबत आपल्याला काय वाटतं?

डॉ. आनंद यादव - त्याबाबत मला खूप बरं वाटतं. आनंद वाटतो. 'नटरंग' कादंबरीच्या लेखनास १९७३-७४च्या दरम्यान सुरुवात केली. ही कादंबरी १९७८ मध्ये प्रसिद्ध झाली. ही कादंबरी मला कशी सुचली? आमच्या घराजवळच मातंग समाजाची वस्ती आहे. तिथली माणसं तमाशा बसवायची. त्यांचा तो प्रकार रात्रीचा सुरू असायचा. आम्ही आपलं रात्रीचं तिथं बघत बसायचो. घराशेजारी हे सगळं चाललेलं

असायचं. नंतर मला असं वाटलं की, याच्यावर आपण लिहायला पाहिजे आणि लिहिताना माझ्या लक्षात आलं की, प्रत्येक माणसाच्या मनामध्ये एक नट असतो. म्हणजे माणूस जसा जन्माला आला, तसाच राहत नाही. तो पोशाख करतो, तो स्नो, पावडर लावतो, त्याच्या पोशाखांचे रंग ठरवितो. मिश्यांचा कट ठरवितो. दाढीचा कट ठरवितो. दाढी राखायची का नाही, हे ठरवितो. हे सगळं त्याला मूळ स्वरूपात न ठेवता सुंदर स्वरूपात हवं असतं. त्याच्या हातून जीवनाचं जे ध्येय ठरतं, ते ध्येयसुद्धा आपल्या हातून जन्माला घालतो. आपलं ध्येय आपण लक्षात ठेवायचं. ते माणसाच्या मनातलं नटरंगाचं रूप आहे. हे नटताना त्याच्या चालण्या, वागण्या, बोलण्यात हे नटवणं असतं, हे मूळ स्वरूप मानसशास्त्रीयदृष्ट्या त्या काळात मला कळलं. प्रत्येकाच्या मनामधला 'नटरंग' कादंबरीत पकडण्याचा प्रयत्न केला आहे.

हे दाखविताना इथे जसं चाललेलं असायचं- तमाशाच्या तालमीबिलमी- हे सगळं लक्षात घेऊन मी कुटुंब स्थापन केलं आणि मानसिक पातळीवर कादंबरी आकारली गेली आणि म्हणून त्या कादंबरीचं नाव 'नटरंग' ठेवलं. प्रत्येकाच्या मनामध्ये लपलेला जो नट आहे, त्याचे हे निरनिराळे रंग; ते असे आहेत.

डॉ. तानाजी पाटील - 'नटरंग' कादंबरीचा जो 'नटरंग' चित्रपट झाला त्याला उशीर झाला आणि आता ती कादंबरी खऱ्या अर्थानं लोकांपर्यंत जाऊन पोचली, असं आहे का?

डॉ. आनंद यादव - मला असं काही वाटत नाही. आपल्या परीनं जे काय वाटतंय ते लेखन करीत राहायचं. त्याच्यावर आजूबाजूचे काही हौशी लोक नाटक करतात. 'नटरंग'वर बारा-तेरा वर्षांपूर्वी नाटक झालं आहे. मुंबईला त्याचे दहा-बारा प्रयोगही झाले आहेत आणि अलीकडे सिनेमा लिहिला. आपण लिहून मोकळं व्हायचं. उशीर झाला असं काहीच वाटत नाही. मी समाधानी आहे. कलाकाराकडे तटस्थ दृष्टी पाहिजे. या सबंध लेखनामध्ये जो एक गाभा आहे, त्या गाभ्याला हात लावला नाही. उगीच काही तरी त्याच्यात विदूषक घाला, मनोरंजनासारखे डॉयलॉग लिहा, असं काही मी केलं नाही.

डॉ. तानाजी पाटील - 'नटरंग' कादंबरीला चित्रपटामध्ये हुबेहूब न्याय मिळाला आहे, असं म्हणता येईल का?

डॉ. आनंद यादव - अगदी न्याय दिला पाहिजे; असं मी ठरवलं होतं. त्याची फिल्म तयार केल्यावर ती पाहिल्यानंतरच परवानगी द्यायची की नाही, हे ठरवणार, असं सांगितलं होतं. पसंत नाही पडल्यास फुली मारेन. त्यासाठी मला पैशाची, धनाची अपेक्षा नाही; न्यायाची अपेक्षा आहे, असं मी त्यांना सांगितलं. त्यांनी मात्र या चित्रपटाला पुरेपूर न्याय दिला.

डॉ. तानाजी पाटील - 'माउली'मध्ये मार्जारविश्वाचा शोध घेताना मानवी जीवनाबद्दलचं चिंतन आपण मांडलं आहे. त्याबद्दल तुम्हाला काय सांगता येईल?

डॉ. आनंद यादव - मानवी जीवनाबद्दलचे जे काही सांगता येईल ते त्याच्यात आलेलंच आहे. मांजर वाघाची मावशी म्हटली जाते. वाघ, सिंह हे अजून वन्य प्राणीच आहेत. आपल्याला वाघासारख्याचा काही अभ्यास करता येणार नाही. म्हणून मी मांजर ही वाघाची मावशी आहे, त्याचा अभ्यास केला. मी मांजरं पाळलेली होती. त्या काळामध्ये १९७० च्या आसपास एका वेळी ८ मांजरं माझ्याकडे होती. त्याची पिलं, बोकेबिके त्याच्यातून ही कादंबरी आकाराला आली. त्या कादंबरीला मी 'माउली' असं म्हटलं आहे. आपण आपल्या देवतांना माउली म्हणतो. अमुक 'माउली' असे म्हणतो. 'माउली' म्हणजे मूळ माता होय. मांजर ही

आपली मूळ माता आहे. मूळ प्राण्याचं जीवन मांजरासारखं आपल्याला दिसतं.

मांजरावर तसं आपलं नियंत्रण नसतं. बैलावर असतं. शेळीवर असतं. मांजराचं जीवन नॅचरल आहे. वैश्विक जीवन जे काय आहे ते 'माउली'मधून मांडलं आहे. मांजर अनेक वर्षं पाळली होती. त्याच्यातून मला ती दिसू लागली. म्हणून मी त्याच्यावर कादंबरी लिहिली. तिचे नाव 'माउली' ठेवलं. 'माउली' दोन्ही अर्थांनी : एक मूळ माता, तुम्हाला जन्म देणारी आणि 'माऊ' म्हणजे माऊचं माउली केलं. म्हणजे सोनुली, छकुली तसं 'माउली'.

डॉ. तानाजी पाटील - 'झोंबी' ते 'काचवेल' हा आत्मचरित्राचा दीर्घ कालपट आपण मांडलेला आहे. या आत्मचरित्रात्मक मालिकेचा वेगळेपणा कशात आहे?

डॉ. आनंद यादव - वेगळेपणा वगैरे काही नाही. ते आत्मचरित्रच आहे; पण ते विस्तारानं मांडलं आहे. विस्तारानं म्हणजे काय, तर मी अमुक केलं, तमुक केलं असं न करता, त्याचं एक निवेदन न करता वर्तमानपत्री लेखन न करता, आयुष्यामधील जगण्याचा आविष्कार मांडला आहे. आत्मचरित्राची कलाकृती चार खंडांत मांडली आहे. एस.एस.सी. ते कॉलेजपर्यंतचं माझं जीवन 'झोंबी', 'नांगरणी'मध्ये आणि 'घरभिंती'मध्ये माझ्या कुटुंबाचं जीवन आलं आहे. ते मी कसं स्थिर केलं, त्यात काय मला संघर्ष करावा लागला, मी कसा झगडलो, उंचवटे, दऱ्याखोऱ्या त्यात कशा निर्माण झाल्या, ते मी 'घरभिंती'मध्ये मांडलं आहे. आमच्या घराबद्दल आणि माझं कौटुंबिक जीवन 'काचवेल'मध्ये मांडलं आहे. अशा रीतीनं त्याचे चार भाग पाडले आहेत आणि ते कादंबरीच्या स्वरूपात मांडले आहेत. कादंबरी म्हणजे अनुभवाचे जे घटक आहेत, ते जिवंतपणे ज्या घटनेमध्ये संवेदना, कल्पना, भावना असतात त्या सगळ्या पद्धतीने घटना मांडायची म्हणून मी त्याला 'आत्मचरित्रात्मक कादंबरी' असं म्हटलं आहे. पण काही मठ्ठ समीक्षक असतात. कादंबरी म्हणजे काल्पनिक असं नाही. आत्मचरित्रात्मकचा आत्मा आत्मचरित्र आहे, असं ते लेखन. आणि कादंबरीमध्ये अनुभवाला प्राधान्य असतं; घटनेला नुसतं प्राधान्य नसतं. अनुभवाला प्राधान्य असतं. मी कसा जगलो, त्याचे अनुभव मांडले आहेत. ते काल्पनिक वगैरे काही नाहीत, हे वाचक वर्गानं लक्षात घ्यावं.

डॉ. तानाजी पाटील - मला या आत्मचरित्रात्मक प्रकारामध्ये उपप्रश्न असा जाणवतो की, तुमचं जे जीवनचरित्र मांडलं आहे, त्यात माझ्यासारख्याला कलावंताचं जीवन दिसतं. संपूर्ण कलावंत या चारही खंडांमध्ये दिसतो आहे. जीवनचरित्राबरोबर कलावंताच्या विकासाच्या ज्या वाटा आहेत, आनंद यादव हे कलावंत आहेत. या कलावंताच्या सगळ्या सर्जनाच्या जाणिवा आहेत. त्या सगळ्या व्यक्त होत राहतात आणि तेही एक नव्यानं लिहिणाऱ्या कलावंतांना त्यातील सर्जनशील अनुभवाच्या जाणिवा उपयोगी पडतीलच. त्याचबरोबर अभ्यासकालाही उपयोगी ठरू शकेल, असा एक सर्जनशील कलावंत संपूर्णपणे आपल्या डोळ्यांसमोर उभा राहू शकेल, असं एक चित्र त्यामध्ये आहे. त्याबद्दल सांगा.

डॉ. आनंद यादव - ते बरोबर आहे. कारण त्यामध्ये कलावंतच आहे. लेखकच आहे. त्यामुळे प्रत्येक प्रसंग, घटना, त्यातल्या संवेदना, कल्पना, त्यातलं भावसत्य काय आहे; ते मी सगळं पकडू शकतो. पण प्रत्येक आत्मचरित्रकार हा कलावंत असू शकत नाही. तो विचारवंत असतो. म्हणून त्यातल्या घटनेच्या विचारावर तो फक्त भर देतो. असं झालं; त्यानंतर तसं झालं; असं मांडत घटना, विचारच अधिक विस्ताराने मांडतो. त्यापेक्षा माझं आत्मचरित्र वेगळं आहे. माझी कलावंताची जाणीवही त्याला कारणीभूत आहे. आत्मचरित्रात्मक कादंबरी म्हणताना मला काल्पनिक म्हणायचं नाही. कादंबरी म्हणजे त्या अनुभवाबरोबर

असणाऱ्या घटना, संवेदना, कल्पना, भावना त्या सगळ्यासहित अनुभव मी मांडला आहे; काल्पनिक असं त्यामध्ये काही नाही.

डॉ. तानाजी पाटील - सध्याच्या जागतिकीकरणाच्या पर्यावरणामध्ये ग्रामीण साहित्याची नेमकी भूमिका काय राहू शकेल?

डॉ. आनंद यादव - जागतिकीकरण हा मोठा व्यापक प्रश्न विचारला आहे. जागतिकीकरणाच्या पर्यावरणामध्ये काय परिणाम व्हायचा तो होऊ देत. त्याच्याबद्दल मला काही म्हणायचं नाही, पण त्यामुळे माणसाचे जगण्याचे अनुभव काही चुकत नाहीत. जागतिकीकरणाविषयीचे प्रश्न, समस्या आणि त्या दृष्टीनं सामाजिक, सांस्कृतिक प्रगती, उच्चगती काय असेल तो प्रश्न काही साहित्याचा होऊ शकत नाही. आपल्याजवळ साहित्य म्हणजे काय? मानवी जीवनामध्ये ज्या घटना, भावना घडतात, त्याला चैतन्यरूप देणं, त्यांचं लेखन करणं. दिशा दाखविणं. हे साहित्यिकाचं काम नाही. ते विचारवंतांचं काम आहे. चांगलं साहित्य हे तुम्हाला चांगलं जगायचं कसं हे सांगतं. त्यातल्या भावना, कल्पना, संवेदना हे जे निरनिराळे कंगोरे आहेत, ते तुम्ही जगायला शिकले पाहिजेत. हा साहित्याचा गाभा आहे.

साहित्याचा गाभा सुधारणावाद नसतो. त्याच्यातून सुधारणा आपोआप येतात आणि त्या कालमानानुसार नेहमी बदलत जातात. या सुधारणा महत्त्वाच्या, त्या सुधारणा महत्त्वाच्या असं काही आपल्याला म्हणता येत नाही. आत्मचरित्र लिहितानासुद्धा साहित्यिकानं आपलं वाङ्मयभान सोडता कामा नये किंवा सुधारणावादी होता कामा नये. तर ते विचारवंताचं साहित्य होईल आणि माझ्या कल्पनेप्रमाणे समाजामध्ये विचारवंत आहेत. जागतिकीकरण, अनुकरण, देशासमोरचे प्रश्न, जगासमोरचे प्रश्न ही काही माझी कुवत नाही. माझी कुवत संवेदनशील लेखकाची आहे. माझ्या सुधारणा किंवा माझ्या मनामध्ये जे विचार येतात, ते महाराष्ट्रापुरते, देशापुरते माझ्या मनामध्ये येतात.

डॉ. तानाजी पाटील - एकंदर मराठी साहित्याच्या विकासात ग्रामीण साहित्य चळवळीचं ऐतिहासिक योगदान आपण कसं स्पष्ट कराल?

डॉ. आनंद यादव - संस्कृतीचं योगदान वगैरे शब्द थोडेसे आपण तपासून घ्यायला पाहिजेत. कोणतंही चांगलं साहित्य वाचताना त्या त्या काळातील जे साहित्य असतं, त्याच्यामध्ये त्या त्या काळाची संस्कृती प्रतिबिंबित झालेली असते. कारण तो लेखक त्या काळातली साहित्यनिर्मिती करीत असतो. त्याच्या आसपास जे काही घडतं आहे समाजामध्ये, देशामध्ये, त्याच्या गावामध्ये जे काही घडतं आहे, त्याचं तो चित्रण करीत असतो. तो काही कल्पनेनं चित्रण करीत नाही. चांगलं साहित्य हे समाजाच्या जीवनाचा आरसा असतो. तेव्हा चांगलं साहित्य आपल्या हातून निर्माण व्हायला पाहिजे. त्याच्यामध्ये आपोआप लेखकाचं जीवन, त्याच्या भोवतालच्या परिसराचं जीवन, समाजाचं जीवन हे प्रतिबिंबित होतं. त्याच्यासाठी भगवं निशाण, लाल झेंडा, बावटा असं कोणतेही निशाण घेण्याची गरज नसते.

डॉ. तानाजी पाटील - समीक्षक म्हणून सध्याच्या ग्रामीण साहित्याविषयी आपणास काय वाटतं?

डॉ. आनंद यादव - मला एक समीक्षक म्हणण्यापेक्षा मी एक जाणकार नागरिक म्हणूनच ग्रामीण साहित्याविषयी काय वाटतं ते बोलतो. मी साहित्यिक आहे. मुलांना मार्गदर्शन करतो. केवळ त्यांच्या साहित्याची मी काही समीक्षा करू शकत नाही. साहित्य हे डावं, उजवं, काळं, गोरं, तांबडं, पिवळं असं

असणारच. अशा काळामध्ये समाजामध्ये अनेक जण लिहीत असतील. त्यांना लिहू द्या ना. कोणतं चांगलं, कोणतं वाईट हे ते बघतील. त्या त्या साहित्यिकांना त्याबद्दल काय ते वाटेल. त्यांची समीक्षा मी करू शकणार नाही. फक्त त्यांना प्रोत्साहन देणार आहे. जाणीवपूर्वक विचार करून, अभ्यास करून जे काही अनुभव तुम्हाला आले आहेत ते अभिव्यक्त करण्याचा प्रयत्न करा. माझी काही समीक्षकाची प्रमुख भूमिका नाही. माझी भूमिका साहित्यिकाला प्रोत्साहन देण्याची आहे. समीक्षा त्या त्या वेळचे लोक पाहतील. समीक्षेमध्ये प्रत्येकाची मागणी वेगळी असते. तसेच समीक्षक वर्ग हाच फक्त काही साहित्याचा जाणकार असतो, असं नाही. सर्वसामान्य वाचक वर्ग हाही साहित्याचा महत्त्वाचा घटक असतो. समीक्षक वर्ग सर्वसामान्य वाचक वर्ग नसतो. तो असा बंदूक घेऊन बसलेला असतो. त्याला कुठलं मूल्यमापन करायचं ते तो करतो. तिकडे मी लक्ष देणार नाही. तुम्ही लिहा. मूल्यमापन करणारे करू देत, अशी ती भूमिका आहे.

डॉ. तानाजी पाटील - आज एकंदरीत तुमच्या साहित्याच्या निमित्तानं ही चर्चा घडविण्याचा योग आला. तुम्ही तुमच्या व्यस्त जीवनामध्ये वेळ काढून आम्हाला संधी दिली, त्याबद्दल मी आभार मानतो.

डॉ. आनंद यादव - धन्यवाद!

डॉ. तानाजी पाटील
९४२१५६०१५५
Email : tanajipatil1960@gmail.com

आमचे बाबा

रोज संध्याकाळी मी माहेरच्या घरी एक फोन करते. आई-बाबांची चौकशी करते. त्या दिवशीही केला. ''बाबा काय करताहेत?'' मी आईला नेहमीचा प्रश्न केला. ''अगं, आज 'फादर्स डे' निमित्त कार्यक्रम होता. त्या कार्यक्रमाचे आयोजक बाबांना घेऊन गेले. तिथे त्यांची ग्रंथतुला करण्यात आली.'' आईनं माहिती दिली. मला गंमत वाटली. तराजूच्या एका पारड्यात बसलेले बाबा आणि दुसऱ्या पारड्यात घातली जाणारी पुस्तकं, असं चित्र डोळ्यांसमोर उभं राहिलं. ''आई, आयोजकांनी त्या तुला केलेल्या पुस्तकांचं पुढं काय केलं?'' मी उत्सुकतेनं विचारलं. ''अगं, ती पुस्तकं शाळेच्या ग्रंथालयांना देण्यात आली.'' आई म्हणाली. रसिक वाचक आजही बाबांवर प्रचंड प्रेम करतात. वेगवेगळ्या कार्यक्रमांसाठी बाबांना अध्यक्ष, प्रमुख पाहुणे म्हणून हट्टानं घेऊन जात असतात. ''अरे, आता मला थकायला होतं. फारसं चालवत नाही,'' बाबा त्यांना सांगत असतात. ''सर, तुम्ही काही काळजी करू नका. तुम्हाला न्यायला, आणायला मी स्वतः येतो.'' वाचक हट्ट सोडत नाहीत.

मे महिन्यात दीनानाथ मंगेशकर प्रतिष्ठानतर्फे बाबांना 'वाग्विलासिनी' पुरस्कार देण्यात आला. त्यांच्या साहित्यातील योगदानाबद्दलचा हा गौरव पुरस्कार

होता. मुंबईच्या गच्च भरलेल्या षण्मुखानंद हॉलमध्ये लतादिदींच्या हस्ते बाबांनी हा पुरस्कार स्वीकारला. बाबांच्या जीवनातील हा आणखी एक आनंदाचा क्षण! ''लतादिदींच्या हस्ते मला पुरस्कार मिळाला; मी धन्य झालो.'' बाबा मला सांगत होते.

सध्या घरात बाबा निवांत असतात. आपल्या खोलीत बसून ते एखादं पुस्तक वाचत असतात किंवा 'तारक मेहता का उल्टा चष्मा' ही दूरदर्शन मालिका पाहत असतात. ही मालिका पाहणं, हा त्यांचा सध्याचा मोठा विरंगुळा आहे. कधी ते माझ्याशी गप्पा करतात. ''बाबा, काय लेखन चालू आहे?'' मी विचारते. ''कीर्ती, कंटाळा आला आता लेखनाचा. भरपूर लिहिलं मी. चाळीस पुस्तकं झाली. बास झालं आता.'' ते म्हणतात. घरात त्यांची दोन छोटी नातवंडं पळत असतात. त्यांच्या गमतीजमती न्याहाळत ते गालातल्या गालात हसत राहतात. बाबांना असं पाहताना त्यांचा पूर्वीचा दिनक्रम आठवू लागतो. वयाची पंचाहत्तरी पार पडेपर्यंत त्यांचा हा दिनक्रम सुरू होता.

सकाळ झाली की दार उघडून अंगणात पडलेला पेपर आणि दूध घेऊन ते स्वयंपाकघरात येत. ताज्या दुधाचा पाणी न घालता आणि साखरेपेक्षा किंचित जास्त चहा पावडर घालून ते एक स्ट्राँग चहा स्वतःसाठी बनवत. हा चहा घरातील इतरांना पसंत असेल तर ते त्यांच्यासाठीही तो आवडीनं बनवत. चहा पिऊन झाला की ते पेपर वाचायला बसत. पेपर वाचण्याची त्यांची जागा आजही ठरलेली आहे. सकाळचं गार वारं अंगावर घेत ते अंगणात वाचन करतात. अंगणाला लागून असलेल्या बैठकीच्या खोलीत त्यांचा सकाळचा मुक्काम असतो.

बैठकीच्या खोलीत बाबांची अशी एक ठरलेली खुर्ची आहे. सागवानी लाकडाची बनलेली, किंचित तिरकी पाठ असलेली, पसरट अंगाची, दोन मोठे हात असलेली अशी ही एक मजबूत खुर्ची. तिच्यात तिच्यासारख्याच दोन भल्या मोठ्या उश्या असलेल्या. एक बसायला नि दुसरी टेकायला. या खुर्चीच्या हातांवर मोठा पाट ठेवून बाबांचं लेखन सुरू असे. लिखाणाच्या वेळेस भोवतालच्या वातावरणात एक शांतता असावी, अशी बाबांची अपेक्षा असे. ही शांतता सकाळच्या वेळी बैठकीच्या खोलीत बाबांना मिळू शके.

कथा, कादंबरी, लेख, भाषण यांसारखे कुठल्याही प्रकारचं लिखाण असो; बाबा त्या विषयावरील त्यांचे विचार टिपणांच्या स्वरूपात प्रथम लिहून ठेवत. बाबांचा नेहमीचा दिनक्रम सुरू असला तरी बाबांच्या डोक्यात काहीतरी सुरू आहे, हे आम्ही सर्व जण ओळखू शकतो. तंबाखूची मिसरी लावत बाबांच्या घरात फेऱ्या सुरू होतात. रात्रीची अंगणात शतपावली सुरू असताना त्यांचं अवतीभोवती फारसं लक्ष नसतं. आई त्यांच्याशी काही बोलली तरी एक हुंकार देऊन ते गप्प राहतात. आमच्या गप्पांकडे त्यांचं लक्ष नसतं. घरात असूनही ते थोडे अलिप्त राहतात.

बाबांचे लिखाणाचे दिवस आजही आठवतात. पहाटे चार वाजताच बाबांचा दिवस सुरू होई. पहाटेच्या नीरव शांततेत घरातील दुसऱ्या कुणालाही त्रास होणार नाही अशा बेतानं सकाळचे विधी उरकून हॉलमध्ये किंवा अभ्यासिकेच्या खोलीत; दार बंद करून लाईट लावून बाबा लेखन सुरू करत. या लेखनाचा विषय त्यांच्या डोक्यात आधीपासून मुरत राहिलेला असे. विषयाच्या अनुषंगानं होणारं चिंतन, विचार ते आपल्या डायरीत नोंदवून ठेवत. एक दिवस बाबांनी मला त्यांचा हा डायऱ्यांचा खजिना दाखविला. १९७० पासूनच्या या डायऱ्या होत्या. प्रत्येक वर्षाची एक डायरी. बाबा डायरी ठेवतात हे मला माहीत होतं; पण त्या सर्व इतक्या संख्येनं नि इतक्या व्यवस्थित ठेवलेल्या असतील, असं वाटलं नव्हतं. पुन्हा या डायऱ्यांमध्ये विषयही अनेक प्रकारचे! घरातील आमच्या मांजरानं आज काय केलं, यापासून ते देश नि जागतिक पातळीवर कोणती घडामोड घडली नि त्यावरील त्यांचं चिंतन, याची लहान लहान टिपणं त्यांनी लिहिलेली. 'माउली'

कादंबरीमध्ये जे मांजरविश्व त्यांनी उभं केलं आहे, ते सर्व या डायऱ्यांमधूनच आलं आहे. त्यांच्या 'झोंबी', 'नांगरणी', 'घरभिंती' नि 'काचवेल' या चार आत्मचरित्रात्मक कादंबऱ्यांमध्ये त्यांनी जे घटनांचं सविस्तर नि क्रमवार चित्रण केलं आहे, तोही अशा जपून ठेवलेल्या पत्रांचा नि डायऱ्यांचाच प्रताप!

मिळणारी प्रत्येक वस्तू बाबांना जपून ठेवायला आवडते. परवाच त्यांनी आपल्या नातवंडांना अशी जपून ठेवलेली अनेक भेटकार्डं दिली. पंचवीस-पंचवीस भेटकार्डांचा तो संच मिळाल्यावर या नातवंडांचे डोळे आनंदानं चमकले. पूर्वीही अशीच पंधरा-वीस पेनं आजोबांकडून मिळाल्यावर ही नातवंडं खूश झाली होती. मलाही ते 'कीर्ती, टेबलावर डाव्या बाजूला नवी आलेली पुस्तकं ठेवली आहेत. तुला वाचायला हवी असतील तर बघ,' असं सांगत राहतात.

बाबांची खोली अनेक पुस्तकांनी भरून गेलेली आहे. आम्हां भावंडांचं वाचनवेड या पुस्तकांतूनच सुरू झालं. शाळेला सुट्टी असली, निवांत वेळ मिळाला की बाबांच्या खोलीत जायचं. त्यांची टेबलावरची पुस्तकं बघायची, त्यांची कपाटं धुंडाळायची, त्यातील पुस्तकं चाळायची नि एखादं छान वाटलेलं पुस्तक घेऊन तिथंच वाचत बसायचं. तहानभूक, अंघोळ विसरायची, आलेल्या मैत्रिणी, चाललेल्या गप्पा विसरून या पुस्तकांच्या जगात रंगून, रमून जायचं, असं माझं बालपण मला आठवतं.

'तुमचे बाबा साहित्यिक आहेत त्याचा तुम्हाला कधी त्रास झाला नाही का?' असा प्रश्न आम्हा भावंडांना अनेक जण विचारतात. माझ्या लहानपणी असा प्रश्न विचारला की, मला आश्चर्य वाटायचं. शिवाजीनगरच्या आमच्या जुन्या घरातील स्वयंपाकघरात बालवयातील मला मांडीवर घेऊन बसलेले बाबा आठवतात. त्यांच्या समोरच्या ताटलीत दूधभात कालवलेला आणि माझ्याशी गप्पा करीत हा भात मला भरवत असलेले बाबा यानंतर आठवतात. आम्हा दोघी बहिणींना गोष्टी सांगणारे बाबा- रामायण, महाभारतातील गोष्टी बाबा आम्हाला खुलवून सांगत असलेले आणि त्या बालवयात डोळे मोठे करून, भान हरपून आम्ही त्या गोष्टी उत्सुकतेनं ऐकत असलेलो. आम्हां भावंडांकडे बाबांचं बारकाईनं लक्ष असतं, हे आम्ही अनुभवत होतो. मी अभ्यासाला बसले की, 'कीर्ती, अभ्यासातलं काही समजलं नाही तर विचार', असं ते मला सांगत. मी फार वेळ अभ्यासात गुंतून आहे असं दिसलं, की आपणहून मला कपातून गरम दूध नि मी मोठी झाले तसं गरम चहा आणून देत. घरातून शाळा-कॉलेजसाठी बाहेर पडलो की, 'बाहेर भूक लागली तर केळी घेऊन खा. केळी पौष्टिक असतात,' असं सांगणं असायचं. लुना, टी.व्ही.एस.अशा दुचाकी गाडीवरून आम्ही निघालो की, 'हळू जा. कितीही वेगाने गेली तरी फारतर पाच मिनिटं आधी पोहचशील,' असा निरोप ते आम्हाला देत. आमच्या लहानपणी आई नोकरी करीत असल्यानं स्वयंपाकाचा निम्मा भारही बाबांनी उचलला आहे. आमचे शाळेचे डबे भरून दिले आहेत. छोट्या आशुतोषला आंघोळ घालून, दूध-गूळभात खायला घालून मग ते विद्यापीठात गेले आहेत.

आमच्या घरापासून तीन-चार बंगले सोडून प्रा. गो. म कुलकर्णी यांचा बंगला होता. ते बाबांना गुरुस्थानी होते. बाबा अनेक वेळा त्यांच्याकडे जात किंवा कुलकर्णी काका आमच्याकडे येत. लेखनाच्या विषयावर दोघांच्या भरपूर गप्पा रंगत. बाबांच्या टेबलावर लेखन विषयाशी निगडित इंग्रजी, मराठी भाषेतील अनेक पुस्तके साठू लागत. सकाळ, दुपार, संध्याकाळ वेळ मिळेल तेव्हा बाबांचे या पुस्तकांचे एकाग्रतेने वाचन सुरू असे. यातून बाबांच्या विचारांना गती येत जाई. हे विचार एक ठोस रूप धारण करत आणि टिपणांच्या स्वरूपात कागदांवर लिहिले जात.

बाबांचे पहिले लिखाण झाले की मी, बाबांचे मित्र प्रा. अरविंद वामन कुलकर्णी, श्री. अनिल किणीकर, विद्यार्थी गणेश देशमुख असे प्रत्येक जण हे लिखाण स्वतंत्रपणे वाचत असू. विशेषतः कादंबरीसारख्या मोठ्या

लिखाणाच्या बाबतीत हे घडे. आम्ही आमच्या प्रतिक्रिया बाबांना सांगत असू. अशी पुन्हा एकदा चर्चा होई. त्यातून आपल्याला जे सांगावयाचे आहे ते वाचकांपर्यंत पोहोचते का, पोहोचले तरी कोणत्या स्वरूपात पोहोचते आहे, या लिखाणावर सुजाण वाचकांची काय प्रतिक्रिया होऊ शकेल, याची कल्पना बाबांना येई. त्यानुसार लिखाणात कोणत्या सुधारणा केल्या पाहिजेत, काय बेरीज-वजाबाकी केली पाहिजे, याचा अंदाज घेऊन बाबा त्या कादंबरीच्या दुसऱ्या लिखाणास प्रारंभ करीत. बाबांनी चारशे-पाचशे पानांचे लिखाणही समाधान न झाल्यामुळे पूर्णपणे बाद केलेले मी पाहिले आहे. मध्ये घर रंगवायला काढले तेव्हा बाबांची कपाटे आम्ही आवरायला घेतली. कपड्यांसाठी छोटे कपाट आणि पुस्तके, लेखनाची बाडे ठेवायला मोठी कपाटे, अशी बाबांच्या बाबतीतील वस्तुस्थिती. ही सारी बाडे आणि लेखनासाठी उपयोगी संदर्भ बाबांनी पोत्यांमध्ये भरून ठेवलेली आहेत. ही पोती त्या वेळेस उघडली. जवळजवळ गोणपाटाचं एक मोठं पोतं भरेल एवढं लेखन बाबांनी अप्रकाशित ठेवलं आहे. लिखाणाच्या बाबतीत बाबांनी कुठलीही तडजोड केली नाही किंवा त्या बाबतीत प्रसिद्धीचा हव्यासही धरला नाही. आपलं केवळ सकस लिखाणच प्रसिद्ध व्हावे, या दृष्टीने बाबा सतत दक्ष राहिले आहेत. बाबांचे प्रसिद्ध झालेले प्रत्येक पुस्तक याची साक्ष देते.

बाबांचे बरेच लेखन त्यांच्या उमेदीच्या काळात झाले आहे. हे लेखन सुरू असताना अनेक घटना घडत असत. गावाकडून पत्रं येत असत. मामा, मावशी, काका, आत्या, आजी यांची ही पत्रं असत. मी लहान असल्यापासून माझ्या आईकडील नातेवाइकांची आणि बाबांकडील नातेवाइकांची पत्रं, यांत मला फरक जाणवे. मामा, मावशी यांच्या पत्रांत 'स्वाती, कीर्ती कशा आहेत? दोघींनी या दिवाळीत इकडे नक्की यायचे, आपण सर्व जण खूप मजा करू, स्वाती, कीर्तीस गोड पापा', असा मजकूर नेहमी असे. काका, आत्यांची जी पत्रं येत त्यांची सुरुवात 'पत्रास कारण की' अशी होऊन पुढे अनंत अडचणी मांडलेल्या असत. पाऊस न पडल्यामुळे शेतात पीक न येणं, त्यामुळे जनावरांना चारा नसणं, घरातील सर्वांची उपासमार होणं, घरातील भांडणं, गावातील नळ, वीज यासंबंधीच्या नवीन योजना आणि त्या निमित्तानं घराची दुरुस्ती, असे अडचणींचे स्वरूप असे. पत्राचा शेवट 'पैशाची नड आहे. पैसे पाठवून देणे,' असा होई. या पत्रांमध्ये आमचा किंवा आमच्या आईचा उल्लेख नसे. त्यामुळे त्या नकळत्या वयात मी अशा पत्रांनी हिरमुसून जाई. काका-आत्यांना आपली आठवणदेखील होत नाही, असं वाटे. आज मी काका-आत्यांची ही मनःस्थिती जाणू शकते. घरात असलेलं अठराविश्व दारिद्र्य, सततच्या समस्या, परावलंबी जीवन, घरातील भांडणं, शेतात अंग मोडेपर्यंत कष्ट करूनही सर्व कष्ट वाया जाणं, हातात पैसा न येणं या सर्व कटकटींनी तेही वैतागून गेलेले असत. जिथं माणसाच्या मूलभूत गरजा भागू शकत नाहीत, तिथं इतर गोष्टींचा तो विचार करू शकत नाही. अनेक समस्यांनी घेरलेल्या एखाद्या व्यक्तीला समजून घेऊन शाब्दिक दिलासा देणं प्रत्येकाला शक्य होतं. पण जेव्हा अशा अनेक व्यक्तींशी आपलं नातं असतं, त्यांच्या समस्या आपण आपल्या मानतो, त्यांना त्या समस्यांमधून आर्थिक नि मानसिकदृष्ट्या सोडविण्याची जबाबदारी घेतो, तेव्हा कठीण होतं. बाबांनी ही जबाबदारी स्वीकारलेली आणि पत्रांद्वारा या व्यक्ती बाबांच्या भोवती सतत वावरत असलेल्या.

बाबा कलावंत असूनही विक्षिप्त नाहीत, याचं कारण मला वाटतं, बाबांची जीवनाकडे पाहण्याची वास्तववादी दृष्टी, हे असावं. लहानपणापासून ते सतत संघर्षाला सामोरे गेले आहेत. त्यांनी ग्रामीण साहित्याची चळवळ सुरू केली तेव्हाही त्यांना अनेक प्रखर टीकाटिप्पणींना सामोरं जावं लागलं. कागलकडील आमच्या घरीही अनेक समस्या सतत उभ्या राहत असत. कधी त्या आर्थिक असत, तर कधी वादावादीच्या

असत. कर्ता मुलगा म्हणून या साऱ्याची जबाबदारी बाबांवर येत असे. या सर्व बाबींना बाबाच तोंड देत; पण त्याचा एक मानसिक ताण आईवरही येई. अशा घटना-प्रसंगांच्या वेळेस बाबांकडे पाहिलं, तर ते शांत असतात. सर्वसामान्य माणसाला अशा प्रसंगांनी हबकून जायला होतं, इतर गोष्टी त्याला सुचतही नाहीत. पण बाबांनी मनाचे दोन कप्पे करून ठेवले आहेत. एका कप्प्यात हा सारा संघर्ष नांदत असतो नि त्या वेळेसच त्यांच्या मनाच्या दुसऱ्या कप्प्यात त्यांचे लेखनविषयीचे विचार चालू असतात.

अशा प्रसंगातही शांतपणे खोलीचा दरवाजा बंद करून ते लेखन करीत राहतात. मनाचा खंबीरपणा त्यांच्याजवळ जाणवतो नि तो आम्हालाही उभारी देतो. मला आठवतं, आम्ही धनकवडी येथील बंगल्यात १९७५ मध्ये राहायला आलो. बत्तीस बंगल्यांची ही 'कलानगर' नावाची सोसायटी आहे. त्या वेळेस आजूबाजूला डोंगर होते. त्यामुळे चोऱ्यामाऱ्या भरपूर होत. रस्त्यावर कुठेही विजेचा खांब नव्हता. अंधाराचा फायदा घेऊन वॉचमनला मार देऊन चोर पळून जात. त्यामुळे आमच्या सोसायटीचा पहिला वॉचमन नोकरी सोडून गेला नि दुसरा वॉचमनही नोकरी सोडण्याच्या मनःस्थितीत होता. बाबांनी या वॉचमनला धीर दिला आणि 'काही अडचण आली तर मला हाक दे; मी तुझ्या मदतीला येईन,' असं सांगितलं. हा वॉचमनही रात्री एक-दोन वाजता आमच्या बंगल्याशी येऊन 'यादवसाहेब' म्हणून बाबांना हाक देई. बाबांचा आवाज ऐकला की धीर येऊन तो त्याची ड्यूटी निभावत राही. त्या काळात हा एक रोजचा दिनक्रम झाला होता.

माझी आई माध्यमिक शाळेत शिक्षिका. तिला सकाळी शाळेत जावं लागे. आम्ही दोघी बहिणी लहान. आमचीही शाळा सकाळी. बाबा सकाळी आईला स्वयंपाकात मदत करीत. आमचंही आवरून देत. आमचा डबा भरणं, आम्हाला दूध देणं, हे बाबांचं ठरलेलं काम. संध्याकाळी आमचा अभ्यास घेण्याची जबाबदारी बाबांनी घेतलेली. आमच्या अभ्यासाच्या संदर्भात एक घटना मला आठवते. आम्ही दोघी बहिणी तिसरी किंवा चौथीत असू. आम्हाला गणितात ऋण संख्येवर आधारित उदाहरणं होती. 'ऋण संख्या' ही संकल्पना बाबांना नवीन होती. त्यामुळे त्यावरील उदाहरणं बाबांना समजेनात. आम्ही दोघी लहान असल्यानं आमच्या बाजूनं या बाबतीत आनंदच होता. समजून घेण्याचे बरेच प्रयत्न करूनही न समजल्यानं शेवटी बाबा आमच्या शाळेत आले नि शिक्षकांना भेटून त्यांनी या संकल्पनेबाबत चर्चा केली.

आपले आपण करण्याइतपत आम्ही बहिणी मोठ्या झालो; तोवर आशुतोषचा, माझ्या धाकट्या भावाचा जन्म झाला. बाबाही आता पुणे विद्यापीठात प्रपाठक म्हणून अध्ययन करीत असलेले, आशुतोषची सर्व सोय करून बाराच्या सुमारास बाबा लुनावरून चौदा कि.मी. दूर असलेल्या विद्यापीठात जात आणि घरी येताना मित्रांच्या भेटीगाठी, प्रकाशकांशी नवीन पुस्तकांबाबत चर्चा, बँकेतील व्यवहार इ. गावातील कामं उरकून सात-साडेसात वाजता घरी येत.

बाबांच्या खोलीत प्रवेश केला की दारालगत, उजवीकडी भिंतीवर एक कॅलेंडर दिसतं. हे कॅलेंडर आजही लाल-निळ्या शाईनं भरून गेलेलं असतं. इथे बाबांचं आणखी एक लेखन सुरू असतं. एखाद्या तारखेपाशी 'दूध १/२ लीटर ने कमी' असं लिहिलेलं असतं, तर आणखी एखाद्या तारखेपाशी 'सकाळ आला नाही' असं लिहिलेलं. 'स्वाती आली', कीर्ती गेली', 'आशूचा रिझल्ट', 'फंड मॅच्युअर' 'साहित्य परिषदेत कार्यक्रम','विद्यापीठात परिसंवाद', 'प्रवरानगराला जाणे', 'मॉडर्न कॉलेजमध्ये इंटरव्ह्यू', 'हिंगणे स्त्रीशिक्षणसंस्थेत व्याख्यान' आदी मजकूर इथं वाचावयास मिळतात.

दूध, पेपर, वीज यांची बिलं, बँकेचे व्यवहार या सर्व गोष्टी बाबा पाहत. आमच्याकडे दूधवाला आणि पेपरवाला यांना महिन्याचे सर्व हिशेब व्यवस्थित द्यावे लागतात. अर्थात, त्याबद्दल त्यांचीही तक्रार नसते कारण हिशोब व्यवस्थित असतील तर यादव साहेब खुषीने तेवढे पैसे देतात, हे ते जाणून आहेत.

बाबांच्या साठीपर्यंत आमच्या घरी येणाऱ्यांना एक दृश्य सहजपणे पाहावयास मिळे. घराच्या मागच्या अंगणात बसलेले आनंद यादव! हे साहित्यिक यादवांपेक्षा खूप वेगळे असत. या यादवांसमोर एखादी गाडी किंवा बंबाची कॉईल असते. हातात स्क्रू-ड्रायव्हर असतो. बाजूला नटबोल्ट्स, खिळे, स्क्रू, पान्हे, पॉलिशपेपर पडलेले असतात. अंगात पांढराशुभ्र गंजीफ्रॉक आणि विजार, डोळ्यांवर काळ्या फ्रेमचा चष्मा घातलेले हे यादव समोरच्या वस्तूतील बिघाड मन लावून दुरुस्त करीत बसलेले असत. बाबांचं पुस्तकांचं कपाट उघडलं की त्यात अनेक वैचारिक ग्रंथ पाहावयास मिळतातच आणि बाजूच्या एका छोट्या कप्प्यात 'विजेच्या उपकरणांची दुरुस्ती', 'रेडिओ, टी.व्ही. आणि कॉम्प्युटरविषयक माहिती' अशी शीर्षकं असलेली अनेक पुस्तकं सापडतात.

अशा या पार्श्वभूमीवर बाबांचं लिखाण सुरू असे. गोतावळा, नटरंग, माउली, झोंबी, नांगरणी, घरभिंती या बाबांच्या पुस्तकांनी अनेक वाचकांना प्रभावित केलं आहे. झोंबी, नांगरणी, घरभिंती आणि काचवेल या बाबांच्या आत्मचरित्रात्मक कादंबऱ्या. सततच्या प्रतिकूल परिस्थितीशी झगडा देत एक ध्येयवेडा मुलगा कसं शिक्षण घेतो, स्वतःबरोबरच दारिद्र्यानं पिचून गेलेल्या आपल्या कुटुंबाला कसं सावरतो आणि त्यातून सर्व घराला आकार कसा देतो, याचं चित्रण बाबांनी यांत केलेलं. बाबांची 'झोंबी'प्रकाशित झाली नि जवळजवळ पंचवीसशेहून अधिक पत्रं बाबांना आली. सध्या या कादंबरीची अठरावी आवृत्ती निघाली आहे. आजही बाबांना फोन येत असतात.

मध्ये एका तरुण मुलीचा बाबांना फोन आला. 'मी डॉ. आनंद यादव यांची 'झोंबी' वाचली. मला त्यांच्याशी बोलायचं आहे,' या तरुणीनं मला सांगितलं. तिचा आवाज सद्‌गदित झालेला होता. मी बाबांना फोन दिला. ही तरुणी फोनवर फक्त रडत राहिली. बाबांच्या आत्मचरित्रात्मक कादंबऱ्या अनेकांनी वाचल्या आणि अनेकांची अनेकरंगी पत्रं बाबांना आली. काही वाचकांनी त्यांच्या पत्रात लिहिलेले, 'यादव, तुम्ही तुमच्या आत्मचरित्रात कुणावरही राग व्यक्त करीत नाहीत. विशेषतः तुम्हाला सतत विरोध करणाऱ्या आणि अतिशय छळणाऱ्या तुमच्या वडिलांचा- 'दादांचा' राग तुम्ही केला पाहिजे होता. पण तुम्ही तुमच्या वडिलांच्या मानसिक पातळीवर उतरून, त्यांचंही मन जाणून घेतलं आहे. एवढं भोगूनही तुमचं व्यक्तिमत्त्व, आचार-विचार सुसंस्कृत राहिले, परिपूर्ण राहिले. तुमचा मानसिक तोल जीवनात कुठे ढळला नाही, हे विशेष वाटतं. पूर्ण अपरिचित असं खेड्यातील एका शेतमजुराचं जीवन प्रथमच या पद्धतीनं उघड झालं आहे; अन्यथा खेडं म्हणजे तेथील हिरवीगार शेती, टंच कोवळ्या मुली, तेथील निसर्गसौंदर्य इथपर्यंतच आमची झेप होती.'

काही वाचकांना ही आत्मचरित्रं वाचल्यानंतर त्यांचं स्वतःचं जगणं आठवलं. त्यांनी त्यांचे स्वतःचे भोग, स्वतःचे कष्ट, जीवनात उचललेल्या जबाबदाऱ्या पत्रांतून लिहून बाबांना कळवल्या. बाबांचा एक विद्यार्थी तेव्हा खेड्यातून आलेला. जीवनात खूप काही करण्याची त्याची इच्छा असलेली; पण परिस्थितीमुळे त्याला सतत माघार घ्यावी लागलेली. शहरातील वातावरणानंही तो बावरून गेलेला. त्या वेळेस माझ्याशी गप्पा करताना तो मला म्हणाला, ''सरांचं आत्मचरित्र वाचलं आणि जगण्याचा धीर आला.''

एक दिवस चार माणसं आमच्या घरी आली होती. सुशिक्षित आणि सुसंस्कृत कुटुंबातील ती माणसं होती. घरी प्रचंड श्रीमंतीही होती. त्यांच्यापैकी एकाचा मुलगा घरातून निघून गेला होता आणि त्याला शोधत या व्यक्ती आमच्याकडे आल्या होत्या. हे ऐकून आम्हा सर्वांना आश्चर्य वाटलं. आमचा आणि या मुलाचा काय संबंध? तेव्हा त्या मुलाचे वडील बाबांना म्हणाले, ''मुलाला साहित्याची आवड आहे आणि हल्ली कित्येक दिवस त्याच्या हातात तुमचं 'झोंबी' हे पुस्तक दिसत होतं. तेव्हा तो तुम्हाला येऊन भेटेल अशी आम्हाला

आशा वाटते. तो मुलगा आमच्याकडे आलेला नाही हे ऐकल्यावर ही माणसं निघून गेली. प्रसंग संपला असं आम्हाला वाटलं; पण चार-आठ दिवसांनी घरी एक मुलगा आला. सतरा-अठरा वर्षांचा, चेहऱ्यावर शांत भाव असलेला, अद्याप मिसरूडही न फुटलेला. त्यानं त्याची व्यथा आम्हाला सांगितली. त्याला साहित्याची, लिखाणाची आवड. त्यामुळे कला शाखेत शिक्षण घ्यावं, असं त्याला वाटत होतं. पण चांगले गुण मिळत आहेत; हे पाहून त्याच्या वडिलांनी त्याचं न ऐकता त्याला अभियांत्रिकी शाखेत प्रवेश घेण्यास लावला होता. चांगले गुण मिळत असले तरी मुलाला ही शाखा नको वाटत होती. त्यामुळे घरातून निघून जाऊन आपणही आनंद यादव यांच्याप्रमाणे आपला मार्ग शोधू आणि साहित्यिक होऊ, अशा विचारांनी त्यानं थोडे पैसे घेऊन घर सोडलं आणि गोव्याला गेला.

''गोव्याला जाऊन काय केलेस?'' बाबांनी त्याला विचारलं.

''काही नाही. समुद्राकाठी जाऊन बसत होतो आणि तिथं उसळणाऱ्या लाटा पाहत होतो. एकटा राहून खूप विचार केला; पण पुढचा मार्ग मला सापडला नाही. मग तुम्हाला भेटावंसं वाटलं म्हणून इथे आलो.''

नंतर बाबांनी त्याची समजूत काढली आणि त्याच्या वडिलांना एक पत्र लिहिलं. मुलाचीही समजूत काढली आणि त्याला घरी पाठवलं.

'नटरंग' कादंबरी वाचून पुण्यातील एका गृहस्थानं बाबांना पत्र लिहिलं. हे गृहस्थ पूर्वी बाबांच्याच कागल या गावी राहत असलेले. 'नटरंग' कादंबरीत बाबांनी कागलच्या मांगवाड्याचं चित्रण केलं आहे. असं करून बाबांनी कागलची प्रतिष्ठा धुळीस मिळवली आहे, असा आरोप या गृहस्थानं पत्रात केला आहे. पत्रात पुढे बाबांचा बराच रागही केलेला. या पत्राला उत्तर देण्यात अर्थ नाही; हे ओळखून बाबा शांत राहिले. पुढे बाबांना 'झोंबी'साठी साहित्य अकादमीचा पुरस्कार प्राप्त झाला. तेव्हा या गृहस्थांचं पुन्हा एक पत्र आलं. त्यात पुरस्काराबद्दल अभिनंदन केलेलं. 'नटरंग' वाचतानाच तुम्ही एक कसदार लेखक आहात, हे जाणवले,' अशी टिप्पणीही त्यांनी या पत्रात केली होती. बाबांच्या या कादंबरीवर निघालेल्या 'नटरंग' या मराठी चित्रपटाला मिळालेली अमाप लोकप्रियता सर्वांच्या परिचयाची आहे.

'तुम्हाला यादवांचे कोणते पुस्तक आवडते?' हा मला वारंवार विचारण्यात येणारा प्रश्न. बाबांनी त्यांच्या प्रत्येक साहित्यकृतीत नवे प्रयोग केलेले आहेत. एक प्रयोगशील साहित्यिक म्हणूनच त्यांची साहित्यविश्वानं नोंद घेतलेली आहे. आशय आणि आविष्कार दोन्ही दृष्टींनी त्यांच्या साहित्यात विविधता दिसून येते. 'हिरवे जग', 'मळ्याची माती', 'मायलेकरं' ही बाबांची कवितांची पुस्तकं. यातील 'हिरवे जग' मधील अस्सल ग्रामीण अनुभव व अस्सल ग्रामीण बोलीनं रसिकांना भुरळ घातली. 'मळ्याची माती' मध्ये नोकरीनिमित्तानं शहरात आलेला ग्रामीण तरुण नि त्याला जाणवत असलेला त्याच्या गावाचा विरह, त्यामुळे होत असलेली त्याची अस्वस्थ मनःस्थिती बाबांनी चित्रित केली आहे. 'मायलेकरू' या दीर्घ काव्यात खेड्यातील माय नि तिचं शहरात शिकलेलं लेकरू यांची मनःस्थिती संवादाच्या माध्यमातून बाबांनी वर्णन केली आहे. ग्रामीण कवितेत असा प्रयोग पूर्वी झालेला दिसत नाही. ग्रामीण मायचा हा तरुण मुलगा साऱ्या समाजाकडे वास्तव नजरेनं पाहतो आहे नि या समाजासाठी काही करण्याचं स्वप्न उरी बाळगतो आहे, असं यात चित्रित केलं आहे. कवितांची ही तिन्ही पुस्तकं, त्यातील विविधतेमुळे मला आवडतात.

'गोतावळा' ही बाबांची ग्रामीण कादंबरी मराठी कादंबरी विश्वात मानदंड ठरली. त्यातील नारबा हे पात्र अविस्मरणीय ठरले. खेड्यापाड्यात येऊन पोहोचलेल्या यंत्रयुगात, हाती कोणतंही यांत्रिक कौशल्य नसल्यानं सर्वसामान्य माणसाची होणारी मानसिक अवस्था, कुचंबणा बाबांनी यात चित्रित केली आहे. शेतात आलेल्या ट्रॅक्टरमुळे शेतगडी असलेल्या नारबाचा शेतातील गोतावळा कसा उद्ध्वस्त होत जातो, हे या कादंबरीत

दाखवलं आहे; हेही पुस्तक मला आवडतं. बाबांची 'माउली' ही आमच्या घरातील मांजरांवरील कादंबरी आहे; तर 'झोंबी', 'नांगरणी', 'घरभिंती' आणि 'काचवेल' हे बाबांच्या आत्मचरित्रात्मक कादंबरीचे चार भाग; आम्हा यादव कुटुंबीयांशी संबंधित असल्यानं ही पुस्तकंही आम्हाला आवडतात.

'झोंबी', 'नांगरणी', 'घरभिंती' यांच्या प्रसिद्धीनंतर बाबांच्या आत्मचरित्रात्मक कादंबरीच्या चौथ्या भागाची वाचकांना उत्सुकता वाटू लागली. 'यादवांचं सर्व जीवन संघर्षमय आहे. त्यामुळे त्यांचा त्यांच्या पत्नीशीही भरपूर संघर्ष झाला असणार आणि तो या चौथ्या भागातून आपल्यासमोर येणार,' अशी खात्री त्या वेळेस काही वाचकांनी व्यक्त केली होती. हे ऐकून आम्हा तिघा भावंडांना मजा वाटली. आई-बाबांचं पती-पत्नी नातं कसं आहे; हे आम्ही सतत पाहत आलो आहोत.

आईशी लग्न करताना बाबांनी तिच्याकडून काही अपेक्षा ठेवल्या होत्या. माझ्या पत्नीनं माझे अडाणी आई-वडील, सतत कष्ट करीत असलेली माझी लहान भावंडं यांना समजून घ्यावं, त्यांच्याशी मिळूनमिसळून वागावं, त्यांना आपलं मानावं, दारिद्र्यात खितपत पडलेल्या माझ्या कुटुंबाला त्यातून बाहेर येण्यास मदत करावी; असं बाबांना वाटत होतं.

आईचं माहेर मोठं. तिथं ती लाडात वाढलेली. तिचे वडील आबा हे डॉक्टर. त्यामुळे घरात सुखसमृद्धी होती. या पार्श्वभूमीवर बाबांचं घर अतिसामान्य होतं. पण होणारा जावई बुद्धिमान आहे, प्राध्यापक आहे, कर्तृत्ववान आहे, हे जाणून इतर अनेकांचा विरोध असूनही आपल्या मुलीची संमती लक्षात घेऊन आबांनी हे लग्न लावून दिलेलं.

बाबांच्या अपेक्षा सरळसाध्या वाटत असल्या तरी त्या निभावून नेणं कठीण होतं. पैशाची सतत गरज लक्षात घेऊन आईला पुढे शिकावं लागलं नि शिक्षिकेची नोकरी स्वीकारावी लागली. येणारे पैसे सतत गावी जात. आईचे सासू-सासरे, दीर-नणंदा यांच्या गरजा ते भागवीत असलेले. त्यामुळे नोकरी करूनही आई-बाबांना काटकसर करून राहावं लागे. आईनं या गोष्टी आनंदानं स्वीकारलेल्या.

आई कागलला सासरी गेली की आजी तिच्याजवळ येऊन बसे. 'ही माझी सून लई गुणाची आहे,' असे म्हणून अलाबला घेऊन आपल्या कानशिलात बोटं मोडून घेई. माझ्या आईशी आपल्या संसाराच्या गुजगोष्टी करी. नातवंडांचं कौतुक गायी नि आपल्या मुल-सुनांच्या तक्रारी सांगे. त्यांच्या संसाराची काळजी व्यक्त करे. काका, आत्यादेखील त्यांची मनं अनेक वेळा माझ्या आईजवळ मोकळी करीत. 'वहिनी आम्हाला समजून घेतात' हे त्यांचं या कृती मागील मत.

आमच्या घरी पाहुण्यांची सतत वर्दळ. त्या वेळेस बाबांचे व्याप भरपूर असल्यानं त्यांचे मित्र, विद्यार्थी, वाचक, नवीन ओळख झालेल्या व्यक्ती काही निमित्तानं घरी येत. त्यांच्याशी चार शब्द बोलून झाले, की बाबा बैठकीच्या खोलीतून उठून स्वयंपाकघरात आईपाशी येत नि आलेल्या व्यक्तींची संख्या बोटांनी सांगत. आई ही खूण ओळखे नि चहाच्या तयारीला लागे. खास मित्र असतील तर बैठकीच्या खोलीतूनच बाबांची हाक येई. 'स्मिता आम्हाला चहा कर गं.' हा पहिला चहा झाला नि नंतरही भरपूर गप्पा रंगल्या की पोहे, शिरा बनवलं जाई. जेवण्याचा आग्रह केला जाई. हे खाणं झालं की पुन्हा एक चहाचा टप्पा येई. घरात तृप्त पोटानं मनसोक्त गप्पा होत.

ग्रामीण साहित्याची चळवळ सुरू झाली नि आमच्याकडे राहायला येणाऱ्या पाहुण्यांची वर्दळ वाढली. चर्चेच्या निमित्तानं हे पाहुणे चार-पाच दिवस आमच्याकडे राहायचे नि आईनं बनवलेलं जेवण जेवून तृप्त व्हायचे. या रीतीनं आईनंही बाबांच्या या चळवळीत सक्रिय भाग घेतलेला आहे.

बाबांचे अनेक विद्यार्थी घरी येतात. बाबा नसले तरी आईशी गप्पा करतात. आई त्यांच्या कौटुंबिक

जीवनासंबंधी, त्यांच्या अडीअडचणींसंबंधी त्यांच्याशी बोलते. त्यामुळे बाबा नसले तरी परत जाताना एक दिलासा घेऊन हे विद्यार्थी जातात.

आम्ही भावंडं लहान असतानाचा आई-बाबांचा दिनक्रम मला आठवतो. पहाटेपासून आई-बाबांच्या संसारास सुरुवात होई. बाबा पहाटे लवकर उठत नि लेखन किंवा वाचन करीत. आई पाच वाजता उठे; कारण सर्व आवरून तिला सात वाजेपर्यंत शाळेत पोहोचायचं असे. एखाद्या दिवशी तिला जाग आली नाही तर ''स्मिता, ऊठ पाच वाजले.'' अशी बाबांची हाक तिला जाई. सकाळचे विधी उरकून आई स्वयंपाकघरात प्रवेश करी, तेव्हा बाबांनी त्यांचं काम थांबवून दोघांसाठी चहा केलेला असे. चहा पिऊन आई स्वयंपाकाच्या तयारीस लागे. बाबा तिला स्वयंपाकात मदत करीत. भाजी चिरून ती फोडणीस टाकत, कुकर लावत. आई भाकरी-चपाती आदी गोष्टी उरके. त्यानंतर आईची आंघोळीची गडबड सुरू होई. 'अहो, माझी वरच्या खोलीत वाळत घातलेली साडी आणून द्या.', 'अहो, माझा चष्मा पर्समध्ये ठेवा' आईच्या आज्ञा बाबांना जात. बाबा झपाट्यानं ही कामं उरकत. सर्व आवरून आई शाळेस जाई नि बाबा पुन्हा त्यांच्या उद्योगास सुरुवात करीत.

बाबांची ही मदत इतर दिवशी आईला महत्त्वाची वाटत असली तरी रविवार किंवा सुट्टीच्या दिवशी तिला वैताग आणणारी ठरायची. अनेक वेळा भाज्या केल्यामुळे काय केल्यानं भाजी चवीची होते हे बाबा जाणतात. त्यामुळे रविवारी आई भाजी फोडणीस टाकू लागली नि बाबा त्या वेळात स्वयंपाकघरात असले की 'तेल जरा जास्त टाक', 'मीठ आणखी थोडं', 'भाजीला दाण्याचा कूट घाल' इ. बहुमोल सूचना तिला देऊ लागत.

आई बाहेर गेली असेल तर अनेक वेळा बाबा भाजी किंवा फळं घेऊन ठेवत. आई घरी आली की तिला स्वयंपाकघरातील टेबलावर मेथीच्या चार जुड्या नि एक किलो अंजीर असा पसारा दिसे. 'अगं, तो भाजीवाला रोज दारावरून ओरडत जातो. त्याची भाजी खपते की नाही कुणास ठाऊक? त्यातल्या त्यात मेथी जरा बरी दिसली म्हणून तिच्या चार जुड्या घेऊन ठेवल्या. आता तू काही भाजी आणायला जाऊ नको,' असं स्पष्टीकरण बाबा देत. अंजिरंही त्यांनी अशाच एका दूरहून येणाऱ्या म्हाताऱ्या व्यक्तीकडून घेतलेली असत. नंतर ही अंजिरं खराब होतील म्हणून दोन दिवस थोडी थोडी करीत बाबा स्वतः ती अंजिरं खात राहत. आम्हालाही अंजिरं खाण्याचा आग्रह करीत.

बाबांचे पाळीव प्राण्यांबद्दलचे प्रेम हा आई-बाबांचा वादाचा विषय. 'घरात प्राणी नकोत. त्यांचे केस घरभर पसरतात. आरोग्याच्या दृष्टीनं हे चांगलं नाही,' असं आईचं मत. पूर्वी ती दारात येणाऱ्या कुत्र्या-मांजरांना खाऊ घाली; पण मग ती आपल्या दारातच बसतात हे पाहून आईनं त्यांना खायला घालणं बंद केलं. बाबांनीही असं वागावं, असं आईचं म्हणणं. बाबांना आईचं म्हणणं पटत असलं तरी प्राण्यांबद्दलचे प्रेम त्यांना शांत बसू देत नाही. मग घरातील चतकोर चपाती बाबा मांजराच्या पिलाला देत. त्यावर आई काही बोलली तर 'अगं, थोडंसं देतो' असं बाबा म्हणत. परिणामी मांजराचं पिलू आमच्या दारात बसू लागे, हळूहळू संधी पाहून घरात शिरे नि पुढे घरातील व्यक्ती बनून जाई. आईचाही मग नाइलाज होई.

ब्याऐंशीव्या अखिल भारतीय मराठी साहित्य संमेलनाच्या अध्यक्षपदी बाबांची प्रचंड बहुमतानं निवड झाली तेव्हा मन आनंदानं भरून गेले. हे अध्यक्षपद म्हणजे मराठी साहित्य विश्वातील एक सर्वोच्च प्रतिष्ठेचा सन्मान आहे, याची जाणीव घरातील आम्हा सर्वांना आधीपासून होतीच; पण घरात सतत वाजू लागलेल्या फोननं ती जास्त होऊ लागली. बाबांचे मित्र, साहित्यिक मित्र, रसिक वाचक, विद्यार्थी, विविध क्षेत्रांतील मान्यवर व्यक्ती, हितचिंतक, नातेवाईक, परिचित साऱ्यांचे फोन येऊ लागले. घरात अभिनंदनासाठी गर्दी

होऊ लागली. पुष्पगुच्छ, नारळ, पेढे, मिठाई, शाली यांनी घर भरू लागलं, तशी आईची काळजी वाढू लागली. तीन-चार नारळ, चार-पाच किलो पेढे, चार-पाच शाली, दहा-बारा पुष्पगुच्छ अशी बाबांची घरबसल्या रोजची कमाई होऊ लागली आणि 'आता याचं काय करायचं,' असा ज्वलंत प्रश्न आम्हाला पडू लागला. अर्थात सर्वांचे तोंड गोड करण्याचा उत्साह आम्हालाही आलेला.

बाबांची ही झालेली निवड म्हणजे बाबांनी प्रतिकूल नि संघर्षमय परिस्थितीतून केलेली वाटचाल, त्यांची साहित्यनिष्ठा, त्यांचा प्रामाणिकपणा, अभ्यासू, चिंतनशील व्यक्तिमत्त्व या सर्वांचं मिळालेलं फळ आहे, असं आम्हा कुटुंबीयांना वाटतं. बाबांनी ग्रामीण साहित्याची चळवळ सुरू केली नि त्यांच्या लक्षात आलं, की या साहित्याचं रूप, स्वरूप स्पष्ट करणारी समीक्षा मराठी साहित्यात अभावानंच आहे. त्यामुळे ग्रामीण कथा, कादंबरीची, साहित्यकृतींची समीक्षा करताना कोणते मापदंड वापरायचे, असा प्रश्न समीक्षकांना पडतो आहे. नवोदित ग्रामीण लेखकही 'ग्रामीण प्रकारचं लेखन म्हणजे काय?' अशा गोंधळात आहेत. 'आपले ग्रामीण भागातील अनुभव, बोली भाषा साहित्यातून जशीच्या तशी वास्तव रीतीनं व्यक्त करावी का,' असा प्रश्न त्यांच्यासमोर आहे, हे बाबांच्या लक्षात आलं. त्यातून ग्रामीण साहित्याची समीक्षा करणारी त्यांची पुस्तकं निर्माण झाली. त्यांची ही पुस्तकं वाचताना मला त्यांच्या विचारांची झेप, पक्वता लक्षात येत गेली. इतरांपेक्षा खूप वेगळा विचार ते करीत असतात, याची जाणीव झाली. ते एक प्रतिभावंत, सर्जनशील कवी, कथाकार, कादंबरीकार, चरित्रकार, आत्मचरित्रकार, समीक्षक आहेत आणि ते मराठी साहित्यातील ज्येष्ठ साहित्यिक आहेत, हे जाणवत राहिलं. बाबांची 'लोकसखा ज्ञानेश्वर' आणि 'संतसूर्य तुकाराम' ही पुस्तकं वादग्रस्त ठरली. खरंतर ज्ञानोबा आणि तुकोबा ही बाबांची श्रद्धास्थानं. आमच्या घरामध्ये या दोन्ही संतांच्या मूर्ती बाबांनी बैठकीच्या खोलीत ठेवल्या होत्या. त्यांच्या स्वतःच्या खोलीत ते अनेक वेळा या संतांचे अभंग, वचनं एका कागदावर लिहून तो कागद आपल्या लिखाणाच्या टेबलावर फ्रेममध्ये ठेवत असत. जाता येता ही फ्रेम प्रत्येकाच्या दृष्टीस पडे आणि त्यावरचा अभंग वाचून आम्हालाही प्रेरणा मिळे. दर दोन-तीन दिवसांनी या फ्रेममध्ये संतांचे नवे अभंग, विचार, सुविचार बाबा लावत असत. "कीर्ती, हे दोन संत फार मोठे आहेत. त्यांच्या अभंगांना वाङ्मयीन मूल्य आहे. त्यात जगण्याचं तत्त्वज्ञान मांडलं आहे. मन प्रसन्न होतं, जगण्याची नवी उमेद मिळते हे अभंग वाचून." बाबा मला सांगत.

संत ज्ञानेश्वर आणि संत तुकाराम यांना जगताना खूप मोठ्या संघर्षांना सामोरे जावे लागले. या सर्व संघर्षावर मात करून ते परमोच्चस्थानी, संतपदावर जाऊन पोहोचले. बाबांचे जीवन पाहिले तर तेही एकाकीपणे आयुष्यभर सतत संघर्षाला सामोरे गेले आहेत. अशा प्रसंगी त्यांना धीर देणारं, आधार देणारं कुणी नव्हतं. बाबांना या दोन संतांनी अशा प्रसंगी मानसिक आधार दिला आहे. मला आठवतं, आम्ही लहान असताना बाबा आम्हाला दोन-तीन वेळा देहू-आळंदीला घेऊन गेले आहेत. इंद्रायणी नदीत पाय धुऊन आम्ही या संतांच्या देवळात जाऊन माथा टेकवला आहे. बाबांनी अपार उत्साहानं तेथील काळा बुक्का आमच्या माथी लावला आहे आणि या देवळात सर्वत्र फिरत या संतांचं जीवन आम्हाला भान विसरून स्पष्ट केलं आहे. बाबांचा त्या वेळेचा उत्साह आणि श्रद्धा मला आजही आठवते.

"या दोन संतांवर मी लिहिणार आहे कीर्ती. सामान्य घरात जन्मलेली ही माणसं आपल्या अपार कर्तृत्वानं मोठी झाली आहेत. त्यांचं जगणं थक्क करणारं आहे." बाबा मला नेहमी सांगत. १९९५ च्या सुमारास पुणे विद्यापीठातून ते निवृत्त झाले. यानंतर ते अनेक वेळा मित्रांच्या इच्छेखातर त्यांच्या घरी जाऊन त्यांना ज्ञानेश्वरी समजावून सांगत असत. घरात त्यांचं तुकारामांच्या अभंगांचं पारायण सुरू होतंच! या सर्वांतून या दोन संतांवर कादंबरी लिहिण्याच्या त्यांच्या विचारानं वेग घेतला. प्रथम त्यांनी संत ज्ञानेश्वर घेतले. त्यांच्या टेबलावर

ज्ञानेश्वरांवर लिहिलेल्या अनेक कादंबऱ्या, संदर्भ पुस्तकं जमा होऊ लागली. ज्ञानेश्वरांचं वास्तव्य झालेली आपेगाव, पैठण, नेवासा, आळंदी अशा सर्व ठिकाणी बाबा जाऊन आले. तिथला परिसर, ज्ञानेश्वरांशी संबंधित देवळं, घरं, इतर साधनं यांचा त्यांनी अनुभव घेतला. 'इथे नेमकं काय घडलं असेल' याचा आपल्या नजरेतून विचार केला आणि या सर्वातून 'लोकसखा ज्ञानेश्वर' ही कादंबरी आकाराला आली.

२००५ मध्ये प्रकाशित झालेली ही कादंबरी मी वाचली नि अक्षरशः डोळे पाण्यानं भरून आले. विठ्ठलपंतांचं अभ्यासू व्यक्तिमत्त्व, त्यांचं ग्रंथांचं वेड आणि एका झपाटलेपणानं त्यांनी घरातून निघून जाणं नि संन्यासाश्रम स्वीकारणं, त्यांच्या पत्नीवर- रुक्मिणी देवीवर- या सर्वांतून आलेली असहाय जगण्याची वेळ, पुढे या दाम्पत्याचा गृहस्थाश्रम, ज्ञानेश्वर आणि त्यांच्या भावंडांवर विठ्ठलपंतांनी केलेले संस्कार, त्यांच्यात रुजवलेले विचार, त्यांचं केलेलं ज्ञानसंवर्धन आणि गावपंचायतीचा निर्णय शिरसावंद्य मानून नदीत केलेलं देहसमर्पण. आई-वडिलांच्या अशा अनपेक्षित जाण्यानं या भावंडांना प्राप्त झालेलं पोरकेपण, लहानग्या सोपान, मुक्तानं केलेला आक्रोश आणि निवृत्तिनाथ नि ज्ञानदेवांना यातून आलेलं जबाबदारीचं भान; सारे प्रसंग बाबांनी त्यांच्या साहित्यिक प्रतिभेच्या सामर्थ्यानं जोरकस रेखाटले आहेत. ते वाचताना वाचक पार हेलावून जातो. ज्ञानेश्वरांच्या जीवनातील संघर्ष त्याला स्वतःला पेलवत नाही. नि ज्ञानेश्वरांचं मोठेपण, क्षमाशील संतपण त्यांच्या मनात अधोरेखित होत जातं. या कादंबरीला वाचकांचा चांगला प्रतिसाद मिळाला आणि बाबांचा हुरूप वाढला.

त्यांनी त्याच झपाट्यानं 'संतसूर्य तुकाराम' ही कादंबरी लिहिली. त्यांची लेखनपूर्वतयारी वर सांगितली तशीच! देहूगाव, तेथील तुकारामांचं मंदिर, घर, त्यांची गाथा, इंद्रायणी नदीचा परिसर, भंडारा डोंगर बाबांनी तुकारामांच्या नजरेतून अनुभवलं आणि ते लिहून काढलं. ही कादंबरी प्रकाशित झाली तेव्हा बाबांना एका मोठ्या जबाबदारीतून मुक्त झाल्याचा आनंद झाला. मी, बाबा असे दोघं देहूगावी गेलो नि तुकारामांच्या मंदिरात या पुस्तकाच्या पहिल्या दोन प्रती अपर्ण केल्या. तिथल्या पवित्र आणि मंगलमय वातावरणानं चित्तवृत्ती प्रसन्न झाल्या. तिथला बुक्का माथी लावला आणि घरी परतलो.

ही दोन्ही पुस्तकं काही व्यक्तींना वादग्रस्त वाटली आहेत. पण या पुस्तकांच्या लिखाणाची वरील पार्श्वभूमी नि बाबांचा या संतांच्या प्रती असलेला स्वच्छ, निर्मळ आदराचा भाव आम्हा कुटुंबीयांना माहीत आहे. बाबांनी त्यांच्या नजरेतून नि माणूसपणाच्या जाणिवेतून हे लेखन केलं आहे.

बाबा! समाजातील अनेक व्यक्ती त्यांना 'साहित्यिक', 'ग्रामीण साहित्य चळवळीचे प्रणेते' म्हणून ओळखतात. बाबांचे विद्यार्थी त्यांच्याकडे 'आपले सर' म्हणून पाहतात. गावी कागलला ते सर्वांचे 'दादा' आहेत. आम्ही भावंडं त्यांच्याकडे 'आपले बाबा' म्हणून पाहतो. साऱ्या जबाबदाऱ्या बाबांनी समर्थपणे पेललेल्या. त्यांच्या चेहऱ्यावर सतत प्रसन्न नि स्वस्थ भाव असलेले. स्वभावात मूलतःच धारिष्ट्य आणि कर्तृत्व असलेले. प्रसंगानुसार त्यांचा हा स्वभाव उफाळून येत असलेला. अनेकांना त्यांच्या या स्वभावाचा प्रत्यय आलेला. 'यादवांना यादवी माजवायला आवडते' अशी कोटीही त्यांच्यावर केली जाते. असं असलं तरी काही प्रसंग मी विसरू शकत नाही.

त्या दिवशी मी सर्वांच्या आधी उठलेले. दार उघडून अंगणातील पेपर उचलला नि त्यांचे पहिले पान पाहिले. नजर एका शीर्षकावर स्थिर झाली नि काळजात चर्रर झालं. 'स. शि. भावे यांचे निधन' त्या दिवशीची पहाटेची ही घटना. घरात चहा करता करता भावे काका कोसळलेले. चेहऱ्यावर मिस्कील भाव असलेले भावेकाका बाबांचे मित्र. वडे, सामोसे घेऊन अनेक वेळा आमच्या घरी आलेले नि सर्वांशी त्यांनी हसत खेळत मनसोक्त गप्पा केलेल्या.

मी बावरून उभी असताना बाबा आले, 'काय बातम्या आहेत गं' म्हणत त्यांनी हातातील पेपर काढून घेतला. अंगणातील ओट्याच्या पायऱ्यांवर ते बसले. काही न बोलता मी घरात गेले. थोड्या वेळानं बैठकीच्या खोलीत जाताना नजर बाबांकडे गेली. बाबांच्या बाजूला पेपर पडलेला नि बाबा शांत झालेले... नजर थबकून गेलेली नि चेहरा शून्यवत झालेला... भोवतालचं जग विसरून गेलेला.

घरात अनेकांचे मृत्यू झालेले; पण बाबा त्या प्रसंगी डगमगले नाहीत. शांत चित्तानं नेहमीचा दिनक्रम त्यांनी चालू ठेवलेला. त्यामुळे आजोबा गेल्याची बातमी जेव्हा आम्हाला कळली, तेव्हा गावी गेल्यावर आता बाबा कसे वागतील याचं कुतूहल त्या लहान वयात माझ्या मनात जागृत झालेलं.

एस.टी. तून कागलला उतरलो. दोन्ही हातांत सामान घेऊन बाबा त्यांच्या नेहमीच्या पद्धतीनं झपाट्यानं चालू लागले. त्यांच्या पाठोपाठ मी, स्वाती आणि आई निघालो. आजोळी पोहोचलो. आजोबांवर अंत्यसंस्कार होऊन गेलेले. आजी, आत्या, काका सर्व जण माजघरात बसलेले. घरात शोकाकुल वातावरण पसरलेलं. सोप्यात सामान ठेवून बाबा माजघरात आले नि 'दादाऽऽ' म्हणत त्यांनी हंबरडा फोडला. गोठ्यात बांधलेलं आमच्या म्हशीचं तान्हं रेडकू त्या क्षणी उड्या मारून आपल्या आईच्या कुशीत जाऊन बसलं.

आजी गेली तेव्हा पहाटे सहाच्या सुमारास आमच्या घरातील फोन खणखणला. सारं घर गाढझोपेत असलेलं. फोनच्या आवाजानं मी जागी झाले. अंथरुणावर पडल्या पडल्या कानोसा घेऊ लागले. बाबांनी उठून फोन घेतला. पलीकडून काही बातमी ऐकली नि 'ठीक आहे, मी येतो;' असं म्हणून फोन ठेवून दिला. सकाळचे विधी त्यांनी झपाट्यानं उरकले नि हातात बॅग घेऊन आमच्या खोलीत आले. आई तिथे निजलेली.

''स्मिता, मी कागलला जातो. आई गेली,'' ते म्हणाले. खोलीत अंधार तसाच पसरलेला. आई धडपडून उठली नि तिनं दिवा लावला. तोपर्यंत बाबा घरातून बाहेर पडले होते. आईला चुटपूट लागून राहिली.

''बघ, कसे निघून गेले. आधीच त्यांनी मला ही बातमी सांगायची नाही का. मी थोडं बोलले असते त्यांच्याशी.'' आई मला म्हणाली.

''अगं, तू त्यांना समजून घे. आजी गेल्याचं ऐकल्यावर त्यांना भरून आलं असेल. मन मोकळं करायला एकटेपणा हवा वाटला असेल.'' मी आईची समजूत काढली.

कागलहून परत आले तेव्हा बाबा शांत झालेले. नेहमीचा दिनक्रम त्यांनी सुरू ठेवलेला. नंतरच्या दोन वर्षांत दोन वेळा ते कागलला गेले. कागलला जाऊन ते लगेच परत येत. आईनं त्यांना कारण विचारलं. आम्ही भावंडही तेथे बसलेलो.

क्षण दोन क्षण बाबा स्तब्ध राहिले नि म्हणाले, ''नको वाटतं गं तिथं. आई गेल्याचं तिथं जाणवत राहतं. आता तिथलं सगळं संपलं.'' बाबांच्या चेहऱ्यावर पोरकं झाल्याचे भाव पसरलेले.

स्वतःचं दुःख बाजूला ठेवून समोरच्या व्यक्तीला धीर देण्याचे कठीण प्रसंग बाबांवर आले आहेत. बाबांची आईचं- आमच्या आजीचं निधन झालं तेव्हाची गोष्ट. बाबांच्या 'झोंबी'ला 'साहित्य अकादमी'चा पुरस्कार प्राप्त झाला तसा कागलकरांनी आजीचाही मोठा सत्कार केला. त्यामुळे आजी खुशीत होती. त्याच सुमारास तेथील शाळेमध्ये एक तरुण शिक्षक म्हणून रुजू झाला. यादवांच्या घराची त्यालाही उत्सुकता होती. त्यातून तो रोज संध्याकाळी शाळा सुटल्यावर आजीशी गप्पा करायला येऊ लागला. दोघांचीही दोस्ती झालेली. आजीचं निधन झालं त्या दिवशी तो नेमका रजा घेऊन आपल्या गावी गेला होता. दुसऱ्या दिवशी नेहमीप्रमाणे तो संध्याकाळी घरी आला. घरातली गर्दी त्यानं पाहिली. पण 'आनंद यादव' आले असल्यानं ती झाली असणार, असं त्याला वाटलं. मोठ्या उत्साहानं तो बाबांशी साहित्याच्या गप्पा मारत बसला. भोवती

माणसं होती, ती गप होऊन त्याचं बोलणं ऐकत राहिलेली. नंतर त्यानं आजीची चौकशी केली आणि तिच्या निधनाविषयी त्याला समजलं. तो अनपेक्षित धक्का सहन न होऊन तो हमसाहमशी रडू लागला. बाबा त्याची समजूत काढत राहिले.

बाबा आनंदाचं झाडही बनले आहेत. त्या दिवशी संध्याकाळची वेळ. मी आमच्या खोलीत दुपारची झोप घेऊन नुकतीच जागी झाले होते. तोवर बाबा माझ्या जवळ आले नि म्हणाले, ''कीर्ती, एक अतिशय आनंदाची बातमी. 'झोंबीला' साहित्य अकादमीचा पुरस्कार मिळाला आहे.'' बाबांचा आवाज हळुवार झालेला, आनंदानं गदगदून गेला होता.

पुरस्काराच्या निमित्तानं अनेक व्यक्ती घरी आल्या, शुभेच्छा देऊन गेल्या. पत्रकार आले, मुलाखत घेऊन गेले. अनेक ठिकाणी सत्कार समारंभ झाले. सगळीकडून बाबांवर कौतुकाचा वर्षाव होत राहिला. दिल्लीत एका संध्याकाळी बाबांनी हा पुरस्कार स्वीकारला. तेव्हा त्यांच्या लालगोऱ्या चेहऱ्यावर आणखी गुलाबी छटा पसरून गेल्या.

आमच्या घरी बाबांच्या साहित्यिक मित्रांचे नेहमीच येणे-जाणे असते. मराठीतील ज्येष्ठ विचारवंत व समीक्षक गो.म. कुलकर्णी हे आमच्याच कलानगर सोसायटीत राहत. त्यांचे आमच्या घरी रोजचे येणेजाणे असे. बाबांच्या आणि त्यांच्या साहित्यावरील गप्पा रंगत. दोघे मिळून साहित्याच्या अनेक अंगाउपांगाविषयी रंगून जाऊन चर्चा करीत. या दोघांची चर्चा म्हणजे आमच्या घरात हसण्याचा विषय झालेला होता. तास-दीड तास दोघे घरात बसून चर्चा करीत. मग गो.म. काका घरी जाण्यासाठी म्हणून उठत. उभे राहून पुन्हा दहा-पंधरा मिनिटं चर्चा. तिथून दाराच्या चौकटीत उभं राहून अर्धा तास चर्चा. कधीकधी बाबा गो.म.काकांना सोडायला फाटकापाशी जात. पुन्हा तिथे चर्चा. दोघेही भान हरपून बसलेले असायचे. पुन्हा संध्याकाळी बाबांना काही नवीन मुद्दा सुचला की ते काकांच्या घरी जात. एकूणच बाबांचे गो.म. कुलकर्णी काकांशी छान जमलेलं होतं.

पु.ल. देशपांडे, श्री.पु. भागवत, विंदा करंदीकर, शांता शेळके, इंदिरा संत, गंगाधर महाम्बरे, श्रीनिवास कुलकर्णी या साऱ्यांशी बाबांचे जिव्हाळ्याचे नाते. ग्रामीण साहित्य चळवळीच्या निमित्तानं रा. रं. बोराडे, नागनाथ कोत्तापल्ले, वासुदेव मुलाटे, य. वा. वडस्कर, अनुराधा गुरव, प्रतिभा इंगोले ही साहित्यिक मंडळी घरचीच झाली आहेत. घरात साहित्यिक वातावरण सतत असतं. या थोरामोठ्यांच्या गप्पा, चर्चा ऐकत, तो संस्कार घेत आम्ही भावंडं वाढलो आहोत. बाबांचे खास मित्र म्हणजे प्रा. अरविंद वामन कुलकर्णी. अनेक वेळा बाबांनी आपल्या लेखनाचं पहिलं स्क्रिप्ट कुलकर्णी काकांना वाचायला दिलं आहे. नंतर त्यांच्याशी चर्चा करून लेखनात सुधारणा केल्या आहेत. कधी कंटाळा आला की बाबा कुलकर्णी काकांच्या घरी जात. काकू घरी नसल्या तर दोघे मिळून चहा बनवून निवांत गप्पा करीत बसत. प्रा. स. शि. भावे हेदेखील असंच बाबांचं जिव्हाळ्याचं स्थान होतं. 'मेहता पब्लिशिंग हाऊस' चे अनिल मेहता जसे बाबांचे प्रकाशक, तसेच खास मित्रही आहेत.

घरी येणाऱ्या अनेक व्यक्तींमध्ये बाबांचे विद्यार्थीही असतात. 'यादव सरांमुळे आम्ही घडलो', असं आनंदानं सांगत असतात. यादव सरांविषयी त्यांच्याजवळ अनेक आठवणी असतात. कधी परीक्षेला अनुपस्थित राहिला म्हणून यादव सर त्यांना रागावलेले असतात, साहित्याचे सौंदर्यशास्त्र सरांनी शिकवल्यामुळेच आम्हाला समजले, घरी आईचे निधन झाले तेव्हा सरांजवळच अश्रू मोकळे केले, सरांनी धीर दिला, एम. फिल, पीएच.डी. पूर्ण करण्यास सरांनीच प्रोत्साहन दिलं... अशा अनेक आठवणी हे विद्यार्थी आम्हाला सांगत असतात. ग्रामीण साहित्याच्या चळवळीमुळे खेड्यातील तरुण

वर्ग बाबांबद्दल प्रचंड आदर, आपुलकी बाळगून आहे. ब्याऐंशीव्या अखिल भारतीय मराठी साहित्य संमेलनाच्या अध्यक्षपदी त्यांची निवड झाली तेव्हा 'आपल्या माणसाची निवड झाली' असा आनंद या तरुण वर्गानं आम्हा कुटुंबीयांजवळ व्यक्त केला आणि 'कितीही खर्च झाला तरी महाबळेश्वरच्या साहित्य संमेलनाला आम्ही येणार, यादव सरांना संमेलनाध्यक्षपदी विराजमान झालेलं डोळे भरून पाहणार,' अशा भावना त्यांनी व्यक्त केल्या आहेत.

...आठवणी येत राहतात. बाबांच्या जीवनातील रणरणत्या उन्हाळी संघर्षाची दुपार संपली आहे हे जाणवते नि आता शांत, निर्वेध जीवन जगणारे बाबा पाहताना आनंद होत राहतो.

डॉ. कीर्ती मुळीक
९८८१४७७४६५
Email : mulikkeerti@gmail.com

आनंदाचे डोही...

'झोंबी' वाचली आणि त्या मोटेचं पाणी नसांनसांतून अंगभर फिरू लागलं. मळ्यातनं उगवून आलेलं हे आत्मचरित्र शेणामातीच्या रंगानं-वासानं माझ्या सभोवती दरवळू लागलं. कैक दिवस कागल माझ्या हृदयात ठाण मांडून बसलं. वडिलांनी लाथाडलेला हा एकलव्य पुढं आपल्या जिज्ञासा आणि जिद्दीच्या जोरावर विद्यावाचस्पती होतो, पुणे विद्यापीठात मराठी विभागप्रमुख होतो. ही चित्तरकथा आमच्या काळजात कितीतरी मोठी महत्त्वाकांक्षा पेरते. भोगलेल्या झोंबीचा कर्ता पुण्याच्या 'भूमी'त कार्यरत आहे आणि त्यांना भेटणं हे माझं स्वप्न उराशी बाळगून मी योग आणि संधीची वाट पाहू लागलो.

'मृत्युंजय'कार शिवाजी सावंत यांनी पुण्यात एक नवोदितांचं मोठं राज्यव्यापी साहित्य संमेलन आयोजित केलं होतं. त्यात मी माझी कविता घेऊन गेलो होतो. माझं नाव पुकारलं. मी मागच्या रांगेतून वाट काढत व्यासपीठावर गेलो आणि समोर पाहतो तो काय- साक्षात माझं दैवत प्रा. डॉ. आनंद यादव पहिल्या रांगेत बसलेले. त्यांच्या शेजारी श्री. शिवाजी सावंत आणि त्या वेळचे साहित्य संस्कृती मंडळाचे अध्यक्ष श्री. रा. रं. बोराडे. दोन्ही हात जोडून या त्रयीला वंदन केले आणि मी माझी कविता सादर केली. प्रचंड टाळ्या वाजल्या. त्याच टाळ्यांच्या गजरात

श्री. शिवाजी सावंत धावत स्टेजवर आले. त्यांनी चक्क मला कडकडून मिठी मारली. माईक हातात घेतला आणि त्यांच्या पहाडी आवाजात तमाम श्रोत्यांना त्यांनी सांगितलं, ''याला म्हणतात कविता.'' या अनपेक्षित पुरस्कारानं मी मोहरून गेलो. याच संधीचा फायदा घेऊन पळत जाऊन पहिल्या रांगेत बसलेल्या यादव सरांना नमस्कार केला. कविता ग्रामीण बाजाची होती. सरांनी पाठीवर हात ठेवला आणि ''शाब्बास'' म्हणाले. माझा आनंद गगनात मावेना. ज्या क्षणाची वाट पाहत होतो तो क्षण प्रत्यक्ष अनुभवला. कविता आवडल्याचे सारे संदर्भ त्यांच्या स्मितहास्यात स्पष्ट दिसत होते. नवोदितांना प्रोत्साहित करणं, हा सरांचा स्वभाव आणि त्यात लोकजीवनाशी निगडित सर्वच गोष्टींवर त्यांचं जिवापाड प्रेम. सरांचा हा भक्कम आशीर्वाद घेऊन मी माझ्या जागेकडे गेलो. संध्याकाळी वाईला जाण्यासाठी निघालो. जाताजाता चहासाठी एका हॉटेलात गेलो; बसलो. आणि काय आश्चर्य समोरच्या टेबलवर साक्षात श्री. आनंद यादव सर आणि श्री. बोराडे सर. व्वा... पुन्हा दर्शन झालं. मी वाईचा म्हणून त्यांनी 'विश्वकोश काय म्हणतो?' इत्यादी चौकशी केली आणि ग्रामीण- बोली भाषेतील शब्दांचा एक कोश कसा करता येईल याविषयी दोघं बोलू लागले. ही चर्चा खूपच महत्त्वाची होती. यादव सरांची बोली भाषेवरील श्रद्धा, तळमळ आणि प्रेम क्षणोक्षणी जाणवत होतं. हा संपूर्ण दिवस आणि हे भाग्यशाली प्रसंग मी अंतःकरणात जपून ठेवले. माझा आवडता लेखक प्रत्यक्ष पाहायला मिळाला, एक नवी ऊर्जा मिळाली. ही ऊर्जा घेऊन वाईला आलो. त्याच उत्साहात नंतर 'कलेचे कातडे' आणि 'नटरंग' वाचले. सर म्हणतात 'कला हे मानवी जीवनाचे स्वायत्त मूल्य आहे. आपला अनुभव हा कलाकृतीत जिवंतपणे व्यक्त करणे हेच कलेचे ध्येय असते.' खरंच सरांचं साहित्य हे प्रामुख्यानं एक प्रांजळ अनुभवकथन आहे आणि म्हणून या साहित्यकृती जिवंत वाटतात. प्रसंगनिर्मितीपेक्षा ते घडत जाणे हे सूत्र या साहित्यकृती जिवंत ठेवतात. सरांच्या साहित्यानं मला हे स्वायत्त मूल्य दिलं. यातूनच सरांना भेटण्याची, त्यांच्याशी संवाद करण्याची उत्कटता तीव्र झाली. पण जावं कसं? मी एक सामान्य वाचक. पुण्याला जाऊन भेटावं.... पण सरांची दैनंदिनी... त्यांचा वेळ? शिवाय आपण काय बोलायचं? मनाची ही उलघाल पाय उचलू देईना.

असेच काही दिवस गेले आणि मार्च २००९ मध्ये महाबळेश्वर येथे संपन्न होणाऱ्या ८२ व्या अ. भा. मराठी साहित्य संमेलनाचे अध्यक्ष म्हणून डॉ. आनंद यादव यांची निवड झाल्याचं जाहीर झालं. आमच्याच जिल्ह्यात होणाऱ्या या साहित्यदिंडीचं नेतृत्व सर करणार; शिवाय सर पुन्हा भेटणार, या कल्पनेनं मी आनंदून गेलो. हा आनंद द्विगुणित करणारी आणखी एक गोष्ट म्हणजे या संमेलनात होणाऱ्या निमंत्रितांच्या कविसंमेलनासाठी मला निमंत्रण आलं. संमेलनातील माझा प्रवेश अधिकृत झाला. पण माझ्या या उत्साहाला दृष्ट लागली. सरांच्या 'संतसूर्य तुकाराम' या पूर्वीच्या कादंबरीतील काही वाक्ये जाणीवपूर्वक काही रंग बदलणाऱ्या सरड्यांनी साहित्य संमेलनाच्या कुंपणावर आणली, आणि या कुंपणाचे काटे वारकऱ्यांच्या आध्यात्मिक वाटेवर अंथरले. चिथावलेली पंढरी आक्रमक झाली आणि ज्यांना तुकाराम सखोल समजलेच नाहीत त्यांनी संमेलनाध्यक्ष पदावर हरकत घेतली. संयोजक बिथरले. श्रीमती आशा भोसले उद्घाटनाला आल्या; पण डॉ. आनंद यादव आले नाहीत, हे पाहून या अघटिताकडे तमाम साहित्यसृष्टीनं पाठ फिरवली. माजी अध्यक्षसुद्धा फिरकले नाहीत. आम्ही व्यथित झालो. या विकृत प्रवृत्तीचा खूप राग आला. याच प्रदूषित वातावरणात रात्री आमच्याच वाईचे कवी अशोक नायगावकर यांच्या अध्यक्षतेखाली निमंत्रितांचं कविसंमेलन सुरू झालं. दिवसभरात झाल्या घटनेवर कोणीही चकार शब्द काढला नाही. एका अनामिक भीतीखाली सर्व जण वावरत होते. नेहमीच्या मक्तेदार कवींच्या कविता झाल्या आणि आम्ही स्थानिक भूमिपुत्र शेवटी शेवटी पुकारले गेलो. मी मात्र दिवसभराच्या मौनाची कोंडी फोडली. सरळसरळ या विरोधकांवर हल्ला केला. अलिप्ततावादी भ्याड साहित्यप्रेमीं प्रती खेद व्यक्त केला. मी स्पष्ट बोललो, ''शहरांतून उंच टॉवर्समुळे

आपल्याला सूर्य दिसत नाही म्हणून आपण महाबळेश्वरला येतो. पण आज इथं दुर्दैवानं माजी सूर्य नाहीत आणि आजी सूर्यही नाही. मंडळी, मीसुद्धा एक वारकरी आहे. भागवताची पताका आमच्या बापजाद्यांपासून आमच्या हातात आहे. वारकरी नावाची पदवी देणारं विद्यापीठ अजून तयार व्हायचंय. तेव्हा स्वयंघोषित बडव्यांनो सावधान. अरे ज्या सारस्वतानं चाळीसहून अधिक ग्रंथ लिहिलेत तो आजचा संत आहे आणि ही इज इक्विव्हॅलंट टू तुकाराम. बोथ आर फ्रेंड्... अहो, मैत्र हे एक अद्वैत आहे. दोन मित्र एकमेकांशी सहज बोलू शकतात. त्यांचं हे तादात्म्य भंग करणारे आपण सामान्य कोण? आज किमान इथे एक मोकळी अध्यक्षीय खुर्ची ठेवून त्यात डॉ. यादव सरांचे सारे ग्रंथ ठेवायला हवे होते तर आपल्या भावना अजून स्पष्ट झाल्या असत्या. पण दहशतवादाला आपण घाबरतो.'' आणि मी माझी या घटनेवर आधारलेली त्याच दिवशी तातडीने रचलेली 'गहिवर' ही कविता सादर केली. माझा तीव्र उद्वेग मी व्यक्त केला.

करी शब्दांची निर्मिती
त्याची ख्याती देशभर
नव्या युगाचा सर्जक
ऐसा ज्ञानी नरवर...
त्येचा 'गोतावळा' किती
कागल झालं विश्वभर
ऐसा 'खळाळ' शब्दांचा
'नटरंग' मातीवर...
या मातीच्या रिनाची
'झोंबी' त्याले अंगभर
एक एका ग्रंथातून
केली उत्राई सत्वर...

या पहिल्या तीन कडव्यांत सरांचं काम, त्यांचं या मातीशी असणारं इमान आणि त्यांच्या साहित्यकृती ऐकून श्रोत्यांनी उत्स्फूर्त दाद दिली. सरांचा वाचक भारावून गेला. खरंच, या सृष्टीच्या सर्जनाचं अस्सल बीज या साहित्यात गवसतं. सर पुण्यातल्या त्या ओझरत्या भेटीत ग्रामीण साहित्यावर जे बोलले ते शब्द आठवले, ''धान्य निवडताना पिकं आणि नाकं; यातलं पिकं म्हणजे जे उगवणार आहे ते निवडावं.'' सकस साहित्यनिर्मितीसाठीची ही मूळ मशागत सरांनी किती सहज सांगितली. 'झोंबी'नं आम्हाला असं 'पिकं' साहित्य दिलं. साहित्यिक किंवा कलावंत हा आपल्या या उगवाईतून समाजाचं ऋण फेडत असतो. सरांना ज्यांनी शैक्षणिक आधार दिला, त्या त्या काळात उभं केलं त्या सर्वांप्रती व्यक्त केलेली कृतज्ञता म्हणजे सरांचे साहित्य. 'नटरंग' किंवा 'कलेचे कातडे' ही पुस्तके म्हणजे आपल्या भोवतालाची त्याच्या वेदनांची जाणीव आहे. सरांचं निरीक्षण एका समदर्शी भावातून उद्धृत झालं आहे. एका चाकोरीत जगणाऱ्यांची वेदनाही समान असते; पण याही स्थितीत आपलं दुःख गिळून दुसऱ्यांचे अश्रू पुसणं ही कमालीची विलक्षणता या कृतीत आहे. स्वतःबरोबर इतरांना जाणणं, हे या अभिव्यक्तीचं खरं रूप आहे. 'झोंबी'तून आपली व्यथा, जडणघडण मांडताना यातून इतरांनी उभारी घ्यावी, हा विशुद्ध हेतू आहे. याखेरीज साहित्यसेवा म्हणून हा ग्रंथ स्वतःची नवी मूल्यं मायमराठीला देतो. 'झोंबी'ला साहित्य अकादमी पुरस्कार मिळणं, ही त्याचीच परिणती आहे. या

कवितेच्या पुढच्या ओळी आहेत...

ऐसा संत गा आजचा
घराघरात वावर
मळ्यातल्या कुणब्यानं
केला लेखणीचा नांगर...
केली मशागत ऐसी
थक्क शारदेचा दरबार
असा सारस्वत राजा
झाला सिंहासनाधीश्वर...

कोणत्याही संताइतकंच विपुल लेखन सरांनी केलं आहे. अशा या समृद्ध लेखकाची ग्रंथसंपदा घराघरात पोचली आहे. एक बांधावरचा शेतकरी अध्ययन आणि अध्यापन करतो आणि साहित्यसृष्टीत स्वतःचं असं स्थान निर्माण करतो. सरांच्या या जीवित कार्याला माय मराठी साहित्य संमेलनाध्यक्षपदी विराजमान करते. हा सन्मान केवळ सरांचाच नव्हे, तर तो आम्हा तमाम वाचकांचा आहे. पण वर्तमान अत्यंत निष्ठुर निघाला. काळ बदलला तरी वृत्ती तशाच. साहित्यिकांपेक्षा साहित्यिक कार्यकर्ते नावाची नवी टोळी आता निर्माण झाली आहे. जसं की एखाद्या सहकारी बँकेच्या संचालक मंडळात गावातील कोणीही व्यावसायिक घुसतात; तसे साहित्याशी दुरान्वयेही संबंधित नसणारे लोक या चळवळीत घुसतात आणि मग सारी मूल्यं हरवलेली एक पुस्तकांची आणि मिरवणाऱ्यांची जत्रा भरते. अत्यंत भावनाशून्य संयोजन आम्ही अनुभवलं. स्मरणिकेतही त्यांनी महत्त्वाचे उल्लेख टाळले. एक तर ते घाबरले किंवा त्यांच्या साहित्य जाणिवाच बोथट झाल्या. म्हणून या कवितेत मी पुढे म्हणालो,

त्याच्या जीवितकार्याला
कशी लागली नजर
खोट्या मराठी बाण्याचा
वारकरी हो खंजीर...
पुन्हा काळ तोच आला
'सूर्य' डोहाचा अंधार
बडव्यांनी ज्ञानियाच्या
केला हटवादी येव्हार...
तेव्हा इंद्रायणीतही
आनंद तरंग अपार
आज 'आनंदाचे' डोही
त्येच्या कार्याचा विसर...

आयुष्यभर रुग्णांची सेवा करणारा डॉक्टर हा त्या गावाचे दैवत असतो. अनेक पिढ्या त्याची सेवा गाव

घेत असते. पण असा हा आधारवड केवळ एक ऑपरेशन चुकले की उन्मळून पडतो. ज्यांचा बाप, आजोबा, पणजोबा ज्या डॉक्टरने वाचवल, त्यांचाच नातू हातात खंजीर घेऊन मारायला येतो. त्याला कोणताच विवेक नाही. मागचा विचार, चिंतन काही नाही. त्याला ऐकू येतो तो समूहाचा आवाज. ही तात्पुरती निर्माण झालेली समाजप्रवृत्ती (Mass Attitude) त्याचा विचार दाबते आणि ही पूर्वग्रहदूषित समाजशक्ती चिथावल्याप्रमाणे काम करते. मी म्हणतो, या गावाचा समाज अडाणी आहे; पण पांडुरंगाच्या ठायी लीन असलेला आमचा बहुजन वारकरी जो माउली म्हणून समोरच्या माणसाला वंदन करतो; त्या माणसात पांडुरंग पाहतो, संतांची ही शिकवण एक अभिजात परंपरा म्हणून आम्ही पुढे नेतो. ज्ञानेश्वर-तुकाराम यांचा अनन्वित छळ तत्कालीन समाजाने केला. त्यांच्या त्यागातूनच उभी राहिलेली संयम आणि सहिष्णुतेची भगवी पताका आपण खांद्यावर घेतली. म्हणून मी या कवितेत पुढे म्हणतो,

वैष्णवांनी बुडविला
पुन्हा विवेक-विचार
सहिष्णुतेला हो आज
नाही उरे पारावार...
कैसा आला गा हा काळ
करी वार संतावर
या ईपरिताने हो
व्यथित महाबळेश्वर...
अभिव्यक्तीचा मेळावा
सैरभैर हो अक्षर
अवघ्या साहित्य दिंडीला
आज येईल गहिवर...

कविता संपली आणि टाळ्यांनी अक्षरशः कहर केला. कारण समोरच्या प्रत्येकाच्या अभिव्यक्तीचा आज खून झाला होता. त्या सर्वांना या निखालस ओळींनी काहीसा न्याय दिला. प्रत्येक सामान्य वाचकाची, समोरच्या रसिक प्रेक्षकाची सल मी जाहीरपणे मांडली होती. कवितेतला हा गहिवर मांडवभर पसरला. कविसंमेलन संपले. व्यासपीठावरून मी खाली आलो, तर पत्रकारांनी मला गराडा घातला. कवितेच्या प्रती मागितल्या. माझ्याकडे एक-दोनच होत्या, त्या दिल्या. तमाम श्रोत्यांनी माझ्या धाडसाचं कौतुक केलं. हे सारे डॉ. आनंद यादवांच्या साहित्याचे खरे वारकरी. ही मांदियाळी पाहून सरांची उंची पुन्हा एकदा जाणली. दुसऱ्या दिवशी सारी वर्तमानपत्रं याच कवितेच्या ओळींनी रंगली. 'लोकसत्ते'नं तर या कवितेवर 'साहित्यकट्टा' हे सदर लिहिलं. ग्रंथालीच्या 'रुची' या कविता विशेषांकात त्यांनी साहित्य संमेलनाबद्दल काहीही भाष्य न करता 'जे घडले त्याची प्रातिनिधिक प्रतिक्रिया' असं स्पष्ट म्हणून माझी ही कविता छापली. विदर्भातल्या 'आत्मभान'नं पण ही कविता छापली. अशा अनेक गोष्टी घडल्या.

संमेलन मावळलं आणि दोन-चार दिवसांनी संध्याकाळी मला एक फोन आला. ''मी आनंद यादव बोलतोय. आपली कविता वाचली आणि खरंच तिच्या नावाप्रमाणे गहिवरून आलं. आपण कोठे असता? काय करता? तुम्हाला शक्य असेल तर या कधी पुण्याला. मला तुम्हाला भेटायला आवडेल.'' माझा माझ्यावर

विश्वासच बसेना. हो! साक्षात माझं दैवत माझ्याशी बोलत होतं. ''शक्य असेल तर काय सर, मी आत्ता या क्षणी तुम्हाला भेटायला येतो.'' माझं उत्तर प्रतिक्षिप्तपणे बाहेर आलं. सरांना व्यक्तिगतरीत्या भेटता येणार आणि जवळून ओळख होणार, या कल्पनेनंच मी सैरभैर झालो. कधी सकाळ होतेय आणि मी पुणे गाठतोय असं झालं. पुण्याला आलो, सरांचं घर शोधलं. 'भूमी'.... घराचं नाव वाचून त्या नावाजवळच घुटमळलो. भुई, मळा, माती, शेत, वसुंधरेशी असलेलं हे जीवाशिवाचं नातं 'भूमी' नावाच्या पाटीनं सरांच्या भिंतीला घट्ट चिकटलं होतं. मी बेल वाजवली, काकूंनी दार उघडलं. समोर कॉटवर सर बसलेले. ''नमस्कार!या, या'' करून सरांनी छान हसत स्वागत केलं. समोर संत तुकारामांची मूर्ती- एक अनोखा सत्संग लाभला. सरांनी 'कसे आहात? काय करता?' विचारपूस केली. कवितेची प्रशंसा केली. कवितेच्या विषयापेक्षा तुम्ही कविता लिहिता याचं विशेष कौतुक केलं. सरांना आणि काकूंना नमस्कार करून मग मी माझे पूर्वीचे प्रसंग सांगितले. सरांनाही ते आठवले आणि ओळख घट्ट झाली. साहित्य संमेलन, झाला प्रकार या कशावरही न बोलता सरांनी मला अनेक जीवनमूल्यं उलगडून सांगितली. आध्यात्मिक गोष्टींतून दडलेले मानवी हितसंबंधांचे बारकावे सांगितले. सर इतक्या मृदू मुलायम वाणीनं हे सारं सांगत होते. त्यांच्या चेहऱ्यावरची निरागसता, ते शांत बोलणं मी मंत्रमुग्ध होऊन ऐकत होतो. खूप वेळ गप्पा झाल्या. इतकं मोठं व्यक्तिमत्त्व सारं विसरून माझ्यासारख्या वाचकाशी मनापासून बोलत होतं. नकळत आमच्यात एक नातं निर्माण झालं. अगदी आपल्या मुलाप्रमाणे त्यांनी मला अनेक गोष्टी सांगितल्या. मला सरांचा इतका प्रदीर्घ सहवास लाभला, हेच माझं संचित. दुपारनंतर मी जायला निघालो. जाताना सरांना 'आमच्या लो. टिळक स्मारक संस्थेतर्फे त्यांचा सत्कार आणि व्याख्यान असा कार्यक्रम आहे, तरी तुम्ही वाईला या' अशी विनंती केली. पण सरांनी नकार दिला. या नकाराचा खुलासा त्यांनी खूप छान केला. एक शेतकरी म्हणून मला सरांचा हा विचार खूप प्रेरणादायी वाटतो. सर म्हणाले, ''माझा पावसावर विश्वास आहे. एक पाऊस पडू द्या मग मी तुमच्या वाईला नक्की येतो.'' मी म्हणालो, ''सर, याचं पावसाशी काय?'' सर किंचित हसले आणि म्हणाले, ''पाऊस हा त्राता आहे. कोणतंही मळभ घालवण्याची ताकद फक्त निसर्गात असते. मानवी बुद्धिभेद हे कालातीत असतात. काळ हेच अनेक प्रश्नांचं उत्तर असतं. ऋतू काळ बदलतो. पाऊस ही सर्जनाची ऊर्जा आहे. पाऊस माणसात नवा विचार पेरतो आणि पाऊस माणसाचे गैरसमजही पुसतो. माझा पावसावर जास्त विश्वास आहे. तेव्हा पाऊस आल्याशिवाय काहीच धुतलं जाणार नाही.'' सरांचे हे शब्द ऐकून मी थक्क झालो. तारुण्यापर्यंतचं संपूर्ण आयुष्य मळ्यात आणि गावकुसात काढलेल्या या अनुभवाचे उद्गार प्रमाण मानावे इतके खरे. शेतीसारखीच ही प्रयोगशीलता माणसाची मानसिकता सांगते. सरांचं हे तत्त्वज्ञान नक्कीच अभ्यासण्याजोगं आहे. पुन्हा एकदा मी सरांना नमस्कार केला. त्यांच्या पाठीशी सदैव असणाऱ्या (सौ. यादव) माउलीला वंदन केलं. ''पुन्हा या... मोठे व्हा'' असा आशीर्वाद काकूंनी दिला आणि या 'भूमी'ची माती कपाळाला लावून मी बाहेर पडलो.

■

श्री. लक्ष्मीकांत रांजणे
९४२३८०३९५५
Email : ranjanelaxmikant@gmail.com

■

घराचा आधारवड

भाऊ म्हणून दादांविषयी लिहिताना मन उल्लसित होऊन भारावून जातं. या घरासाठी आणि घरातील आपल्या अनघड भावंडांसाठी दादांनी जे काय आपले विचार, आचार आणि संस्काराद्वारे प्रयोग केले, ते मात्र उल्लेखनीय आहेत. दादांबद्दल लिहिता येण्यासारखं आणि सांगता येण्यासारखंही खूप आहे.

दादांच्यासह शिवा, अप्पा, दौलत असे आम्ही चौघे भाऊ. आज हयात असणाऱ्या श्रीमती धोंडूबाई, लक्ष्मीबाई आणि अनसूया या तिघी बहिणी. ही सगळीच भावंडं डॉ. आनंद यादव यांच्यापेक्षा लहान असल्यानं त्यांना 'दादा' म्हणून बोलवत होती.

दादांचं दाहक बालपण मला १९८७ पर्यंत अजिबात माहिती नव्हतं. कारण दादांच्या आणि माझ्या जन्माच्या मध्ये जवळ जवळ पंधरा ते सतरा वर्षांचं अंतर आहे. आईला बारा मुलं झाली. त्यांमध्ये दादांचा जन्म वरून तीन नंबरचा आणि माझा खालून तीन नंबरचा. दादांनीच माझं नाव शाळेत घातलं. शाळेतील जन्मतारीख एक जून १९५० आणि दादांची शाळेतील जन्मनोंद ३० नोव्हेंबर १९३५ अशी आहे. हेसुद्धा दादांनीच मला सांगितलं होतं. आईचं सासर, माहेर ही दोन्ही घरं दारिद्र्यसंपन्न होती. त्यामुळे तिथं शिक्षणाचा गंधही नव्हता. दादांनी

जेव्हा मॅट्रिक पास होऊन पुढील शिक्षणासाठी कागल सोडलं, त्या वेळी मी पाच वर्षांचा होतो.

लहानपणात मलाच नव्हे तर संपूर्ण घराला दादांचा म्हणावा तसा सहवास लाभलाच नाही. याचं एकच कारण म्हणजे माझा दादा 'ध्येयवेडा' माणूस होता. शिक्षणाशिवाय आपला विकास कधीच होणार नाही, असं दादांचं एक ठाम मत होतं. या मताशी एकनिष्ठ राहून ते कधी उपाशी राहिले, तर कधी कुणाच्या तरी वळचणीला, तर कधी मित्रांच्या घरात राहून दिवस काढले.....वाचनाचा खूप नाद. त्यावर अनेक बाजूंनी विचार करण्याची सवय. आणि त्यात मिळणारं यश दादाला नेहमी ऊर्जा देत गेलं. ते शिकले. मोठे झाले. तोपर्यंत उपाध्यांचा फाळ्यानं केलेला मळा, उपाध्यांनी काढून घेतला. मी त्या वेळी सातवीला होतो. परत सारं घर निराधार झालं. रोजगारात सारं घर करपून निघत होतं. दादांवर आणखीन मोठी जबाबदारी पडली. तरीही दादांनी हार खाल्ली नाही. आपण जगत जगत घराला जगवायचा त्यांनी अटोकाट प्रयत्न केला. जीव जात नव्हते म्हणून घर जगत होतं.

आमच्या लहानपणापासूनच गरिबी आमच्या पाचवीला पुजलेली. मॅट्रिक पास झाल्यानंतर दादांनी घर सोडलं, 'दादा निसटले' असं लहान भावंडांना वाटतं होतं. आम्ही सगळी आई-वडिलांच्या खोपेत वाढू लागलो. आणावं तेव्हा खावं, अशी परिस्थिती झालेली. त्यामुळं सकस असं अन्न, आचार, विचार आणि संस्कार आमच्यावर फारसे झालेच नाहीत. पण आई-वडिलांनी पोरं म्हणून आमच्यावर मूठभर का होईना माया केली. पण दादा बाहेर पडल्यामुळे त्यांना मोठमोठ्या ज्ञानी, संस्कारयुक्त माणसांचे आचार, विचार, संस्कार मिळू लागले. तसल्यात दादांना वाचनाचा खूप नाद. या बाजूनंही दादा घडत होते.

'कमवा आणि शिका' या चाकोरीतून दादा शिक्षण घेत होते. त्या वेळी त्यांनी सोसलेल्या झळा अतुलनीय होत्या. 'आज माझे एवढे हाल होतात, तर दुसऱ्याच्या शेतात जाऊन राबणाऱ्या माझ्या कोवळ्या भावंडांचे काय होत असेल,' अशी एक आंतरिक जाणीव दादांच्या मनात कायम तेवत होती. दरम्यानच्या काळात येईल त्या स्थळाला मान्यता देऊन आईनं आपल्या सगळ्या लेकींना दावी लावून टाकली. त्याचे परिणामसुद्धा दादाच भोगत होते. माझी भावंडं लहान होती म्हणून मी शिकलो. माझ्या शिक्षणामागे त्यांचा मोठा त्याग आहे, अशा ओल्या भावनेनं दादा सगळ्यांशी वागत होते. याच काळजीपोटी आई-वडिलांची पण दादा काळजी घेत असत. हेच आपुलकीचे संस्कार हळुवारपणे आम्हा सर्वांच्या वर होत गेले. अशा मायेच्या कोशातच आमची जडणघडण झाली. दादाच्या मायेच्या आणि प्रेमाच्या ओलाव्यानं आमची वाढ होत गेली.

दिवाळी सुट्टीला किंवा उन्हाळी सुट्टीला दादा हमखास कागलच्या घरी यायचे. दादांना भेटायला सासरच्या सगळ्या बहिणी गोळा व्हायच्या. त्यांच्याबरोबर त्यांचं एखादं लहान मूल असायचं. त्यातच फार दिवसांनी आलेल्या दादांना भेटायला त्यांचे मित्र, गणगोत यायचं. घर आषाढी एकादशीतल्या पंढरपुरासारखं भरून दिसायचं. घराला आलेलं घरपण आणि त्यातला गोतावळा बघून मनं आनंदानं ओली चिंब व्हायची. दादाच्या माणसांनी आणि मित्रमंडळींनी जपलेल्या ग्रामीण, आत्मिक जीवनाचा आस्वाद मला खूप मिळायचा. त्यांच्या चाललेल्या गप्पा ऐकताना, त्यांच्याबरोबर साहित्य संमेलनाला जाताना, जेवताना, जेवून झाल्यावर गप्पा मारताना झालेली माझी जडणघडण ही मनाला कायमची आनंद देणारी अशीच आहे.

दादा सुरवातीपासूनच प्रतिभासंपन्न होते. या त्यांच्या प्रतिभेच्या जोडीला चपळ अशी दूरदृष्टी होती. तरीपण दादांच्या वर खूप संकटं आली. उपाध्यांच्या मळ्यात नोकरीचा सगळा पैसा घालून मातीतून सोनं पिकविण्याचं त्यांचं एक स्वप्न होतं. पण सगळेच फासे उलटे पडले. सोळा वर्षांची वहिवाट असणारा मळा हातातून गेला. दादांच्या स्वप्नाचा इथंच चक्काचूर झाला. आता या घराचा, पोटाचा प्रश्न कसा सोडवायचा, हा एक मोठा प्रश्न दादांच्या पुढे डोंगरासारखा होता. आई मागेल त्या वेळी दादा पैसे पाठवायचे. माझ्या आणि

धाकट्या भावाच्या शिक्षणासाठी पैसा देत होते. गरीब बहिणींच्या मुलांची, मुलींच्या शिक्षणालासुद्धा दादांनी पैसे दिले. त्यांची लग्नंही दादांच्या मदतीनंच झाली. एक वेळ माझा ८२ दिवसांचा संप झाला. त्यात दादांनीच मला तारलं. या सगळ्या संकटांना तोंड देताना दादांच्या वागण्यात कुठंच कुचराई झाली नाही. उलट निखळ मायेनं, आत्मिक भावनेनं सगळ्यांना ते जपत होते.

हे सगळं करत असताना दादा खचल्यासारखे मला कुठंच दिसले नाहीत. आणि खचले असले तरी त्यांनी ते कधी दाखवलं नाही. संकटांना तोंड देताना माणूस जर खचला, तर तो तिथंच संपला, हा एक मोठा संदेश त्यांच्यातून मला कायम मिळायचा.

अप्पा आणि दौलत शिकले तर ते आपल्या बरोबरीनं येतील; त्यांचे संसार सुखाचे होतील, पण घरातल्या इतरांचं काय, असा प्रश्न त्यांना सतत भेडसावत होता. मळा गेल्यावर वडिलांची स्थिती वाळवंटात पडल्यासारखी झाली होती. त्या अज्ञान हळव्या मनाला काहीतरी आधार द्यावा, अडाणी शिवाला शिक्षण नसल्यानं नोकरी नाही. त्यानं या शेतीलाच आपली नोकरी समजून त्यात राबावं, आपलं जीवन सुखी करावं. पोटाला भरपूर मिळालं तर माझी भावंडं पुढं काहीतरी करू शकतील, अशा दूरदृष्टीनं दादांनी घराशेजारीच दोन एकर जमीन विकत घेतली. आम्हाला सुखी करण्याची मुहूर्तमेढ दादांनी प्रथम अशा तऱ्हेनं इथं रोवली. इथंच मला रक्ताचं खरं नातं दादांच्या करवी दिसू लागलं होतं.

स्वतःसाठी असो अगर घरासाठी असो, एखादी गोष्ट करून दादा तिथंच कधी थांबले नाहीत. त्यामुळे दादांच्यातला 'दादा' हा नेहमी गतिमान वाटू लागला. सुखी जीवनाचा मूळ पाया म्हणजे शिक्षण आहे, हे दादांनी सुरवातीपासून ओळखलं होतं. म्हणून तर जिवाची पर्वा न करता दादांनी प्रथम शिक्षण घेतलं. स्वतःच्या पत्नीस शिकवलं. शिक्षणासाठी अप्पाला, दौलतला, बहिणींच्या मुलांना आर्थिक मदत केली. शिवा अडाणी राहिला म्हणून त्याच्या मुलांना शिकवण्याचा दादांचा फार मोठा मानस होता. आम्हा सर्व भावंडांच्या पुढं तो एक मोठा आदर्श दादांनी ठेवला होता. 'बघा आणि शिका' असा अबोल संदेश दादा आपल्या कृतीतून नेहमी आम्हाला देत होते.

आई-वडिलांच्या काळात घराशी वैर असल्यागत असणारं शिक्षण दादांनी आपल्याकरवी स्वबळावर प्रथम घरात आणलं. हळूहळू ते घरात भिनू लागलं. अप्पा दादांचा आदर्श हळू हळू गिरवत होता. अप्पानंही आठवीपासून पुढं बायकोला शिकवलं. मुलांनाही शिकवत होता. दौलतही मुलांना शिकवत होता. शिवाची मुलं शिकत होती. शिक्षणाचा परिणाम घरात दिसत होता. शिक्षणानं घर सुधारत होतं. अप्पा आणि त्याच्या बायकोला नोकऱ्या मिळाल्या. संसार सुखाचे बनले. या आमच्या सुखामागची शक्ती म्हणजे माझे बंधू दादा.

पृथ्वी स्वतःभोवती फिरत ती सूर्याभोवती फिरत असते. तसं दादांनी स्वतःचा संसार सांभाळून आमच्यावर लक्ष पुरवलं. दादांनी आपलं घर आणि घरातली माणसं घडविली. त्यांच्याप्रमाणे मीही करण्याचा प्रयत्न केला. मला त्यात सुख मिळत गेलं. माझ्या स्मितावहिनीत माझ्या आईची, बहिणीची आणि वहिनीचीसुद्धा माया मिळत गेली आणि अजूनसुद्धा ती माया अनुभवायला मिळते. 'माझी थोरली जाऊ' म्हणून आम्हा तिघा भावांच्या बायका अभिमानानं तिच्याकडे बोट दाखवतात. त्यामुळे घरं दुरावली गेली नाहीत. यापेक्षा वेगळे संस्कार काय असणार? ही सारी दादाच्या संस्काराचीच किमया म्हणावी लागेल.

एवढं सारं करत असताना दादांनी साहित्य क्षेत्रातही मोलाची भर घातली. मातीतून सोनं पिकविण्याची त्यांची इच्छा अपुरी राहिली असली तरी, तेच सोनं त्यांनी साहित्य क्षेत्रात पिकवलं. मनातला मळा त्यांनी आपल्या साहित्यातून उभा केला. गावातल्या मातीखालच्या मातीतील माणसं उभी केली. घरच्यांच्या झोंबाझोंबीत गेलेलं आपलं बालपण लोकांच्यापुढे मांडलं. मनाची नांगरणी करून, घरभिंती उभ्या केल्या आणि

मग काचवेल लावला. या सर्व साहित्यकृतीतून माझा दादा, खरा काय आहे, हे महाराष्ट्राच्या जनतेला त्यांनी दाखवून दिलं. या सर्व साहित्यकृतींतून ग्रामीण भागातील नवीन जोमाचा लेखक दादांनी जागा केला. समर्थपणे लिहिता केला. ग्रामीण भागातल्या सुशिक्षित, सुज्ञ तरुण पिढीला एक नवा परीस सापडला, असं वाटत होतं.

दादांच्या साहित्याबद्दल मी सांगण्यापेक्षा, आपल्या साहित्यकृतीतून उभ्या महाराष्ट्राला हसविणारा, अष्टपैलू व्यक्तिमत्त्व असलेला, एक साहित्यसम्राट म्हणजे पु.ल.देशपांडे यांनी आनंद यादवांचे साहित्य म्हणजे काय नि कसं आहे, हे यादवांच्याच एका पुस्तकाच्या प्रस्तावनेत लिहिलं आहे की, 'आनंद यादव हे नाव मराठी साहित्याशी मैत्री असणाऱ्या वाचकाला नवीन नाही. महाराष्ट्रातल्या ग्रामीण जीवनाचं दर्शन घडवणाऱ्या कथा, कादंबऱ्या आणि कविता लेखक म्हणून त्यांचं कर्तृत्व गौरवाला पात्र ठरलेलं आहे. समीक्षेच्या क्षेत्रातही त्यांनी चांगलं लेखन केलं आहे. पुणे विद्यापीठाच्या मराठी विभागात ते मोठ्या पदावर होते. गेली काही वर्षं ग्रामीण साहित्यविषयक चळवळीचा तो सूत्रधार होता. साहित्यात ग्रामीण नागरी वगैरे काही भेद नसतो, असं म्हणणाऱ्यांचा एक वर्ग आहे आणि ग्रामीण जाणिवाच निराळ्या असल्यामुळे ग्रामीण आणि नागरी जीवनाप्रमाणे साहित्यातही भेद असणं अपरिहार्य आहे, असं म्हणणाऱ्यांचा दुसरा एक वर्ग आहे. साहित्यातल्या या वर्गयुद्धात आनंद यादव ग्रामीण फळीचे नेतृत्व करीत असल्यानं आपला मुद्दा अधिक परिणामकारक करण्यासाठी तो विशिष्ट पवित्र्यात उभा राहिल्यासारखा वाटतो. हा पवित्रा पुष्कळांना रुचत नव्हता.

मात्र या वादात सापडलेला आनंद यादव पटणारा किंवा न पटणारा असला तरी, ललित साहित्यातल्या त्यांच्या कसदार लेखनामुळे आणि समीक्षात्मक लेखनात दिसणाऱ्या व्यासंगी वृत्तीमुळे, आजच्या मराठी साहित्यातल्या यशस्वी लेखकांत आनंद यादवच्या नावाचा अंतर्भाव सहजपणानं होतो.

ललित साहित्यात घटना केवळ सत्य आहे म्हणून भागत नाही. सत्य हे कल्पनेहून अद्‌भुत असतं हे जरी खरं असलं तरी, त्यातला अद्‌भुतपणा किंवा त्या घटनेतलं नाट्य वाचकाला जाणवायला त्या घटनेच्या कथनाला मिडासच्या स्पर्शासारखा कलेचा स्पर्श घडावा लागतो. तो स्पर्श आनंद यादवांच्या प्रत्येक साहित्यकृतीत दिसून येतो. कवितेतल्या छंदाप्रमाणेच या प्रतिभावंतानं गद्यात कल्पनेनं भरलेले रंगदेखील अशीच किमया करतात. त्यामुळे आनंद यादवचं साहित्य मनात झिरपत जातं. मराठी साहित्याचा सुदैवानं हा भाषेचा घोंगडीसारखा पोत मराठीला आता नवा नाही. शारीरिक कष्टांनी आणि भयानक दारिद्र्यामुळे जिथं पदोपदी कातडी सोलली जाण्याचं भय नव्हतं, अशा जीवनातल्या सुख-दुःखांची आणि आशा-आकांक्षांची वस्त्रं विणत आलेल्या साहित्यिक परंपरेच्या आशय आणि अभिव्यक्तीविषयक रूढकल्पनांना जबरदस्त तडाखे देणारं असं एक वादळ ग्रामीण साहित्याच्या रूपानं मराठी साहित्यात आलं....

उपेक्षेच्या अंधारात ठेचकाळणाऱ्या आणि ज्यांच्या लेखी जगणं याचा अर्थ, दैन्य-दारिद्र्यापोटी क्षणाक्षणाला कोसळणारे आघात सोशीत किंवा सारं बळ एकवटून तात्पुरते टाळत, मरणाच्या तिथीपर्यंतचा प्रवास करणं एवढाच होता, अशा माणसांचे ओझरतं दर्शनही साहित्यात होत नव्हतं.....अशा माणसांना साहित्यात आणणारा आनंद यादव हा त्यांच्या दृष्टीनं त्यांचा आधारवडच होता.'

साहित्य क्षेत्रात दादा खूप मोठे झाले. त्यांच्या अनेक साहित्यकृतींना लहान-मोठे पुरस्कार मिळाले. डिसेंबर १९९० मध्ये दादांना साहित्य अकादमीचा मोठा पुरस्कार मिळाला. पण दादांच्या नसानसात भिनलेले महात्मा गांधी, महात्मा फुले, संत ज्ञानेश्वर, संत तुकाराम, विठ्ठल रामजी शिंदे, कर्मवीर भाऊराव पाटील, डॉ. आंबेडकर, छत्रपती शाहू महाराज यांचे विचार मात्र त्यांच्या आचरणातून कमी झालेले दिसत नव्हते. ते कधी अशा प्रसिद्धीनं किंवा पुरस्कारांनी भारावून गेलेले दिसले नाहीत. हे सगळे पुरस्कार म्हणजे स्वतःसाठी आणि

घरासाठी केलेल्या कष्टांचं फळ आहे, असं ते समजत. ही दादांकडे असणारी महासागरासारखी नम्रता उल्लेखनीय वाटते. एक नवा संदेश देणारी वाटते.

अनेक चांगली चांगली पुस्तकं मला दादांच्या करवी वाचायला मिळाली. पुस्तकांचा सहवास आणि वाचनाची आवड मला त्यांच्याकडूनच मिळाली. दादांच्या शिकवण्यामुळे पुस्तकाचा लेखक, त्याच्या साहित्यातील पात्रं माझ्यासंगे बोलू लागली. त्यांच्या भावना, व्यथा, वेदना मला कळू लागल्या. दादांच्या सहवासामुळे त्यांचे मित्र डॉ. एस. एस. भोसले, प्रा. चंद्रकुमार नलगे, डॉ. सुनीलकुमार लवटे यांचे वेळोवेळी मिळणारे मार्गदर्शन आणि रणजित देसाई, शिवाजीराव सावंत, वासुदेव मुलाटे अशा दादांच्या अनेक मित्रांची भेट म्हणजे मला मिळालेली स्फूर्ती बनून गेली. आपणही काहीतरी लिहावे, वाचावे अशी स्फुल्लिंगे मनात निर्माण होऊ लागली. मी थोडा थोडा लिहू लागलो.

घरदार आणि घराचा कुणबावा, घरातली माणसं आणि त्यांच्या रीतीभाती, माणसांचं बोलणं, चालणं आणि त्यांचं वागणं, वागवणं या सगळ्यातून दादा जगत, भोगत वाढलेला होता. त्यामुळे गाव, गावातली माणसं, शेतीभाती यांच्याशी जोडलेली नाळ अखेरपर्यंत तुटली नाही. नोकरी, नोकरीतले अनुभव किंवा एखादा झांगपांग आलेला किंवा भोगलेला अनुभव दादांच्या नेहमीच्या बोलण्यात कधीच नसायचा. ग्रामीण जीवन, प्रत्यक्षात राबणारा शेतकरी किंवा मोलमजुरी करणारा माणूस इकडे दादांचं फार लक्ष असायचं. त्यांना ते खूप जाणून घ्यायचे. दादांची बुद्धिमता आणि जाणून घेण्याची इच्छाशक्ती तीव्र होती. दादांना पाढे म्हणता येत नव्हते; पण लिहून दाखवायचे; असं त्यांचं डोकं होतं. शिक्षण काळात ते सगळ्या गुरुजनांचा आवडता विद्यार्थी होता.

दादा केव्हाही सुट्टीला घरी आले की, आम्ही सगळी भावंडं एखाद्या रात्री त्यांच्याशी गप्पा मारत बसायचो. खूप विचारांची चर्चा, सल्ले यांची देवाण-घेवाण होत असायची. आपल्या जीवनात आलेली सुखं-दुःखं आम्ही सगळी भावंडं दादांना सांगायचो. दादा सगळ्यांचं ऐकून घेत. पण त्यांच्या सुखं-दुःखांचा आम्ही कधी विचारच केला नाही आणि विचारलं असतं तरी दादांनी कधी सांगितलं नसतं. कारण दादांचा एक स्वभाव होता. त्यांनी जिवाला जीव देणाऱ्या मित्रांनासुद्धा कधी आपली दाहक परिस्थिती सांगितली नाही; कधी आपल्या जखमा उघड्या करून दाखविल्या नाहीत....त्यात दादांना दुबळेपणा वाटत असावा. कारण बोलता बोलता दादा मला एकदा म्हणाले होते,'दुःख सोसल्यामुळे निर्माण होणारी ऊर्जा माणूस सुखाच्या निर्मितीसाठी वापरू शकतो. पण ती दुःखं प्रदर्शनात खर्च झाली तर सुखनिर्मितीसाठी काही शिल्लक राहत नाही....' दादांच्या या लहानसहान विचार, आचार, संस्कारांतून मला ज्ञानाचं मोठं भांडार आणि विचार करायला लावणारे विचार मिळायचे.

घरातील भावाभावांचे वैचारिक तिढे किंवा गैरसमज दादा हळुवार बाजूला करायचे. बायका बायकांचे काही द्वेष, मत्सर असल्यास तेही दूर करायचे. हे घडत असताना कोणाच्याही मनाला कसलीही जखम होत नव्हती. दादांच्या मायेचा आकार, प्रकार, त्याची लांबी, रुंदी घरातल्यांना फारशी कळलीच नाही. घरातली सगळीच भावंडं दादांच्या संस्कारात घडली, असं म्हणता येणार नाही. दादांनी या घरावर सगळ्यांच्या सुखासाठी खूप प्रयोग केले. ते सगळेच प्रयोग यशस्वी झाले असं म्हणता येणार नाही. मात्र एक गोष्ट निश्चित झालेली आहे की, जे काय वळण दादांमुळे आम्हाला मिळालं, त्यामुळे असुरक्षित, अराजक आणि अनैतिक या गोष्टींपासून सारं घर दूर राहावयाला फारसे सायास पडले नाहीत. समाजातील घातक, दुराचारी घटकांपासून फक्त आई-वडीलच मुलांना योग्य दिशेला नेतात, हे विधान मला चुकीचं वाटू लागलं.

पुण्यासारख्या पेशवाई थाटाच्या शहरात राहूनही शहरप्रवृत्ती दादांच्या वागण्यात अखेरपर्यंत दिसत

नव्हती. भावंडांच्या भोवती दांगडीच्या वेलीसारखे गुरफटलेले त्यांचे मन जन्मगावाकडे अखेरपर्यंत ओढघेत होतं. ज्या मातीत दादांचं मन वाढलं, ती माती, घर नि घरची नाती शेवटपर्यंत दादांनी आठवणीत ठेवली. गोड दही, खर्डा आणि शिळी भाकरी किंवा ताज्या भाकरीबरोबर कणसांच्या भेंडीची किंवा शेवग्याच्या शेंगांची आमटी ते आवडीनं खात. माळव्याची कोणतीही सुकी-पातळ भाजी त्यांना आवडायची. ताटाला ताक, आंबील, लोणी असेल तर ते त्याला पंचपक्वान्नाचे ताट समजायचे. दादांना शेवटपर्यंत साध्या सुपारीचंसुद्धा व्यसन नव्हतं. केवढा मोठा आदर्श दादांनी आमच्या समोर ठेवला होता बघा! सोनेरी भविष्य ते यापेक्षा काय असू शकेल?

दादांच्याकडे नखापासून केसापर्यंत पाहिलं की वाटायचं, ऋद्धी-सिद्धीच्या समवेत साक्षात गणेशच. पण गणेशाइतकं पोट मात्र नव्हतं. पहाटे उठून घरातील सगळी कामं करणं, ऑफिसची सगळी कामं करणं, ग्रामीण साहित्य चळवळीसाठी अव्याहत राबणं, वेळात वेळ काढून पुस्तक छपाईची कामं बघणं. सततच्या या धावपळीमुळे त्यांच्या प्रकृतीला वातूळ व्हायला वेळच मिळत नव्हता. त्यामुळे त्यांची प्रकृती शेवटपर्यंत सुडौल होती. दादांच्या सगळ्याच आवडी-निवडी साध्या, सोप्या असल्यानं ते मला नेहमी आनंदी, उत्साही दिसायचे.

ज्या घरात दादांच्या रूपानं प्रथमच शिक्षण सुरू झालं, त्या घरानं साहित्याच्या द्वारे आपला गाव महाराष्ट्राच्या कानाकोपऱ्यात पोहचविला, हा इतिहास कागल गावास लिहून ठेवावा लागेल. अखंड परिश्रम, चिकाटी आणि सद्भावनांचा हा प्रयत्न दादांना खूप मोठं यश देऊन गेला.

१६ जानेवारी १९७८ ला वडील गेले. वडील म्हणून या घराला जो आधार होता तो नाहीसा झाला. त्या वेळेपासून तो आधार दादांनी दिला. पुढे काही वर्षांनी म्हणजे २८ मार्च १९९१ ला आई गेली. आम्ही सारी भावंडं पोरकी झालो. पण हा पोरकेपणासुद्धा दादांनी कुणालाही जाणवू दिला नाही. उलट आई-वडिलांच्या मायेपेक्षा निखळ आणि सकस माया सगळ्यांना देऊन आपल्या मायेच्या कुशीत सर्वांना ठेवलं. दादा म्हणजे या घराचा आधारवड आणि कल्पवृक्ष म्हणावा लागेल.

जगात अनेक जण एकमेकांचे दादा आहेत. अनेक दादांचे अनेक आचार, विचार, संस्कार मी पाहिले आहेत आणि आजही बघतो आहे. पण तो दादा या माझ्या दादात नव्हता, हेच आमचं मोठं भाग्य आम्ही समजतो. दादा या घरचे आणि कुटुंबाचे ज्ञानेश्वर होते. दादांच्या बोटाला धरूनच आम्ही चालायला शिकलो. त्यांनीच आमच्या पंखात बळ आणून दिलं. अखेरपर्यंत सर्वांच्या सुखासाठी दादा कावडीच्या कांबटागत ओझं वाहत आले. असा हा घराचा आधारवड माझा बंधू २७ नोव्हेंबर २०१६ ला आम्हा भावंडांना सोडून कायमचा अनंतात विलीन झाला.

अप्पासाहेब जकाते यादव

९५९५४८२३८१

आठवण आनंदाची

वसमतच्या बहिर्जी स्मारक महाविद्यालयात अकरावीचा विद्यार्थी असताना १९८१ मध्ये केशव बा. वसेकर यांनी आनंद यादवांचं साहित्य वाचण्याची गोडी लावली. तिथल्या ग्रंथालयात उपलब्ध असलेलं 'मातीखालची माती' हे यादवांचं व्यक्तिचित्रांचं पुस्तक त्यांनी मला वाचायला दिलं. मला ते खूप आवडलं. तेव्हाचं त्यांचं ते पुस्तक साधना प्रकाशनानं प्रकाशित केलेलं होतं. मला वाटतं साधनानं प्रकाशित केलेलं त्यांचं ते एकमेव पुस्तक असावं. शिक्षणानिमित्त रत्नागिरीला असताना त्यांचा समाजवादी मंडळींशी संबंध आला होता. त्याचा तो परिणाम असावा. 'मातीखालची माती' हे पुस्तक मला नावापासूनच आवडत गेलं. आपल्या अवतोभोवतीचीच माणसं या पुस्तकातून भेटत आहेत, असं वाटत होतं. मग यादवांचं जे सापडेल ते वाचण्याचा मी धडाका लावला. काही सापडलं नाही तर ते मी शोधू लागलो. वसेकरांना विचारू लागलो. यादवांची पुस्तकं शोधण्यासाठी मी गावातलं वाचनालयदेखील पालथं घातलं. तिथं त्यांची 'खळाळ' अणि 'गोतावळा' ही पुस्तकं मला सापडली. यादवांची पुस्तकं शोधण्यासाठी मी नांदेडपर्यंत जाऊन आलो. उपलब्ध असतील ती पुस्तकं विकतच घेऊन टाकली. तोपर्यंत यादवांची 'खळाळ', 'गोतावळा', 'नटरंग',

'मातीखालची माती', 'पाणभवरे', 'डवरणी' ही पुस्तकं प्रकाशित झालेली होती. 'डवरणी' सोडून बाकी सगळी पुस्तकं मी उपलब्ध केली.

तिथल्या महाविद्यालयात सत्यकथेचे अंक येत असत. त्यातून सतत यादवांचं ललित लेखन येत होतं. तेही मी आवर्जून वाचत होतो. शिवाय वसेकरांमुळे या महाविद्यालयात चांगले दिवाळी अंकही येत असत. त्यातूनही यादव लिहीत होते. तेही वसेकर आम्हाला वाचायला देत असत. इथला माझा मित्र प्रकाश अंभोरे आणि मी असे आम्ही दोघंही यादवांची पुस्तक वाचत असू. आम्ही यादवांना पत्रंही पाठवत असू. पुण्यापासून इतक्या दूरवरची मुलं आपलं लेखन वाचतात याचा यादवांनाही आनंद वाटत असावा. ते आमच्या पत्रांना व्यवस्थित उत्तरंही देत असत. आम्ही त्यांना आपल्या कुटुंबीयांसारखे काही वैयक्तिक प्रश्नही विचारत असू. त्याला ते मोकळेपणानं उत्तरं देत असत.

माझा यादवांशी होणारा हा पत्रव्यवहार माझ्या गावातल्या एका मुलानं पाहिला. योगायोगानं त्याचंही नाव इंद्रजित नारायणराव भालेराव असंच होत. त्यानं एकदा यादवांना पैशाची मागणी करणारं पत्र पाठवलं. त्याचं उत्तर देणारं यादवांचं पत्र पोस्टमननं नेमकं मला दिलं. यादवांचं उत्तर वाचून मी परेशान झालो. अस्वस्थही झालो. मी असं काही पत्रच पाठवलं नसल्याचं यादवांना लिहिलं आणि तुम्हाला आलेलं पत्र लिफाफ्यात घालून मला परत पाठवा, अशी विनंती मी केली. परत आलेलं पत्र पाहून पोस्टमननं ओळखलं, की हे त्या इंद्रजितचं आक्षर आहे. त्यानं ते कबूलही केलं. आम्ही तो विषय तिथंच संपवला.

यादवांची 'गोतावळा' कादंबरी मी कशी मिळवली त्याचाही एक इतिहासच आहे. ही कादंबरी मला गावातल्या सार्वजनिक वाचनालयात सापडली. ती मी एकदा वाचून परत केली. पण ती कायम आपल्याकडे असावी, असं मला वाटू लागलं. पण तातडीनं ती कुठं बाहेर विकत घ्यायलाही उपलब्ध होईना. मग ती कादंबरी अक्षरशः चोरली. एकदा मोठ्या शिताफीनं ती कादंबरी अलमारीतून काढून वृत्तपत्रवाचन कक्षात माझ्या खुणेच्या जागी ठेवली आणि तिथून मोठ्या शिताफीनं मी ती घरी नेली. मी तसा फारच सज्जन आणि पापभीरू मुलगा होतो. पण या चोरीचा मोह मात्र मी आवरू शकलो नाही.

पुढं अनेक वर्षं 'गोतावळा' हे माझं सर्वाधिक आवडतं पुस्तक होतं. दर वर्षी पावसाळा सुरू झाला, की मी वर माडीत जाऊन पत्र्यावर पावसाचा आवाज ऐकत ही कादंबरी वाचत असे. अनेक वर्षं माझा हा परिपाठच झाला होता. वसमतला मी ज्या मठात राहत होतो, तिथल्या महानुभाव महंतांनीही हे पुस्तक वाचलं होतं. शिवाय अधूनमधून शेतातल्या कामावरच्या गड्यांनाही मी त्यातला काही भाग वाचून दाखवत असे. कारण त्यांचंच सगळं भावविश्व त्यात आलेलं होतं आणि ते शेतातल्या गड्यांनाही फार फार आवडत असे. त्यांना वाचून दाखवताना माझा आनंद द्विगुणित होत असे. योगायोगानं आमच्या घरचे सगळेच शेतातल्या गड्यांना फारच चांगली वागणूक देत असत. त्यामुळंच मी त्यांना हे पुस्तक वाचून दाखवू शकत असे.

एकदा बहिर्जी महाविद्यालयाच्या ग्रंथालयात गेलो असताना वसेकरांनी मला एक पत्र दिलं. ते पत्र वैजापूरच्या विनायकराव पाटील महाविद्यालयाचे प्राचार्य रा. रं. बोराडे यांचं होतं. तिथं एक 'ग्रामीण आत्मकथन कौशल्यविकास शिबिर' होणार होतं. त्यासाठी आपला एखादा ग्रामीण अनुभव लिहून पाठवायला सांगितला होता. आनंद यादवांच्या 'स्पर्शकमळे' या पुस्तकातलं 'वैनी' हे व्यक्तिचित्र वाचून आपणही आपल्या वैनीविषयी लिहावं असं वाटू लागलं. मी ते लिहून पाठवलं. माझं लेखन वाचून संयोजकांनी या शिबिरासाठी माझी निवड केली. प्राचार्यांना तसं पत्र पाठवलं. हे शिबिर राष्ट्रीय सेवा योजनेच्या वतीनं होणार होतं. मी होतो बारावीचा विद्यार्थी. कनिष्ठ महाविद्यालयासाठी तेव्हा ही योजना नव्हती. त्यामुळे माझा खर्च कुठून द्यायचा हा प्रश्न निर्माण झाला. तेव्हा राष्ट्रीय सेवा योजनेचे तिथले प्रमुख प्रा. सुधाकर मुळे यांनी आपल्या खिशातून तो खर्च

द्यायचं कबूल केलं. ते म्हणाले, वरिष्ठ महाविद्यालयाच्या स्पर्धेत आपल्या कनिष्ठ महाविद्यालयाचा विद्यार्थी निवडला गेला असेल तर ती आपल्या अभिमानाचीच गोष्ट आहे, तेव्हा त्याचा सगळा खर्च मी करतो; महाविद्यालयानं त्याची चिंता करू नये. प्रा. सुधारक मुळे हे सामाजिक जाणिवेचे आणि उदार अंतःकरणाचे होते. ते बऱ्याचदा विद्यार्थ्यांना मदत करीत असत. त्यांच्या या मदतीमुळेच यादवांच्या पहिल्या प्रत्यक्ष भेटीचा योग जुळून आला.

या शिबिराचे उद्‌घाटकच आनंद यादव होते. मला तर फारच आनंद झाला. अचानक धनलाभ झाल्यासारखं. ज्याचं साहित्य आपण उत्कटपणे वाचलं, अनुभवलं तो असा अचानक भेटणं हा धनलाभ नाही तर काय होतं? उद्‌घाटनाचा कार्यक्रम संपल्यावर फोटोग्राफरला विनवून मी यादवांसोबत फोटो काढायचं ठरवलं. यादवांजवळ जाऊन त्यांना तशी विनंती केली. ते लगेच तयार झाले. पण बोराडे सर आणि चंदनशिव सर जरा घाईत होते. ते म्हणाले, ''नंतर बघू.'' तेव्हा यादव म्हणाले, ''अरे चला, हा भविष्यातला मोठा लेखक होणार आहे, तेव्हा तुम्हालाच पश्चात्ताप होईल. चला गुपचूप.'' यादव, बोराडे, चंदनशिव यांच्या सोबत काढलेला तो ब्लॅक अँड व्हाईट फोटो; मागं तारीख आहे २४ जानेवारी १९८२. चौतीस वर्षांपूर्वीचा तो फोटो मी अजून जपून ठेवलेला आहे.

उद्‌घाटन संपल्यावर जेवणाच्या गडबडी सुरू झाल्या. मलाही भूक लागली होती. यादव मला म्हणाले, ''चल, आपण जरा फिरून येऊ.'' मी लगेच तयार झालो. कारण पोटाच्या भुकेपेक्षा तेव्हा माझी सांस्कृतिक भूक जास्त महत्त्वाची होती. फिरताना मी यादवांना त्यांच्या लेखनाविषयी इतके प्रश्न विचारले की यादव कंटाळतील असं वाटलं. पण यादव प्रत्येक प्रश्नाचं व्यवस्थित उत्तर देत होते. अर्थातच माझे प्रश्न तेव्हा भाबडेच असणार. पण आपलं साहित्य वाचून त्यातले इतके तपशील कुणी लक्षात ठेवतो, याचं त्यांना कौतुकच वाटलं असणार. गावाबाहेरच्या या रस्त्यानं फिरताना मला फक्त यादव आणि यादव दिसत होते. माझ्याशी बोलत बोलतच यादव रस्त्याच्या कडेला मदतीची वाट पाहत उभ्या असलेल्या एका बाईकडचं जळणाचं ओझं उचलू लागले. ही गोष्ट माझ्या लक्षातही आली नव्हती. त्या बाईकडे माझं लक्षही नव्हतं. यादवांच्या या कृतीनंही त्यांच्याविषयी मला पुष्कळ काही वाटून गेलं. माझ्या आवडत्या लेखकाशी मी पोटभर गप्पा मारल्या. माझ्या पोटाची भूक मी विसरून गेलो. हाच तो अचानक धनलाभ होता. साहित्यातून वाचलेला आणि प्रत्यक्ष भेटलेला लेखक वेगळा नाही; तो तितकाच उत्कट आणि प्रामाणिक आहे, हे पाहून मी आणखीच भारावून गेलो. शिबिरातून परत आल्यावर मी त्यांची पुस्तकं पुन्हा वाचली आणि त्यांना सविस्तर पत्र लिहिलं. यादवांनी त्या पत्राला उत्तरही पाठवलं.

वैजापूरच्या शिबिराहून परत गेल्यावर यादवांनी साप्ताहिक मनोहर मध्ये शिबिराच्या अनुभवावर एक लेखही लिहिला. तेव्हा 'मनोहर'मध्ये त्यांचं 'आकाशपाळणा' नावाचं सदर सुरू होतं. त्या सदरात त्यांनी तो लेख लिहिला होता. लेखाचं नाव होत,'माकडाचं उपळं'. शिबिरातल्या विद्यार्थ्यांचा परिचय करून घेताना एकानं आपल्या गावाचं नाव 'माकडाचं उपळं' असं सांगितलं. तोच धागा पकडून यादवांनी विद्यार्थ्यांच्या अनुभवावर आधारित तो लेख लिहिला होता. आपण एका लेखाचा विषय झालो, याचं आम्हा सर्वच शिबिरार्थींना खूप कौतुक वाटलं.

वैजापूरचं हे शिबिर बरंच गाजलं. फार मोठी माणसं आम्हाला मार्गदर्शन करायला येऊन गेली. समारोपाला साहित्य संस्कृती मंडळाचे अध्यक्ष सुरेंद्र बारलिंगे आले होते. त्यांना ही आत्मकथन शिबिराची कल्पना फार आवडली. त्यांनी या सर्व शिबिरार्थींना सांस्कृतिक सहल देण्याचं कबूल केलं. ती सहल पुढे मार्चमध्ये प्रवरानगर-पुणे-औरंगाबाद अशी ठरली. आम्हा काही निवडक शिबिरार्थींना पुन्हा वैजापूरला

बोलावून रा. रं. बोराडे आणि चंदनशिव यांच्यासह आम्ही आत्मकथनाचं सादरीकरण करत सगळीकडे फिरलो. पुण्याच्या कार्यक्रमाची जबाबदारी महाराष्ट्र साहित्य परिषदेच्या वतीनं आनंद यादवांनी घेतली, तेव्हा पुन्हा एकदा यादव सरांची भेट झाली. म. सा. प. मध्ये झालेल्या आमच्या कार्यक्रमाचं कौतुक पुणेकरांनी केलं. यादव तेव्हा म. सा. प. चे निर्वाचित सभासद होते. शिवाय ते साहित्य पत्रिकेचे संपादकही होते. त्यांनी पत्रिकेचा ग्रामीण साहित्य विशेषांक काढला होता. तो खूपच गाजला होता आणि चांगलाही होता. मी तिथं त्याची प्रत विकत घेतली. पुढं त्याची अनेक पारायणं केली. माझ्या वाङ्मयीन जडणघडणीत त्याचा खूपच उपयोग झाला. तो अंक मी अजूनही जपून ठेवलेला आहे. परिषदेतला कार्यक्रम संपल्यावर यादवांनी आम्हाला हॉटेल बादशाहीत जेवायला नेलं. मी पुणं प्रथमच पाहत होतो. माझ्या सोबतचे सर्व शिबिरार्थीही प्रथमच पुणं पाहत होते.आमच्या भांबावलेल्या नजरा यादवांनी वाचल्या आणि त्यावरही नंतर 'मनोहर'मध्ये त्यांनी एक लेख लिहिला, त्याची बरीच चर्चा झाली. यादवांनी चंदनशिवांना एका टपरीवर नेऊन पान खाऊ घातलं. आम्ही ते दुरूनच पाहिलं.

आमच्या मराठवाड्यातल्या नरहर कुरुंदकरांनी वयाच्या पंचविशीत पुण्यात जाऊन म. सा. प. मध्ये भाषण दिलं, या गोष्टीचं खूप कौतुक होतं. यादवांमुळे मला विशीतच तिथे जाऊन भाषण करण्याची संधी मिळाली. या गोष्टीचं बहिर्जी महाविद्यालयातल्या सर्वच प्राध्यापकांना कौतुक वाटलं. योगायोगानं कुरुंदकरही वसमतचेच होते, याची सर्वांना आठवण झाली.

यादवांचे मनोहरमधले दोन्ही लेख वाचून मी त्यांना पत्र लिहिलं. त्या पत्राच्या उत्तरात यादवांनी कळवलं की, मे महिन्यात नेवाशाला ग्रामीण साहित्य संमेलन आहे; तिथं मी आवर्जून यावं म्हणजे पुन्हा आपली भेट होईल. माझा मित्र प्रकाश अंभोरे आणि मी आवर्जून नेवाशाला गेलो. दोन दिवस मांडवातच झोपलो. कॅनॉलवर जाऊन अंघोळी केल्या आणि संमेलनाचा मनमुराद आनंद लुटला.

ना. ग. गोरे या संमेलनाचे अध्यक्ष होते. अनिल अवचट, ग. वा. बेहेरे, द. ता. भोसले यांनाही भेटलो. आणखी किती तरी लिहिणारे, वाचणारे नवे लोक आले होते. त्यांच्या ओळखी झाल्या. अवचटांचं 'माणसं' पुस्तक मी नुकतंच वाचलं होतं. मला ते फार फार आवडलं होतं. त्यांची भेट झाली याचा आनंद वाटला. पण हा माणूस स्वतःतच मग्न होता. तो नीट बोलला नाही. त्यामुळे अपेक्षाभंग झाला. सगळ्यांची भाषणं सुरू होती आणि हा आपला चित्र काढीत बसला होता. ना कुणाचं भाषण ऐकलं, ना कुणाला दाद दिली. सगळीच माणसं यादवांसारखी लेखनातल्यासारखीच प्रत्यक्षातही असतात, असं काही नाही. आपल्याच अपेक्षा चुकीच्या असू शकतात, असा विचार मी केला.

नेवाशावरून परत आल्यावर कुठंतरी वाचलं की, यादवांचा 'डवरणी' हा नवा कथासंग्रह प्रकाशित झालेला आहे. मला खूप उत्सुकता लागून राहिली की कधी हा संग्रह मिळवतो आणि वाचतो. जवळपास शक्यता वाटेना म्हणून मी प्रकाशकाला पैसे पाठवले आणि पुस्तक मागवलं. वाट पाहत बसलो पण पुस्तक काही येईना. शेवटी यादवांनाच पत्र लिहून कळवलं. त्यांचं पत्र आलं की, 'मी अंबेजोगाई साहित्यसंमेलनासाठी मराठवाड्यात येत आहे. तेव्हा तिथं आलात तर आपली भेट होईल. मी येताना पुस्तक घेऊन येईन आणि प्रत्यक्ष तुमच्या हाती देईन.' माझा मित्र प्रकाश अंभोरे आणि मी आवर्जून अंबेजोगाईला गेलो. यादव आठवणीनं पुस्तक घेऊन आले आणि मला त्यांनी ते पुस्तक दिलं. संमेलनाच्या मंडपापासून थोडं दूर बसून निवांत बोलले. काय वाचावं, कसं वाचावं याच्या काही सूचना केल्या. त्यांच्या मार्गदर्शनानुसार संमेलनातून काही पुस्तकं विकत घेतली, जी माझ्या जडणघडणीसाठी अत्यंत महत्त्वाची ठरली. बहिणाबाई चौधरी, ना. घ. देशपांडे, ना. धों. महानोर, ग. ल. ठोकळ, ग. ह. पाटील यांचे कवितासंग्रह; धग, बनगरवाडी, उपरा, पाचोळा अशा काही

कादंबऱ्या आणि इतरही काही वैचारिक, समीक्षेची पुस्तकं मी तिथून घेऊन आलो. जी वाचून मी खूप समृद्ध झालो. माझ्यासारख्या एका विद्यार्थ्यासाठी एवढा मोठा लेखक इतकं सगळं करतो, यामुळं मी आणखीच भारावून गेलो. यादवांविषयी कृतज्ञताभाव मनात दाटून आला.

यानंतर तीन वर्षांनी यादवांची पुन्हा भेट झाली. ही मार्च ८६ची गोष्ट आहे. तेव्हा मी औरंगाबादच्या विद्यापीठात मराठी विभागात शिकत होतो. यादव मराठी विभागातच व्याख्यानं देण्यासाठी आले होते. दोन दिवस ते इथंच राहणार होते. माझं ते पहिलंच वर्ष होतं. परीक्षा जवळ आल्या होत्या. पण मी सगळं विसरून यादवांभोवती घुटमळत राहिलो. यादव मराठी विभागात आलेले असताना नेमाडे डोकावून गेले. जाताना मला म्हणाले, ''यादवांना सांग मी भेटण्यासाठी येऊन गेलो. नंतर पाच वाचता अतिथिगृहात येतो.'' तसे ते नंतर अतिथिगृहात आले. या दोन थोर कादंबरीकारांना अत्यंत आत्मियतेनं भेटताना आणि बोलताना मी आणि माझा मित्र श्रीकांत देशमुख दूर उभं राहून कौतुकानं पाहत होतो. हे दोनही लेखक आम्हा दोघांचे आदर्श होते.

ग्रामीण साहित्य चळवळीचे एक खंदे पुरस्कर्ते नागनाथ कोत्तापल्ले आम्हाला शिकवायलाच होते. आम्ही त्यांचे लाडके विद्यार्थी होतो. आनंद यादवांना बोलावण्यात आणि त्यांची व्याख्यानं घडवून आणण्यात त्यांचाच मोठा वाटा होता. शिवाय आम्हाला शिकवायला असलेले एस. एस. भोसले सर हे आनंद यादवांच्या कागल या गावचेच आणि यादवांचे बालमित्र. दोघांची घरं एकाच गल्लीत आणि आमनसामने. शिवाय दोघंही पंढरपूरच्या महाविद्यालयात सोबतच प्राध्यापक म्हणून लागलेले. ते यादवांच्या खूप आठवणी सांगायचे. सत्यकथेचा अंक यायला पोस्टात उशीर झाला, तर यादव किती व्याकूळ होत तेही विनोदी अंगानं छान सांगत.

याच औरंगाबाद भेटीत यादवांनी ग्रामीण साहित्य परिषदेची स्थापना केली. त्यासाठी मराठवाडा साहित्य परिषदेत झालेल्या बैठकीला मीही उपस्थित होतो. नंतरची पत्रकार परिषदही मी ऐकली. पण दुसऱ्या दिवशी वृत्तपत्रात काहीतरीच विपरीत बातम्या आल्या आणि मग साद-पडसादांचं मोठं वादळ उठलं. 'महाराष्ट्र टाईम्स' या वृत्तपत्रानं आधीच यादवांविरुद्ध आघाडी उघडलेली होती. यादवांनी महाराष्ट्र साहित्य पत्रिकेचा ग्रामीण साहित्य विशेषांक काढला तेव्हाच मटाने अग्रलेख लिहिला होता. त्याचे शीर्षकच 'ग्रामीण साहित्यपीठाचे शंकराचार्य' असे यादवांना उद्देशून होते. इतरही वृत्तपत्रांनी त्यात उडी घेतली. 'लोकमत' मध्ये तर हा वाद महिनाभर चालला.

आनंद यादवांच्या बाजूने मीही या वादात उतरलो आणि माझी प्रतिक्रिया 'लोकमत'ला पाठवली. माझी प्रतिक्रिया छापून लोकमतने हा वाद संपवला. यावर यादवांनी आपल्या पत्रात लिहिले होते की, 'तुमची प्रतिक्रिया इतकी समतोल आहे,' म्हणूनच कदाचित लोकमतने तुमची प्रतिक्रिया छापून हा वाद संपवला असावा. मी तेव्हा विद्यापीठातला प्रथम वर्षाचाच विद्यार्थी होतो. त्या माझ्या वादातल्या सहभागामुळे नंतर अनेकांनी माझ्यावर डूख धरला. आयुष्यभरासाठी वैरही धरले. पण माझ्यासारख्या ग्रामीण भागातून लिहिणाऱ्याला उत्स्फूर्तपणे जे वाटलं ते मांडण्याचा मी प्रयत्न केला होता.

'ग्रामीण साहित्य' ही संकल्पना सिद्ध करण्यासाठी यादव यांनी जिवाचं रान केलं. १९७७ पासून पुढची दहा वर्षं त्यांनी स्वतःचं ललित लेखन बाजूला ठेवलं. स्वतःच्या कुटुंबाकडे दुर्लक्ष केलं. स्वतःचं करियर पणाला लावलं. साहित्यातल्या स्वतःच्या श्रद्धास्थानांचा रोष पत्करला आणि ग्रामीण साहित्य हा एकच ध्यास घेऊन, पायाला भिंगरी लावून ते महाराष्ट्रभर वणवण फिरत होते. बोटा, जुन्नर, प्रवरानगर, नेवासा, आसोदा, चांदवड, आजरा, माजलगाव, विटा इथं महाराष्ट्र पातळीवरची ग्रामीण साहित्यसंमेलनं घेऊन दाखवली.

तिथल्या त्या संमेलनांचं नियोजन नीट व्हावं म्हणून त्या त्या गावाला चकरा मारल्या. बार्शी, अंबेजोगाई इथल्या अ. भा. साहित्य संमेलनांच्या संयोजकांना पत्र लिहून त्यांना ग्रामीण साहित्यावर चर्चा घडवून आणायला सांगितलं. मसाप पत्रिका, विचारभारती, बळिराजा या नियतकालिकांना ग्रामीण साहित्य चळवळींना जुंपून नव्यानं लिहिणाऱ्या खेड्यापाड्यातल्या लेखकांना व्यासपीठ उपलब्ध करून दिलं. विद्यापीठातून ग्रामीण साहित्याच्या अभ्यासपत्रिका सुरू करायला लावल्या. संशोधकांना ग्रामीण साहित्यावर संशोधन करायला प्रोत्साहन दिलं. ग्रामीण साहित्याच्या संकल्पनेची मांडणी करणारी तीन पुस्तकं स्वतः लिहून पाया घालून दिला. अशी असंख्य कामं यादवांनी केली. शिवाय पत्रव्यवहार करून हजारो नवोदित ग्रामीणांना मार्गदर्शन केलं. हे सगळं मी वादातल्या माझ्या भूमिकेत मांडलं होतं.

डिसेंबर १९८६ मध्ये पन्हाळ्याला महाराष्ट्र राज्य साहित्य संस्कृती मंडळाचं नवलेखक शिबिर होणार होतं. चंद्रकुमार नलगे संमेलनाचे संयोजक होते.

डॉ. एस. एस. भोसले यांनी मला आणि दिनेश मानेला या शिबिराला मुद्दाम पाठवलं. ऐन वेळेला पाठवलं. डॉ. भोसले तेव्हा मंडळाचे सदस्य होते. त्यांनी स्वतः पत्र देऊन आम्हाला पाठवलं. शिबिर छानच झालं. साहित्यातली फार मोठी माणसं तिथं भेटली. शिवाय ऐतिहासिक पन्हाळगड चार दिवस मुक्कामी राहून पाहता आला. हेही शिबिर वैजापूरच्या शिबिरासारखं खूपच गाजलं. माझ्या पहिल्या पुस्तकाचे प्रकाशक मेहता यांचीही इथंच भेट झाली. तो एक मोठा किस्सा आहे.

शिबिरार्थींना वारणा आणि पंचगंगा या दोन साखर कारखान्यांनी भेटीचं निमंत्रण दिलं. त्या भेटीही छान आणि समृद्ध झाल्या. या शिबिरात आनंद यादव येतील असं वाटलं होतं; पण ते काही आले नाहीत. पण त्यांचे लहाने भाऊ अप्पासाहेब जकाते-यादव नवलेखक म्हणून आमच्या सोबत या शिबिरात सहभागी होते. ते प्रामुख्यानं कथा लिहीत असत. त्यांची माझी चांगलीच गट्टी जमली. शिबिर संपलं की त्यांच्यासोबत यादवांचं घर आणि गाव पाहायला जायचं, असं मी आणि दिनेश मानेनं ठरवलं. अप्पासाहेबांनी आम्हाला सोबत न्यायचं कबूल केलं. पंचगंगा सहकारी साखर कारखान्यावरचा कार्यक्रम संपला.

सगळे एकमेकांचा निरोप घेऊ लागले. निघताना मी पंचगंगाचे चेअरमन रत्नाप्पाण्णा कुंभार यांना भेटायला गेलो. त्यांनी विचारलं, ''तुम्ही आता कुठं जाणार आहात?'' मी म्हणालो, ''मला कागलला जायचंय.'' ते म्हणाले, ''जवळपासच्या एखाद्या तीर्थाला जायचं नाही काय?'' मी म्हणालो, ''सध्यातरी कागलच माझ्यासाठी तीर्थ आहे.'' त्यांना वाटलं मी तिथल्या दर्ग्याला जातोय. मी म्हणालो, ''नाही, मला दर्ग्याला नाही जायचं. मला आनंद यादवांचं घर पाहायचंय, हेच माझ्यासाठी सध्यातरी तीर्थ आहे.'' ते म्हणाले, ''आमच्या आनंदाच्या घरी जाताय का?'' मी ''हो'' म्हणालो. त्यांनी कारखान्याचे एक संचालक दौलराव निकम यांना बोलावलं आणि सांगितलं, की तुम्ही यांना घेऊन जा. ते कागलचेच होते. त्यामुळे आमच्या प्रवासाची सोय आपोआपच झाली. आनंद यादवांचं घर पाहण्याचं माझं गेल्या अनेक दिवसांचं स्वप्न आपोआपच साकार होणार होतं. अप्पासाहेब, दिनेश माने, भोसलेबाई आणि मी आम्ही चौघंही दौलतरावांच्या गाडीत बसलो. एस. एस. भोसले यांच्या मिसेस म्हणजे आमच्या भोसलेबाई आमच्या सोबत आल्या. कागल हे भोसले सरांचंही गाव, म्हणजे भोसलेबाईंचं सासर. त्यांना तिथल्या दर्ग्याचं दर्शन घ्यायचं होतं. शिवाय दिनेशला आणि मला परत कोल्हापूरला मुक्कामी त्यांच्या घरीच जायचं होतं. आम्हालाही त्यांची सोबत होणार होती.

आमची गाडी संध्याकाळच्या संधीप्रकाशात कागलच्या शिवारात पोचली. कोल्हापूरच्या शिवाजी विद्यापीठाचा परिसर संपला की कागलचंच शिवार लागतं. माझं मन यादवांच्या साहित्यातून परिचित

झालेल्या कागलच्या शिवारातल्या खाणाखुणा शोधू लागलं. रस्त्याच्या बाजूचीच एक जुनी इमारत दाखवत भोसलेबाई म्हणाल्या, ''हे गोखले कॉलेज. यादवांचं बरंचसं शिक्षण इथंच झालेलं आहे.' मागच्या वर्षीच्या विशाखाच्या दिवाळी अंकात प्रकाशित झालेल्या यादवांच्या 'वरचे वारे' या कादंबरीतले काही प्रसंग आठवले, जे याच महाविद्यालयाच्या परिसरात घडलेले आहेत. ''आता इथं शाळा भरते,'' अशी पुष्टी अप्पासाहेबानं जोडली.

मी त्या आठवणीत दंग असतानाच गाडी केव्हा कागलात घुसली ते लक्षातही आलं नाही. दौतलराव निकम यांचं घर सुरुवातीलाच असल्यामुळे गाडी उभी राहिली आणि त्यांनी निरोप घेतला. 'गाडी यादवांच्या घरापर्यंत जाऊ द्या' म्हणाले; पण आम्हीच 'नको' म्हणालो. कारण मला पायी फिरून कागल पाहायचंच होतं. नंतर वेळ नव्हता. रात्री कोल्हापूरला परतायचं होतं. म्हणून आम्ही सगळे पायीच चालत निघालो. रस्त्याच्या दोन्ही बाजूला कोल्हापुरी पायताण बनवणाऱ्यांची दुकानं लागली. म्हणजे आतापर्यंतची वस्ती गावाबाहेरचीच होती. कारण आत्ता आम्हाला गावाची वेस लागली. गाव खूप पसरलाय. जुन्यापेक्षा नवी वस्तीच मोठी वाटत होती. गावाजवळून फार पूर्वीच महामार्ग गेलेला आहे. मोठी वाहनं सारखी रोखली जातात. या रस्त्यामुळे आधुनिकतेचे फायदे-तोटे फार पूर्वीच कागलात पोचलेले आहेत. तो संक्रमणाचा काळ यादवांनी अनुभवला. तोच त्यांच्या 'गोतावळा', 'नटरंग' आणि 'एकलकोंडा'मधून आलेला आहे. त्यांच्या काही कथा आणि कवितांमधूनही हे संदर्भ येत राहतात.

आम्ही वेशीतून आत जाताना वेशीच्या दोन्ही बाजूंचे बुरूज पडलेले दिसले. यातल्याच एका बुरुजावर गोतावळ्यातला मळ्याचा मालक रामू नलावड्या राहायचा, अशी माहिती अप्पासाहेबानं दिली. गोतावळ्याचा नायक नारबा त्यांच्याच कामावरचा गडी होता. नंतर एक लहानसा चौक लागला. तिथं एक पुतळा दिसला. तो कुणातरी स्वातंत्र्यसैनिकाचा होता. त्या चौकातून आम्ही पूर्वेला वळलो. तिथून थोड्याशा अंतरावर लगेच सणगर गल्ली लागली. अप्पानं तिथूनच गल्लीच्या टोकावर असलेलं त्यांचं घर आणि दारात उभा असलेला शिवा दाखवला. यादवांच्या 'मातीखालची माती' मधला हाच 'हाताबुडी आलेला शिवा'- यादवांचा सख्खा लहान भाऊ. चार भावांपैकी न शिकलेला आणि म्हणून शेतातच राबणारा. शिवामध्ये मला यादवांच्या साहित्यातल्या अनेक पात्रांच्या छटा दिसू लागल्या. गोतावळ्यातला नारबाही मला त्याच्यात दिसू लागला. यादवांच्या साहित्यातलं जिवंत पात्र.

घराजवळ आलो तेव्हा दारात बसलेली एक शुभ्र केसांची म्हातारी दोन लेकरांना खेळवताना दिसली. मी लगेच ओळखलं, हीच यादवांची आई- ताराबाई. चेहरेपट्टी एकदम यादवांसारखीच. गोरा रंग आणि त्वचेवरचं तेज, तेही यादवांसारखंच. म्हणजे आनंद यादव हे मातृमुखी आहेत तर. लगेच त्यांच्या पायावर लोळण घालविशी वाटली; पण स्वतःला आवरलं. आम्हाला पाहून त्या उठल्या आणि 'अप्पा आला वाटतं' असं म्हणत, आम्हा नवख्यांना पाहून घरात निघून गेल्या. आम्हीही त्यांच्या पाठीमागे घरात गेलो. अप्पांची मुलं 'बाबा, बाबा' म्हणत त्यांना बिलगली. मागच्या नहाणीत आम्ही हात-पाय धुवायला गेलो. यादव याच वास्तूत वावरले आणि लहानाचे मोठे झाले. त्यांची प्रतिभा इथंच घडत गेली. इथल्या प्रत्येक वस्तूत त्यांचा स्पर्श जिवंत होता. माझं भाबडं मन आणखीच भाबडं झालं आणि मला पोरवयातले आनंद यादव घरादारात वावरताना दिसू लागले. मला माझं गाव, माझं घर, माझी आई आणि माझी भावंडं आठवू लागली. सगळं जशाला तसं म्हणून तर यादवांचं साहित्य मला आपलं वाटत गेलं असावं. कारण हेच सगळं त्यांच्या साहित्यात होतं. जे अशाला असं माझ्याही गावाकडे होतं.

भोसलेबाईंनी हातपाय धुऊन आईंच्या पायावर डोकं ठेवलं आणि मग आम्हालाही मार्ग मोकळा झाला. मी

आणि दिनेशनंही आईंच्या पायावर डोकं टेकवून त्यांचं दर्शन घेतलं. त्यांना फारसं दिसत नसावं. कारण त्यांनी भोसलेबाईंना काही ओळखलं नाही. त्यांनीच सांगितलं मी अमुक अमुक, तेव्हा कुठं त्यांच्या लक्षात आलं. त्यांनी भोसलेबाईंच्या सगळ्या कुटुंबाची चौकशी केली. ख्यालीखुशाली विचारली. मीही मग माझी ओळख करून दिली आणि 'तुम्हाला भेटायला आणि हे घर पाहायला आलो,' हे त्यांना सांगितलं. आपला ल्योक मोठा झालाय, त्याची पुस्तक वाचून लोक वेडी होतात हे त्यांना माहीत असावं. पण या घरात अन् माझ्यात पाहण्यासारखं काय हाय? हे खपरेलाचं पडकं घर हाय, हां त्यानं पुण्यात बांधलेला बंगला पाहण्यासारखा आहे, असं त्यांचं मत पडलं. पण यादवांच्या प्रतिभेची बुलंद इमारत जिथं उभी राहिली ती जागा आणि त्या प्रतिभेच्या पिंडाला जिनं जन्म दिला ती आई म्हणजेच यादवांच्याच लाडक्या भाषेत सांगायचं तर त्यांची माय-माती हीच आमच्यासाठी जगातली सर्वांत देखणी वस्तू आणि वास्तू होती.

आईंनी प्रवासाविषयी विचारलं तेव्हा अप्पांनी आम्ही दौलतराव निकमांच्या गाडीतून आल्याचं सांगितलं. तेव्हा आई उद्गारल्या, 'दौलतराव व्हय, लई चांगला माणूस हाय बाबा' आणि त्यांच्यासोबत मीही आठवणीत रमलो. एकदम यादवांचं बालपण आठवलं. वडिलांनी शाळा बंद कर म्हणून दरडावून सांगितलं. यादवांना तर शिक्षणाची भयंकर ओढतेव्हा दौलतराव निकमांनीच त्यांना मदत केली. पैशांची सोय करून त्यांना तिकडं दूर रत्नागिरीला सेवादल छात्रालयात पाठवून दिलं. यादवांच्या वडिलांना अजिबात पत्ता न लागू देता. पण बेपत्ता झालेल्या मुलाच्या आईचं काळीज अशा वेळी काय भोगत असेल त्याचा अनुभव आई सांगत असलेल्या आठवणींच्या कातर शब्दांतून येत होता. यादवांना आयुष्यात उभं करणाऱ्या माणसाच्या गाडीतूनच आपण यादवांचं घर पाहायला आलो, या विलक्षण योगायोगाचं मला नवल वाटलं.

वेळ फार थोडा होता आणि मला अनेक गोष्टी पाहायच्या होत्या. मला या घराचं छप्पर पाहायचं होतं. कारण ते माझ्या दृष्टीनं फार महत्त्वाचं होतं. मी एका लहानशा लाकडी जिन्यानं वर छपरात गेलो. एके काळी विद्यार्थी असताना हीच यादवांची अभ्यासिका होती. त्यांची कविता लिहायची जागाही हीच होती. इथंच कुठंतरी त्यांनी आपल्या कवितेच्या वह्या वडिलांपासून लपवून ठेवलेल्या होत्या. माळ्यावरच्या त्या सगळ्या वस्तूंना मी स्पर्श करत होतो. माझं मलाच त्यातून पुष्कळ काही जाणवत होतं. हातातल्या सगळ्या जमिनी गेल्यावर यादवांच्या वडिलांनी इथंच आसरा घेतला होता. या संदर्भातला साधना दिवाळी अंकातला यादवांचा 'दादांची खोप' हा लेख वाचून माझं काळीज पिळवटून गेलं होतं. हीच ती दादांची खोप पाहताना आताही माझ्या पोटात कालवाकालव होत होती. जमिनी हातातून गेल्यानंतरच्या कफल्लक अवस्थेत त्यांची जी शोकांतिका झाली, तेव्हा त्यांनी वेड्यासारखे याच माळ्यावर आपले दिवस काढले. इथेच देह ठेवला. खाली उतरलेच नाहीत.

माळ्यावरून खाली उतरल्यावर अप्पानं परसदारी नेलं. एक चार भिंतीची पडकी जागा दाखवली. तीच पोटफाडी. नुकत्याच सत्यकथेत आलेल्या 'भय' या ललित लेखातला रामू मांग इथंच बसून बासरी वाजवायचा. पोटफाडीला लागूनच असलेला मांगवाडाही दाखवला. 'नटरंग' कादंबरीतला गुणा आणि त्याची मित्रमंडळी इथलीच. मला ते सगळं आठवू लागलं. मांगवाड्यात प्रत्यक्ष जाऊन पाहण्याइतका वेळ माझ्याजवळ नव्हता. खरंतर इथं येऊन चार-पाच दिवस राहून सगळं निवांत पाहायला पाहिजे, असं वाटून गेलं. घरात आलो तर शिवानं 'सांगावा'चा अंक माझ्या हातात दिला. 'सांगावा' हे प्रौढसाक्षरांचं मुखपत्र. इरगोंडा पाटील त्याचे संपादक. चार पानी वृत्तपत्रासारखा हा अंक 'आनंद यादव विशेषांक' होता. खूप जुना आणि दुर्मिळ. शिवानं मला तो सप्रेम भेट देऊन टाकला. त्यात यादवांच्या सर्व नातेवाइकांचे फोटो होते. शिवाचाही फोटो होता. यादवांचा कोल्हापुरी फेट्यातला फोटो होता. शिवा म्हणाला, ''दादा गावातल्या जत्रेत

कुस्ती खेळायचा, तेव्हाचा त्याचा हा फोटो.'' यादवांचा हा तगडा फोटो पाहून मलाही नवल वाटलं. यादवांचं मला माहीत नसलेलं एक अंग माहीत झालं.

माझा जीव काही इथून निघत नव्हता आणि भोसलेबाई व दिनेश माने मात्र घाई करत होते. भोसलेबाईंचं दर्ग्यात जाऊन यायचं राहिलं होतं. मग आम्ही सगळे दर्शनासाठी दर्ग्यात जाऊन आलो. परतीच्या रस्त्यावर शिवा बाजारात फिरताना दिसला.

निरोप घेताना यादवांच्या आईनी, ताराबाईंनी माझ्या गालाचा मुका घेतला. अत्यंत निकरट बाप वाट्याला आलेले आनंद यादव आज एवढे मोठे झाले ते या माउलीच्या मायेमुळे आणि जिद्दीमुळे. या मायाळू ओठांचा स्पर्श अनेकदा यादवांच्याही गालाला झाला असणार. यादव घर सोडून जाताना या माउलीनं त्यांचाही असाच अलाबला घेतला असणार. त्याच ओठांची माया आपल्याही वाट्याला येतेय हे पाहून मी मनोमन कृतार्थ झालो. हे मायेचं, जिद्दीचं आणि ग्रामीण संस्कृतीच्या अस्मितेचं चुंबनबन असंच फुलत राहावं, असंही वाटून गेलं.

मी तिथून निघालो. एक मुक्काम कोल्हापुरात करून परत आलो. अनेक दिवस भारावल्या अवस्थेत होतो. कितीतरी दिवस यादवांच्या आई स्वप्नात येत होत्या. कागल गावाच्या मी एकदाच पाहिलेल्या सर्व खाणाखुणा आज पस्तीस वर्षांनीदेखील मला जशाच्या तशा आठवतात.

फेब्रुवारी १९८७ मध्ये माजलगावला सातवं ग्रामीण साहित्य संमेलन होणार होतं. तसं अधिकृत ग्रामीण साहित्य परिषद स्थापन झाल्यानंतरचं हे पहिलंच संमेलन. पण याआधी एकट्या आनंद यादवांनी सहा मोठमोठी ग्रामीण साहित्य संमेलनं घेऊन दाखवली होती. हे संमेलन घेण्यासाठी ग्रामीण साहित्य परिषदेची अख्खी टीम सरसावली होती. त्यात रा. रं. बोराडे, नागनाथ कोत्तापल्ले, वासुदेव मुलाटे आणि रामप्रसाद तौर प्रमुख होते. माजलगावचे तरुण नगराध्यक्ष अशोक होके पाटील स्वागताध्यक्ष होते. नव्या दमाच्या या सर्वांनी ते संमेलन छानच आयोजित करून दाखवलं. मी तेव्हा विद्यापीठातल्या मराठी विभागात दुसऱ्या वर्गात शिकत होतो. यादव, कोत्तापल्ले यांनी सांगितलेलं पडेल ते काम मी करत होतो.

वृत्तपत्रांनी या संमेलनाला भरपूर प्रसिद्धी दिली. संमेलनानिमित्त विशेष पुरवण्या प्रकाशित केल्या. तेव्हा लोकमतच्या रविवार पुरवणीचे संपादक होते सुधीर गव्हाणे. त्यांच्या या एकाच पुरवणीत वेगवेगळ्या नावाने मी तीन लेख लिहिले होते. एक लेख ग्रामीण कवितेवर, एक लेख ग्रामीण साहित्य संमेलनांच्या परंपरेवर आणि एक लेख या संमेलनाचे अध्यक्ष मधू मंगेश कर्णिक यांच्यावर. एकाच नावानं हे तीनही लेख प्रकाशित करणं योग्य होणार नाही म्हणून दोन लेख टोपणनावानं प्रकाशित केले. ती टोपणनावं इतकी तात्पुरती होती की आता मला आठवतही नाहीत. माजलगाव संमेलनात यादवांनी मेहतांना त्यांच्या पुस्तकाचं प्रदर्शन लावायला सांगितलं होतं. एकतर ते यादवांच्या पुस्तकांचे प्रकाशक होते. शिवाय बऱ्याच ग्रामीण साहित्यिकांची पुस्तकंही त्यांनी प्रकाशित केलेली होती.

याच वर्षीचं अखिल भारतीय मराठी साहित्यसंमेलन प्रवरानगरला घ्यायचं ठरलं होतं. यादवांनी तिथं याआधी एक ग्रामीण साहित्य संमेलन घेतलेलं होतंच. त्यांना असं वाटलं की, आपली ग्रामीण साहित्याची भूमिका या मोठ्या व्यासपीठावरून मांडता आली तर बरं. म्हणून स्वागत समितीशी चर्चा करून ते अध्यक्षपदासाठी उभे राहिले. याआधी चंद्रपूर, बार्शी, अंबेजोगाई इथल्या अ. भा. संमेलनात परिसंवादातून आपली भूमिका मांडली होतीच; पण अध्यक्षपदावरून ही भूमिका मांडण्याला जरा आणखी व्यापकपण येईल, असं त्यांना वाटलं.

मराठवाड्यातल्या मतदारांना भेटण्यासाठी ते औरंगाबादला आले. पण आठ जिल्ह्यांत विखुरलेल्या

प्रत्येक मतदाराला भेटणं त्यांना अशक्य वाटलं असावं. म्हणून परभणी, वसमत, नांदेड आणि अंबेजोगाई इथे राहणाऱ्या पाच मतदारांना भेटून, त्यांना यादवांची भूमिका समजून सांगून, मतपत्रिका गोळा करण्याची जबाबदारी त्यांनी माझ्यावर सोपवली. काम अवघड होतं; पण ते करण्यात मला आनंद होता. जरी मी विद्यार्थी असलो तरी मी यादवांचा चाहता होतो. त्यांच्यासाठी काहीही करण्याची माझी तयारी होती. परभणीचे भास्कर कुलकर्णी, वसमतचे भालचंद्र कहाळेकर, नांदेडचे दत्ता भगत आणि मधुकर राहेगावकर व अंबेजोगाईच्या शैला लाहिया यांना मी भेटून आलो. पण माझ्यावर विश्वास ठेवून कुणीही मतपत्रिका माझ्याजवळ दिली नाही. सांगितलेलं काम केल्याचा आनंद होता; पण फळ मिळालेलं नव्हतं.

या निवडणुकीत आनंद यादव हरले. त्यांच्याविरुद्ध उभे असलेले प्रसिद्ध नाटककार वसंत कानेटकर निवडून आले आणि विखे-पाटलांनी प्रवरानगरला साहित्यसंमेलन घ्यायचं नाकारलं. महामंडळाला ऐन वेळेला धावपळ करावी लागली. मग ते संमेलन ठाण्याला झालं. कोत्तापल्ले सरांनी 'मराठी साहित्यसंमेलन : पुणे ते ठाणे व्हाया प्रवरानगर' या नावाचं एक पुस्तक लिहून महामंडळाचं जातकारण उलगडून दाखवलं. अख्खा महाराष्ट्र ढवळून निघाला. जणू समुद्रमंथनच झालं. त्यातूनच निघालेलं अमृत म्हणजे 'दलित-आदिवासी-ग्रामीण संयुक्त साहित्य महासंमेलन.'

धुळ्याचे सत्यशोधक मार्क्सवादी पक्षाचे नेते, प्राच्यविद्यापंडित कै. शरद पाटील यांनी हे अमृत घडवलं. त्यांनी साक्रीला पहिलं संयुक्त संमेलन घेतलं. आनंद यादवांना एकमतानं या संमेलनाचं अध्यक्ष करून अ. भा. साहित्य महामंडळानं त्यांच्यावर केलेला अन्याय धुऊन काढला. हे संमेलन जोरात झालं. दलित आणि ग्रामीण तर या संमेलनात सहभागी झालेच; पण मोठ्या प्रमाणात आदिवासीही या संमेलनात सहभागी झाले. किंबहुना आदिवासींच्या सहभागाचं प्रमाण इतरांपेक्षा जरा अधिकच होतं. कारण कै. शरद पाटलांचं या परिसरात आदिवासींमध्येही मोठं काम होतं. वाहरू सेनवणे, नजुबाई गावीत ही नावं प्रथम इथंच ऐकायला मिळाली. शिवाय रावसाहेब कसबे, बाबुराव बागुल, नारायण सुर्वे हेही या संमेलनात सहभागी झाले. त्यामुळे या संमेलनाला फार मोठी मान्यता आणि प्रसिद्धीही मिळाली.

आनंद यादवांच्या अध्यक्षीय भाषणांची मेजवानी आणि दोन दिवसांचा त्यांचा सहवासही इथं अनुभवता आला. आणखी एक गमतीची आठवण म्हणजे आनंद यादव यांनी आदिवासींसोबत केलेलं नृत्य. आनंद यादव नृत्य करताना मी मनमुराद हसून घेतलं. माझा या संमेलनातला सहभागही मोठा सन्मानाचा होता.

या संमेलनानिमित्त कथा, कविता आणि निबंध स्पर्धा घेण्यात आल्या होत्या. बक्षीसही मोठ्या रकमेची ठेवण्यात आलेली होती. मी दोन स्पर्धांमध्ये भाग घेतला आणि दोनही स्पर्धांमध्ये मला प्रथम पारितोषिके मिळाली. काव्य स्पर्धेत माझ्या 'लम्हानीन' कवितेला हजार रुपयांचं बक्षीस मिळालं. बंजारा स्त्रीवरची ही कविता होती तर निबंध स्पर्धेचा विषय होता 'मराठी साहित्यातील गाव, गावकूस आणि भिलाटी' या विषयावर मी लिहिलेल्या निबंधालाही पारितोषिक मिळालं. संमेलनाध्यक्ष आनंद यादव यांच्या हस्ते मला ही बक्षिसं देण्यात आली होती. शिवाय दोन्हीचंही सादरीकरण व्यासपीठावरून करण्याची संधी मला सन्मानानं देण्यात आली. मी भरून पावलो.

पुढच्या वर्षी म्हणजे १९८८ मध्ये दुसरं दलित आदिवासी ग्रामीण साहित्यसंमेलन वाळव्याला नागनाथ अण्णा नायकवडी यांनी घेतलं. ते अखिल भारतीय साहित्य संमेलनापेक्षाही भव्यदिव्य आणि देखणं झालं. इथल्याही काव्य स्पर्धेत माझ्या 'जन्म' कवितेला पहिला पुरस्कार मिळाला. कथा स्पर्धेची बक्षिसं नामदेव कांबळे आणि बाबाराव मुसळे यांना मिळाली. या संमेलनाचे अध्यक्ष नारायण सुर्वे आणि उद्घाटक बाबुराव बागुल होते. या संमेलनालाही माध्यमांनी भरपूर प्रसिद्धी दिली. आनंद यादव संमेलनात सहभागी झाले. इथली एक

आठवण सांगण्यासारखी आहे. मी आनंद यादवांना भेटायला साखर कारखान्याच्या अतिथिगृहात गेलो, तर तिथं शरद पाटील आणि गिरीश कार्नाडही होते. गिरीश कार्नाड उद्घाटनाला प्रमुख पाहुणे म्हणून आले होते. योगायोगानं तिथ फोटोग्राफरही होता. मी त्या तिघा जणांनाही त्यांच्या सोबत फोटो काढू देण्याची विनंती केली. साक्रीच्या संमेलनापासून शरद पाटील मला ओळखत होते. त्यांनी कार्नाडांना मागच्या वर्षीच्या संमेलनातला पारितोषिकविजेता आणि याही संमेलनातलं कवितेचं पारितोषिक मलाच असल्याचं सांगितलं. त्यामुळे कार्नाड फोटोसाठी सहज तयार झाले. यादव, पाटील, कार्नाडांचा प्रसन्न मुद्रेतला तो फोटो अजून मी माझ्याजवळ जपून ठेवलेला आहे. त्यांतले यादव आणि पाटील दोघेही जण आता हयात नाहीत. अंदाजे तीस वर्षांपूर्वीची ही गोष्ट. गिरीश कार्नाड यांचं महत्त्व मला तेव्हा माहीत नव्हतं. नंतर ते हळूहळू कळत गेलं. यादव एकुणातच तेव्हा खूश होते. 'झोंबी'कादंबरी मागच्याच वर्षी प्रकाशित झाली होती. या वर्षी ती गाजू लागली होती. दुसऱ्या टप्प्यातला त्यांचा हा वाङ्मयप्रवास मागच्या वर्षीपासून सुरू झाला होता. सत्यकथेच्या जोखडातून ते मुक्त झाले होते.

तिसरं दलित आदिवासी ग्रामीण साहित्य संमेलन नाशिकला पार पडलं. तिथलं काही म्हणता काही आठवत नाही. संमेलनाचे अध्यक्ष जनार्दन वाघमारे होते, एवढंच आता आठवतं. नंतर ही संमेलनं बंद पडली. पण आपला परिणाम साधून गेली. अ. भा. मराठी साहित्य संमेलनात बहुजनांना मोठ्या प्रमाणात संधी मिळू लागली. अगदी सुर्वे, यादव, कोत्तापल्ले अ. भा. संमेलनाचे अध्यक्ष झाले. ही गोष्ट मला लक्षणीय वाटते. ही संमेलने झाली नसती तर साहित्य महामंडळात हा फरक पडला नसता, असं मला वाटतं.

यानंतर यादवांच्या एकामागं एक आत्मकथनात्मक कादंबऱ्या आल्या. 'झोंबी' मी दिवाळी अंकातच वाचली होती म्हणून पुस्तकरूपात वाचण्याची फारशी उत्सुकता मला राहिली नव्हती. पण नंतरचे भाग मात्र मी उत्कटतेने वाचले. यादवांची पार्श्वभूमी सूक्ष्मपणे कळू लागली. 'नांगरणी' वाचताना तर मला अजूनही आठवतं; संपूर्ण कादंबरी वाचून होईपर्यंत मी त्यांना सहा पत्रं लिहिली होती; इतका मी ती कादंबरी वाचून भारावून गेलो होतो. 'घरभिंती' आणि 'काचवेल'सुद्धा मला आवडून गेल्या होत्या. 'कलेचे कातडे' पासून पुढचं मात्र मी त्यांचं काही वाचलं नाही. अगदी 'लोकसखा ज्ञानेश्वर' आणि 'संतसूर्य तुकाराम'ही मी वाचल्या नाहीत. का कुणास ठाऊक; हे सगळं लेखन मला आपलं वाटेनासं झालं होतं. अर्थात, हा नंतरचा काळ आहे.

दरम्यान त्याआधीची अठ्ठ्याऐंशीचीच गोष्टं. माझं शिक्षण पूर्ण झालं होतं. मी नोकरीसाठी धडपडत होतो. त्याआधी माझं शिक्षण सुरू असताना मी नीट अभ्यास करावा, प्रावीण्य मिळवावं यासाठी ते सतत मला प्रोत्साहन देत होते. प्रत्यक्ष भेटीत चौकशी करून काही मार्गदर्शन करीत होते. गरज वाटली तर पत्र लिहूनही काही सूचना करीत होते. माझ्या नातेवाईकांत शिक्षणातलं काही कळणारं आणि माझ्या रोजीरोटीची अशी चिंता वाहणारं कुणी नव्हतं. त्यामुळे आनंद यादव म्हणजे मला माझा घरचाच चिंता वाहणारा जवळचा नातेवाईक वाटत होता. त्यांची ती पत्रं वाचली की मला अजूनही भरून येतं. माझ्या शिक्षणाच्या आणि नोकरीच्या प्रत्येक टप्प्यावर त्यांनी काहीतरी सूचना केलेली आहे. मला पक्की नोकरी लागल्यावर आनंद व्यक्त करणारंही पत्र त्यांनी मला आवर्जून पाठवलेलं आहे. आता मी नीट अभ्यास करून शिकवावं आणि आपला प्रभाव पाडावा, चांगले विद्यार्थी घडवावेत, अशीही अपेक्षा त्यांनी एका पत्रात व्यक्त केली होती. पक्की नोकरी लागली की महिनाभरात मी लगेच लग्न उरकून घेतलं, तेव्हा 'मी घाई केली; आणखी स्थिरस्थावर होऊ द्यायला हवं होतं,' असं त्यांनी लिहिलं. पण आता ठीक आहे म्हणून त्यांनी मनःपूर्वक शुभेच्छाही दिल्या

होत्या. पत्रापत्रातून पाझरणारा त्यांचा हा वैयक्तिक जिव्हाळा पाहिला की ते दिवस अजूनही जिवंत होऊन उठतात.

१ जानेवारी १९८९ला माझं लग्न झालं आणि १५ जानेवारीला राजन गवस या माझ्या मित्रानं चंदगडला ग्रामीण साहित्य संमेलन ठेवलं. मला येण्याचा आग्रह करणारं पत्र त्यानं पाठवलं. राजनची आणि माझी पन्हाळगडावरच्या साहित्यसंस्कृती मंडळाच्या नवलेखक शिबिरात भेट झालेली होती. शिवाय आमचा पत्रव्यवहारही होता. मी विद्यापीठात शिकायला असताना एस. एस. भोसले यांनी मला त्याच्याविषयी पुष्कळ काही सांगितलं होतं. त्याचा 'हुंदका' हा कविता संग्रहही मला वाचायला दिला होता. त्यामुळं नुकतंच लग्न झालेलं असतानाही मी या संमेलनाला आवर्जून गेलो.

संमेलनाचे अध्यक्ष होते रणजित देसाई. आनंद यादवही या संमेलनाला आलेले होते. शिवाय फार पूर्वी आनंद यादव यांनी 'वावटळ' या चित्रपटासाठी गीतलेखन केलेलं होतं. त्या चित्रपटाचा नायक कृष्णकांत दळवीही या संमेलनाला आला होता. आनंद यादव बहुधा उद्‌घाटनातच प्रमुख पाहुणे असावेत. ही सर्व मंडळी दिवसभर थांबली होती. खेड्यातून आलेल्या नव्या लेखकांचे ऐकत बसली. सायंकाळी समारोप झाल्यावर सगळे परतण्याच्या तयारीत होतो. तेवढ्यात जवळ येऊन मला कुणीतरी सांगितलं की रणजित देसाई तुम्हाला बोलवताहेत. मी त्यांच्या जवळ गेल्यावर म्हणाले, ''चलणार का कोवाडला?'' प्रत्यक्ष रणजित देसाईच निमंत्रण देताहेत म्हटल्यावर मला आणखी काय हवं होतं? मी तयार झालो. त्यांनी हाताची खूण करून सांगितलं, ''मग बसा गाडीत.'' मी राजनचा निरोप घेऊन आलो. राजन म्हणाला, ''जा त्यांचा पाहुणचार घ्यायला. मजा कर. नंतर घरी पोचल्यावर मला पत्र लिही.''

मी गाडीत येऊन बसलो तर गाडीत आनंद यादव, वसंत केशव पाटील, रणजित देसाई आणि गाडी चालवायला प्रत्यक्ष अनिलकुमार मेहता. मेहता पन्हाळगडापासूनच माझ्या कवितेवर खूश होते. माझा कवितासंग्रह काढायलाही तयार होते. तेव्हा माझ्याकडे संग्रहाइतक्या कविता नव्हत्या. आता मी संग्रहाची संहिता करून त्यांच्याकडे दिली होती आणि त्या संहितेला साहित्य संस्कृती मंडळाचं अनुदानही मिळालं होतं. यादव, मेहता आधीपासूनच माझ्यावर प्रेम करत होते. आज त्यांच्यात रणजित देसाईंसारख्या दिग्गजाची भर पडली होती. चंदगड ग्रामीण साहित्य संमेलन आणि राजन गवस जिंदाबाद!

संध्याकाळी संधिप्रकाशात मी कोवाडला पोचलो. चंदगडपासून सगळा परिसर मी डोळ्यांत साठवण्याचा प्रयत्न करीत होतो. श्रीमंत आणि समृद्ध निसर्ग आणि शेती पाहून मराठवाड्याच्या दुष्काळातून आलेल्या मला हेवा वाटत होता.

रणजित देसाई हे मराठी साहित्यातलं लोकप्रियतेच्या शिखरावर असलेलं महान व्यक्तिमत्त्व. त्यांच्या 'स्वामी' आणि 'श्रीमान योगी' या कादंबऱ्या अत्यंत लोकप्रिय होत्या. 'स्वामी' कादंबरीतल्या सती प्रकरणाच्या गौरवामुळे काही वादही त्यांच्याभोवती घोंगावत होते. दूरदर्शनवरच्या मालिकेवरही त्यामुळे नुकतीच बंदी आली होती. त्यांच्या 'स्वामी' या कादंबरीवर ती मालिका बेतलेली होती. त्यामुळं पुरोगाम्यांमध्ये रणजित देसाई हे नाव तसं बदनाम. मी कोवाडवरून परत आल्यावर भास्कर चंदनशीव यांना सांगत होतो, तर ते मला म्हणाले, ''तू काय तिथं सती जायला गेला होतास काय?'' त्यांच्या असं म्हणण्याला माधवी देसाईंच्या 'नाच गं घुमा'ची पार्श्वभूमी असावी. माधवी देसाईंच्या या पुस्तकामुळे रणजित देसाईंच्या वाट्याला तशी बरीच बदनामी आली होती. तरी त्यांच्या कादंबऱ्या मात्र लोकप्रियतेच्या शिखरावरच होत्या. त्यांच्या लोकप्रियतेला तिळमात्रही झळ पोचली नव्हती.

रणजित देसाई तसे देशमुख आणि कंपनीचे लेखक. पण कंपनी आता डबघाईला आल्यामुळे त्यांनी

त्यांची सर्व पुस्तकं मेहतांना दिली होती. मेहतांनी ती नव्या स्वरूपात काढून मोठ्या प्रमाणात नीटपणे वितरित केलेली होती. मेहता उत्तम व्यावसायिक होते. तेव्हा ते रणजित देसाईंसारखेच वि. स. खांडेकर यांच्याही सर्व साहित्याचे हक्क मिळवण्याच्या प्रयत्नांत होते. रणजित देसाई, आनंद यादव आणि खांडेकर अशी मोठी टीम आपल्या प्रकाशनासाठी जमवण्याच्या ते नादात होते.

रणजित देसाईंच्या लोकप्रियतेच्या शिखरावर असलेल्या स्वामी आणि श्रीमान योगी या दोन्ही कादंबऱ्या मी वाचलेल्या नव्हत्या. माझी अभिरुची ऐतिहासिक कादंबऱ्यांच्या बाजूनं कधीच नव्हती. पण रणजित देसाई यांच्या 'माझा गाव', 'समीधा' या दलित-ग्रामीण जीवनाचं चित्रण करणाऱ्या कादंबऱ्या आणि ग्रामीण जीवनाचं चित्रण करणाऱ्या कथा मी वाचलेल्या होत्या. शिवाय त्यांची 'बारी' ही आदिवासींच्या जीवनावरची कादंबरीही मला फार आवडली होती. आम्ही कोवाडकडे येतांना बारीचा डोंगरही त्यांनी आम्हाला दाखवला होता.

अशा पार्श्वभूमीवर आम्ही कोवाडला पोचलो. कोवाड तसं अतिशय लहान गाव. पण तिथलं रणजित देसाईंचं घर म्हणजे लहानसा राजवाडाच होता. सर्व सोईसुविधांनी युक्त. ते या गावचे मोठे जमीनदार. इथं त्यांची भरपूर जमीन होती. त्यामुळं ते हा गाव सोडून कुठंही बाहेर गेले नाहीत. उलट त्यांना भेटायला यशवंतराव चव्हाणांपासून लता मंगेशकरांपर्यंत सर्वच इथं येऊन गेलेले. त्यांच्या अनेक कादंबऱ्यांवर चित्रपट निघाले आणि अनेक चित्रपटाचं चित्रीकरण त्यांच्या या गावात, घरात आणि मळ्यात झालेलं आहे. त्यामुळं चित्रपटसृष्टीतल्या लोकांचा तर इथं कायम राबता असायचा. अशा या ग्लॅमरस जागी मी आलोय याची मला जाणीव होती. पण आनंद यादव सोबत असल्यामुळे आणि सर्वांच्याच प्रेमळपणामुळं मला कुठलंही दडपण आलं नाही. मी तिथं अगदी मोकळाढाकळा वावरलो. शिवाय त्या सर्वांनी माझ्यावर मुलासारखं प्रेम केलं.

रात्री जेवणाचा खास सरंजामी बेत होता. त्याचाही मी मनःपूर्वक आस्वाद घेतला. शिवाय गप्पांची मैफल तर सतत सुरूच होती. कादंबरीत सगळ्या गोष्टी उदास करूनच कशा मांडाव्या लागतात, त्याचीही चर्चा झाली. आनंद यादवांच्या 'मराठी साहित्य, समाज आणि संस्कृती' या पुस्तकात यादवांनी 'माझा गाव' या कादंबरीच्या निर्मितिप्रक्रियेविषयी घेतलेल्या मुलाखतीच्या संदर्भातही मी काही प्रश्न पुन्हा देसाईंना विचारले. त्यांनी मनमोकळी उत्तरं दिली. वसंत केशव पाटील आणि मी काव्यवाचनही केलं. त्यालाही उत्तम दाद मिळाली. पाटलांचा त्यादरम्यानच यादवांवर एक ललित लेखही प्रकाशित झालेला होता, तोही मी वाचला होता. त्या संदर्भातही काही प्रश्न मी यादवांना विचारले. कृष्णकांत दळवी हे नट आमच्या सोबत असल्यामुळे चित्रपटासंदर्भातही काही चर्चा झाली. रणजित देसाईंच्या नाटकातले काही संवाद दळवींनी साभिनय म्हणून दाखवले. त्या वेळी मेहतांनी कांचन घाणेकर यांचं आत्मचरित्र नुकतंच प्रकाशित केलं होतं. ते बऱ्यापैकी गाजत होतं. त्यामुळे त्या पुस्तकाच्या निमित्तानं काशिनाथ घाणेकर यांच्यावरही बरीच चर्चा झाली. काशिनाथ घाणेकर अनेकदा कोवाडला रणजित देसाई यांच्याकडे येऊन गेलेले होते. त्यांच्या अनेक आठवणी देसाईंनी सांगितल्या. रात्री खूप उशिरापर्यंत या गप्पा रंगल्या आणि केव्हातरी आम्ही झोपलो.

मला तशी परतायची काही घाई नव्हती; पण यादवांना परतायचं होतं. सकाळी उठून उरकाउरकी सुरू झाली. इथल्या काही आठवणी सोबत राहाव्यात म्हणून मी फोटोसाठी देसाईंना विनंती केली. तेव्हा काही आजच्यासारखे मोबाईल नव्हते. देसाई म्हणाले; ''इथं एकच फोटोग्राफर आहे आणि तो बाहेरगावी राहतो. तो अकरा वाजेपर्यंत येतो.'' फोटो काढता येणार नाहीत त्यामुळं मी खूप हळहळलो. तेव्हा रणजित देसाई म्हणाले, ''माझ्यासोबत फोटो काय काढतोस? इथं येऊन माझ्यासोबतच राहा ना!'' नंतर मेहतांनी मला सांगितलं- ''त्यांना मुलगा नाही.'' मला खूप हळहळ वाटली. निघताना रणजित देसाई यांनी मेहतांनी

नुकत्याच काढलेल्या त्यांच्या तीन कथासंग्रहाच्या आवृत्ती मला भेट दिल्या आणि मेहतांना म्हणाले,"माझी पुस्तकं जसा तू जीव लावून काढतोस, तसाच या पोराचा कवितासंग्रहही काढ." पुढं मेहतांनी खरोखरच 'पीकपाणी' हा माझा कवितासंग्रह जीव लावून अत्यंत देखणा काढला. कारण माझ्या कवितांवर मेहतांचाही जीव जडलेला होताच. निघताना पुस्तक भेट देण्यावरून यादव आणि देसाई यांच्यामधे थोडी थट्टामस्करीही झाली. पण त्याचा तपशील मला आता आठवत नाही.

आम्ही निघताना रणजित देसाईंचे लेखनिक पांडुरंग कुंभार आले. काल आम्ही आलो तेव्हा ते इथंच होते. पण नंतर ते निघून गेले होते. तेही बाहेरगावी राहतात. पांडुरंग कुंभारदेखील ग्रामीण कथा लिहीत असत. मेहतांनी नंतर त्यांचा कथासंग्रहही काढला.

आम्हाला वाटेला लावायला रणजित देसाई खाली आले होते, ते परत गेले. निघताना ते वरच्या मजल्यावर दिसतील म्हणून यादव हात पालवण्यासाठी वर पाहत होते. मेहता म्हणाले, "ते जिन्यातच रडत बसले असतील. असं कुणी आलेलं निघून जाताना ते फार हळवे होतात. अलीकडे त्यांचं हे असं नेहमी होतं. माधवीताई गेल्यापासून त्यांना हे हळवेपण आलेलं आहे." 'तू इथं येऊन माझ्या सोबतच राहा ना!' या त्यांच्या म्हणण्याचा अर्थ मला आता कळला.

दरम्यान, मेहतांकडून 'पीकपाणी' या माझ्या पहिल्या कवितासंग्रहाची प्रुफं तपासायला आली. ती घेऊन मी पुण्याला गेलो. तिथं पुन्हा यादव सरांची भेट झाली. माझा कवितासंग्रह काढण्याच्या प्रक्रियेत यादव सुरुवातीपासून सहभागी होते. वेळोवेळी ते माझ्या कविता वाचत होते. सूचना करत होते. कुठंकुठं प्रसिद्ध करण्यासाठी कविता मागवत होते. या कविता प्रसिद्ध झालेले अंक, दिवाळी अंक पाठवण्याची व्यवस्था करत होते. साहित्यसंस्कृती मंडळानं माझ्या ज्या संहितेला अनुदान दिलं होतं, त्यातील काही कविता मला वगळाव्या वाटल्या. काही नवीन कवितांची भर घालवीशी वाटली. यादव आणि मेहतांशी चर्चा करून मी ते सगळे बदल केले. यादवांनी सगळी संहिता पुन्हा वाचली. मुद्रणप्रक्रियेत त्यातले मुद्रणदोष तपासण्याचं कामही त्यांनीच केलं. हे काम करताना कविता त्यांना आणखी बारकाव्यानं वाचाव्या लागल्या. तेव्हा मराठवाडी भाषेतले काही शब्द त्यांना कळले नाहीत. ते त्यांनी वेगळे लिहून काढले. त्या शब्दांचा एक लहानसा शब्दकोश संग्रहाच्या शेवटी जोडावा, अशी सूचनाही त्यांनी केली. संग्रह छापायला सुरुवात झाल्यावर 'पुस्तक उत्तम होणार', असं आनंद व्यक्त करणारं पत्रही त्यांनी लिहिलं. कारण मेहता प्रकाशनाच्या कार्यालयात ते रोजच येत असल्यामुळे प्रक्रियेचा प्रत्येक टप्पा त्यांना पाहायला मिळत होता.

यादव-कोत्तापल्ले यांच्यावर माझा एवढा जीव असून आणि मी ग्रामीण साहित्य चळवळीत सहभागी असूनही मी संग्रहासाठी मात्र त्या दोघांचीही पाठराखण घेतली नाही. सुधीर रसाळ मला शिकवायला होते. त्यांना माझ्या कविता आवडतही होत्या. शिवाय कवितेत त्यांचा शब्द अंतिम समजला जात होता. मला त्यांची पाठराखण घेण्याचा मोह झाला. मी भीतभीत सरांना तशी विनंती केली. त्यांनी फारच मनःपूर्वक पाठराखण केली. त्याचा मला कवी म्हणून उभं राहण्यासाठी फारच फायदा झाला. तो माझा निर्णय माझा मलाच अजूनही अचूक वाटतो. यादव आणि कोत्तापले यांनी आयुष्यात माझी खरीखरी पाठराखण कायमच केलेली होती.

यादरम्यानच एक-दोनदा पुण्यात यादवांच्या घरीही गेलो. एकदा मुक्कामही पडला होता. एकदा सकाळी लवकर पोचलो म्हणून दार उघडेपर्यंत दारातच बसून राहिलो. मी हाक मारून दार उघडायला लावलं नाही आणि थंडीत कुडकुडत बाहेरच बसून राहिलो, याचं त्यांना फारच वाईट वाटलं. तशी हळहळ त्यांनी बोलण्यातूनही व्यक्त केली. घरातली सगळी माणसं आता मला ओळखत होती. स्मिता वहिनी, स्वाती, कीर्ती

याही चांगलं ओळखत होत्या. आशुतोषचा अजून जन्म झालेला नव्हता. स्मिता वहिनींनाही माझं यादवांइतकंच कौतुक वाटत असे.

खेडेगावातले लिहिणारे नवे लोक त्यांच्याकडे नेहमी येत असावेत म्हणून त्यांनी वरच्या मजल्यावर एक खोलीच केली होती त्यांच्यासाठी. मुक्कामी असताना मी त्याच खोलीत थांबलो होतो. माझ्यासाठी अंघोळीला पाण्याची बादली भरून देण्यापासून जेवणाच्या टेबलावर माझ्यासाठी ताट वाढून देण्यापर्यंत ते काम करत होते. माझा मलाच संकोच वाटत होता. कारण स्मितावहिनी सगळं उरकून, स्वयंपाक करून शाळेत निघून गेल्या होत्या. एका शाळेत त्या शिक्षिका होत्या. मागचं सगळं उरकून दहा वाजता यादवांनाही विद्यापीठात जायचं होतं. मुलीही आपापल्या शाळा-कॉलेजला निघून गेलेल्या होत्या. नोकरी, स्वतःचं लेखन, ग्रामीण साहित्य चळवळ हे सगळं करून यादव घराकडेही सगळं लक्ष देत होते, याचं मला नवल वाटलं. जेवण करून दहा वाजता आम्ही दोघंही बाहेर पडलो. यादव विद्यापीठात आणि मी गावात गेलो.

पुणे सातारा रस्त्यावरच्या धनकवडी भागात कलानगर नावाच्या सोसायटीत त्यांचं हे घर होतं. 'भूमी' असं नाव त्यांनी घराला दिलं होतं. मी सुरुवातीला जायचो तेव्हा हा भाग बराच निवांत शांत वाटत असे. नंतर तो गजबजत गेला. आता तर नको इतका गजबजलाय. यादवांचा हा बंगला भव्य आणि अतिशय सुंदर होता. घराभोवती छान फळबाग होती. त्यामुळे यादवांच्या आई ताराबाई मला मी कागलला गेलो तेव्हा म्हणाल्या होत्या, तसा हा बंगला खरंच पाहण्यासारखा होता.

नंतर तर मी कितीदा तरी तिथे गेलो आहे. त्या परिसरात मी दोघांना भेटायचो. साहित्य परिषदेतून निघालो, की आधी आदर्श नगरातल्या १९ क्रमांकाच्या बंगल्यात जायचो. कारण तिथं शांताबाई शेळके राहत असत आणि नंतर कलानगरातल्या पाचव्या क्रमांकाच्या बंगल्यात जायचो. कारण तिथं यादव राहायचे. पुण्याला गेलो की, या दोघांना मी आवर्जून भेटायचो. नंतर त्यात भर पडली ती पुलंच्या 'रूपाली'ची आणि व्यंकटेश माडगूळकर यांच्या 'अक्षर' बंगल्याची. या सगळ्यांचे पत्ते मला मुखपाठ झाले होते. त्यांना पत्र लिहिण्यासाठीदेखील मला डायरी पाहावी लागत नसे. पिनकोडसह सगळा पत्ता मला पाठच असे. पण सर्वांत अधिक वेळा गेलो ते आनंद यादव यांच्या बंगल्यावर. यादवांची आणि माझी 'भूमी' एकच असल्यामुळे लोहचुंबकासारखा मी त्यांच्याकडे आकर्षित होत असे आणि हे चुंबकही असं होतं की, कितीही वेळा त्याला जाऊन चिकटलो तरी ते वैतागत नसे.

१९९० सालचा साहित्य अकादमीचा पुरस्कार आनंद यादव यांच्या 'झोंबी' या आत्मकथनात्मक कादंबरीला जाहीर झाला आणि महाराष्ट्राच्या ग्रामीण भागातून एक आनंदाची लहर उठली. त्या आनंदात मीही सहभागी झालो. यादवांना अभिनंदनाचं एक मनःपूर्वक पत्र लिहिलं. दै. लोकमतच्या रविवार पुरवणीत एक लेखही लिहिला. त्यांच्यासोबतच्या आठवणींनाही उजाळा दिला. तो लेख वाचून आमच्या ज्ञानोपासक महाविद्यालयाचे तेव्हाचे प्राचार्य बी. एस. सोळुंके सर मला म्हणाले, ''तुमचे आणि आनंद यादवांचे एवढे जवळचे संबंध आहेत, तर मग या वर्षीच्या गॅदरिंगला आणा ना त्यांना!'' मी म्हणालो, ''का नाही येणार! नक्की येतील.''

आमच्या संस्थेचे तेव्हाचे सचिव राम निकम यांच्या कथासंग्रहाच्या मुद्रणाचं काम पुण्यात लाटकर यांच्या कल्पना मुद्रणालयात सुरू होतं. त्यासाठी मी पुण्याला चाललो होतोच. जाऊन यादवांना भेटलो आणि त्यांची तारीख नक्की केली. राम निकम यांचा जो कथासंग्रह होता, तो ग्रामीण जीवनावरच्या कथांचाच होता. त्याचं प्रकाशनही त्याला जोडूनच, त्याच दिवशी गावात ठेवावं, असंही ठरलं. त्या पुस्तकाची प्रतही यादवांना देऊन आलो. परभणीला परत आलो नि मी कार्यक्रमाच्या तयारीला लागलो. स्नेहसंमेलनाच्या कार्यक्रमात

महाविद्यालयाच्या वार्षिक अंकाचंही प्रकाशन करावं म्हणून मी अंकाच्या मागं लागलो. गावात दिलीप बोरूळकर यांचा प्रेस होता. तिथं जाऊन मी अंकाचं काम करत बसायचो. तिथं रात्री महाविद्यालयातील एक प्राध्यापक आले आणि माझ्याकडे पाहत कुत्सित हसून ते म्हणाले, ''हे गॅदरिंगच्या पाहुण्यांचं प्रेमपत्र आलंय. प्राचार्यांनी तुला कॉलेजवर बोलावलंय.'' स्नेहसंमेलनाच्या बऱ्याच गोष्टी माझ्या सल्ल्यानं होत होत्या म्हणून हे वरिष्ठ प्राध्यापक माझ्यावर नाराज होते. त्यांनी माझ्या हातात दिलेली तार मी उघडून वाचली. 'मी आपल्या कार्यक्रमाला येऊ शकत नाही. मला क्षमा करावी- आनंद यादव' तार वाचून मी हादरलोच. स्नेहसंमेलनाच्या पत्रिका छापून तयार होत्या. 'चांदयेल'च्या प्रकाशनाच्याही पत्रिका तयार होत्या. गावातलं मोठं सभागृह बुक केलेलं होतं.

प्राध्यापक हरकळही माझ्या सोबत प्रेसवर आलेले होते. मी त्यांच्या स्कूटरवर बसून महाविद्यालयात गेलो. संध्याकाळची वेळ असूनही प्राचार्य कार्यालयात आमची वाट पाहत बसले होते. त्यांचा चेहरा चिंताग्रस्त होता. म्हणाले, ''काय करायचं हो आता?'' तोपर्यंत मी विचार करून ठेवला होता. निश्चय केला होता की कुठल्याही परिस्थितीत यादवांना आणायचंच. मी प्राचार्यांना म्हणालो, '''कसे येत नाहीत यादव, मी आणतो त्यांना!''

यादवांकडे तेव्हा नुकताच फोन आला होता. माझ्याकडे त्यांचा क्रमांकही होता. कॉलेजच्या दूरध्वनीवरून आम्ही त्यांच्याशी लगेच बोललो. संध्याकाळ असल्यामुळे ते घरीच सापडले. ते आदल्या दिवशी कोपरगावला येणार होते. तिथल्या महाविद्यालयात स्नेहसंमेलन आणि अकादमी मिळाल्यानिमित्त त्यांचा सत्कार होणार होता. मी यादवांना म्हणालो, ''तुम्हाला कुठल्याही परिस्थितीत यावंच लागेल, मी तुम्हाला घ्यायला कोपरगावला येतो.'' यादवांनी कसाबसा होकार भरला. आमचा जीव भांड्यात पडला. प्राचार्य निश्चिंत झाले. म्हणाले, ''कितीही खर्च लागू द्या; पण यादव आले पाहिजेत.''

आनंद यादव येत नाही म्हणाले ते काही उगाच भाव खाण्यासाठी नव्हतं. तशी परिस्थितीच निर्माण झाली होती. आखाती युद्धाचा भडका उडाल्यामुळे जगभर अस्वस्थता निर्माण झाली होती. जगभर पेट्रोल, डिझेलची टंचाई निर्माण झाली होती. त्याची झळ भारताला आणि पर्यायाने महाराष्ट्रालाही लागली होती. त्यामुळे प्रवासाची अडचण निर्माण झाली होती. एसटीच्या अनेक फेऱ्या बंद करण्यात आल्या होत्या. सुरू असलेल्या फेऱ्या कधी बंद होतील ते सांगता येत नव्हतं. त्यामुळं घरातून बाहेर पडायलाच माणसं तयार नव्हती. त्यामुळे पुण्यापासून पाचशे किलोमीटर दूर असलेल्या परभणीला येऊ द्यायला घरची मंडळी तयार नव्हती. म्हणून त्यांनी नकार कळवला होता. पण माझा आग्रह आणि माझ्या नव्या नोकरीच्या ठिकाणी माझी झालेली अडचण पाहून, शेवटी त्यांचं मन द्रवलं असावं. एवढ्या अडचणीतही त्यांनी होकार भरला होता. मी खूपच आनंदी झालो.

दुसऱ्या दिवशी सकाळीच उठून रेल्वेनं औरंगाबादला आणि तिथून कोपरगावला जाऊन धडकलो. नदीपात्रातून कोपरगावच्या सोमय्या महाविद्यालयाचा चढचढतानाच मला यादव स्नेहसंमेलनाच्या व्यासपीठावरून भाषण करताना दिसले. मला हायसं वाटलं. मनातल्या मनात म्हटलं, आता तर यादवांना परभणीला नेल्याशिवाय मी काही सोडत नाही. कार्यक्रम संपवून मी त्यांच्या जवळ गेल्यावर ते म्हणाले, ''मी तुला नदीची दरड चढतानाच पाहिलं आणि माझ्या पोटात गोळा उठला, आता परभणीला गेल्याशिवाय सुटका नाही, असं वाटलं.''

आता गोळा माझ्या पोटात उठला होता की, उद्या कार्यक्रमाच्या वेळेपर्यंत यादवांना परभणीत न्यायचं कसं. पण माझं गाऱ्हाणं ऐकणारा तिथं कोणीतरी होता. डॉ. वासुदेव मुलाटे तेव्हा तिथंच प्राध्यापक होते. त्यांनी

एक भाड्याची कार मिळवली. पण तिच्यात डिझेल कुठून टाकायचं? तोही प्रश्न सुटला. तेही गाऱ्हाणं ऐकणारा एक जण तिथं होता. प्रवरानगरच्या महाविद्यालयाचे प्राध्यापक शंकरराव दिघे तिथं होते. आमची अडचण त्यांच्या लक्षात आली. त्यांनी प्रवरा साखर कारखान्याच्या कोट्यातून गाडीचा टँक फुल करून दिला. म्हटलं चला, परभणीपर्यंत पोचण्याचा प्रश्न तरी मिटला. पुढचा प्रश्न प्राचार्य सोळुंके सर सोडवतील. शंकरराव दिघेंना देण्याइतके पैसे तरी माझ्याजवळ कुठं होते? वासुदेव मुलाटेंनी ती गरज भागवली.

यादवांना घेऊन धावतपळत मी कसातरी दुपारी दोन वाजता परभणीच्या आमच्या महाविद्यालयात पोचलो. चार वाजता महाविद्यालयाचं गॅदरिंग आणि संध्याकाळी सात वाजता 'चांदयेल'चा प्रकाशन समारंभ होता. प्राचार्यांनी यादव, मुलाटेंना अतिथिगृहात पाठवलं. त्यांच्या व्यवस्थेसाठी इतर प्राध्यापक होते. मी कुणाच्यातरी गाडीवर घरी गेलो. मनसोक्त अंघोळ केली. छान जेवलो आणि लगेच महाविद्यालयात आलो. दोन्ही कार्यक्रमांचं सूत्रसंचालनही मलाच करायचं होतं. बरोबर चार वाजता यादवही तयार होऊन महाविद्यालयात आले.

तिथलं यादवांचं भाषण आणि एकूणच कार्यक्रम सर्वांना आवडला. माझ्या 'पीकपाणी'ला अनेक पुरस्कार मिळालेले होते. त्यानिमित्त महाविद्यालयाने आनंद यादव यांच्या हस्ते माझा सत्कार केला. प्रातिनिधिक स्वरूपात काही पारितोषिकांचं वितरण आनंद यादव यांच्या हस्ते करून त्यांना मोकळं केलं. कारण पुढच्या कार्यक्रमाचाही ताण पुन्हा त्यांच्यावरच होता. तो कार्यक्रम वाङ्मयीनदृष्ट्याही महत्त्वाचा होता.

'चांदयेल'चा प्रकाशन समारंभ गावातल्या नटराज रंगमंदिरात होणार होता. परभणीत हे सभागृह नुकतंच तयार झालेलं होतं. तिथला भव्य आणि सुंदर कार्यक्रम वेळेवर सात वाजता सुरू झाला. या कार्यक्रमाला गावातील सर्व प्रतिष्ठित उपस्थित होते. संस्थेच्या दृष्टीनंही हा कार्यक्रम प्रतिष्ठेचा होता. रा. रं. बोराडे, फ. मुं. शिंदे हेही या कार्यक्रमाला उपस्थित होते. शिवाय वासुदेव मुलाटे आमच्या सोबतच कोपरगावाहून आलेले होते. यादव सर येणार म्हणून बीडहून भास्कर चंदनशिवही आवर्जून आलेले होते. राम निकम यांचे समकालीन लेखकमित्र मराठवाडाभरातून जमा झालेले होते. शिवाय गावातले प्रतिष्ठित तर होतेच. संस्थेचे अध्यक्ष गणेशरावजी दुधगावकर आणि सर्व कार्यकारी मंडळ उपस्थित होते. इथलंही सूत्रसंचालन माझ्याकडेच होतं. हाही कार्यक्रम छानच झाला. यादवांचं या सगळ्या घाईगर्दीत बहुधा पुस्तकवाचन झालेलं नसावं किंवा कथा सगळ्या रोमँटिक मूडच्या असल्यामुळे त्यांना त्या भावल्या नसाव्यात. ते थोडंसं ग्रामीण कथेवर बोलून नंतर पुस्तकाच्या मुखपृष्ठावरच बोलत राहिले. पण यादवांचं भाषण आणि एकूणच कार्यक्रम सर्वांना आवडला. बरोबर नऊ वाजता कार्यक्रम संपला. यादवांना लगेच निघायचं होतं. त्यांना सोडायला मलाही पुण्यापर्यंत जायचं होतं. मी त्यांच्यासोबत लगेच निघालो. जाताना रस्त्यातच माझी खोली होती. तिथं आई-वडील आहेत म्हणून सांगितल्यावर यादव म्हणाले ''चल त्यांना भेटून जाऊ.'' जिंतूर रस्त्यावरच्या माझ्या खोलीवर ते आले. आई-वडिलांना भेटले. हर्षवर्धन हा माझा पहिला मुलगा लहान म्हणजे वर्षभराचा होता. त्याला उचलून त्याचे पापे घेतले. बायकोला म्हणाले, ''आमच्या कविराजाला सांभाळा,'' आणि आम्ही घाईनं निघालो.

भास्कर चंदनशिवही आमच्यासोबत पुण्याला निघाले. आता गाडीत मी, यादव, चंदनशिव आणि मुलाटे सर असे चौघे होतो. यादव दुपारी अतिथिगृहात जे जेवले होते तेच. त्यांनी पुन्हा काही खाल्लं नव्हतं. निघताना माझ्या घरी थोडं दूध घेतलं होतं, तेवढंच. रात्री अकरा वाजता जिंतूरच्या फाट्यावर आम्ही जेवण केलं. पुढे औरंगाबादला जाऊन मुक्काम केला. तिथून सकाळी उठून निघालो. मुलाटे औरंगाबादला थांबले. ते इकडून

सरळ कोपरगावला जाणार होते. पुढे यादव, चंदनशिव आणि मीच उरलो. पुढचा सकाळचा प्रवास प्रसन्न झाला. मी नुकतीच लिहिलेली माझी दीर्घ कविता 'आम्ही काबाडाचे धनी' सोबत घेतली होती. ती यादव आणि चंदनशिव यांना मी वाचून दाखवली. दोघांनी ती लक्षपूर्वक ऐकली आणि काही महत्त्वाच्या सूचना केल्या. त्या सूचनांचा मला फार उपयोग झाला. त्या सूचना लक्षात घेऊन मी काही किरकोळ फेरफार त्या कवितेत केले. पुढे दोन वर्षांनी त्या कवितेचं पुस्तक प्रकाशित झालं. त्याला 'पीकपाणी'सारखाच उदंड प्रतिसाद मिळाला. त्याच्या आतापर्यंत दहा आवृत्ती निघाल्या आहेत.

दुपारपर्यंत आम्ही पुण्यात यादवांच्या घरी पोचलो. त्यांना सोडून लगेच मला परत फिरायचं होतं. मी गाडीवाल्याला त्याचा सगळा खर्च विचारला. परभणीहून निघताना पुन्हा त्याच्या गाडीत भरपूर डिजेलची व्यवस्था सोळुंके सरांनी केली होती. पुढच्या खर्चासाठी माझ्याजवळ पुरेसे पैसेही सोळुंके सरांनी दिले होते. गाडीवाल्याचा खर्च त्याला देऊन टाकला आणि त्याला कोपरगावला जाण्यासाठी मोकळं केलं. यादव सरांना त्यांच्या मानधनाचं विचारलं. त्याआधी ते मानधनाविषयी काहीही बोलले नव्हते. विचारल्यावरही त्यांनी अवघे पाचशे रुपये सांगितले. म्हणाले, ''माझ्यासाठी तुम्हाला गाडीचा खर्चच पुष्कळ झाला. सुरळीत बसेस सुरू असत्या तर मी बसनेच आलो असतो. पण या आखाती युद्धानं सगळंच अवघड करून ठेवलं.'' निघताना मला म्हणाले, ''तुझ्याजवळ परतीच्या खर्चापुरते पैसे आहेत ना?'' माझ्या डोळ्यांत पाणी उभं राहिलं. त्यांनी लगेच माझ्या पाठीवर हातानं थोपटलं. मी त्यांच्या पायावर डोकं ठेवलं आणि परतून न पाहता घराबाहेर पडलो. मनात आलं, काय ऋणानुबंध असतील आधीच्या जन्माचे? काय म्हणावं या नात्याला? हे प्रेम आणि हा मायेचा ओलावा आज मोठी दुर्मिळ गोष्ट झालेली आहे, एवढं खरं!

यादव सरांना पुण्यात सोडून परत आल्यावर मी त्यांना कृतज्ञता व्यक्त करणारं एक सविस्तर पत्र लिहिलं. त्यासोबत दोनही कार्यक्रमांचे काही सुंदर फोटोही त्यांना पाठवले. फोटो फारच सुंदर निघाले होते. आता रंगीत फोटो पद्धती रूढ झाली होती. फोटो काढणाराही कलात्मक जाणिवा असणारा होता. त्यावर 'फोटोग्राफरनं फारच सुंदर प्रसन्न मुद्रा पकडल्या आहेत' अशी प्रतिक्रिया व्यक्त करणारं यादवांचं पत्र आलं. मी ते प्राचार्यांना दाखवलं. मान्यवरांच्या पत्रफाईलला त्यांनी ते पत्र लावून टाकलं. त्या पत्रात त्यांनी महाविद्यालयाविषयी गौरवाद्गार काढलेले होते.

मार्च १९९२ मध्ये आनंद यादव पुण्यात समरसता मंचाच्या एका कार्यक्रमात प्रमुख पाहुणे म्हणून गेले. हा कार्यक्रम समरसता मंचानं फुले-आंबेडकर शताब्दीनिमित्त घेतला होता. समरसता मंच ही राष्ट्रीय स्वयंसेवक संघाचीच एक शाखा आहे. मंचाचे लोक त्यांना या कार्यक्रमासाठी बोलवायला गेले तेव्हा यादव त्यांना म्हणाले की, 'माझे विचार तुम्हाला पटणार नाहीत.' तेव्हा, 'तुम्ही विरोधी बोललात तरी ऐकून घ्यायची आमची तयारी आहे,' असे मंचाचे लोक त्यांना म्हणाले. म्हणून यादव या कार्यक्रमाला गेले. कार्यक्रम मोठाच होता. प्रत्यक्ष सरसंघचालक बाळासाहेब देवरस या कार्यक्रमाला उपस्थित होते. यादव जे परखड बोलले त्याचं देवरसांनी कौतुक केलं. यादवांच्या निधनानंतर परवा 'विवेक'चे माजी संपादक पतंगे यांनी लिहिलेल्या श्रद्धांजलीपर लेखात या कार्यक्रमाविषयी, यादवांची वैचारिक बैठक पक्की नव्हती, असं लिहिलं आहे. तरी पतंगे यांनी यादवांना समरसता साहित्य संमेलनाचं अध्यक्ष केलं. यादव समरसता मंचावर जातच राहिले. फुले-शाहू-आंबेडकरांबरोबर त्यांनी हेडगेवार यांचंही नाव घ्यायला सुरुवात केली आणि ते मोठ्या टीकेचे धनी झाले.

माझं 'पीकपाणी'पुस्तक प्रकाशित झाल्यानंतर त्याला उदंड प्रतिसाद मिळाला. अनेक मान्यवरांनी त्यावर लिहिलं, अनेक पुरस्कार मिळाले आणि कवितांचा अभ्यासक्रमातही समावेश झाला. पण ज्या ग्रामीण साहित्य

परिषदेवर मी जिवापाड प्रेम केलं तिथले कोत्तापल्ले वगळता कुणीही माझ्या कवितेविषयी ब्रही काढेना. ग्रामीण साहित्य परिषदेचे कार्याध्यक्ष रा. रं. बोराडे तर म्हणायचे, 'कविता म्हटलं की माझं डोकं उठतं.' यादवांनी नंतर मौनच स्वीकारलं, याचं मला वाईट वाटत होतं.

दरम्यान काही घटनाही घडत गेल्या. ग्रामीण साहित्य परिषदेने रोहमारे ग्रामीण साहित्य पुरस्कार सुरू केले होते. पोहेगावला झालेल्या ग्रामीण साहित्य संमेलनात ते प्रदान करण्यात आले. कादंबरीचा यादवांना, कथेचा मुलाटेंना आणि कवितेचा पुरस्कार मला देण्यात आला. रक्कम अनुक्रमे २०००, १००० आणि ५०० रु. अशी ठेवण्यात आलेली होती. म्हणजे कवितेला गौण समजण्यात आले होते. मला ही गोष्ट खटकली. मी यादवांजवळ तसं बोललो. ते उपहासानं म्हणाले, ''नाही! उलटं करायला पाहिजे, कवितेला सर्वाधिक रक्कम द्यायला पाहिजे.'' मला हे जखमेवर मीठ चोळण्यासारखं वाटलं. शिवाय मी त्यांना, 'पीकपाणी'वर 'पुल'चं छान दीर्घ पत्र आलंय,' म्हणून सांगायला गेलो तर यादव म्हणाले, ''ते अशी अनावर पत्रं सर्वांनाच लिहितात.'' मला ही गोष्ट आणखीच अपमानास्पद वाटली. खरंतर नुकत्याच प्रकाशित झालेल्या यादवांच्या 'झोंबी'ला त्यांनी 'पुलं'चीच प्रस्तावना घेतली होती आणि मोठ्या गौरवानं छापली होती. मला त्यांचा हा दुटप्पीपणा अजिबात आवडला नाही. मी त्यांच्यावर मनातून नाराज झालो.

नंतर माझ्या लक्षात आलं की, यादवांच्या दृष्टीनं कविता हा वाङ्मय प्रकार नेहमीच गौण राहिला आहे. त्यांनी तिसऱ्या पिढीची ग्रामीण कथा, कादंबरी संपादित केली; पण अनेकदा आमच्या कविता मागवून त्यांनी तिसऱ्या पिढीची ग्रामीण कविता कधीही संपादित केली नाही. त्यामागचं कारण त्यांच्या मनातलं कवितेचं गौण स्थानच असावं.

त्यांनी अगदी सुरुवातीला कवितालेखन केलं. नंतर कवितालेखन बंदच करून टाकलं. त्यांनी जरी असं म्हटलं असलं, की कवितेत माझे अनुभव मावेनात म्हणून मी कथा-कादंबरीकडे वळलो; तरी त्यांनी त्यांच्या आत्मचरित्रात त्याचं खरं कारण लिहून ठेवलेलं आहे. त्यांनी असं म्हटलंय, की कवितेत मला कधीही पाडगावकर-ग्रेस-चित्रे यांची उंची गाठता येणार नाही ही माझी मर्यादा लक्षात आल्यामुळे मी कवितालेखन सोडलं. इथं यादवांनी आपल्या कवितालेखन सोडण्यामागचं खरं कारण सांगितलेलं आहे.

शिवाय माझा मित्र श्रीकांत देशमुख याला लिहिलेल्या २६-४-१९९०च्या पत्रात त्यांनी माझ्या कवितेविषयी लिहिलं होतं. या पत्रातला माझ्याविषयीचा मजकूर असा,'प्रा. इंद्रजित भालेराव हाही तुझा मित्र आहे. तो कवी असला तरी त्याची सामाजिक जाणिवांच्या अंगांनी वैचारिक घडण विशेष स्वरूपात होण्याची मला आवश्यकता वाटते. नुसत्या भावनोत्कटतेतून चांगली कविता होत असली तरी श्रेष्ठ काव्यासाठी वैचारिक व चिंतनात्मक बैठकीची गरज नितांत असते, याचे भान ऐन तारुण्यात यावे लागते. नाहीतर एकदा विशिष्ट वृत्तीप्रवृत्तींची वाट मळली की ती वाट सोडू नये असे वाटते; मग साहित्य फक्त त्याच त्याच वर्तुळात फिरत राहते.'

यादवांची माझ्याविषयीची चिंता प्रामाणिक असली तरी त्यांनी माझ्या कवितेचं मूल्यमापन मित्राच्या पत्रात केलेलं मला अजिबात आवडलं नाही; जेव्हा की सर्वत्र माझ्या कवितेचं कौतुक सुरू होतं.

अशा एकेका प्रसंगानं मी आतल्या आत दुखावत चाललो होतो. शिवाय ग्रामीण साहित्य चळवळीच्या मर्यादाही माझ्या लक्षात येऊ लागल्या. तिथं सुरू झालेले रुसवेफुगवे, आपापसातल्या लाथाळ्या, दुय्यम दर्जाच्या लेखकांचं चळवळीच्या आधारानं स्वतःला प्रस्थापित करून घेण्याचं राजकारण या सगळ्याच गोष्टी

तशा वीट आणणाऱ्या होत्या. स्वतः यादवही चळवळीपासून दूर झाल्यासारखे वाटत होते. आमचा उभं राहण्याचा काळ आणि चळवळीच्या पडझडीचा काळ योगायोगानं एकाच वेळी सुरू झाला, हा एक दुर्दैवाचाच भाग होता.

शिवाय यादवांच्या दृष्टीनं कविता गौण स्थानी; तर माझं सगळं बळ मला कवितेतच शोधायचं होतं. हा विरोधाभासही आम्हाला एकमेकापासून दूर नेणारा होता. तशी एक थंड अलिप्तता आमच्या संबंधात येत गेली. याच पार्श्वभूमीवर १९८५ मध्ये परभणीला अ. भा. साहित्यसंमेलन जाहीर झालं. या संमेलनाच्या अध्यक्षपदासाठी आनंद यादव उभे राहिले. सोबत रा. रं. बोराडे आणि नारायण सुर्वेही उभे राहिले. संमेलनाच्या संयोजन समितीत मी होतोच. या विश्वासावर त्यांनी मला एक सविस्तर पत्र लिहिलं. माझी मोठी कोंडी झाली होती. सुर्वे, बोराडे आणि यादव या तिघांवरही माझा सारखाच जीव. कुणाची जाहीर बाजू घ्यावी अशी परिस्थितीच नव्हती. त्यातल्या त्यात बोराडे सरांनी आपलं नाव वापस घेतल्यामुळे बरं झालं.

उरलेल्या दोघांच्या संदर्भात माझी झालेली कोंडी मी त्यांनाच दूरध्वनीवरून सांगितली. 'तुम्हा दोघांपैकी सामंजस्यानं एकानं नाव परत घेतलं तर निवडणूक होणारच नाही. एकाला सन्मानानं अध्यक्षपद मिळेल,' असं सुचवलं; पण दोघंही तटीला पेटले होते. काही दिवसांपूर्वी दलित-आदिवासी-ग्रामीण संयुक्त महासभेत सामील असलेले दोघंही एकमेकांविरोधात उभे होते. यादव म्हणाले, ''तीन कवितासंग्रहाच्या बळावर हा माणूस संमेलनाध्यक्ष पदासाठी उभाच कसा राहतो.'' यादवांचं हे बोलणंही मला मुळीच आवडलं नाही. शिवाय मी यादवांची बाजू घेऊ नये म्हणून, इथं मी त्यांचा जावई होणार आहे अशी अफवाही उठवण्यात आली. शेवटी संमेलनाध्यक्ष म्हणून सुर्वे निवडून आले.

पराभूत झाले तरी आम्ही यादवांना संमेलनाला बोलावलं. ते आलेही. रात्रीच्या वेळी त्यांनी घरगुती जेवण घ्यावं, असं वाटलं. पण मी संयोजनात अडकलेला. संमेलनस्थळानजीकच माझे मित्र प्राध्यापक श्रीधर कोल्हे यांचं घर होतं. त्यांनी लगेच तयारी केली. मी यादवांना घेऊन त्यांच्या घरी गेलो. तिथं निवांत गप्पा आणि जेवणंही झालं. यादवांनी गेल्या काही वर्षांत घेतलेल्या भूमिकांचा त्यांना फटका बसल्याचंही मान्य केलं. कोल्हे सरांनी फोटोग्राफर बोलावला होता. त्यांच्या कुटुंबासोबत यादव सरांचे छान फोटोही काढले.

नंतर मी ते फोटो त्यांना पाठवूनही दिले. त्यावर त्यांचं फोटो मिळाल्याचं दोनच ओळींचं पत्र आलं. यादव आपल्यावर मनातून नाराजच आहेत, हे माझ्या लक्षात आलं. त्यांची नाराजी स्वाभाविक आहे, हे मीही समजून घेतलं.

नंतर आमचा संपर्क कमीच होत गेला. यादव सार्वजनिक जीवनातून अलिप्तच होत गेले. माझ्या मनात त्यांच्याविषयी आदराची भावना होतीच. ती काही कमी झालेली नव्हती. दरम्यान, माझे 'पुलं'शी, व्यंकटेश माडगूळकर यांच्याशी आणि शांताबाईंशी संबंध वाढत गेले. पुण्याला गेलो तर या तिघांकडेही वेळ पाहून मी आवर्जून जात असे. ते तिघंही माझ्या कवितेवर प्रेम करीत असत. माडगूळकर यांच्या 'सत्तांतर' कादंबरीविषयी यादवांनी उकरून काढलेला वाद आणि नंतर त्याच प्रकरणावर त्यांनी लिहिलेली 'कलेचं कातडं' ही कादंबरी या गोष्टी मला काही आवडल्या नाहीत. ज्यांची पुस्तकं वाचून आपण वेडे झालो होतो, त्यांच्या नव्या पुस्तकाची उत्सुकतेनं वाट पाहत असू, पुस्तक आल्यावर झपाटल्यासारखं वाचत असू, त्यांचं पुस्तक आता चाळावंसंही वाटू नये, ही माझी मलाच क्लेशदायक गोष्ट होती. पण ती घडत गेली, याला माझाही इलाज नव्हता. शेवटी बऱ्याच गोष्टी आपल्याही हातात नसतात.

हे असं सगळं जरी घडत गेलं असलं तरी त्यांच्याविषयी मनाच्या कोपऱ्यात एक देव्हारा होताच. त्यामुळेच १९९७ मध्ये माझं ललितलेखांचं पहिलं पुस्तक 'गाई घरा आल्या' आलं तेव्हा मी ते त्यांना आणि व्यंकटेश माडगूळकर या दोघांनाही अर्पण केलं. त्या पुस्तकाची अर्पणपत्रिका अशी होती,

व्यंकटेश माडगूळकर
आणि आनंद यादव
या गावाकडच्या माणसांना

कारण या पुस्तकात मी उभी केलेली माझ्या गावाकडची माणसं साकारण्याची प्रेरणा मला या दोघांचं लेखन वाचूनच मिळालेली होती. मी ते पुस्तक दोघांनाही पाठवलं. दोघांचीही पत्रं आली. माडगूळकरांचं पत्रं मी नंतरच्या आवृत्तीत छापलंच आहे. कारण या पुस्तकाच्या आत्तापर्यंत पाच आवृत्ती प्रकाशित झाल्या. ते पुस्तक आणि त्यातले लेख अभ्यासालाही लागले. कवितेसारखंच यश माझ्या ललित गद्यालाही मिळत गेलं. यादवांचंही सविस्तर पत्र मला आलं होतं. त्यातला सुरुवातीचा भाग असा,

'गाई घरा आल्या' हा तुमच्या ललितलेखांचा संग्रह परवा मिळाला. अर्पणपत्रिकेत माझं नाव पाहून डोळे पाणावले. तुम्ही मनात स्नेहभाव उत्कटपणे जागवीत आहात, हे पाहून उत्कट झालो. जुने दिवस आठवले.'

त्यांना जुने दिवस आठवावेत अशीच माझीही अपेक्षा होती. कारण मी ते जुने दिवस विसरू शकत नाही, हे त्यांच्या लक्षात आणून देण्यासाठीच मी हा प्रयोग केला होता. माडगूळकर आणि यादव एकमेकांशी भांडत असले तरी माझं दोघांशीही भांडण नाही, हेच मला दाखवायचं होतं. लेखक एकमेकांशी भांडू लागले की त्यांच्या चाहत्यांची काय अवस्था होते, हेही मला त्यांच्या लक्षात आणून द्यायचं होतं. माझा आणखीही एक उद्देश होता. यादव आणि माडगूळकर एकत्र येऊ शकत नसले तरी आमच्या मनात तर ते एकत्रच नांदतात ना? म्हणून मी त्यांना माझ्या या अर्पणपत्रिकेत एकत्र आणलं होतं. चाहत्यानं प्रतिभावंतांवर केलेली ती मात होती.

२०१३च्या जानेवारीत मला अमेरिकेच्या लाभसेटवार प्रतिष्ठानचा पुरस्कार जाहीर झाला. पुरस्कार समितीचे समन्वयक सुनीलकुमार लवटे यांनी मला फोन करून तसं कळवलं. मी त्यांचे आभार मानले आणि समितीत आणखी कोण कोण आहे, तेही विचारलं. त्यांचीही कृतज्ञता व्यक्त करावी म्हणून मी ही नावं त्यांना विचारली. त्यांनी मला अनिलकुमार आणि सुनील या मेहता पिता-पुत्रांचं आणि आनंद यादवांचं नाव सांगितलं. मी लगेच लवटे सरांकडून त्यांचे दूरध्वनी क्रमांक मागवून घेतले. मेहता तर माझ्या पहिल्या पुस्तकाचे प्रकाशकच होते. त्यांना दूरध्वनीवरून कृतज्ञता व्यक्त केली. यादव सरांचा जवळजवळ सात-आठ वर्षांपासून संपर्क नव्हता. त्यांचा दूरध्वनीवरचा क्रमांक लावताना मनात कालवाकालव सुरू होती. योगायोगानं ते घरीच होते. दूरध्वनी उचलला. मी म्हणालो, ''सर नमस्कार आणि तुमचे मनःपूर्वक आभार.'' सर म्हणाले,''अरे आभार कसले मानतोस. तुझ्या कवितेचे आभार मानण्यासाठीच तर आम्ही तुझी निवड केली. तुझं मनःपूर्वक अभिनंदन! अशाच छान छान कविता लिही आणि या निवड समितीवर मी आहे याची चर्चा करू नकोस. नाहीतर नुसता डोक्याला ताप होतो. तू कसा आहेस.. तुझी मुलंबाळं आणि तुझा संसार... नोकरी काय म्हणते.''

सरांनी सगळी चौकशी करून पुन्हा एकदा माझं अभिनंदन केलं. सरांचं माझ्या कवितेकडं लक्ष नाही

म्हणून मी त्यांच्यावर नाराज होतो आणि सर तर अजून माझी कविता विसरलेले नव्हते. मला माझंच अपराधी वाटू लागलं. गेल्या अनेक दिवसांपासून माझा संपर्क नसताना आणि अलीकडची माझी पुस्तकंही मी त्यांना पाठविलेली नसताना सर मला विसरले नव्हते. मी मात्र गैरसमज करून बसलो की सरांचं माझ्याकडं लक्ष नाही. उलट मी सरांना विसरलो होतो; पण ते मला विसरले नव्हते.

वर्षभरापूर्वी मी पुण्याला गेलो होतो. तीव्रतेनं वाटलं सरांना भेटलं पाहिजे. सोबत प्रवीण पुरी आणि माझा मुलगा चंद्रगुप्त असे दोघं जण होते. सोबत मी फोन क्रमांकही आणला नव्हता. आम्ही तसंच त्यांच्याकडे गेलो. यादव सर संध्याकाळचं फिरायला गेले होते. स्मितावहिनींना सांगून आम्हीही बाहेर पडलो. सर येण्याची वेळ मी विचारून घेतली होती. तेव्हा आम्ही परत येणार होतो.

बाहेर पडून आम्ही फिरू लागलो तर आता कलानगर पार बदलून गेलेलं होतं. प्रचंड इमारती आणि गर्दीनं भरलेले रस्ते मी आधी आलो तेव्हा पाहिलेले नव्हते. त्यांच्याकडे येऊनही आता पंधरा वर्षं होऊन गेलेली होती. या पंधरा वर्षांत सगळं बदलून गेलं होतं. मी सुरुवातीला यायचो तेव्हा बऱ्याच जागा रिकाम्या होत्या. आता इंचभरही जागा रिकामी दिसत नव्हती. उलट मजल्यावर मजले चढवून लोक दाटीवाटीनं राहतात. तेव्हा माणसंही तुरळक दिसायची. अशा परिस्थितीत फिरण्यात काही मजाच नव्हती. आम्ही बाजूच्या एका टपरीवर थांबलो. तिथं जरा निवांत होतं. बहुधा बांधकामावरचे मजूर इथं चहाला येत असावेत आणि ही वेळ मजूर घरी निघून गेल्याची होती. यामुळं तिथं जरा निवांत दिसलं. आम्ही त्या टपरीवाल्याला चहा सांगितला आणि मी प्रवीण व बाळाला जुन्या आठवणी सांगत बसलो.

अलीकडे बाळाच्या पिढीलाही यादवांविषयी उत्सुकता असल्याचं दिसून आलं. त्यांना उत्सुकता असण्याचं कारण होतं यादवांच्या 'नटरंग' कादंबरीवर निघालेला चित्रपट. अलीकडच्या काळातला तो प्रचंड यशस्वी मराठी चित्रपट. तरुण पिढीनं त्याला भरभरून प्रतिसाद दिला. कादंबरी १९८० सालची. तिच्यावर चित्रपट निघाला तीस वर्षांनी. पण तो गाजला आणि नव्या पिढीला आनंद यादव हे नाव आकर्षणाचा विषय ठरलं. खरं तर 'नटरंग'वर पूर्वी नाटकही निघालं होतं; पण ते फारसं चाललं नाही आणि चित्रपट एकदम चालायलाच लागला. मी ही कादंबरी अनेकदा शेतात काम करणाऱ्या कामावरच्या गड्यांना वाचून दाखवलेली. त्यांना ती फार आवडली होती. थोडंफार वाचता येणाऱ्या गावातल्या अनेकांनी ती वाचलीही होती. अशा सगळ्या आठवणी काढत आम्ही त्या चहा टपरीवर थोडा वेळ काढला आणि पुन्हा यादव सरांच्या घरी गेलो.

सर आलेले होते. मी त्यांच्या, स्मिता वहिनींच्या पायांवर डोकं ठेवलं आणि खुर्चीवर बसलो. बैठक जशाला तशीच होती. यादव सरांची बसायची आणि लिहायची त्यांनी खास तयार करून घेतलेली खुर्ची. साधी, सोपी, सुटसुटीत रचना असलेली बैठक. यादवांच्या व्यक्तित्वासारखीच साधी, सोपी आणि सुटसुटीत. ऐंशी-एक्क्याऐंशीव्या वर्षी त्यांची तब्येतही बरी वाटली. ख्यालीखुशालीच्या सगळ्या चौकशा त्यांनी केल्या. आम्ही महाबळेश्वरचा विषय काढला तेव्हा त्यांनी 'कुठं काय झालं? काही झालेलं नाही!' अशा एका वाक्यात तो विषय संपवला. माझ्या लक्षात आलं की सरांना त्या विषयावर बोलायचं नाहीय. मीही लगेच विषय बदलला. योगायोगानं कीर्तीही तिथं आलेली होती. तिनं नुकत्याच झालेल्या दिवाळीत 'साहित्यप्रेमी' या दिवाळी अंकात यादव सरांवर एक छान लेख लिहिला होता. तो वाचला तेव्हाच मी सरांना आणि कीर्तीलाही बोललो होतो. मला व्यक्तिचित्र म्हणून तो लेख फार आवडला होता.

सरांनी माझ्या लेखन-वाचनाचीही चौकशी केली. निघताना त्यांच्या पुस्तकांच्या निघालेल्या नव्या

आवृत्तीही मला भेट दिल्या. पुन्हा एकदा सरांच्या पायांवर डोकं ठेवून मी निघालो. ती त्यांची शेवटचीच भेट. त्यांची तेव्हाची उत्तम प्रकृती पाहून ही भेट शेवटची ठरेल, असं वाटलं नव्हतं. २७ नोव्हेंबर २०१६ रोजी रात्री साडेबारा वाजता फोन वाजला. वृत्तपत्राच्या कार्यालयातून होता. वार्ताहर बोलत होता, 'उशिरा फोन केला त्याबद्दल माफ करा. आत्ता उशिरा आमच्याकडं बातमी आलीय. आनंद यादव यांचं निधन झालंय. आपली प्रतिक्रिया द्या.'

कीर्तीचं यादव सरांचं व्यक्तिचित्र वाचलं तेव्हाच ठरवलं होतं सरांवर आपणही लिहिलं पाहिजे. तसं फार आधीपासून वाटत होतं; पण लिहायला बसणं होत नव्हतं. कारण कुठला रेटा नव्हता. मी हे सगळं सविस्तर लिहावं आणि यादवांनी ते वाचावं असं फारफार वाटत होतं. त्यामुळं त्यांच्या वाट्याला आनंदाचे चार क्षण येतील, असं वाटलं होतं; पण ते घडलं नाही. शेवटी त्यांच्या मृत्यूनंच रेटा लावला आणि माझ्या हातून हे सगळं लिहून झालं.

यादव गेले आणि मी त्यांची सगळी पत्रं काढून बसलो. त्यांचं मला आलेलं आणि माझ्याकडे उपलब्ध असलेलं पहिलं पत्र१९८२ सालचं आहे. शेवटचं पत्र १९९७ सालचं आहे. म्हणजे जवळ जवळ पंधरा वर्षांचा हा आमचा पत्रव्यवहार होता. तो वाचताना मला सगळं आठवत गेलं आणि मी लिहीत गेलो. बरीच पत्रं गहाळही झालेली असतील. जशी पत्रं समोर घेतली तशीच यादवांची सगळी पुस्तकंही समोर घेतली आणि मी त्या जुन्या काळात बुडून गेलो. स्वतःलाच हरवून गेलो. देहभान विसरलो. म्हटलं आता लिहिलं नाही तर मग ते कधीच लिहिणं होणार नाही आणि मी जर यादवांवर लिहिलं नाही तर मी कधीच स्वतःला माफ करू शकणार नाही.

जशी पत्रं माझ्यासोबत होती, पुस्तकं माझ्यासोबत होती, तशीच काही छायाचित्रंही माझ्यासोबत होती. जुने सगळे चित्रसंग्रह काढून मी ते साश्रू नयनांनी पाहत बसलो आणि त्यातूनच १८ ते २१ डिसेंबर २०१६, अशा चार दिवसांत झपाटल्यासारखी ही दृश्यमालिका लिहून काढली. आनंद यादव यांनी आपल्या आत्मचरित्राच्या शेवटच्या 'काचवेल' या चौथ्या भागात आपल्या आयुष्याच्या शेवटाविषयी लिहून ठेवलेला मजकूर आणि कविता इथं मुद्दाम त्यांच्याच शब्दांत देत आहे.

'माणसांची एक पिढी काळाच्या आड गेल्याशिवाय दुसऱ्या पिढीला जगण्यासाठी मोकळी जागा मिळणार कशी? माझ्या अगोदरची पिढी अशीच नकळत पंचमहाभूतात मिळून तिचं खत झालं. त्या खतावरच पुढच्या पिढीचं नवं हिरवं पीक येतं. माझ्या घरातील, स्मिताच्या घरातील वडीलधारी पिढी गेली. आता आमची पाळी आहे. ती वेळ हळूहळू जवळ येत चालली आहे. आपणही मानसिक तयारी केली पाहिजे. नंतरच्या पिढीला जागा स्वच्छपणे मोकळी करून दिली पाहिजे....हे मन आता जगाच्या आणि जगावयाच्या हिरवळीतून काढून घेतलं पाहिजे. जाण्याची तयारी केली पाहिजे.' आपलं मायमाउलीचं खरं गाव 'ते' आहे. पण ते नेमकं कुठं आहे हे काहीच माहीत नाही. सगळा अज्ञात अंधार.

घोर काळोख!
तरी निजधामाला परत फिरायचं आहे
...परत फिरणं म्हणजे निवर्तणं
...निवर्तणं, निवृत्त होणं...एकाच शब्दधातूची
दोन रूपं...निवृत्त होणं...
या नोकरीतून...या प्रपंचातून

या घरादारातून... या गावातून... या जगातून
या सर्वस्वासह या देहातून...
या देहातील या प्राणांची ज्योत
ज्याची त्याला परत करणं
त्या दिव्य महाज्योतीत विलीन होणं
विलीन... लीन... दीन...
... लांब लांबचा अटळ प्रवास!
अज्ञ जागी ज्योत कोठे
तू तुझी गा टांगलेली
वाट नाही माहिती अन्
रात्र भवती दाटलेली
दूरच्या तरीही प्रवासा
चालण्या मज धीर द्यावा
परत फिरूनी येत आहे
माझीया गा माय गावा
माझीया गा माय गावा...

इंद्रजित भालेराव
९४०४०७३९९८
Email : inbhalerao@gmail.com

डॉ. आनंद यादव आणि मी

डॉ. आनंद यादव यांच्या निधनानंतर एका नियतकालिकाच्या संपादकांचा मला फोन आला. आनंद यादव यांच्याविषयी मी त्यांच्या नियतकालिकासाठी लेख लिहावा, असे त्यांनी मला सुचविले. त्यांनी मला असे सुचवावे, हे स्वाभाविक होते. कारण डॉ. आनंद यादव आणि मी समकालीन ग्रामीण लेखक. शिवाय ग्रामीण साहित्य चळवळीत दोघांचाही सहभाग होता. त्यामुळे त्यांच्या निधनानंतर मी त्यांच्यावर लेख लिहावा, अशी अपेक्षा असण्यात गैर मुळीच नाही; पण मी ते टाळले. कारण यादव व मी स्नेही असलो तरी कधी कधी आमच्यात टोकाचे मतभेद निर्माण होत असत. आपल्या मतांबाबत आनंद यादव नेहमीच आग्रही असत. आनंद यादवांवर लिहायचं असलं तर या मतभेदांवर लिहिणं कसं टाळता येईल? यादवांच्या निधनानंतर या मतभेदांबाबत लिहिणं औचित्याला धरून होणार नाही, असं मला वाटत असल्यामुळे मी त्या संपादकाला नकार कळवला.

पुन्हा एक विचार मनात आला. हे मतभेदाचे मुद्दे बाजूला ठेवून आपण आनंद यादवांवर का लिहू नये? प्रस्तुतचा लेख ही भूमिका स्वीकारून लिहिला आहे.

व्यंकटेश माडगूळकर, द. मा. मिरासदार, शंकर पाटील यांनी मराठी साहित्यात प्रथमच ग्रामीण माणसांच्या जगण्याचं वास्तव चित्रण केलं. ग्रामीण

साहित्याला वाचक मिळवून दिला, हे निर्विवाद; पण या तीनही ग्रामीण साहित्यिकांच्या साहित्यात शेती, या शेतीत राबणारा शेतकरी अभावानंच आला. हा अभाव दूर करण्याचं काम आनंद यादवांच्या कथा, कादंबऱ्यांनी केलं आणि म्हणूनच मी आनंद यादवाचं साहित्य आवर्जून वाचू लागलो. आनंद यादवांच्या साहित्याचा मी चाहता झालो. यादवांना भेटायला हवं, असं मला वाटू लागलं.

आनंद यादव त्या वेळी शिवाजीनगर परिसरात राहत होते. त्यांचा ठावठिकाणा शोधत मी त्यांच्या घरी गेलो. त्यांची भेट झाली. गप्पा झाल्या. वैजापूरला मी प्राचार्य असताना एके दिवशी आनंद यादव यांचा मला दूरध्वनी आला. नगर जिल्ह्यातल्या नेवासा येथे ग्रामीण साहित्य संमेलन होत असून, या संमेलनासाठी मी, प्रा. भास्कर चंदनशिव यांच्यासह यावं, असं मला सुचवलं.

मी व प्रा. भास्कर चंदनशिव नेवाश्याला गेलो. उद्घाटनाचा कार्यक्रम पार पाडला. रात्री परिसंवादाचं एक सत्र होतं. हे सत्र सुरू असताना एक वादग्रस्त घटना समोर आली. नेवाश्याला मोहिनीराज मंदिर आहे. या मंदिरात संमेलनाला आलेले दोन साहित्यिक गेले. त्यांना गाभाऱ्यात प्रवेश हवा होता; पण पुजाऱ्यानं प्रवेश नाकारला. त्यामुळे ते संतप्त झाले. परिसंवादाचा कार्यक्रम आटोपल्यानंतर त्या पुजाऱ्याचा निषेध व्हायला हवा, असा त्यांनी आनंद यादवांकडे आग्रह धरला. मात्र, आनंद यादवांनी स्पष्ट शब्दांत नकार दिला. वादावादी झाली; पण आनंद यादव आपल्या निर्णयावर ठाम राहिले. नेवासा येथील साहित्य संमेलन सुखरूपपणे पार पडलं. या संमेलनाच्या निमित्तानं माझ्या एक गोष्ट लक्षात आली ती ही, की आनंद यादवांचा स्वभाव खूप आग्रही आहे, आपल्या मतांवर ते ठाम असतात आणि कोणत्याही परिस्थितीत मतं बदलण्यास ते तयार नसतात.

ग्रामीण साहित्य चळवळीचा एक भाग म्हणून ग्रामीण साहित्य संमेलनाचं आयोजन होत होतं. नेवाश्याच्या ग्रामीण साहित्य संमेलनात मोहिनीराज मंदिराच्या त्या पुजाऱ्याचा निषेध झाला असता, तर संमेलन उधळलं गेलं असतं. इतकंच नव्हे, तर ज्या ज्ञानेश्वर महाविद्यालयाच्या तत्कालीन प्राचार्यांनी या संमेलनाच्या आयोजनात पुढाकार घेतला हो, त्या प्राचार्याला भाविकांच्या रोषाला सामोरं जावं लागलं असतं. आनंद यादवांच्या या ठाम भूमिकेमुळे ते टळलं.

नेवाशाच्या ग्रामीण साहित्य संमेलनापासून आनंद यादवांचे व माझे व्यक्तिगत संबंध वाढले. इतके, की आम्ही एकमेकांना एकेरी संबोधू लागलो. नेवाशाच्या साहित्य संमेलनापूर्वी यादवांनी पुण्यात दोन साहित्य संमेलनं घेतल्याचं माझ्या ऐकण्यात होतं; मात्र त्याची पुसटही माहिती मला नसल्यामुळे पुण्यातल्या ग्रामीण साहित्य संमेलनाला मी उपस्थित राहण्याचा प्रश्नच नव्हता.

नेवाशानंतर नाशिक जिल्ह्यातल्या चांदवड येथे ग्रामीण साहित्य संमेलन घ्यावं, असा विचार पुढे आला. चांदवड येथील महाविद्यालयातील मराठीचे प्राध्यापक सतीश पिंपळगावकर हे ग्रामीण साहित्य चळवळीत आमच्यासोबत होते. चांदवडला साहित्य संमेलन घेण्यात त्यांनीच पुढाकार घेतला.

संमेलनाच्या आयोजनाबाबत चर्चा करण्यासाठी आनंद यादव, मी व प्रा. भास्कर चंदनशिव चांदवडला गेलो. संमेलनाच्या आयोजकांना अध्यक्ष म्हणून रणजित देसाई हवे होते. यादव व रणजित देसाई यांचे वैयक्तिक संबंध होते. त्यामुळे त्यांनी ही जबाबदारी स्वीकारली.

रणजित देसाई सपत्नीक साहित्य संमेलनाला आले. ग्रंथदिंडीत आम्ही रणजित व माधवी यांना सजविलेल्या बैलगाडीत बसवलं. रणजित मिस्कील हसत म्हणाले, ''लग्नानंतर आमची वरात काढायची राहून गेली होती, ती आज निघाली.''

चांदवड येथील ग्रामीण साहित्य संमेलन अतिशय छान झालं. चांदवडनंतर माजलगाव (जि. बीड) येथे ग्रामीण साहित्य संमेलन घेण्याचा योग जुळून आला. या कामी तत्कालीन नगराध्यक्ष अशोकराव होके पाटील यांनी पुढाकार घेतला. संमेलनासाठी संयोजकांनी मधू मंगेश कर्णिक यांच्या नावाला पसंती दिली. मधू मंगेश कर्णिक

सपत्नीक आले. संनेलन चर्चा, परिसंवाद, काव्यवाचन आदी कार्यक्रमांमुळे रसिकांच्या पसंतीस उतरले.

नव्या पिढीतील लेखकांना आत्मभान देणं, हा ग्रामीण साहित्य चळवळीचा प्रमुख हेतू होता. त्यांनी काय लिहावं आणि कसं लिहावं याषियी सजगता वाढविण्यासाठी या चळवळीच्या माध्यमातून आम्ही प्रयत्नशील होतो. कोणतीही चळवळ कुणी एकटादुकटा चालवू शकत नाही आणि ती चळवळही म्हणता येत नाही. ग्रामीण साहित्य चळवळ चालविण्यात आनंद यादव, मी, भास्कर चंदनशिव जसे होतो, तसेच डॉ. वासुदेव मुलाटे, यादवराव वडस्कर, डॉ. नागनाथ कोत्तापल्ले, शेषराव मोहिते व अन्य काही साहित्यिक होते. साहित्य संमेलन आयोजित करणं म्हणजे ग्रामीण साहित्य चळवळ चालवणं, असं आम्ही मानलं नाही आणि मानणं उचित झालं नसतं. म्हणून आम्ही ग्रामीण साहित्य संमेलनाला विविध उपक्रमांची जोड दिली. या उपक्रमांपैकी एक उपक्रम नवलेखक शिबिरं.

ग्रामीण साहित्याच्या चळवळीच्या काळात मी वैजापूर (जि. औरंगाबाद) येथील महाविद्यालयाचा प्राचार्य होतो. प्रा. भास्कर चंदनशिव हे याच महाविद्यालयात मराठीचे प्राध्यापक होते. त्यांना नवलेखकांविषयी आस्था होती. महात्मा फुलेंबद्दल त्यांचा विशेष अभ्यास होता. 'शेतकऱ्यांचा असूड' या ग्रंथाच्या जन्मशताब्दीनिमित्त दोन दिवसांचं एक चर्चासत्र आयोजित करण्याचा विचार चंदनशिवांनी मला बोलून दाखविला. वाङ्मयीन उपक्रम आयोजित करण्याचा एखादा प्रस्ताव त्यांनी माझ्यासमोर ठेवला व मी तो नाकारला, असं कधीच होत नसे. 'शेतकऱ्यांचा असूड' या ग्रंथाच्या जन्मशताब्दीच्या कार्यक्रमांचं आयोजन झालं. आनंद यादवांना आम्ही आमंत्रित केलं. त्यांनी या ग्रंथाची प्रतीकात्मक पालखी पुण्याच्या महाराष्ट्र साहित्य परिषदेतून कोपरगावमार्गे वैजापूरला आणली. शेतकरी संघटनेचे नेते भास्करराव बोरावके यांनी कोपरगाव येथे या पालखीचं स्वागत केलं. वैजापूर शहरातून बैलगाडीतून दिंड्या, लेझीम पथकाच्या जयघोषात या ग्रंथाची मिरवणूक काढण्यात आली. या उपक्रमाचं उभ्या महाराष्ट्रानं भरभरून कौतुक केलं. महाराष्ट्राच्या वाङ्मयीन इतिहासात एवढं नावीन्यपूर्ण व प्रदीर्घ कालावधीचं वाङ्मयीन शिबिर झालं नसेल. असं एक वाङ्मयीन शिबिर आम्ही जानेवारी १९८२च्या शेवटच्या आठवड्यात घेतलं. हे शिबिर आमच्या महाविद्यालयाच्या राष्ट्रीय सेवा योजनेच्या वतीनं 'कौशल्यविकास' या उपक्रमांतर्गत घेण्यात आलं. महाराष्ट्रातल्या विविध महाविद्यालयांतील चाळीस विद्यार्थी-विद्यार्थिनी या शिबिरात सहभागी झाले होते. दहा दिवसांच्या या ग्रामीण आत्मकथन शिबिराचं उद्घाटन आनंद यादव यांनी केलं होतं.

विविध ठिकाणी ग्रामीण साहित्य संमेलनाचं आयोजन होत असतानाच एक विचार आमच्या मनात आला आणि तो हा, की ग्रामीण साहित्य परिषद स्थापन करावी व परिषदेचं एक मुखपत्र सुरू करावं, या विषयावर चर्चा करण्यासाठी औरंगाबाद येथे मराठवाडा साहित्य परिषदेत एक बैठक झाली. या बैठकीत ग्रामीण साहित्य परिषदेचे पदाधिकारी निवडले गेले. परिषदेची घटना तयार करावी, असंही ठरलं.

ग्रामीण साहित्य परिषदेची घटना तयार झाली खरी; परंतु मनुष्यबळाअभावी, तसंच आर्थिक पाठबळाअभावी ही घटना अमलात आली नाही. ग्रामीण साहित्य चळवळीला हळूहळू शैथिल्य येत गेलं. पुढे पुढे तर ग्रामीण साहित्य चळवळ विराम पावली. याचं कारण, कोणतीही निखळ वाङ्मयीन चळवळ फार काळ चालत नाही. दुसरं आणि याहीपेक्षा महत्त्वाचं म्हणजे कोणतीही चळवळ यशस्वी व्हायची असेल तर, उद्दिष्टांनी प्रेरित झालेला समूह तयार व्हावयास हवा. ग्रामीण साहित्य चळवळीच्या बाबतीत तसं झालं नाही.

परभणीला अखिल भारतीय मराठी साहित्य संमेलन घोषित झालं. १९६३ ते १९७० या कालावधीत मी परभणी येथोल शिवाजी महाविद्यालयात मराठीचा प्राध्यापक होतो. शिवाय लेखक म्हणून मी परभणीच्या वास्तव्यात नावारूपाला आलो होतो. त्यामुळे मी माझी उमेदवारी दाखल केली. आनंद यादव व नारायण सुर्वे यांनीही उमेदवारी दाखल केली. परभणी ही माझी कर्मभूमी असल्यामुळे व निवडणूक लढवून हा सन्मान

मिळवायचा नाही, असा माझा निर्णय असल्यामुळे, त्या दोघांनीही त्यांचे अर्ज परत घेऊन मला बिनविरोध निवडून द्यावं, अशी विनंती मी त्यांना केली. नारायण सुर्वे उमेदवारी अर्ज परत घेत असतील तर मीदेखील उमेदवारी अर्ज परत घेईन, अशी भूमिका आनंद यादवांनी घेतली. सुर्वे यांनी अर्ज परत घेण्यास नकार दिला. अर्थातच मी माझा अर्ज परत घेतला. नारायण सुर्वे यांची अध्यक्ष म्हणून निवड झाली.

आनंद यादवांचा माझा संपर्क कमी झाला. कारण काहीच नव्हतं; पण असं घडत गेलं खरं. महाबळेश्वर येथे आयोजित अखिल भारतीय साहित्य संमेलनाच्या अध्यक्षपदी आनंद यादवांची निवड झाली. मला हे वृत्त कळताच मी मोबाईलवरून त्यांचं अभिनंदन केलं. त्या वेळी औरंगाबादच्या मराठवाडा साहित्य परिषदेत त्यांची पत्रकार परिषद सुरू होती. या पत्रकार परिषदेला मी यावं, असं त्यांनी मला सुचविलं. अखिल भारतीय मराठी साहित्य संमेलनाच्या अध्यक्षपदाच्या निवडीच्या प्रक्रियेपासून मी जाणीवपूर्वक स्वतःला दूर ठेवण्याच्या माझ्या निर्णयामुळे मी नम्र शब्दांत त्यांना नकार दिला.

'संतसूर्य तुकाराम' या आनंद यादवांनी लिहिलेल्या पुस्तकाविषयी वाद सुरू झाला. ही कादंबरी प्रकाशित करून यादवांनी तुकाराम महाराजांची बदनामी केली, असा वारकऱ्यांनी त्यांच्यावर आरोप केला. 'वारकऱ्यांना साहित्यातलं काय कळतं' अशा यादवांच्या या विधानामुळे हा वाद अधिकच चिघळला. नंतर यादवांनी एक पाऊल मागं घेतलं खरं; पण वारकरी नमले नाहीत. या वादाचं सावट संमेलनावर आलं.

खरं तर 'संतसूर्य तुकाराम' या ग्रंथात खरोखर तुकाराम महाराजांची बदनामी झाली आहे काय आणि झाली असल्यास कुठे व कशी बदनामी झाली यावर चर्चा व्हावयास हवी होती; पण तसं घडलं नाही. भावनिक वादात पडायचं नाही, या मराठी साहित्यिकांच्या कृतीमुळे एकट्या आनंद यादवांनाच या वादाला तोंड द्यावं लागलं.

केवळ साहित्याच्या क्षेत्रातच असं घडतं असं नाही, तर अन्य क्षेत्रांतही असं घडतं. मी महाराष्ट्र राज्य साहित्य संस्कृती मंडळाचा अध्यक्ष असताना मंडळानं प्रकाशित केलेल्या 'मराठ्यांची प्रशासन व्यवस्था' हे पुस्तक प्रकाशित करून मी शिवाजी महाराजांची बदनामी केली, असा एका राजकीय पक्षाचे सर्वेसर्वा असलेल्या नेत्यानं माझ्यावर आरोप केला. त्यावरून दीड दिवस विधानसभेत गदारोळ झाला. पंधरा दिवस मला पोलिस संरक्षणात राहावं लागलं. इतिहासाचे अभ्यासक या प्रश्नी तोंड उघडतील असं वाटलं होतं; पण एकाही इतिहासाच्या अभ्यासकानं तोंड उघडलं नाही.

साहित्य संमेलन जसजसं जवळ येत चाललं तसतसा तणाव वाढत चालला. साहित्य संमेलन उधळलं जाणार, असं बोललं जाऊ लागलं. साहित्य संमेलन दोन दिवसांवर आलं. दूरध्वनीवरून यादवांशी संपर्क साधला. त्यांनी साहित्य संमेलनाला जाणं टाळावं, असं मी सुचवलं; पण त्यांनी स्पष्ट शब्दांत नकार दिला. 'कोणत्याही परिस्थितीत मी साहित्य संमेलनाला जाणार' असं निक्षून सांगितलं. अखेर व्हायचं तेच झालं. डॉ. आनंद यादव यांनी साहित्य संमेलनाच्या अध्यक्षपदाचा राजीनामा दिल्याचं वृत्त दुसऱ्या दिवशी संध्याकाळी विविध वृत्तवाहिन्यांनी दिलं.

त्यानंतरच्या काळात आनंद यादवांशी माझी ना प्रत्यक्ष भेट झाली, ना मोबाईलवर संपर्क झाला. एके दिवशी आनंद यादवांचं निधन झाल्याचं वृत्त आलं. मी सुन्न झालो. मनात विचार आला आनंद यादव अखिल भारतीय मराठी साहित्य संमेलनाच्या अध्यक्षपदाच्या फंदात पडले नसते, तर त्यांना आणखी आयुष्य लाभलं असतं का?

प्राचार्य रा. रं. बोराडे

९४२२२०३३७३

डॉ.आनंद यादव

संपूर्ण नाव : आनंद रतन यादव

जन्म : ३० नोव्हेंबर, १९३५ (कागल, जि. कोल्हापूर)

मृत्यू : २७ नोव्हेंबर, २०१६

व्यवसाय : पुणे विद्यापीठ, मराठी विभागप्रमुख, मराठी साहित्याचे प्राध्यापक (निवृत्त : १९९५)

मानसन्मान आणि निवडक गुणवत्ता-पारितोषिक

अध्यक्ष : जुन्नर, ग्रामीण साहित्य संमेलन, १९८०

अध्यक्ष : असोदा, ग्रामीण साहित्य संमेलन, १९८०

अध्यक्ष : विटा येथील नववे ग्रामीण साहित्य संमेलन, १९८४

अध्यक्ष : चौथे दक्षिण महाराष्ट्र साहित्य संमेलन, बेळगाव, १९८६

अध्यक्ष : पहिले दलित-आदिवासी-ग्रामीण साहित्य संमेलन, साक्री (धुळे), १९८७

अध्यक्ष : चौथे अखिल भारतीय मराठी जनसाहित्य संमेलन, भंडारा (विदर्भ) १९९०

अध्यक्ष : चिकोत्रा खोरे ग्रामीण साहित्य संमेलन, १९९२

अध्यक्ष : तिसरे कामगार साहित्य संमेलन, नाशिक, १९९४
अध्यक्ष : एक्कावन्नावे औदुंबर साहित्य संमेलन, औदुंबर, १९९४
अध्यक्ष : पहिले सामाजिक समरसता साहित्य संमेलन, जळगाव, १९९८
अध्यक्ष : राधानगरी तालुका ७ वे ग्रामीण साहित्य संमेलन (एप्रिल २००६)
अध्यक्ष : दहावे अखिल भारतीय नवोदित मराठी साहित्य संमेलन, पुणे (मे २००६)
अध्यक्ष : मराठी ग्रामीण साहित्य परिषद, पुणे (१९८९ पासून)
संपादक : महाराष्ट्र साहित्य परिषद, पुणे यांचे मुखपत्र महाराष्ट्र साहित्य पत्रिका (१९७९ ते १९८२)
संपादक : विचारभारती (मासिक) पुणे (१९८७ ते १९८९)
कार्यकारिणी : राज्य मराठी विकास संस्था, महाराष्ट्र राज्य १९९२ते १९९७
सदस्य
माजी कार्यकारणी
सदस्य : जागतिक मराठी अकादमी, मुंबई
माजी सदस्य : महाराष्ट्र राज्य माध्यमिक शिक्षण मंडळ, संपादक समिती, पुणे
माजी सदस्य : महाराष्ट्र राज्य साहित्य संस्कृती मंडळ, मुंबई
माजी सदस्य : महाराष्ट्र राज्य ग्रंथ पुरस्कार समिती, मुंबई
उपाध्यक्ष : महाराष्ट्र साहित्य परिषद, पुणे (१९९८ ते २००६)

- महाराष्ट्र सरकारची एकूण चौदा पारितोषिके (कथा, कविता, कादंबरी, ललित गद्य, नाटिका, साहित्यविचार या विविध साहित्य प्रकारांत ही पारितोषिके मिळाली आहेत.)
- पीएच.डी.च्या संशोधनपर सर्वोत्कृष्ट प्रबंधास पुणे विद्यापीठाने ठेवलेली दोन पारितोषिके.
- साहित्य संस्था व प्रकाशन संस्था यांची नऊ पारितोषिके.
- राष्ट्रीय हिंदी अकादमी, कलकत्ता यांचा उत्कृष्ट मराठी साहित्यनिर्मितीबद्दलचा सन्मान १९९४.
- प्राथमिक, माध्यमिक आणि विद्यापीठीय शिक्षणाच्या अभ्यासक्रमात अनेक साहित्यकृतींचा व ग्रंथांचा अभ्यासासाठी व संदर्भासाठी समावेश.
- अनेक विद्यापीठांतून डॉ. आनंद यादव यांच्या साहित्यावर अनेक विद्यार्थ्यांनी संशोधन करून एम.फिल. पदव्या व पीएच.डी. पदव्या संपादन केल्या आहेत.
- 'विशेष ग्रंथकार' म्हणून कोल्हापूर, पुणे, उज्जैन येथील विद्यापीठांत एम.ए. मराठीसाठी डॉ. आनंद यादव यांच्या साहित्याचा अभ्यास केला आहे.
- अनेक साहित्यकृतींचा कन्नड, उर्दू, तेलगू, हिंदी, इंग्रजी, जर्मनमध्ये अनुवाद.
- 'झोंबी'चे महाराष्ट्रातील सर्व आकाशवाणी केंद्रांवरून नाट्यरूपांतर प्रसारित.
- झोंबी, नांगरणी, घरभिंती यांचे अंध मराठी मुलांसाठी 'टॉकिंग बुक' मध्ये रूपांतर.
- 'टाइम्स ऑफ इंडिया' प्रकाशनाच्या 'सारिका' या सर्वांत लोकप्रिय हिंदी मासिकाचा, सर्व भारतीय भाषांतील कथांच्या स्पर्धेत दुसऱ्या क्रमांकाचा पुरस्कार.
- भारतीय ज्ञानपीठ प्रकाशन, दिल्लीतर्फे प्रकाशित होणाऱ्या व प्रत्येक राज्य भाषेतील उत्कृष्ट दोन कथांचा समावेश करणाऱ्या 'भारतीय कहानियाँ' या संग्रहात कथेचा समावेश.
- 'झोंबी'स १९९० चा साहित्य अकादमी पुरस्कार व राज्य पुरस्कार यांच्यासह एकूण आठ पुरस्कार.

- पु.य.देशपांडे स्मृतिप्रीत्यर्थ 'चंद्रभागातीरी' पुरस्कार (फेब्रुवारी २००४)
- ग्रामसंस्कृती' पुस्तकास 'रा. न. सबनीस' स्मृतिप्रीत्यर्थ वाङ्मय पुरस्कार (ऑगस्ट २००२)
- डॉ. आनंद यादव यांच्या ग्रंथांना व साहित्यकृतींना एकूण चोवीस पुरस्कार मिळाले आहेत.
- डॉ. आनंद यादव यांच्या वाङ्मयीन कारकिर्दीवर आणि साहित्यकृतींवर एकूण चार पुस्तके व अनेक समीक्षालेख इतरांनी प्रसिद्ध केले आहेत.
- 'बाकड्यावरचं जग' या ललित लेखास १९९४ चा. म. सा. प. पुणे चा अनंत काणेकर पुरस्कार मिळाला आहे. हा लेख 'किस्त्रीम' १९९४ च्या दिवाळी अंकात प्रसिद्ध झाला होता.
- 'मनातील गवळण' या लेखालाही हाच पुरस्कार मिळाला आहे. (१९८५, मेनका)
- 'मृत्युंजय प्रतिष्ठान'चा 'शिवाजी सावंत' २००३ चा पहिला पुरस्कार.
- एकूण वाङ्मयीन कार्यासाठी 'आचार्य अत्रे विकास प्रतिष्ठान' (सासवड)चा पुरस्कार (२००५)
- एकूण वाङ्मयीन कार्यासाठी लाभसेटवार प्रन्यास नागपूर आणि लाभसेटवार प्रतिष्ठान, अमेरिका यांच्या संयुक्त विद्यमाने एक लाख रुपयांचा खास पुरस्कार (२००५)
- दिनानाथ मंगेशकर प्रतिष्ठानचा वाङ्विलासीनी पुरस्कार (२०१४)

आनंद यादव यांचे प्रसिद्ध झालेले साहित्य व प्रकाशन वर्ष (पहिल्या आवृत्तीचे)

कवितासंग्रह

हिरवे जग	१९६०
मळ्याची माती	१९७८
मायलेकरं	१९८९
रानमेवा (बालांच्यासाठी कविता)	१९९९
सैनिक हो तुमच्यासाठी (बालांच्यासाठी कविता)	२०००

कथासंग्रह

खळाळ	१९६७
घरजावई	१९७४
माळावरची मैना	१९७६
आदिताल	१९८०
डवरणी	१९८२
उखडलेली झाडे	१९८६
भूमिकन्या	२००१
झाडवाटा	२००१
शेवटची लढाई	२००२
उगवती मने	२००३

ललित गद्य

मातीखालची माती (व्यक्तिचित्रे)	१९६५
स्पर्शकमळे (ललित लेख)	१९७८
पाणभवरे (ललित लेख)	१९८२
साहित्यिकाचा गाव (ललित लेख)	२००४

कादंबऱ्या

गोतावळा	१९७१
नटरंग	१९८०
एकलकोंडा	१९८०
माउली	१९८५
कलेचे कातडे	२००१
लोकसखा ज्ञानेश्वर	२००५
संतसूर्य तुकाराम	२००८

आत्मचरित्र

झोंबी	१९८७
नांगरणी	१९९०
घरभिंती	१९९२
काचवेल	१९९७

वगनाट्य

रात घुंगुरांची	१९७७

समीक्षात्मक व वैचारिक ग्रंथ

- ग्रामीण साहित्य : स्वरूप आणि समस्या (१९७९)
- ग्रामीणता, साहित्य आणि वास्तव (१९८१)
- मराठी साहित्य : समाज आणि संस्कृती (१९८५)
- साहित्याची निर्मितिप्रक्रिया (१९८९)
- ललित गद्याचे तात्त्विक स्वरूप आणि मराठी लघुनिबंधाचा इतिहास (१९९५)
- १९६० नंतरची सामाजिक स्थिती आणि साहित्यातील नवे प्रवाह. (२००१)
- आत्मचरित्र मीमांसा (१९९८)
- ग्रामसंस्कृती (२०००)
- साहित्यिक जडणघडण (२०१२)

डॉ. आनंद यादव यांची काही महत्त्वाची संपादने

- मातीतले मोती (निवडक मराठी ग्रामीण कथांचे संपादन आणि विवेचक दीर्घ प्रस्तावना) १९७०
- निळे दिवस (प्रभाकर पाध्ये यांच्या निवडक कथांचे संपादन आणि विवेचक दीर्घ प्रस्तावना) १९७६
- तिसऱ्या पिढीची ग्रामीण कथा (श्री. बाबा पाटील यांच्या साहाय्याने संपादन आणि स्वतंत्र विवेचक दीर्घ प्रस्तावना) १९८१
- मराठी ग्रामीण कथा खंड : दोन (विवेचक दीर्घ प्रस्तावना व सहसंपादन) २००२
- कथावैभव. (बी.ए. प्रथम वर्ष, पुणे विद्यापीठ, प्रमुख संपादक आणि स्वतंत्र विवेचक, विस्तृत प्रस्तावना) २००२
- माझ्या आठवणी आणि अनुभव : ले. विठ्ठल रामजी शिंदे. (विस्तृत, विवेचक, प्रदीर्घ प्रस्तावना : १९९९)
- तिसऱ्या पिढीची ग्रामीण कथा (श्री. बाबा पाटील यांच्या सहाय्याने संपादन आणि स्वतंत्र विवेचक दीर्घ प्रस्तावना) १९८१
- मराठी ग्रामीण कथा खंड : दोन (विवेचक दीर्घ प्रस्तावना व सहसंपादन) २००२
- कथा वैभव. (बी.ए. प्रथम वर्ष, पुणे विद्यापीठ, प्रमुख संपादक आणि स्वतंत्र विवेचक, विस्तृत प्रस्तावना) २००२
- माझ्या आठवणी आणि अनुभव : ले. विठ्ठल रामजी शिंदे. (विस्तृत, विवेचक, प्रदीर्घ प्रस्तावना : १९९९)